உப்புக்கணக்கு

உப்புக்கணக்கு

வித்யா சுப்ரமணியம்

Pustaka
EBooks | Audiobooks | Paperback

முதற்பதிப்பு: 2023

First Edition: 2023

Uppu Kanakku

உப்புக்கணக்கு

Vidya Subramaniam

வித்யா சுப்ரமணியம்

ISBN: 978-93-95441-77-3

Pustaka
EBooks | Audiobooks | Paperback

Pustaka Digital Media Pvt. Ltd.
#7-002, Mantri Residency,
Bannerghatta Main Road, Bengaluru - 560 076
Karnataka, India
+91 7418555884

உப்புக்கணக்கு

சமர்ப்பணம்

இந்த தேசத்தின் விடுதலைக்காக

உதிரம் சிந்திய

மாவீரர்கள் அனைவருக்கும்

இந்நாவல்

சமர்ப்பணம்

திரு. விஜய திருவேங்கடம்

அகில இந்திய வானொலி நிலையம், (ஓய்வு)

'எலும்பும் தோலுமாய் காந்தி என்ற மனிதர் தண்டியில் தடையை மீறி மெல்லக் குனிந்து உப்பு அள்ளிய இந்தத் தருணத்தில் ஆசியக் கண்டமே அதிர்ந்ததுபோல் உணர்ந்தேன்' – இது பி.பி.சி.யின் ஆங்கிலேய நிருபர் தமது வானொலிக்கு அன்று அனுப்பிய செய்தி. மகாத்மாவின் ஆத்ம சக்திக்கு அகிலமே தலை வணங்கியதற்கு ஒரு சான்று.

ஒரு மாபெரும் சுதந்திரப் போராட்டத்தை சத்தியத்திலும், அன்பிலும், அஹிம்சையிலும் புடம் போட்டு, புதுமை பல செய்து வழி நடத்திய உப்பு சத்தியாக்கிரகத்தில் பல்லாண்டுகளுக்குப் பிறகு புதினம் ஒன்று முளைத்தெழுந்து வந்துள்ளதென்பது காந்திய பக்தர்களுக்கும், சுதந்திரப் போராட்ட இலட்சியங்களை மறவாது போற்றுவோருக்கும் நம்பிக்கைச் சுடராக விளங்குகிறது. புதின ஆசிரியருக்கு வயது எழுபதோ எண்பதோ இல்லை இதை எழுதுவதற்கு. சுதந்திரம் கிடைத்து பத்தாண்டுகட்குப் பிறகு பிறந்தவர் என்பதும், உப்பு சத்தியாக்கிரகம் என்ற அறப் போராட்டக் காட்சியை இராமாயணத்தை வான்மீகி தன் கண்முன்னே நிகழக் கண்டு எழுதியதுபோல உணர்ச்சிப்பூர்வமாக வரைந்திருப்பதும் அதி ஆச்சர்யமான விஷயங்கள். வாசித்ததைக் கொண்டு வரைந்த ஓவியம் அல்ல இது. செவியுற்றது கொண்டு தூரிகையை ஓட்டிய சித்திரம் அல்ல இது. காந்திய சத்தியத்தில் முகிழ்த்த கற்பகத்தரு! ஆம் இதை வாசிப்பவர்க்கு வைக்கப்போகும் பால்ய விவாக எதிர்ப்பு, மது ஒழிப்பு, சாதி சமய ஒற்றுமை, பாரதீய பன்முகக் கலாச்சாரம், ஹரிஜன முன்னேற்றம், சுதேசித் தொழில், தூய கதராடை இன்ன பிற விழுமியங்கள் குறித்த விழிப்புணர்வு உறுதியான வருங்காலத்திற்கு உத்தரவாதம்.

தேசப்பிரிவினை என்பது, ஒற்றுமையை விரும்பும், ஒற்றுமையை மதமாகவே ஒழுகும் பாரத மக்களுக்கு எதிரான வன்முறைதான் என்று காந்திஜி நம்பினார். அவரையும் மீறி,

பிரிவினைக்குப் பின்னர் நிகழ்ந்த அசாதாரணச் சம்பவங்கள், அசம்பாவித நிகழ்வுகள், அண்ணலைப் பெரிதும் காயப்படுத்தின. அண்ணலின் ஆத்ம ரணம் பிட்டுக்கு மண் சுமந்த பெம்மானின் ரணமாய் பாரதமெங்கும் பட்டுப்பரவி நின்றது.

தேசப்பிரிவினையை ஒட்டிய சம்பவங்கள் வரலாற்றைப் பதிவு செய்வோர்க்கு வேண்டுமானால் தவிர்க்க முடியாதவையாக இருக்கலாம். மற்றவர்க்கு அது சகோதரத்துவத்திற்கு சவால் விடுவதுதான். எனவே இதனை மனப்பூர்வமாகத் தவிர்த்து விடுவதுதான் மதியுடைமை.

“உப்புக் கணக்கு” கதை மயிலையில் ஆரம்பித்து, நாடெங்கும் சுற்றி, நானாவித ஆச்சர்யங்களையும், அதிர்ச்சிகளையும் கண்டுவிட்டு மீண்டும் மயிலையில், உப்பு சத்தியாக்கிரகப் பாதையில் தீர்த்தயாத்திரை செல்வதென்ற முடிவுடன் நிறைவடைகிறது.

மனங்கவர் மயிலை, கூட்டுக்குடும்பம், காதல் என்ற மென்மையான விஷயங்களைத் தொட்டுச் செல்லும்பொழுது ஆசிரியரின் நடை, மென்மையான மலராய் மணம் வீசுகிறது. சுதந்திரப் போராட்டம், தேசப்பிரிவினை, வகுப்புக் கலவரம் என்று வரும்போதெல்லாம் உணர்ச்சிப் பிழம்பாய் வெடித்து வருகிறது நடை. அறுபத்தி மூவர் திருவிழா, தண்ணீர்ப் பந்தல், குடும்பத்தில் குதூகல மாறுவேடப் போட்டி, என்ற மந்தஹாசங்கள் வகை வகையாய் மலர்ந்து வருவதும் உண்டு. லாகூர் வரை சென்று பார்க்கும் வகுப்புக் கலவர ரணங்கள், மனிதம் மரணிக்கும் ஓலம், அபலைப் பெண்ணின் அவலம் இவையும் உண்டு.

இப்புதினத்தைப்படித்து முடித்தவுடன் பெரியவர் கல்யாணராமனை தரிசித்துவிட வேண்டும் என்று மனம் பரபரக்கிறது. எப்போதும் ஜே ஜே என்றிருக்கும் மயிலையில், கல்யாணராமனைக் கண்டுபிடிப்பது கடினமோ? இல்லை இல்லை! நியமநிஷ்டைகளால் வைரம் பாய்ந்த தேகம், தேசபக்தியும், தெய்வபக்தியும் தந்த தேஜஸ், நாலு தலைமுறைக் கூட்டுக்குடும்பம் தந்த நிம்மதி, சுதந்திரப் போராட்ட வீரர்க்கேயான உறுதியான நெஞ்சம், நிமிர்ந்த நன்னடை, தானே

நூற்று ஈட்டும் தூய கதராடை, பாரத பூமி பழம்பெரும் பூமி என்ற தேர்ந்த ஞானச்செருக்கு இவற்றால் இலட்சிய இந்தியனாகிய இவரது உருவம் விசுவரூபமாய்த் தனித்திருக்க வேண்டுமே. சுடர்மிகு ஜொலிப்பில் அடையாளம் அம்பலமாகி விடுமே!

கண்டேன் கல்யாணராமனை! கற்பகாம்பாள் உடனுறை கபாலீச்சரத்தான் திருக்கோவில் பின்புறமாக, வீதி என்றும் பாராது விழுந்து அவரை வணங்குகிறேன். உதாரண புருஷரே! இளைய பாரதத்தை வழிநடத்தி, வாழ்விக்க வந்த வாலிபரே! எம்மை வாழ்த்தும் என்று வேண்டுகிறேன். உப்பு சத்தியாக்கிரக நினைவுப் பயணத்தில் எனக்கும் ஓரிடம் தந்தருள வேண்டும் என்று வேண்டுகிறேன்.

காலப் பெருவெளியில் பின்னோக்கிப் போதல் என்பது நினைவு சுகம் நாடுவோர்க்கு எளிதாகலாம். வரலாற்றின் அடிச்சுவடுகளை, நம்மை புதுப்பித்துக் கொள்ளவென்று நாடிச் செல்வதென்பது மெத்தக் கடினம். புராதனச் சரித்திரத்தில் புதிய அத்தியாயங்களைப் புனைந்து சேர்த்தல் எளிது. அண்மைய ஆவணப்படுத்தப்பட்ட வரலாற்றினை ஒட்டி புதினம் வரைவதற்கு மிகுந்த தெளிவும், துணிச்சலும் வேண்டும். கற்பனையின் சதவிகிதம் பற்றி சந்தேகம் வரக்கூடாது. புதின இலக்கணத்தின் சீரும் தளையும் செம்மையாய் இருக்கவும் வேண்டும். சாதித்திருக்கிறார் ஆசிரியர்!

இன்று பாரதத்தில், பிரிவினையின் கசப்பு இல்லை என்பதே நமது சகோதரத்துவ சாசனம் சாசுவதமானது என்பதற்குச் சான்று. சுதந்திரப் போராட்டத்தின் இலட்சியங்கள் இதனோடு சேர்கிறபோது பாரதம் சுவர்க்கபுரிதான்! சொல்பவர் வித்யா சுப்ரமணியம். சொல்பவர்க்குப் புகழ் சூட்டுவோம். குறைந்தபட்சம் மனமார நன்றி சொல்வோம்.

——

திருமதி. வித்யா பின்ட்டோ

முன்னாள் விரிவுரையாளர், ஊடகத்துறை

எம்.ஓ.பி. வைஷ்ணவா கல்லூரி

சென்னை – 600 034

கதைகளின் மூலம் சரித்திரத்தை அறிவது என்பது புதிதல்ல. பள்ளிப் பாடங்களைத் தவிர்த்து பல சாகித்தியங்களின் மூலம் பல்லாயிரமாண்டிற்கு முன் இருந்த கலாச்சாரத்தைப் பற்றிக் கூட நாம் அறியப் பெற்றிருக்கிறோம். அந்த வகையில் 'உப்புக் கணக்கும்' தன்னுள் ஒரு சரித்திரத்தைத் தாங்கிக் கொண்டுள்ளது. இந்த புதினத்தில் நான் படித்ததை, ரசித்ததை, வியந்ததை, மௌனித்ததைப் பகிர்ந்துகொள்ளும் ஆசையின் பொருட்டே இந்த எழுத்து.

எந்த விஷயத்தை முதலில் சொல்வது என்று எண்ணியபோது, அந்த எண்ணமே தவறெனப் புரிந்தது. எழுத்துக்கு முதலிடம், ஆராய்ச்சிக்கு இரண்டாமிடம் என்றெல்லாம் போட்டியிடாமல், அனைத்து விஷயங்களும் முதல் இடத்தையே பெற்றுள்ளதுதான் இந்த சரித்திர யாத்திரையின் வெற்றி. ஆம், இது ஒரு யாத்திரை. இதில் பயணிக்கும் ஒவ்வொரு வாசகருக்கும் நெடும் பயணம் செய்த அசதியும், தானே வெற்றி பெற்று விட்டாற்போன்ற எண்ணமும் ஏற்படும். அப்படிப்பட்ட ஒரு வெர்சுவல் டிராவல் எக்ஸ்பீரியன்ஸ் (Virtual Travel Experience) படிக்கும் அனைவரும் உணர்வீர்கள்.

இதன் வெற்றி... Blurredboundaries என்று அதைக் குறிப்பிடலாம். கற்பனை கதாபாத்திரங்களுக்கும், நிஜ பாத்திரங்களுக்குமிடையே தெரியாத வித்தியாசம். ராஜாராமைய்யர் தன் மகன்களுக்கு நடத்தும் மாறுவேடப் போட்டி போல், கற்பனை கதாபாத்திரத்தையும், நிஜ பாத்திரங்களையும் பிரித்துச் சொல்லுங்கள் என்று வாசகர்களுக்கு ஒரு போட்டி வைத்தால் ஜெயிப்பது மிகவும் கடினம். ஆனால் போட்டியில் ரகுராமன் மூட்டை சுமந்து பெற்ற காசைப் பெரிதாக நினைத்ததுபோல் கதாபாத்திரங்களின் மூலம் கற்றுக்கொண்ட

சரித்திரப் பாடங்கள்தான் வாசகர்களுக்கு கிடைத்திருக்கும் மிகச் சிறந்த பரிசு.

“நீங்கள்ளாம் எண்பதும், தொண்ணூறும் மார்க் வாங்கறதுக்காகவா சரித்திரங்கள் நடக்கின்றது?” என்று கொள்ளுத் தாத்தா கேட்கும்போது, பளாரென அறைகிறாற்போல இருக்கிறது. மதிப்பெண்கள் வாங்கிய அளவிற்கு நாம் சரித்திரத்தை நன்கு அறிந்தோமா என்று யோசிக்க வைக்கிறது. பெரிய தாத்தாவுக்குக் கிடைத்தாற்போல் ஒரு ஆசிரியர் நமக்குக் கிடைக்க மாட்டாரா என்று ஏங்க வைக்கிறது.

கற்பனையோ நிஜமோ, சிறியதோ, முக்கியமானதோ அனைத்து கதாபாத்திரங்களுக்கும் உயிர் கொடுத்திருப்பது பாராட்டுக்குரியது. குடிக்கும் பாலின் நான்கு குழந்தைகளைப் பற்றிக் கூறி மனிதர்களின் இன வேற்றுமைக்கு புதிய தாத்பர்யத்தைச் சொல்லும் சுவாமிநாதனின் பேச்சை இன்னும் கொஞ்சம் கூடக் கேட்க வேண்டும்போல் தோன்றுகிறது. எப்பேற்பட்ட மனிதர் அந்த சுவாமிநாதன்! பகத்சிங்கை தூக்கிலேற்றிய போது அவர் அடைந்த துக்கம், கல்யாண ராமனுக்கு சாரதியாக இருந்து ‘சிகரங்கள் அடைய முடியாதவை அல்ல’ என உபதேசிக்கும் போது விஸ்வரூபமெடுக்கிறார்.

ருக்மிணி லக்ஷ்மிபதி என்று சொன்னால் என்னைப் போன்றவர்களுக்கு முதலில் நினைவுக்கு வருவது சென்னையிலுள்ள அவர் பெயர் கொண்ட ஒரு சாலை. அவர் ஒரு சுதந்திரப் போராட்ட வீரர், உப்பு சத்யாக்கிரகி, மனித சங்கிலியாக மாறி உப்புக்கு அரண் அமைத்தவர் என்பது தெரிந்தபோது என் அறியாமையை எண்ணி வெட்கித் தலை குனிந்தேன்.

தக்ளி தயாரித்துக் கொடுக்கும் கிருஷ்ணமூர்த்தி அய்யர் நமக்கும் ஒரு மாக்கல் தக்ளி செய்து தர மாட்டாரா என்று ஆசையாக இருக்கிறது. ‘இவ்விடம் சட்ட விரோதக் கூட்டத்துக்கு மட்டும்தான் இளநீர் வெட்டிக் கொடுக்கப்படும் எனக் கூறும்

பெயரற்ற ஒரு ஊர்வாசி, அஹிம்சையால் வெள்ளையர்களை சுதந்திரம் தர சம்மதிக்க வைத்த காந்தியால் ஜின்னாவை என்ன செய்ய முடிந்தது?' என்று கேள்வி கேட்கும் ஆர்.எஸ்.எஸ். கோபால், கல்கண்டு போல் சிரிக்கும் கலியுக சபரி, கண்கலங்கச் செய்யும் குழந்தை விதவை(?) காமு என்று நெஞ்சில் நீங்கா இடம் பிடித்தவர்கள் ஏராளம். இவர்கள் மட்டுமல்லாமல் அந்தக் காலத்தில் பிரசித்தி பெற்ற ஒரு புதினத்தின் கதாபாத்திரமான 'அம்மன் பேட்டை, கூத்தாடி அன்னத்தையும் நமக்கு சம்பாஷனையின் மூலம் அறிமுகப்படுத்தி, அந்தக் காலத்திற்கே நம்மை முழுமையாக அழைத்துச் சென்றிருப்பது பாராட்டுக்குரியது.' மனிதர்களின் குணாதிசயங்களின் வடிவமைப்பு வியக்க வைக்கிறது. மீனாட்சியைப் பெற்ற மகள்போல் நினைக்கும் அபயத்திற்கு தெய்வானையின் வீட்டிற்கு வரும் அளவிற்குப் பரந்த மனப்பான்மை இல்லை என்பதுபோல எல்லாமே யதார்த்தமான பாத்திரப் படைப்புகள்.

உப்பு சத்தியாக்கிரகத்திற்குப் பெருமைகள் பல இருக்கலாம். ஆனால் என்னை மிகவும் கவர்ந்த, ஆச்சர்யப்பட வைத்தது, அந்தக் காலத்திலேயே சாத்தியமான தகவல் தொடர்பு முறை. இன்று எங்கிருந்து வேண்டுமானாலும், யாருடன் வேண்டுமானாலும், தொலைபேசி மூலமாகவோ, மின்னஞ்சல் மூலமாகவோ தொடர்பு கொள்ளலாம். ஆனால் அன்று 'சத்தியாக்கிரகிகளின் முகாம்' என்று விலாசமிட்டு அனுப்பினால் போதும் அவர்களைச் சென்றடைந்துவிடும். மொபைல் போனைப் போல் மொபைல் முகவரி!

பிரேக்கிங் நியூஸ், நேரடி ஒளிபரப்பு, சற்றுமுன் கிடைத்த தகவல் என்று இந்த காலத்தில் யுத்தத்தைக் கூட வீட்டிலிருந்தபடி தொலைக்காட்சியில் காணும் விஞ்ஞானத்தின் வளர்ச்சியின் உச்சத்தில் உள்ள நாம், சுதந்திரப் போராட்டக் காலத்தில் ரயிலடியில் நின்று தொலை தூரத்திலிருந்து வரும் பயணிகளின் மூலம் பல விஷயங்களைக் கேட்டறிந்து செய்தி சேகரித்து பத்திரிக்கைகளில் வெளியிட்டு தேச விடுதலைக்கு முக்கியக் காரணமாயிருந்த நிருபர்களுக்கு நன்றி சொல்லக் கடமைப்பட்டிருக்கிறோம்.

சுதந்திரப் போராட்டத்திற்காக மக்கள் பட்ட கஷ்டத்தை விவரித்திருக்கும் விதம் நேரில் கண்டதுபோல் எழுதியிருப்பது ஆச்சர்யத்தில் ஆழ்த்துகிறது. ஹாங்காங் சிறையில் ரகுராமன் படும் கஷ்டம், உப்பிற்கு மனித பாதுகாப்பு வளையம் கொடுத்து தடியடி வாங்கிய சத்யாக்கிரகிகளின் தேசப்பற்று, லாகூரை இரத்த நகரமாக்கிய மதக்கலவரம் என்று அவர்கள் பட்ட துயரத்தை நேரில் பார்த்த பிரமை ஏற்படுகிறது.

துயரத்தை மட்டுமே எழுதாமல் கோடை மழைபோல் காதலும், ஹாஸ்யமும் கலந்து தந்திருப்பது பாராட்டுக்குரியது. கல்யாணராமனோடு அவன் கண்போல் நாமும் கூடவே பயணப்பட்டாலும், நமக்குத் தெரியாமல் தன் வருங்கால மனைவிக்கு வளையலும், மாட்டலும் எப்பொழுது வாங்கினான் என்று பொய்க் கோபத்தோடு யோசிக்கத் தோன்றுகிறது.

பசி தீர்க்கும் அன்னம் ருசியாக இருப்பதற்கு ஒரு புதிய செய்முறையைச் சொன்னதுபோல ஞானப்பசி தீர்க்கும் இந்த சாகித்யத்தையும், ஒரு தவம்போல் தந்திருப்பது படிப்பவர்களுக்குப் புரியும். இந்த காலத்தில் இளம் வயதிலேயே இரத்தக் கொதிப்பு என்பது சகஜமாகி விட்டது. உணவில் உப்பைக் குறைக்கும் போதுதான் உப்பின் மகிமை இந்த தலைமுறையினருக்குப் புரிகிறது. அந்த உப்பிற்காக இந்த தேசம் பட்ட கஷ்டத்தைத் தெரிந்துகொள்ள இந்த உப்புக் கணக்கைப் படித்தேயாக வேண்டும். ஆன்மீகத்தையும், தேசபக்தியையும் கலந்து என்னை ஒரு புதிய உயிராக்கியதற்கு நன்றிகள் பல கோடி.

நான் கற்றது உப்பளவு...! கல்லாதது...?

———

திருமதி வல்லபா ஸ்ரீநிவாசன்

சிற்பக்கலை, மற்றும் சரித்திர ஆர்வலர்,

சென்னை - 600014

உப்புக் கணக்கு புத்தகம் இன்ஸ்பிரேஷனல் ஃபிக்ஷன் வகையைச் சேர்ந்த ஒரு படைப்பு. சுதந்திரப் போராட்ட நிகழ்வை மையமாக வைத்து ஒரு நாவலைப் படைக்க நினைப்பது சாதாரண விஷயமல்ல. கல்கியின் அலை ஓசை போன்று வெகுசில படைப்புகளே இத்தகைய முயற்சியை செய்திருக்கின்றன. வித்யா சுப்ரமணியம் அதனை தைரியமாக எடுத்துக்கொண்டு இக்கதையைப் புனைந்திருப்பது பாராட்டப்பட வேண்டிய விஷயம்.

அதிலும் உப்பு சத்தியாக்கிரகம் கதையின் ஒரு பகுதியாக இல்லாமல் உப்பு சத்தியாக்கிரகத்தில் கதை ஒரு பகுதியாக இருப்பது இந்தப் புனைவின் சிறப்பு. அவ்வளவு விரிவான செய்திகள். தகவல்கள். நாமும் வேதாரண்யத்தில் இராஜாஜி கூடவே பயணம் செய்வதுபோல வர்ணனைகள்.

எளிமையான மொழி, எளிமையான நடை, நேர்கோட்டில் செல்லும் கதை. இவை புனைவையும், அதன் மையமான வேதாரண்யம் உப்பு சத்தியாக்கிரகத்தையும் மேம்படுத்துகிறது எனலாம்.

தண்டி உப்பு சத்தியாக்கிரகம் சுதந்திரப் போராட்ட வரலாற்றில் ஒரு முக்கிய நிகழ்வாகப் பார்க்கப்படுகையில் வேதாரண்யத்தில் இராஜாஜி தலைமையில் நடந்த உப்பு சத்தியாக்கிரகம் எந்தவிதமான அங்கீகாரத்தையும், வரலாற்றுச் சிறப்பையும் பெறாமலிருப்பது வருத்தத்திற்குரியது. இதனை எடுத்துக்காட்டும் விதமாக ஒரு புனைவை எழுதியது ஆசிரியரின் நாட்டுப் பற்றையும், சமூக அக்கறையையும் காட்டுகிறது.

உப்புசத்தியாக்கிரக வரலாற்று நிகழ்வைப் பதிவு செய்ததுபோல் இக்கால சமூகத்தையும் பதிவு செய்கிறார் ஆசிரியர். சரித்திரத்தின்

முக்கியத்துவம், நிகழ்வுகளைப் பதிவிடுவதன் அவசியம் இவற்றைக் கருத்தில்கொண்டு ஆதாரங்களுடன் நிகழ்வுப் பதிவுகளை ஒரு கடமையாகவே செய்திருக்கிறார் திருமதி வித்யா சுப்ரமணியம்.

காந்தி ஒரு ஆளுமை. படித்துத் தெரிந்து கொள்வதைவிட உணரப்பட வேண்டிய ஒருவர் காந்தி. அவரை உள்வாங்கி ஆழ்ந்து லயிக்காமல் இப்படி ஒரு படைப்பை உருவாக்கி இருக்க முடியாது. அஹிம்சை வழிப் போராட்டத்தின் பெருமையைச் சொல்வது போலவே தீவிரவாதத்தால் ஏற்படும் பாதிப்பு, கொந்தளிப்பு இவற்றையும் முன்வைக்கிறார் ஆசிரியர். காந்தியையே கேள்வி கேட்பதுபோல சில பகுதிகள் இருப்பது, இவர் இதில் எவ்வளவு ஆழ்ந்து போயிருக்கிறார் என்பதைக் காட்டுகிறது.

இராஜாஜியின் ஆளுமை, அவரது தலைமை, செயல்வீரம், சமயோசிதம், நிதானம், கவனமான அணுகுமுறை போன்ற தலைமைப் பண்புகளை தெள்ளத் தெளிவாகக் காட்டும்படி சித்திரித்திருக்கிறார் ஆசிரியர். இராஜாஜியை நேரில் சந்தித்தது போன்றதான ஒரு உணர்வை ஏற்படுத்துகிறார். மதுவிலக்கு, தீண்டாமை, சுற்றுப்புறச் சூழல் பாதுகாப்பு என்று பல விஷயங்களிலும் அக்கறையுடன் அஹிம்சா வழியில் செயல்படும் தலைவரை நாம் அறிந்து கொள்கிறோம். இக்கால இளைஞர்கள் படித்துத் தெரிந்துகொள்ள பல விஷயங்களைக் கொண்டிருக்கிறது உப்புக்கணக்கு.

சுஜாதாவின் 'ரத்தம் ஒரே நிறம்' நாவல் சிப்பாய் கலகக் கால இந்தியாவைக் காட்டுவது போல, உப்புக்கணக்கு பிரிவினைக் கால இந்தியாவைக் காட்டுகிறது. அந்த அவலங்களை எழுத்தின் மூலம் கண்முன் கொண்டுவந்து விடுகிறார் ஆசிரியர்.

நல்ல கதாப்பாத்திரங்கள் இப்புனைவின் சிறப்பம்சம். சந்தர்ப்பங்களினால் வரும் குழப்பம் மட்டுமே இக்கதையில் வில்லனாக இருக்கிறது. அது விலகும்பொழுது அனைத்து கதாபாத்திரங்களும் நல்லவர்களாகத் தோன்றுகிறார்கள். இதனால் சிறுவர்கள், மாணவர்கள் படிக்க ஏற்றதாக அமைகிறது இப்புதினம்.

ஒவ்வொரு அத்தியாயத்திற்கு முன்னும் பாரதியின் வரிகள் பொருத்தியிருப்பது மிகவும் அழகான அம்சம். வாழ்க்கைத் தத்துவங்கள், ஆன்மிகக் கருத்துக்கள் நிறைந்து மேலும் சிறப்படைகிறது இந்தப் புதினம்.

கற்காத வரலாற்றைச் சொல்வதால் இப்புத்தகம் பள்ளிகளில் நான்டீடெயில் வரிசையில் படிக்கப்பட வேண்டிய புத்தகம். சமீபத்தில் இப்புதினம் ஆங்கில மொழிபெயர்ப்பு கண்டது மகிழ்ச்சிக்குரிய விஷயம். மேலும் பல பதிப்புகளைக் காண ஒரு வாசகியாக என் வாழ்த்துக்கள்.

——

என்னுரை

இனிய நட்புக்கு,

வணக்கம். முன்னுரையும், என்னுரையும் எல்லா நாவல்களுக்கும் தேவைப்படுவதில்லை. மிக முக்கியமான சில நாவல்களுக்கு மட்டும்தான் நான் என்னுரை எழுதியிருக்கிறேன். இந்த நாவலும் முக்கியமான நாவல்தான் என்பது இதன்மூலம் உங்களுக்குப் புரிந்திருக்கும்.

நம் நாட்டின் சுதந்திரப் போராட்டத்தில் எத்தனை எத்தனையோ சம்பவங்கள் நிகழ்ந்திருக்கின்றன. அவற்றில் மிக முக்கியமானவையாக வரலாறு சொல்வது 1857-ல் நடந்த சிப்பாய்க் கலகம், 1919-ல் நடந்த ஜாலியன் வாலாபாக் படுகொலை, 1930ல் நாடு முழுவதும் நடந்த உப்பு சத்தியாக்கிரகங்கள், 1942-ல் நடந்த வெள்ளையனே வெளியேறு புரட்சி, இந்திய பாகிஸ்தான் பிரிவினை மற்றும் அதையொட்டி ஏற்பட்ட ஹிந்து முஸ்லிம் கலவரங்கள்.

பள்ளியில் நாம் படிக்கும் சரித்திரப் பாடங்கள் விரிவானவை அல்ல. மதிப்பெண்களுக்காக மட்டுமே நாம் படிக்கும் சரித்திரம் அது. சில கேள்விகளுக்கு பதில் எழுதுவது சுலபம். எந்த அரசரின் சாதனையைப் பற்றி கேட்டாலும், அவர் மரங்கள் நட்டார், குளங்கள் வெட்டினார், அணைகள் கட்டினார் என்று கண்ணை மூடிக்கொண்டு எழுதி விடலாம். அரை மார்க்காவது கிடைத்து நம் மானம் போகாமல் காப்பாற்றிவிடும்.

நான் உண்மையான சரித்திரப் பாடங்களை இப்போதுதான் படிக்கிறேன். உப்பு சத்தியாக்கிரகத்தின் பின்னணியில் நாவல் எழுத வேண்டும் என்று எதனால் தோன்றியதென்று கேட்டால் என்னிடம் பதில் இல்லை. அது என்னை எதனாலோ கவர்ந்திருக்கிறது என்று வேண்டுமானால் கூறலாம். சுதந்திரப்

போராட்டங்களின் வலிமையை மையமாக வைத்து எத்தனையோ எழுத்தாள ஜாம்பவான்கள் புதினங்கள் எழுதியிருக்கும்போது நான் என்ன புதிதாகச் சொல்லிவிடப் போகிறேன் என்று தோன்றக்கூடும். ஆனால் நானும் இதைப்பற்றி ஒரு நாவல் எழுத வேண்டுமென்பது இறைவனின் சித்தம் போலும். வேதாரண்யத்தில் நடந்த உப்பு சத்தியாக்கிரகத்தின் பின்னணியில் ஒரு நாவல் எழுத வேண்டுமென்ற வித்து எனக்கே தெரியாமல் என் மனசுக்குள் விழுந்து வேர் விட்டிருக்க வேண்டும். இந்திய சரித்திரம் தொடர்பாக நிறைய புத்தகங்களை நான் வாசிக்க ஆரம்பித்தேன். படிக்கப் படிக்க எனக்குள் பிரம்மிப்பு கூடிக்கொண்டே போயிற்று.

நான்கு ஆண்டுகளுக்கு முன் ஒருநாள் என் அலுவலக வளாகத்தில் இருக்கும் பழைய புத்தகக் கடையில் உணவு இடைவேளையில் புத்தகங்களை மேய்ந்து கொண்டிருந்தபோது என் கண்களில் ஒரு புத்தகம் தென்பட்டது. விலை மதிப்பற்ற அந்தப் புத்தகத்திற்கு நான் கொடுத்தது வெறும் இருபது ரூபாய்தான். அந்தப் புத்தகம் வேதாரண்யம் உப்பு சத்தியாக்கிரகம் பற்றியது. திருச்சியில் ஆரம்பித்து வேதாரண்யம் வரையான 150 மைல் பாதயாத்திரையைப் பற்றிய ஆச்சர்யமான தகவல்களோடு எழுதப்பட்டிருந்த புத்தகம் அது. யார் அதை பழைய புத்தகக் கடையில் போட்டார்களோ? என் ஆச்சர்யம் என்னவென்றால் யாரோ ஏதோ ஒரு கடையில் போட்ட புத்தகம் என் அலுவலக வளாகக் கடைக்கு ஏன் வரவேண்டும்? என் கண்ணில் ஏன் படவேண்டும்? நான் அதை வாங்க வேண்டும் என்பதற்காகத்தான் இதெல்லாம் நடந்ததா? இப்படி ஒரு புத்தகம் இருப்பது கூட எனக்குத் தெரியாது. இதனால்தான் சொன்னேன், நான் இதை எழுத வேண்டுமென்பது இறைமையின் சித்தம் என்று. ஏற்கனவே எனக்குள்ளிருந்த அக்கினிக் குஞ்சு இந்த வேதாரண்யக் காற்று பட்டதும் திகுதிகுவென கொழுந்துவிட்டு எரியத் துவங்கி விட்டது.

2006-ன் மழைக் காலத்தில் பிள்ளையார் சுழி போட்டு எழுத ஆரம்பித்த என் நாவல் மெல்ல மெல்ல வளரத் துவங்கியது.

ஐம்பது பக்கம் எழுதுவதற்குள் ஆயிரம் வேலைகள் குறுக்கிட்டது. வீட்டுப் பணி, அலுவலகப் பணி, இதரப் பணிகள் என்று நாவல் அப்படியே நின்று போயிற்று.

2007 அமுதசுரபி தீபாவளி மலரில் எனது சிறுகதையோடு என்னைப் பற்றி ஒரு குறிப்பும் கேட்டார்கள். சமீபத்தில் நான் எழுதி வரும் நாவல் பற்றி கேட்டபோது நான் இந்த உப்பு சத்தியாக்கிரகப் பின்னணியில் எழுதிக் கொண்டிருக்கும் நாவல் பற்றிச்சொல்ல, அது பற்றிய குறிப்பு மலரில் வெளியாயிற்று. அந்த உத்வேகத்தில் இன்னும் ஒரு நாற்பது பக்கம் வளர்ந்தது உப்புக் கணக்கு. மறுபடியும் வேறு வேலைகள் சூழ நின்று போயிற்று. ஆயினும் நான் இதற்கான குறிப்புகள் எடுப்பது மட்டும் தொடர்ந்து கொண்டிருந்தது. அடுத்த ஆண்டும் அமுதசுரபி தீபாவளி மலரில் இது பற்றி குறிப்பு போடப்பட்டபோது என் பெண்கள் கேலி செய்ய ஆரம்பித்து விட்டார்கள். எதற்கு இப்படி ஓவராக பில்டப் கொடுக்கிறாய்? குறிப்பு வந்திருப்பதற்காகவாவது நாவலை சீக்கிரமாக எழுதி முடிக்கக் கூடாதா என்று கேட்டார்கள். அதன் பிறகுதான் முழு ரோஷத்தோடு மீண்டும் என் பேனாவை எடுத்தேன்.

எழுத எழுத என்னை முழுமையாக தனக்குள் இழுத்துக் கொண்டுவிட்டது இது. வேறு எந்த வேலையிலும் கவனம் செல்லவில்லை. காலச்சக்கரம் என்னை எண்பது ஆண்டுகள் பின்னோக்கி அழைத்துச் சென்றுவிட்டது. நான் முப்பதுகளில்தான் சில மாதங்கள் வாழ்ந்து கொண்டிருந்தேன். எனக்குள் சில்லென ஒரு காவேரி ஓடிக் கொண்டிருந்தது.

இன்றைக்கு நாம் அனுபவித்துக் கொண்டிருக்கும் சுதந்திரத்திற்குத்தான் எத்தனை எத்தனை போராட்டங்கள் நடந்திருக்கிறது! சின்னச் சின்ன சமஸ்தானங்களை உள்ளடக்கியிருந்த இந்த தேசத்திற்கு விடுதலை வழங்குவதில்தான் எத்தனை சிக்கல்கள்! இதோ சுதந்திரம் தந்தோம் என்று எத்தனைமுறை ஆசை காட்டி ஏமாற்றியிருக்கிறது பிரிட்டிஷ்

அரசாங்கம்! இந்த சுதந்திரத்தைப் பெறுவதற்காக எத்தனை லட்சம் உயிர்களை இந்த பாரதமாதா பறிகொடுத்திருக்கிறாள்.

சிந்து நாகரிகம் ஹிந்து நாகரிகமாக வளர்ந்து கொண்டிருந்த இந்த தேசத்திற்குள் கிறித்தவம், இஸ்லாமியம், பௌத்தம், சீக்கியம் என்று எத்தனை மதங்கள், எத்தனை மொழிகள், எத்தனை கலாச்சாரங்கள்!

இந்திய பாகிஸ்தான் பிரிவினைகள் குறித்தும், ஹிந்து முஸ்லீம் கலவரங்கள் குறித்தும் விரிவாகப் படித்தபோது எனக்குள் இரத்தக் கண்ணீர் வடிந்தது.

வங்காளப் பிரிவினை கூடாதென்று ஒருமுகமாக அதை எதிர்த்த ஹிந்து முஸ்லிம் சகோதரர்களின் அளப்பரிய ஒற்றுமையும், உப்பு சத்தியாக்கிரகத்தில் மகாத்மாவின் பின்னால் ஒன்றுசேர்ந்து சென்றபோதிருந்த அவர்களது ஒற்றுமையும், இந்திய பாகிஸ்தான் பிரிவினையின்போது மாயமாய் மறைந்ததன் பின்னணியிலிருந்த ஆங்கில வைசிராய்களின் தந்திரம் வேதனையிலாழ்த்தியது. ஹிந்துக்களிடம் அவன் தந்திரம் பலிக்கவில்லை. ஹிந்து மதத்தின் கொள்கைகள் அப்படி. அதனால் ஜின்னாவுக்கு ஆசை காட்டினான். சுலபமாய் பலித்துவிட்டது. மதவெறியும், ஜிகாத் என்ற வார்த்தையும் அவரைத் தனிநாடு கேட்க வைத்தது. தனிநாடு கிடைத்துவிடும் என்ற கனவில் இஸ்லாமியர்கள் அவர் பின்னால் திரண்டார்கள். இஸ்லாத்தை ஏற்காதவர்களை அழிப்பதில் தவறில்லை என்ற கோட்பாடும் பின்பற்றப்பட்டது. வீட்டுக்கு வந்த விருந்தாளி மூக்குப் புடைக்க விருந்துண்டுவிட்டு, போகிற போக்கில் அந்த வீட்டின் சகோதரர்களுக்குள் பாகப்பிரிவினையும் செய்துவிட்டுப் போயிருக்கிறான். அவன் தந்திரம் வென்றது நம் துரதிருஷ்டம். சிந்துவால் பெயர்பெற்ற இந்துக்களுக்கு சிந்து இல்லாது போய்விட்டது. ஊர் ரெண்டுபட்டால் கூத்தாடிக்குக் கொண்டாட்டம் என்பது நிரூபணமாகி விட்டது.

1857ல் துவங்கி 1947க்குள் எத்தனை லட்சம் மக்களின் இரத்தத்தை இந்த மண் உறிஞ்சியிருக்கிறது! எத்தனை போராளிகளைத்

தனக்குள் புதைத்துக் கொண்டிருக்கிறது! மிதவாதிகளும், அமிதவாதிகளும் ஆளுக்கொரு பக்கம் தங்கள் வழியில் கொடுத்த நெருக்கடியில் ஒருவழியாக வெள்ளைக்காரன் நாட்டைவிட்டுச் செல்ல, சுதந்திரக்கொடி கம்பீரமாகப் பறக்கவிடப்பட்டது.

உப்பு சத்தியாக்கிரகம் துவங்கி பாகிஸ்தான் பிரிவினை வரையான பின்னணியில்தான் இந்நாவல் நகர்கிறது. சம்பவங்களை நடுநிலையில் நின்றுதான் பதிவு செய்திருக்கிறேன்.

அன்றைய காலக்கட்டத்திலும் தலைவர்களுக்கிடையே நிறையவே அபிப்ராய பேதங்கள் இருந்திருக்கிறது. காந்திஜிக்கும் நேருஜிக்கும், காந்திஜிக்கும் பட்டேலுக்கும், காந்திஜிக்கும் ராஜாஜிக்கும் பலமுறை கருத்து வேறுபாடுகள் ஏற்பட்டிருக்கிறது. ஒரு விஷயத்தில் ஒத்துப்போனால் இன்னொரு விஷயத்தில் இவர்கள் முரண்பட்டு இருந்திருக்கிறார்கள். காந்திஜியின் அஹிம்சை கொள்கையை வ.உ.சி. கோழைத்தனம் என்றிருக்கிறார். மாவீரர் என்று போற்றப்பட்ட நேதாஜியை ராஜாஜி ஒட்டைப் படகு என்று விமர்சித்திருக்கிறார். பாகிஸ்தான் பிரிவினையை காந்திஜி விரும்பவில்லை. ஆனால் ராஜாஜி பிரித்துக் கொடுத்துவிடலாம் என்று கூறியிருக்கிறார்.

முஸ்லீம்களுக்கு ஆதரவாக பலமுறை காந்திஜி உண்ணாவிரதம் இருந்ததும், பிரார்த்தனை கூட்டத்தில் குர்ரான் வாசித்ததும் இந்துக்களின் மனதைப் புண்படுத்தியிருக்கிறது. அதிலும் பாகிஸ்தான் பிரிவினையின்போது முஸ்லீம்களுக்கு ஆதரவாக உண்ணாவிரதமிருந்து அவர் முன்வைத்த கோரிக்கைகள் இந்துக்களை கொதிப்படைய வைத்திருக்கிறது. நேருஜியும், பட்டேலும்கூட இதற்காக காந்திஜியிடம் எரிச்சல் பட்டிருக்கிறார்கள்.

இந்துக்களை அவர் கைவிட்டு விட்டதாகவே எழுந்த விமர்சனத்தைக்கூட அவர் ஒதுக்கிவிட்டு முஸ்லீம்களுக்கு ஆதரவாக இருந்தும்கூட, பாகிஸ்தான் முஸ்லீம்கள் அவரை மதித்ததாகத் தெரியவில்லை. ஆனால் இந்திய மக்களோ, அவர்

எது சொன்னாலும் செய்யத் தயாராக இருந்தார்கள். அப்படி ஒரு பக்தி.

ஒரு நிமிடம் யோசித்துப் பார்க்கையில் காந்திஜியின் வல்லமை பிரமிக்க வைக்கிறது. மெல்லிய தேகம், எலும்புகள் துருத்திய நெஞ்சுக்கூடு, ஒட்டிய கன்னங்கள், வழுக்கைத்தலை, அரையில் ஒரு துண்டு, பொக்கைவாய் சிரிப்பு, செருப்புகளைத் துறந்துவிட்ட பாதங்கள், என எளிமையின் மொத்த வடிவம்!. இவருக்குப் பின்னால் மொத்த தேசமும் ஒருமித்து நின்றது. அவரது வாக்குக்குக் கட்டுப்பட்டது. அவர் அசைந்தால் அசைந்தது. அவரது அஹிம்சைக்குத் தலை வணங்கியது. அவரது பெயரை மந்திரமாக உச்சரித்து மகிழ்ந்தது.

கோடிக்கணக்கில் அவருக்காகக் கூடிய கூட்டம் வெறும் பிரியாணி பொட்டலத்திற்காகவோ, தினக்கூலிக்காகவோ திரண்டது அல்ல. அவரது அஹிம்சை கொள்கைகளுக்குத் தலைவணங்கிக் கூடிய கூட்டம் அது. அமிதவாதிகள் கூட அவரை வணங்கி விட்டுத்தான் தங்கள் வழியில் சென்றார்கள்.

இந்தியாவுக்கு சுதந்திரம் பெற்றுத் தந்து அஹிம்சை ஜெயித்தது. ஹிம்சையோ அவரது உயிரையே பெற்றுக்கொண்டது. தலைமைப் பொறுப்பு என்பது எளிதல்ல. அதிலும் ஒரு தேசத்தையே அஹிம்சை வழியில் நடத்திச்சென்று வெற்றி காண்பது என்பது நினைத்தே பார்க்க முடியாத விஷயம். கத்தியின்றி இரத்தமின்றி என்பதில் அவர் கடைசிவரை உறுதியாக இருந்திருக்கிறார். அதற்காக உயிரையும் கொடுத்திருக்கிறார் என்றுதான் சொல்லவேண்டும்.

இந்த பூமிப்பந்தில் எத்தனையோ தேசங்கள் இருக்கின்றன. எத்தனையோ மலைகள், ஆறுகள், கடல்கள் இருக்கின்றன. ஆனால் எந்த ஒரு தேசத்திற்கும் இல்லாத பெருமை, இந்த பாரத தேசத்திற்கு உண்டு. இதற்கு மட்டும்தான் கர்மபூமி, தர்மபூமி, தேவபூமி, புண்ணியபூமி என்றெல்லாம் பெயர்கள் இருக்கிறது. இங்கு மட்டும்தான் மலைகள் எல்லாம் தெய்வீகமானவை. நதிகள்

எல்லாம் பாவம் நீக்கும் புண்ணிய நதிகள். காற்றெல்லாம் வேத ஒலிகள். கால் வைக்கும் இடமெல்லாம் புண்ணிய க்ஷேத்திரங்கள். பஞ்ச பூதங்களும் தெய்வங்கள். விஞ்ஞானமும், மெய்ஞ்ஞானமும் கைகோர்த்துக் கொண்டு இந்த தேசத்தை உயர்த்தியிருக்கிறது. இங்கு நிறைந்திருக்கும் புனித அதிர்வுகள் வேறு எங்கும் இல்லாதது. ராமாயணம், மகாபாரதம் போன்ற இதிகாசங்கள் நிகழ்ந்த புண்ணிய மண் இது. ஆதிசங்கரரும், ராமகிருஷ்ண பரமஹம்சரும், விவேகானந்தரும், ரமண மகரிஷியும் அவதரித்த பேறு பெற்றது. ஆண்டாள், மீரா, அப்பர், சுந்தரர், மாணிக்கவாசகர், ஞானசம்பந்தர் என்று தெய்வ தரிசனம் செய்த மகான்கள் பிறந்தது இங்கேதான். பகவத்கீதை உபதேசிக்கப்பட்ட புண்ய தேசம் இது. உலகிற்கே ஞான உபதேசம் செய்த நாடு. இத்தகைய பெருமைமிகு தேசத்தில் பிறந்திருக்கும் மக்கள் ஒவ்வொருவருக்கும் இந்த மண்ணோடு ஒரு உப்புக்கணக்கு இருக்கிறது. இந்தக் கணக்கு காலம் காலமாகத் தொடரவேண்டும் என்றுதான் இந்த மண்ணின் மகிமை தெரிந்தவர்கள் விரும்புவார்கள். ஹிந்துமதத்தின் அடிப்படை குணமே சகிப்புத் தன்மையும், அன்பும்தான். அதனால்தான் பிற மதங்களால் இங்கே சுலபமாக நுழைந்து காலூன்ற முடிந்தது. மதச்சார்பற்ற நாடாக இந்தியா இருப்பதற்குக் காரணம் இந்து மதத்தின் பெருந்தன்மைதான். இதன் காரணமாகத்தான் பலநூறு ஆண்டுகள் முகம்மதியர்களிடமும், பின்னர் அந்நிய நாட்டினரிடமும் அடிமைப்பட்டு கிடந்திருக்கிறது. இந்த பெருந்தன்மையால்தான், தனிநாடு கிடைத்தும் இங்கேயே தங்கிவிட்ட இஸ்லாமியரை கட்டாயப்படுத்தி வெளியேற்றாமல் சகோதரர்களாக ஏற்றுக் கொண்டார்கள் இந்துக்கள்.

இந்த நாவலை நான் நேரம் கிடைக்கும் போதுதான் எழுதினேன். எழுதிய நேரத்தைவிட நான் இதற்கான புத்தகங்களை வாசித்த நேரம்தான் அதிகம். ஒருநாளைக்கு இத்தனை பக்கம் எழுத வேண்டும் என்றெல்லாம் எவ்விதத் திட்டமிடல்களும் இல்லாத நிலையில் எனக்கே தெரியாமல் ஒரு அதிசயம் நிகழ்ந்தது. சரியாக 79 வருடங்களுக்கு முன்பு ஏப்ரல் முப்பதாம் தேதிதான்

வேதாரண்யத்தில் ராஜாஜி தன் தொண்டர்களோடு உப்பள்ளி, உப்புச் சட்டத்தை மீறியிருக்கிறார். அந்த சம்பவத்தை நான் நாவலில் எழுதிய தினமும் ஏப்ரல் முப்பதாகவே இருந்ததை எழுதி முடித்த பின்புதான் நானே கவனித்தேன். என்ன ஒரு Co-incidence?

இந்த உப்புக்கணக்கை எழுத ஆரம்பித்ததிலிருந்து முடிக்கும்வரை என் கதாபாத்திரங்களோடு நானும் பயணித்துக் கொண்டிருந்தேன். அவர்கள் நடக்கும்போதெல்லாம் நானும் நடந்தேன். அவர்கள் காவிரியில் நீராடிய போதெல்லாம் நானும் நீராடினேன். கல்யாணம் லாகூருக்குச் சென்றபோது நானும் சென்றேன். சிந்து நதிக்கரையில் வேதம் சொல்லி நீராடினேன். அந்த அளவுக்கு என் கதாபாத்திரங்களோடு நான் ஒன்றிப் போயிருந்தேன். அவர்கள் வந்தே மாதரம் சொன்ன போதெல்லாம் நானும் சொன்னேன். அவர்களைப் பிரிவது சிரமம்தான்.

இந்த நாவல் எழுதிக் கொண்டிருக்கும்போது அகில இந்திய வானொலியில் பணியாற்றிய திரு. விஜய திருவேங்கடம் அவர்களது அறிமுகம் கிடைத்தது. அவர் தினமணிக்காக தான் தொகுத்துக் கொடுத்த, சுதந்திரதின பொன்விழா மலரையும், இன்னும் பல புத்தகங்ளையும் எனக்குக் கொடுத்து உதவினார். அந்தப் புத்தகங்களிலிருந்த பல அரிய தகவல்கள் இந்நாவல் எழுதுவதற்குப் பேருதவியாயிருந்தது. தவிர உப்பு சத்தியாக்கிரகி திரு. பி.என். ஸ்ரீனிவாசன் என்பவரது தொடர்பு எண்ணையும் தந்து உதவினார். தன்னிடமிருந்த மிக அபூர்வமான புத்தகங்களையெல்லாம் கொடுத்து உதவியதோடு, மிகுந்த சந்தோஷத்தோடு இதற்கொரு முன்னுரையும் எழுதிக் கொடுத்தார். அவருடைய ஆர்வத்திற்கும், அன்புக்கும் நான் மிகுந்த நன்றிக்கடன் பட்டிருக்கிறேன்.

இந்த நாவல் எழுதிக் கொண்டிருக்கும்போது 2007-ல் என்னோடு திருக்கயிலாய யாத்திரை மேற்கொண்ட என் தோழி ஒருத்தி ஒரு விஷயம் கூறினார். அவரது தந்தையும் திரு. ராஜாஜியோடு

உப்பு சத்தியாக்கிரகத்தில் கலந்து கொண்டவராம். அவர் தந்தை பெயர் திருக்கருகாவூர் வி. ராமச்சந்திரய்யர் என அறிந்ததும், அவரையும் நாவலில் இணைத்துக் கொண்டேன். ஓராண்டு சிறைத் தண்டனை அளிக்கப்பட்ட அவர் சிறையிலிருக்கும் போதுதான் அவரது மனைவி அவர்களது முதல் குழந்தையைப் பிரசவித்தாராம். அவளது தாயும் தந்தையும் கடைசிவரை கதராடை மட்டுமே உடுத்தியவர்கள் என்றறிந்தபோது சந்தோஷமாகவும், பெருமையாகவும் இருந்தது.

நான் பாரதியின் தீவிர பக்தை. பாரதியார் இல்லாமல் ஒரு உப்புக்கணக்கா? அவரது காலத்திற்குப்பின் நிகழும் சம்பவங்கள் என்றாலும் இந்நாவலில் அவரும் வருகிறார். கவிதை வடிவில்! இந்த உலகில் இதுவரை நிகழ்ந்த, நிகழ்ந்து கொண்டிருக்கும், இனியும் நிகழப்போகும் எல்லா சூழ்நிலைகளுக்கும் கவிதைகள் வடித்து வைத்துவிட்டுப் போயிருக்கும் தீர்க்கதரிசி அவர். அவரது சரீரத்திற்கு அற்ப ஆயுள் கொடுத்து விட்டாலும், அவரது கவிதைகளுக்கு சாகாவரம் கொடுத்து சமன் செய்து விட்டது தெய்வம்.

இன்றைய தலைமுறையினர் யாராவது இந்நாவல் குறித்த தனது எண்ணங்களைக் கூறினால் நன்றாக இருக்குமே என்று நான் யோசித்த சமயம் என் மூத்த மகள் வித்யா மிக அற்புதமாகத் தன் எண்ணங்களை எழுதி என்னை அசரடித்து விட்டாள். இந்தச் சுதந்திரம் சும்மா கிடைத்ததல்ல என்பதை இன்றைய இளைஞர்கள் புரிந்துகொள்ள வேண்டும். மதிப்பெண்களுக்காக சரித்திரத்தை மனனம் செய்துவிட்டு அதிலிருந்து விலகிச் சென்றுவிடலாகாது என்பதே இதன் நோக்கம்.

இறுதியாக இன்றைய இளைய தலைமுறையினருக்கு ஒரு வேண்டுகோள். இன்றைய இளைஞர்கள் பெரும்பாலானோரின் கனவு வெளிநாட்டு கல்வி மற்றும் வேலைவாய்ப்பு பற்றியதாகவே இருக்கிறது. அதைத் தவறென்று சொல்லவில்லை. ஆனால்

எந்த மண்ணில் நீங்கள் வாழ்ந்தாலும், இந்த கர்மபூமியோடு உங்களுக்கிருக்கும் உப்புக்கணக்கை மட்டும் ஒருபோதும் மறந்துவிடாமல் தொடர்ந்து கொண்டிருங்கள்.

பாரத பூமி பழம்பெரும் பூமி.

நீரதன் புதல்வர் இந்நினைவகற்றாதீர்!

அன்புடன்
வித்யா சுப்ரமணியம்

மின்னஞ்சல் முகவரி (Email) nilavidya@yahoo.com

———

1
அத்தியாயம்

தோளை வலிவுடையதாக்கி உடற்
சோர்வும் பிணிபலவும் போக்கி - அரி
வாளைக் கொண்டுபிளந் தாலும் - கட்டு
மாறா வுடலுறுதி தந்து – சுடர்
நாளைக் கண்டதோர் மலர்போல் - ஒளி
நண்ணித் திகழுமுகந் தந்து – மத
வேளை வெல்லுமுறை கூறித் – தவ
மேன்மை கொடுத்தருளல் வேண்டும்.

மாடியறை ஜன்னல் வழியே பார்க்க, கபாலீஸ்வரர் கோயிலின் கோபுரம் வெகு அழகாய்த் தெரிந்தது. கோபுரத்தின் உட்பகுதி, மேற்கு வாசல் கோபுரம், தெப்பக்குளம் இம்மூன்றையும் ஒருசேரப் பார்க்க முடிந்தது. விடியற்காலை நேரம் என்பதால் வடக்கு மாடவீதியில் அதிக வாகன இரைச்சலின்றி அமைதியாயிருந்தது. மாடவீதிகளைச் சுற்றி நடைப்பயிற்சியில் ஈடுபட்டிருந்தவர்கள் வியர்க்க விறுவிறுக்க வேகமாக நடந்து கொண்டிருந்தார்கள். கோபுரத்துப் புறாக்கள் படபடவென சிறகடித்தபடி கூட்டம் கூட்டமாய்ப் பறப்பதும், ஒரு வட்டமடித்து விட்டு மீண்டும் கோபுரத்தில் அமர்வதுமாயிருந்தன.

சின்ன வயதில் எப்போதோ வந்ததற்கும், இப்போது பார்ப்பதற்கும் மாடவீதிகளில் நிறைய மாற்றமிருந்தன. அபார்ட்மெண்ட்களும், நகைக் கடைகளும் அதிகரித்திருந்தன. ஜனத்தொகையும், வாகனங்களும் கூட அதிகரித்திருந்தன. பாதசாரிகள் நடக்கவே வழியில்லாத அளவுக்கு நடைபாதைகள் வியாபாரிகளால் ஆக்கிரமிக்கப்பட்டிருக்க, நடுவீதியிலேயே மக்களும் நடக்க வாகனங்களும் சென்று கொண்டிருந்தன.

தாத்தாவின் வீடு மட்டும் அதிக மாற்றமின்றி அதே பழமையின் அடையாள அழகுகளோடு இருந்ததில் சற்று ஆறுதலடைந்தது அனந்துவின் மனசு.

டெல்லியின் இயந்திரத்தனமான வாழ்க்கையில் நின்று நிதானமாய் எதையும் ரசிப்பதற்குக்கூட நேரமிருக்காது. எங்கு எப்போது குண்டு வெடிக்குமோ என்ற அச்சத்தோடுதான் நாட்கள் நகரும் அங்கு. அதோடு ஒப்பிட்டால் சென்னை அமைதி மிகுந்ததுதான். இப்படி ஒரு கோபுர தரிசனமும், தெப்பக்குள அழகும் அங்கு கிடைக்காது.

அந்த வகையில் தாத்தாவின் வீடு அவனுக்குப் பிடித்ருந்தது. தவிர டில்லியில் உறவு என்று யாரும் கிடையாது. அம்மா, அப்பா, பாட்டி, ஒரு சில நண்பர்கள், புத்தகங்கள் இவற்றைத் தவிர வேறு யாரோடும் அதிகம் நெருங்கியதில்லை. தாத்தா வீடு நேர்மாறாயிருந்தது. கொள்ளுத் தாத்தாவில் ஆரம்பித்து நான்கு தலைமுறைகள் ஒன்றாக ஒரே வீட்டில் சேர்ந்து வாழ்வது சந்தோஷமாக இருந்தது. பதினைந்து வருட இடைவெளிக்குப் பிறகு அவன் இப்போதுதான் வந்திருக்கிறான். படிப்பு படிப்பு என்றிருந்ததில், தான் நிறைய சந்தோஷங்களைத் தவற விட்டிருக்கிறோம் என்பது வந்த முதல்நாளே புரிந்துவிட்டது அவனுக்கு. அந்த அளவுக்கு வந்த முதல்நாளே தந்தைவழிப் பாட்டியின் பிறந்தக உறவுகள் அவனை அன்பு மழையில் திக்குமுக்காடச் செய்துவிட்டன.

மொட்டை மாடிக்குச் சென்றால் இன்னும் காற்றாட விஸ்தாரமாய் வேடிக்கை பார்க்கலாம் என்று நினைத்தவன்

மாடிப்படி நோக்கிச் சென்றான். படியேறி மொட்டை மாடிக்கு வந்தவன் ஒரு க்ஷணம் வியந்து நின்றான். கொள்ளுத் தாத்தா கல்யாணராமன் அங்கு யோகாசனங்கள் செய்து கொண்டிருந்தார். விதவிதமாய் ஆசனம் போட்டவரது உடம்பு ரப்பராய் வளைந்து கொடுத்ததை பிரம்மிப்போடு பார்த்தான் அவன்.

அரைமணி கழித்துதான் அவன் நின்றிருப்பதை கவனித்தார் அவர்.

“குட்மார்னிங் கொள்ளுத் தாத்தா.”

“குட்மார்னிங். என்னடா தூக்கம் வரலையா? சீக்கிரம் எழுந்துட்ட!”

“நல்லா தூங்கினேன். எப்பவும் போலத்தான் எழுந்திருக்கேன். அதிருக்கட்டும் உங்க வயசென்ன தாத்தா?”

“எதுக்கு இப்போ அந்த ஆராய்ச்சி?”

“சொல்லுங்களேன்.”

“இனிய பதினேழு.”

“நா உங்க மனசோட வயதைக் கேக்கல உங்க சரீரத்தோட வயசைக் கேட்டேன்.”

“என்ன இருக்கும்னு நெனைக்கற?” அவர் புன்னகையோடு கேட்டார்.

“ரப்பராட்டம் உங்க உடம்பு வளையறதைப் பார்த்தா இருபது வயசாட்டம் இருக்கு.”

“அப்போ இருபதே வெச்சுக்கோ.”

“ப்ளீஸ் தாத்தா சொல்லுங்களேன்.”

“உனக்கு கணக்குத் தெரிஞ்சா போட்டு பார்த்துக்கோ. என் மூத்த பிள்ளை ராஜாராமனுக்கு இப்போ எழுபத்தி ரெண்டு வயசு முடிஞ்சாச்சு.”

“உங்க எத்தனாவது வயசுல அவர் பொறந்தார்?”

"பதினேழு வயசுல கல்யாணம். உங்க கொள்ளுப் பாட்டிக்கு அப்போ பதினோரு வயசு, ராஜாராமன் பொறக்கும்போது எனக்கு இருபத்தி ரெண்டு வயசு."

"மைகாட்! பதினோரு வயசா! என்ன அநியாயம் தாத்தா இது?"

"அந்தக் காலத்துலல்லாம் அப்படித்தான். என் நண்பர்களுக்கெல்லாம் பதினாலு வயசுலயே கல்யாணம் ஆயாச்சு. அதைப் பார்க்கும்போது எனக்கு தேவலை. இருந்தாலும் எனக்கும்கூட அதுல இஷ்டமில்லதான். அதுலேர்ந்து தப்பிக்க ஒரு உபாயம் கூட பண்ணினேன். ஆனா எங்கப்பாட்ட எந்த பருப்பும் வேகல. வேற வழியில்லாம பதினோரு வயசு பெண் கழுத்துல தாலி கட்டினேன். மரப்பாச்சியாட்டம், இத்தனூண்டு இருப்பா உங்க கொள்ளுப் பாட்டி, அவளைவிட கனமா இருக்கும் அவ போட்டுண்ருந்த நகைகள். உச்சந்தலையில் வெச்சு பின்னியிருந்த ராக்குடிலேர்ந்து ஆரம்பிச்சு அவ போட்டிருந்த நகைகள் அவ உடம்பையே மூடி மறைச்சிருந்துது பவுன் பதிமூணு ரூபாய்க்கு விற்ற காலம்."

"என்ன... பதிமூணு ரூபாய்க்கு ஒரு சவரனா? நம்பவே முடியலையே. அடேயப்பா!" அனந்து வாய் பிளந்தான்.

"மாசம் முப்பது ரூபா இருந்தா போறும் ஏழெட்டு பேர் தாராளமா சாப்டலாம். உங்க கொள்ளுப் பாட்டி ரொம்ப வசதியான குடும்பம். எத்தனையோ வேலி நிலம், வீடு, வாசல், காப்பி கிளப்னு அந்தக் காலத்துலயே ஒரு குட்டி ஜமீன்தார் மாதிரி வாழ்ந்த குடும்பம். அவ அப்பா சர்க்கார் அதிகாரி."

"உங்கப்பா?"

"அவரும் சர்க்கார் அதிகாரிதான். ரெவினியூ அதிகாரியா இருந்தார். ரொம்ப நேர்மையானவர். ரொம்ப ரொம்ப கண்டிப்பானவர். வாக்கு கொடுத்துட்டா ஒருநாளும் மாறமாட்டார். ஒரு நாள் எங்கயோ போனார். திரும்பி வந்தார். கல்யாணராமனுக்கு ஒரு நல்ல வரன் வந்திருக்கு முடிச்சுடப்

போறேன்னு அம்மாட்ட சொன்னது என் காதுல விழுந்துது. நா ஐ.சி.எஸ் படிக்கப் போறேன். இப்போ கல்யாணமெல்லாம் வேண்டாம்னேன். கல்யாணம் பண்ணிண்டு என்ன வேணா படின்னு கண்டிப்பா சொல்லிட்டார்."

"அப்புறம்?"

"அப்புறம் என்ன? வீட்டை விட்டு ஓடிப் போய்க்கூடப் பார்த்தேன். எதுவும் நடக்கல. வேற வழியேல்ல. கல்யாணத்தைப் பண்ணிண்டேன்."

"ஐ.சி.எஸ். ஆனேளா இல்லையா?"

"எங்கே ஆனேன்? ஸ்கூல் முடிச்சதுமே சர்க்கார் உத்யோகம் கிடைச்சுது. கிளார்க் வேலை. கிடைச்சதை விடவேண்டாம். உடனே சேருன்னு ஒரே நச்சரிப்பு. கிளார்க்கா சேர்ந்து தாசில்தாரா ரிடயர் ஆனேன். அவ்ளோதான் முடிஞ்சுது."

"பார்த்தேளா? வயசைக் கேட்டா அதைத் தவிர எல்லாக் கதையும் சொல்றேளே."

"நான் என் வயசைப் பத்தி நினைக்கறதேல்ல. பகவான் குறிச்ச நேரத்துல பிறந்தாச்சு. அவன் குறிச்ச நேரத்துல போய்ச் சேரப் போறோம். இடைப்பட்ட காலத்தை லட்சியத்தோட வாழ்ந்தா போதும். எதுக்கு வயசுக் கணக்கெல்லாம்?"

"உங்க இருபத்தி ரெண்டாவது வயசுல பெரிய தாத்தா பொறந்ததா சொன்னேள் இல்ல." அனந்து மனசுக்குள் கணக்குப் போட்டான்.

"மை காட் தொண்ணூற்றி அஞ்சா? நம்பவே முடியல தாத்தா. உங்க இளமையோட ரகசியம்தான் என்ன? சொன்னா எங்களுக்கும் உபயோகமா இருக்கும் இல்ல?"

"யோகாசனம்தான். எழுபது வருஷமா பண்றேன். சூர்ய நமஸ்காரம், பிராணாயாமம், சிரசாசனம், காயகல்பம்."

"இதுக்கெல்லாம் இவ்ளோ சக்தியா?"

"பின்னே? இதைத் தவிர இன்னும் பல காரணமிருக்கு. கோபப்படறதில்ல, யார்கிட்டயும் எதுக்காகவும். தவிர சரிவிகித உணவு. காய்கறி, கீரை, பால் பழங்கள்."

"ஆச்சர்யமார்க்கு தாத்தா. இதுக்கெல்லாம் நிறைய மனக்கட்டுப்பாடு வேணும். நாங்கள்ளாம் உங்க வயசுல இவ்ளோ ஹெல்த்தியா இருப்போமாங்கறது சந்தேகம்தான். நேரங்கெட்ட நேரத்துல கண்முழிப்போம், தூங்குவோம். வேளைகெட்ட வேளையில் பசியை விரட்ட ஃபாஸ்ட் ஃபுட், கம்ப்யூட்டர் முன்னால மணிக்கணக்கா உட்கார்ந்திருப்போம். கால் தரையில் படாம கார், ஸ்கூட்டர்னு பிரயாணம் பண்ணுவோம். நடக்கறது குறைச்சல். உடற்பயிற்சி கிடையாது. முப்பது வயசுக்கே இரத்தக் கொதிப்பு, டயபடிஸ்னு எல்லா வியாதியும் வரிசையில் வந்து நின்னு ஹலோ சொல்லி ஒட்டிக்கும். நாலு வாய் சாப்பாட்டுக்கு நாலஞ்சு மாத்திரைதான் சைட்டிஷ்."

தாத்தா அடக்க மாட்டாமல் சிரித்தார்.

"உண்மைதான். உங்க லோகம் ரொம்ப வேகமானது. எல்லாமே வேகமா இருக்கணும் உங்ளுக்கு. வேக உணவு, வேக இசை, வேகமா டிரைவிங், எல்லா ரிஸல்ட்டும் ஃபாஸ்ட்டா வேணும். மரணத்தை நோக்கியும் வேகமாதான் ஓடிண்டு இருக்கோம்னு தெரியாம அப்டியொரு வேகம். இதுக்குக் காரணம் பொறுமையின்மை. நல்லதைச் செய்ய பொறுமை வேணும். உங்கிட்ட பொறுமை இருக்கா சொல்லு. ஆரோக்கியமா இருக்கறது எப்படின்னு நா சொல்லித் தரேன். தினம் ஒரு மணி நேரம் உன் ஆரோக்கியத்துக்காக உன்னால செலவழிக்க முடியாதா என்ன? சுவரை வெச்சுதானே சித்திரம்!"

"கண்டிப்பா முடியும். இப்பவே நா ரெடி."

"இப்போ வேண்டாம். நாளைக்கு விடியற்காலம் எழுந்து வா."

தாத்தா சொன்னபடி தரையில் விரித்திருந்த பெட்ஷீட்டை உதறி மடித்து எடுத்துக்கொண்டு அவனுக்கு முன்னால் நடந்தார்.

முதுகு வளையாமல் நிமிர்ந்து நடந்தவரின் உயரமும், உறுதியும், நிதானமும் அவனை வியப்பிலாழ்த்தியது.

கல்யாணராமனுக்குப் பிறந்தது மூன்று பிள்ளையும், இரண்டு பெண்களும். இதில் இரண்டாவது பிள்ளை ஜானகிராமன் மட்டும் கல்யாணமே செய்து கொள்ளவில்லை. மற்றவர்கள் மூலம் பிறந்த பேரன் பேத்திகள், கொள்ளுப் பேரன் பேத்திகள் என்று குடும்பம் தழைத்திருந்தது. அவரது பெண் விசாலம்தான் அனந்துவின் தந்தைவழிப் பாட்டி, இன்னொரு பெண் ஹைதராபாத்தில் இருக்கிறாள். பிள்ளைகளின் குடும்பம் இன்னும் கூட்டுக் குடும்பமாக அவரோடுதான் இருக்கிறது. மூன்றாவது பிள்ளை மட்டும் மரணமடைந்து மூன்று வருடமாகிறது. பிள்ளைகள் வழியில் பிறந்த பெண்களும், பேத்திகளும் கல்யாணமாகிச் சென்றது போக மீதமுள்ளவர்கள் எல்லோரும் இன்னும் ஒரே வீட்டில் ஒன்றாய் வாழும் அதிசயம் வேறு எங்கும் காண்பதரிது.

டெல்லியில் பட்டப்படிப்பை முடித்து மேற்படிப்புக்காக அமெரிக்க விசாவுக்கு விண்ணப்பித்துவிட்டு இடைப்பட்ட நாட்களில் கொள்ளுத் தாத்தாவின் குடும்பத்தோடு ஒன்றிரண்டு மாதங்களாவது இருந்துவிட்டுப் போகலாம் என்று வந்திருக்கிறான் அனந்து.

சாப்பாட்டு மேஜையில் பாதிப்பேர் பேப்பர் படித்துக் கொண்டிருக்க, மீதிப்பேர் அரட்டையடித்துக் கொண்டிருந்தார்கள்.

கொள்ளுத் தாத்தா ஒரு டம்ளர் கேழ்வரகு கஞ்சியைக் குடித்துவிட்டு, பையும் கையுமாய் வெளியில் செல்ல, அனந்து சின்னத் தாத்தா ஜானகிராமனிடம் வந்தமர்ந்தான்.

“நீங்க யோகா பண்றதுண்டா தாத்தா?”

“அதெல்லாம் விட்டு எத்தனையோ வருஷமாச்சு.”

“ஏன்?”

“முடியல. உடம்பு வளையல. வயசும் ஆயாச்சு. இன்னும் இருந்து என்ன சாதிக்கணும்?”

“ஏன் இப்டி சொல்றேள் தாத்தா? உங்கப்பா தொண்ணுத்தியஞ்சு வயசுக்கு ஜம்முனு ஸ்மார்ட்டா இருக்கார். நீங்க இப்டி அலுத்துக்கறேளே?”

“அளவுக்கு மிஞ்சினா அமிர்தம் மட்டுமல்ல. ஆயுசும் கூட அவதியைத்தான் தரும். அதை விடு நீ எப்போ ஊருக்குப் போகணும்?”

“இப்பதானே வந்திருக்கேன். உங்க எல்லாரோடயும் கொஞ்ச நாளாவது இருக்க வேண்டாமா?”

“கொஞ்ச நாள்னா எவ்ளோ?”

“ஒண்ணு ரெண்டு மாசம் இருக்கலாம்னு ஆசை.”

“அவ்ளோ நாள் இங்க வெட்டியா இருந்தயானா போரடிச்சுடும். வந்ததுக்கு பத்தோ பதினஞ்சோ நாள் இருந்துட்டுப் புறப்படற வழியைப் பார்.”

சின்னத் தாத்தா சொல்ல, அனந்து திகைத்தான். தாத்தா ஏன் இப்படிச் சொல்கிறார் எனப் புரியாமல் விழித்தவனை பெரிய தாத்தா ராஜாராமன் தன் அருகில் அழைத்தார்.

“இவன் எப்பவும் இப்படித்தான். நீ அதைப் பெரிசா எடுத்துக்காதே. உன் இஷ்டம்போல இங்க இருந்துட்டுப்போ. சரியா?”

“நா வந்தது அவருக்குப் பிடிக்கலையா?”

“அதெல்லாம் இல்ல. அவன் குணமே வேற. நீ இங்கதானே இருக்கப் போற நீயே தெரிஞ்சுப்ப. அப்பாவோட பேசாத பிள்ளையை நீ பார்த்திருக்கயோ? அப்பாவும் இவனும் பேசிக்கறதே கிடையாது. அப்படியே பேசினாலும் தர்க்கம்தான்.”

“ஏன்…? என்ன காரணம்?”

“அது தெரிஞ்சாதான் நன்னார்க்குமே.”

“நீங்க காரணம் கேட்டதில்லையா?”

“கேட்டாலும் பதில் வராது. அப்பாவும் அழுத்தம். இவனும் அதுக்கு மேல அழுத்தம். எங்களுக்கு இதெல்லாம் பழகிப்போச்சு”.

அனந்து ஆச்சர்யப்பட்டான். அப்பாவுக்கும், பிள்ளைக்கும் ஒருவரோடொருவர் பேசிக்கொள்ளாத அளவுக்கு அப்டி என்னதான் பிரச்சனை,? அவனுக்கு ஒன்றும் புரியவில்லை.

———

2

அத்தியாயம்

விசையுறு பந்தினைப் போல் உள்ளம்
வேண்டிய படிசெலும் உடல்கேட்டேன்;
நசையறு மனங்கேட்டேன்; - நித்தம்
நவமெனச் சுடர்தரும் உயிர்கேட்டேன்;
தசையினைத் தீசுடினும் - சிவ
சக்தியைப் பாடும்நல் அகங்கேட்டேன்!
அசைவறு மதிகேட்டேன்; - இவை
அருள்வதில் உனக்கெதுந் தடையுளதோ?

"உடம்பு, மனசு இரண்டையும் ஒரு சேர வலிமைப்படுத்தும் சக்தி ஒன்றிற்கு உண்டு என்றால் அது யோகாக் கலைக்குதான். உடம்புக்கும், மனசுக்கும் சம்பந்தம் உண்டுன்னு தெரியும் இல்லையா?"

தாத்தா தன் பாடத்தை ஆரம்பித்தார். அவனுக்கு சில எளிய ஆசனங்களைச் சொல்லிக் கொடுத்தார். பிராணாயாமம் என்றால் என்ன? அதனால் நாடி நரம்புகள் எப்படிச் சுத்தமாகின்றன என்று சொல்லி பிராணாயாமம் செய்யக் கற்றுக் கொடுத்தார். ஆரம்பம் என்பதால் உடம்பு வளைய மறுத்தது. அவரைக் கூச்சத்தோடு பார்த்தான்.

"முதல்ல அப்படித்தான் இருக்கும். அதிகம் உபயோகப்படுத்தாத பொருட்களும் சரி,

உறுப்புகளும் சரி, இறுகிப் போய்டும். ஆசனங்கள் செய்யச் செய்ய ஒரு ஃப்ளெக்ஸிபிலிட்டி கிடைக்கும். விடாம இவைகளைச் செய்தால் மனசுல ஒரு அமைதியும், உறுதியும் ஏற்படும். மனசு நன்னார்ந்தா உடம்பும் நன்னார்க்கும்."

"யோகாசனம் பண்றவனை வியாதிகள் நெருங்காதுன்னு சொல்றது நிஜம்தான தாத்தா?"

"நிச்சயமா. உடம்புல எதிர்ப்பு சக்தியை அதிகரிக்கும். உறுப்புகளைத் துண்டிக் கொடுத்து உறுதியாக்கும். வியாதிகள் கிட்ட வராது. ஆனா ஒண்ணு இதையெல்லாம் நம்பணும். நம்பிக்கையில்லாம செய்யப்படற விஷயங்கள் எதுவும் வெற்றியைத் தராது. டாக்டர் கொடுக்கற மருந்துக்கு அரைப்பங்கு சக்தின்னா, அந்த மருந்து மேலயும், டாக்டர் மேலயும் நாம வைக்கற நம்பிக்கைதான் மீதி அரைப்பங்கு சக்தி. இல்லாட்டா சாட்சாத் பகவானே வந்து வைத்தியம் பண்ணினாலும் வியாதி தீராது. நம்பிக்கையிருக்கறவன் தீராத வியாதியைக் கூட ஜெயிச்சு வாழ்ந்து காட்டுவான். மனுஷனுக்கு வர வியாதில பாதி மனோ வியாதிதான். யோகா மனசை பலப்படுத்தும். மனசு உடம்பைப் பலப்படுத்தும். ஆரோக்யம்ங்கறது என்ன? நம்ம காரியங்களை மகிழ்ச்சியோட செய்யறதுதான் ஆரோக்கியம்."

"இன்னிக்கு இது போதும்" என்ற தாத்தா அவனது வயிற்றில் லேசாகக் குத்தினார்.

"தொப்பை இருக்கு. முதல்ல இது குறையணும். வயிறு முன்னால வந்தா ஆரோக்யம் பின்னால போறதுன்னு அர்த்தம்."

அவன் அசட்டு சிரிப்பு சிரித்தான். "சாப்பாட்டு விஷயத்துல கட்டுப்பாடாதான் இருக்கேன் தாத்தா. நா நெனைக்கறேன். எங்க வாழ்க்கையில் மூளைக்குதான் அதிக வேலை. கம்ப்யூட்டர் முன்னால நேரங்காலமில்லாம உட்கார்ந்திருக்கோம், அதனாலதான்னு தோண்றது."

"கீழ் வயறு பெருத்து தொங்கிப் போக ஆரம்பிச்சா மூலாதாரச் சக்கரம் கீழ இறங்கறதுன்னு அர்த்தம். கவலைப்படாதே இது

சரியாய்டும். நிறைய நட, நடக்கறது ரொம்ப நல்லது. முன்காலத்துல பெரிசு பெரிசா கோவில்களும், பெரிய பெரிய பிரகாரங்களும், பிரதட்சண வீதிகளையும் எதுக்குக் கட்டி வெச்சாங்கற? மனுஷா நிறைய நடக்கணும்னுதான். வெறுங்கால் பூமியில் பதியப் பதிய நடக்கறது கூட ஒரு வகையில் அக்கு பிரஷர் வைத்தியம்தான். மலை மேல கோயில் கட்டி மனுஷாளை ஏற வெச்சது எதுக்குன்ற? ஆரோக்கியத்துக்காகத்தான். அதுல இன்னொரு விஷயமும் இருக்கு. மலை மேல ஏறும்போது மூச்சு வாங்கும் எண்ணங்கள் குறையும். இந்த நேரத்துல நம்ம ஆழ் மனசு திறக்கும். ஆழ் மனசு திறக்கும் சமயத்துல நாம என்ன வேண்டிண்டாலும் அது நடக்கும். அதைத்தான் ஆல்ஃபா மைண்ட் பவர்னு சொல்றோம்."

கல்யாணம் விழி விரியப் பார்த்தான்.

"எங்கப்பா ஒரு தப்பு பண்ணிட்டார் தாத்தா."

"என்னடா?"

"என்னை உங்ககிட்ட விட்டு வளர்த்திருக்கணும். விடாதது தப்புதானே? எவ்ளோ விஷயம் தெரிஞ்சுண்ருப்பேன்?"

"அது சரி. இங்கயே இருக்கறவாள்ளாம் கத்துண்ட்டாளா என்ன?" அவர் புன்னகையோடு சொல்லியபடி பெட்ஷீட்டை எடுத்து உதறி மடித்தார்.

அனந்து அவரையே பார்த்தான். தாத்தா வருத்தத்தில் சொன்னாரா? கேலியாகக் கூறினாரா? எனப் புரியாமல் அவர் பின்னால் படியிறங்கினான். தாத்தா தன் அறைக்குச் செல்ல, அவன் கீழே ஹாலுக்கு வந்தான்.

"என்னடா கிழம் இன்னிக்கு உன்னைப் பிடிச்சுண்டுதா? என்னல்லாம் சொல்லிண்ட அதுகிட்ட?"

கார்ன் ஃபிளக்ஸை பாலில் குழைத்து ஸ்பூனால் விழுங்கியபடி கேட்டான் பெரிய தாத்தாவின் பேரன் ரகு, அனந்துவின் வயசுதான் இருக்கும். அருகிலிருக்கும் கம்ப்யூட்டர் சென்டரில் பகுதி நேர பயிற்சியாளராக இருந்தபடி எம்.எஸ்.ஐ.டி படித்துக்

கொண்டிருக்கிறான். நேரம் கிடைத்தால் ஊர் சுற்றுவான். தங்கை ராஜியோடு சண்டை போடுவான். மாடியில் நின்றுகொண்டு மாட வீதியில் செல்லும் இளம் பெண்களை வேடிக்கைப் பார்ப்பான். அது மாதிரி நேரங்களில் ராஜி சீறுவாள்.

"வெக்கமால்ல? பொண்ணுங்களை இப்டி சைட் அடிக்கறயே."

"இதுல என்ன வெக்கம்? அழகை ரசிக்கறது மனுஷ இயல்பு. எல்லாரையும் தங்கையா நினைச்சுட்டா வாழ்க்கை வறண்டு போய்டாது? நா ஒண்ணும் பொறுக்கி இல்ல, ஜஸ்ட் ரசிகன். தவிர ஓவியனும் கூட. அதனால முகங்களை ரசிக்கறது எனக்குப் பிடிக்கும். நீ ஒண்ணும் டென்ஷனாக வேண்டாம் சரியா?"

சின்னச் சின்ன விஷயத்திற்கெல்லாம் தர்க்கம் பண்ணிக் கொண்டாலும் ஒருவர்மேல் ஒருவருக்கு பாசமும் அதிகம்தான்.

"யாரைடா கிழம்ங்கற?" அனந்து ரொட்டியில் வெண்ணெய் தடவியபடி கேட்டான்.

"கொள்ளுத் தாத்தாவை வேற எப்டி சொல்றதாம்?"

"என்னைக் கேட்டா நாம்பதான் இப்போ கிழம் மாதிரி இருக்கோம். கொள்ளுத் தாத்தா உடலாலயும் சரி, மனசாலயம் சரி நம்பளை விட ஸ்ட்ராங்காவே இருக்கார். அவரை மாதிரி ஒரே ஒரு ஆசனம் போட்டுடேன் பார்ப்போம். அவரை அலட்சியமா நினைக்காதடா ரகு, அவர்கிட்டேர்ந்து நாம கத்துக்க வேண்டிய விஷயம் நிறையவே இருக்கு."

"அப்புறம் என்ன? நம்பாத்துக்கு இன்னொரு உப்பு சத்தியாக்கிரகி கிடைச்சாச்சுடி ராஜி, ஒண்ணையே தாங்க முடியலயாம். நீ வேற படுத்தாதேடா அனந்து."

ரகு கிண்டலாகச் சிரித்தான்.

"ஏன் தாத்தாட்ட உனக்கென்ன பிரச்சனை? உன்னை என்ன படுத்திட்டார் அவர்?"

"இங்கதானே இருக்கப்போற நீயே தெரிஞ்சுப்ப."

அனந்துவுக்கு அவன் பேச்சு வருத்தமாக இருந்தது. தலைமுறை இடைவெளி என்பது இதுதானோ? உபதேசங்கள் இவர்களுக்குப் பிடிக்காதோ?

அனந்து தன் அறைக்கு வந்து டேப்பில் மெலிதான குழலிசையை ஓட விட்டான். இசை கேட்டபடி குளித்தான்.

அவன் வெளியில் வரும்போது கொள்ளுத் தாத்தா கோயிலுக்குக் கிளம்பிக் கொண்டிருந்தார்.

"நானும் வரேன் தாத்தா" அவன் அவருடன் கிளம்பினான்.

கடைகள் திறக்காததால் மாடவீதியில் அதிகக் கூட்டமில்லை. வாகனங்களும் குறைவாயிருந்தது. தெப்பக்குளத்து நீரில் மீன்கள் கூட்டம் கூட்டமாக வந்து நீரில் வீசப்பட்ட பொரிகளை பாய்ந்து பாய்ந்து விழுங்கியது. மேற்கு வாசல் வழியே தெரிந்த கொடிமரத்தையும், நந்தியையும் பார்த்து கன்னத்தில் போட்டுக்கொண்டபடி உள்ளே நுழைந்தார்கள்.

"எனக்கு உங்களைப் பார்க்கப் பார்க்க ஆச்சர்யமா இருக்கு தாத்தா."

"என்ன ஆச்சர்யம்?"

"இந்த வயசுல யோகாசனம் பண்றேள். தனியா நடந்து கோயிலுக்கு வரேள். கண்ணு நன்னா தெரியறது. காது நன்னா கேக்கறது. நாங்கள்ளாம் இப்பவே ரொம்ப சோனியா இருக்கோம். வயசானா எப்படியிருப்போமோ? உங்க வயசுக்கு நீங்க அஞ்சு தலைமுறையைப் பார்த்தாச்சு. சுதந்திரத்துக்கு முன்னால, பின்னாலன்னு எவ்வளவோ விஷயங்களைப் பார்த்திருப்பேள். எல்லா காலக்கட்டத்தையும் உங்களால அனுசரிக்க முடியறதா? இப்போதைய இந்த வேகம் உங்களை எரிச்சல் படுத்தவே இல்லையா?"

"ஸ்வாமி தரிசனம் பண்ணிட்டு இதுக்கு பதில் சொல்லலாமோ?" தாத்தா புன்னகையோடு கற்பகாம்பாள் சந்நிதிக்குள் நுழைந்தார்.

மாற்றங்கள் என்பது கோயிலுக்கு வெளியில் மட்டுமா? உள்ளேயும் கூடத்தான். அரை நூற்றாண்டுக்கு முன் இதே கோயில் வேறு மாதிரி அழகோடு இருந்தது. பிரகாரங்களில் சில்லென்று மணல் கொட்டியிருக்கும். முருகன் சந்நிதிக்கு தெற்கே இத்தனை பெரிய மண்டபம் கிடையாது. பளிங்குக் கற்களும், ராட்சத மின்விசிறிகளும் கிடையாது. இத்தனை ஆரவாரங்களும் கிடையாது. அம்பிகையின் முன் மணிக்கணக்கில் நின்று கண் குளிர தரிசிக்கலாம். கோயிலில் தெய்வத்திற்கு எத்தனை மரியாதை இருந்ததோ, அத்தனை மரியாதை பக்தர்களுக்கும் இருந்தது. இன்றைய கூட்டமும், ஆரவாரமும் சில நேரம் ஆயாசத்தை ஏற்படுத்தினாலும், தன் வாழ்வோடு ஒன்றிவிட்ட இறை தரிசனத்தை அவரால் நிறுத்த முடியவில்லை.

தீபாராதனையில் மனம் ஒன்றி நின்றவர் கற்பூர ஆரத்தியைத் தொட்டு கண்களில் ஒற்றிக்கொண்டு நடந்தார். பிரதட்சணம் முடிந்து, அண்ணாமலையார் சந்நிதிக்கு எதிரில் சம்மணமிட்டு அமர்ந்தவரின் அருகில் அவனும் அமர்ந்தான்.

"கூன் போடாம நிமிர்ந்து உட்கார்" அவர் அவனது முதுகில் கை வைத்து நிமிர்த்தினார்.

"அம்பத்தஞ்சு வருஷமாறது, நா இந்த மயிலாப்பூருக்கு வந்து. ஜிலுஜிலுன்னு நந்தவனமாட்டம் இருக்கும் கோயிலைச் சுத்தி. தெப்பக்குளத்தைச் சுத்தி வரிசையா தென்னை மரங்கள். இவ்ளோ மனுஷா, வாகனங்கள் எதுவும் கிடையாது. நடந்து போகும்போதே குளத்தைப் பார்க்கலாம். நடைபாதைக் கடையெல்லாம் கிடையாது. தினசரி ரெண்டு வேளை குளத்துல குளிச்சுட்டு சந்தியா வந்தனம் பண்ணுவேன். சுதந்திரக் கொண்டாட்டமெல்லாம் வருஷா வருஷம் கனஜோரா நடக்கும். ஒரு பெரிய தாம்பாளம் நிறைய பூந்தியை குமிச்சு வெச்சுண்டு போறவா வரவா எல்லார்க்கும் அள்ளி அள்ளிக் கொடுப்போம். எங்கம்மாவும், பொண்டாட்டியும் கூடை கூடையா பூந்தி அடிச்சு சர்க்கரை பாகுல கொட்டிக் கொடுத்துண்டே இருப்பா. எல்லார்

சட்டைலயும் பேப்பர் கொடியைக் குத்திவிட்டு பூந்தியை அள்ளிக் கொடுத்து. அடேயப்பா எவ்ளோ சந்தோஷமார்க்கும் தெரியுமோ?"

அவர் கண்மூடி அந்த சந்தோஷங்களை மனசுக்குள் மீண்டும் ரசிக்க, அனந்து அவரையே பார்த்தான்.

சுதந்திரம் கிடைத்து, எத்தனையோ ஆண்டுகள் கழித்து பிறந்ததால் அடிமை விலங்கின் அவலங்களும், வேதனைகளும், வலியும் வெறும் சரித்திர வரிகளாய் மட்டுமே அவனுக்குத் தெரியும். அதனாலேயே தாத்தாவின் உணர்ச்சிகளும், சந்தோஷமும் அவனுக்கு வியப்பாயிருந்தது. அவரது நினைவுகளைக் கலைக்க விரும்பாமல் அவரையே பார்த்தபடி அமைதியாக இருந்தான்.

சற்றுநேரம் பொறுத்து ஒரு பெருமூச்சோடு கண் திறந்தார் அவர்.

"என்ன கேட்ட? எல்லாக் காலக்கட்டத்தையும் அனுசரிக்க முடியறதான்னா? வேறென்ன செய்ய? அனுசரிச்சுதானே ஆகணும்? எதுக்கு சுதந்திரம் கிடைக்கணும்னு அத்தனை பாடுபட்டோம்? இந்த வளர்ச்சிக்காகத்தானே? சும்மா சொல்லப்படாது. சுதந்திரம் கிடைச்சப்போ இந்த நாடு நோஞ்சான் குழந்தையா இருந்துது. கஜானாவில் மொத்தமே நானூறு கோடிதான் கையிருப்பு. அதுலயும் பாகப்பிரிவினையா பாகிஸ்தானுக்கு அம்பத்தி அஞ்சு கோடி கொடுத்தாச்சு. எத்தனை வன்முறைகள்! எவ்வளவு மரணங்கள்! அத்தனையும் தாண்டி இன்னிக்கு கை வண்டிக்காரன் வரைக்கும் செல்ஃபோன் வெச்சுண்டுருக்கான்னா என்ன ஒரு அசுர வளர்ச்சி! நிஜமாவே சந்தோஷமாதான் இருக்கு. உங்களுக்கெல்லாம் எந்த பண்டிகை பிடிக்குமோ தெரியாது. எனக்கு பிடிச்ச ஒரே பண்டிகை சுதந்திர தினம்தான். நீங்கள்ளாம் தீபாவளிக்கு துணி எடுத்துப்பேள். நா சுதந்திர தினத்துக்குத்தான் எடுத்துப்பேன். வருஷத்துக்கொரு முறை ரெண்டு கதர் வேட்டி, கதர்ச் சட்டை, கதர்த் துண்டு வாங்கிப்பேன். அதுக்கான நூலைக்கூட நானே நூற்றுக் கொடுத்துடுவேன். ஆத்துல ராட்டை இருக்கு வேணுங்கற

பஞ்சு வாங்கிப்பேன். இன்னிவரை சுதந்திர தினத்தன்னிக்கு சுதந்திரத்துக்காக உயிர்த்தியாகம் பண்ணின எல்லார்க்காகவும் என் கையால ஒரு பிண்டம் பிடிச்சு வெச்சு நன்றி சொல்லிட்டுதான் அடுத்த வேலை. இதெல்லாம் என் வீட்ல இருக்கற நாலாம் தலைமுறைக்கு வேடிக்கையா இருக்கு. வேலையத்த வேலையாம். என் செய்கைகள் அவாளுக்கு கூச்சமா இருக்காம்."

தாத்தாவின் குரலில் மிக மெலிதாய் ஒரு வருத்தம் தொனித்தது. அனந்து பரிதாபமாய் அவரைப் பார்த்தான்.

காலையில் ரகு அவரைப் பற்றி கேலியாய்க் கூறியது நினைவுக்கு வந்தது. தாத்தாவின் வருத்தத்தைப் பார்த்தால் இதற்குமுன் ரகு அவரைப் பலமுறை கேலி பேசியிருக்கக் கூடும் எனத் தோன்றியது. இது அறியாமையினாலா அல்லது இளமைத் திமிரினாலா? அவனுக்குப் புரியவில்லை.

பாட்டி அவனிடம் அவரைப் பற்றி அடிக்கடி பெருமையாகக் கூறுவதுண்டு.

"விருட்சங்களோட வேர்களும், கட்டிடங்களோட அஸ்திவாரங்களும் கண்ணுக்கு தெரியறதில்ல. அது ஆட்டம் கண்டுவிட்டால் அத்தனையும் தரைமட்டம்தான். சிப்பாய்க் கலகத்திலேர்ந்து ஆரம்பிச்சு சுதந்திரம் கிடைக்கிற வரை இந்த பூமி நிறைய தியாகிகளை தனக்குள்ள அஸ்திவாரமா புதைச்சு வெச்சுண்ருக்கு. அதுக்கு மேலதான் நீ பார்க்கற இந்த வளர்ச்சியெல்லாம். நீ படிக்கற படிப்பு, உடுத்தற உடுப்பு, அனுபவிக்கற வசதிகள், வாழற வாழ்க்கை எல்லாமே இதுமேலதான். எப்பவும் அந்த நினைப்போட இருக்கணும் சரியா? உங்க கொள்ளுத் தாத்தாவும் இந்த நாட்டுக்காக தன்னால ஆனதையெல்லாம் செய்திருக்கார். வெள்ளைக்காரன்கிட்ட தடியடி பட்டிருக்கார். அவரோட அனுபவங்கள் ஒவ்வொண்ணும் நீ வளர்றதுக்கு உரமா இருக்கும்."

அப்போது பாட்டியின் வார்த்தைகளைப் பெரிதாய் எடுத்துக்கொண்டு யோசித்ததில்லை. பாட்டி நிறைய புத்தகங்கள்

வாசிப்பாள். எல்லாமே தேச விடுதலை பற்றியதாகத்தான் பெரும்பாலும் இருக்கும். அவனையும் படிக்கச் சொல்லுவாள். புத்தகம் படிக்கும்போதெல்லாம் அவள் கண்கள் கலங்கும். அந்த வயதில் எல்லாமே அவனுக்கு வேடிக்கையாக இருக்கும். எதற்காக பாட்டி இத்தனை உணர்ச்சிவசப்பட வேண்டும் என்று தோன்றும். அவன் கல்லூரியில் கால் வைத்த சிறிது நாளில் பாட்டி நோயில் விழுந்தாள்.

மரணத்திற்கு ஒரு வாரம் முன்பு அவன் கையைப் பிடித்துக்கொண்டு பேசினாள்.

"ஒருமுறை ஊருக்குப் போய் எங்கப்பாவைப் பார்த்து அவரோட பத்து நாளாவது இருந்துட்டு வாடா அனந்து. அது ஒரு அனுபவச் சுரங்கம். நீ தெரிஞ்சுக்க வேண்டியது நிறைய இருக்கு."

கண்டிப்பா போறேன் பாட்டி என்று சொன்னானே தவிர படிப்பு அவன் நேரத்தை விழுங்கியது. பாட்டியின் மரணத்திற்கு வந்த கொள்ளுத் தாத்தாவின் முகத்தில் பெண்ணின் மரணம் அடர்ந்த துக்கமாய்ப் படர்ந்திருந்தது.

அதன் பிறகு மூன்று வருடம் கழித்து கொள்ளுத் தாத்தாவை இப்போதுதான் பார்க்கிறான். அவரோடு சேர்ந்திருக்க இப்போதுதான் நேரம் கிடைத்திருக்கிறது.

பாட்டி மட்டும்தான் தாத்தாவைப் பற்றி நிறைய பேசுவாள். அப்பாவுக்கு தாத்தா மீது மரியாதை இருந்தாலும், ஏனோ தாத்தாவின் வீட்டுக்கு அவர் சென்றதாய் நினைவேயில்லை. எதற்காவது வந்தாலும் கூட அரை நாளுக்கு மேல் தங்கியதில்லை.

பாட்டி சொன்னாற்போல் தாத்தாவின் அமைதிக்குள் அரிய அனுபவங்களும், ஞானமும் புதைந்திருப்பது உண்மைதான். அவராக அதை வெளிக்காட்ட மாட்டார். மண்ணோடு மண்ணாகப் புதைந்துவிட்ட கோயில்களைச் சுற்றி அகழ்வாய்வு செய்து மனித வாழ்வையும், நாகரிகங்களையும் பற்றிய அறிய

ஒரு இலாகாவே அமைக்கப்பட்டு இயங்கிக் கொண்டிருக்கும். உயிரோடு நடமாடும், பழமைக்கும் புதுமைக்கும் பாலமாக இருக்கும் தாத்தா போன்ற மனிதர்களிடம் புதைந்திருக்கும் ரகசியங்களையும், அதிசயங்களையும் ஏன் யாருமே அறிவதற்கு முற்படவில்லை?

“என்னடா பலமான யோசனையா? எதைப் பத்தி...?” தாத்தா அவன் தோளைத் தொட, அவன் சட்டென சிந்தனை கலைந்து அவரைப் பார்த்தான். லேசாய் சிரித்தான்.

———

3

அத்தியாயம்

கோபத்தால் நாடியிலே அதிர்ச்சி யுண்டாம்;
கொடுங்கோபம் பேரதிர்ச்சி; சிறிய கோபம்
ஆபத்தாம், அதிர்ச்சியிலே சிறிய தாகும்;
அச்சத்தால் நாடியெலாம் அவிந்து போகும்;
கவலையினால் நாடியெலாம் தழலாய் வேகும்;
கோபத்தை வென்றிடலே பிறவற் றைத்தான்
கொல்வதற்கு வழியெனநான் குறித்திட் டேனே.

சின்ன தாத்தாவைத் தவிர மற்ற எல்லோரும் கூடத்தில் அமர்ந்திருந்தார்கள். பச்சைப் பசேல் என நுனி வாழையிலையில் சுடச்சுட வந்து விழுந்த சர்க்கரைப் பொங்கலிலிருந்து நெய் வடிந்து இலையில் ஓடியது.

“இவ்ளோ நெய்யா... சரிதான். எனக்கு கொலஸ்ட்ரால் வரதுக்கா?”

“வராது. தைரியமா சாப்டு. உருக்கின நெய்தான் விட்ருக்கு.”

“உருக்கினாலும் நெய் நெய்தானே...”

“ச்சும்மா சாப்டுடா. இன்னிக்கு உனக்காகத்தான் எல்லாமே பண்ணியிருக்கு. அமெரிக்கால

இதெல்லாம் கிடைக்காது. இப்பவே அனுபவிச்சுக்கோ." ரகு சர்க்கரை பொங்கலை வழித்து விழுங்கியபடி சொன்னான்.

"ஒரு கல்யாணத்தையும் பண்ணிண்டு போகலாமே அமெரிக்காக்கு" சாவித்திரி மாமி மல்லிகைப் பூவாயிருந்த அன்னத்தை இலையில் தள்ளியபடி கேட்டாள்.

"ஏன் பயமா? யாராவது வெள்ளைக்காரி என்னைத் தூக்கிண்டு போய்டுவாளோன்னு."

"நீ யாரை வேணா கட்டிக்கோடா, ஆனா வெள்ளைக்காரி மட்டும் வேண்டவே வேண்டாம்" ரகு கெஞ்சுவது போல் பாவனை செய்தான்.

"ஏன்டா?"

"வெள்ளைக்காரனை இந்த நாட்டை விட்டு விரட்ட நம்ம கொள்ளு தாத்தா படாத பாடு பட்ருக்கார். விரட்டியடிச்சவாளை நீ மறுபடியும் கூட்டிண்டு வந்தா அவருக்குப் பின்னே கோபம் வராதா?"

அனந்து கொள்ளுத் தாத்தாவைப் பார்த்தான். ரகு கிண்டலடிக்கிறானா அல்லது உண்மையாகத்தான் தாத்தாவைப் பாராட்டுகிறானா என்று புரியாமல் சங்கடத்தோடு ரகுவையும் பார்த்தான்.

ரகு பாயசத்தை உறிஞ்சிக் கொண்டிருக்க, தாத்தாவின் முகத்திலும் சலனமில்லை. இதுபோன்ற வார்த்தைகளுக்குத்தான் வெகுவாகப் பழக்கப்பட்டவர் போல அவர் சாப்பிட்டுக் கொண்டிருந்தார்.

"சின்ன தாத்தா எங்க போய்ட்டார்?" அனந்து பேச்சை மாற்ற முயன்றான்.

"அவர் தனியாத்தான் சாப்டுவார்."

"ஏன்... இத்தனை பேர் இருக்கும்போது அவரும் நம்மோட சாப்டாம எங்க போய்ட்டார்."

“ரூம்லதான் இருக்கார்.”

“ரூம்லயா... அப்பறம் ஏன் வரல? நா போய் கூப்பிடறேன்” அனந்து எழ, தாத்தா அவன் கைப்பற்றி இழுத்து அமர வைத்தார்.

“நீ சாப்டு. அவன் வரமாட்டான்.”

“ஏன் தாத்தா?”

“அவன் அப்டிதான். கேள்வி கேக்காம சாப்டு” தாத்தா கண்டிப்புடன் சொல்ல அனந்து சங்கடமாய் அமர்ந்து சாப்பாட்டைத் தொடர்ந்தான்.

எல்லோரும் ஒன்றாயிருந்தாலும் கூட அங்கே ஏதோ ஒரு பனிப்போர் இருப்பது புரிந்த அளவுக்கு அது என்னவென்று புரியாமல் தவித்தான் அவன்.

சாப்பாட்டுக்குப் பிறகு எல்லோரும் வெளி ஹாலில் பேச்சு சிரிப்பு, கேரம்போர்டு, சீட்டாட்டம் என்று அமர, உள்ளே சின்ன தாத்தா மட்டும் தனியே அமர்ந்து சாப்பிட்டுக் கொண்டிருந்தார். அனந்துவுக்கு இருப்பு கொள்ளவில்லை. மெல்ல எழுந்து உள்ளே சென்றான். பரிமாறக் கூட யாருமில்லாமல் தானே போட்டுக்கொண்டு சாப்பிட்டவரின் அருகில் அமர்ந்தான்.

“யார் மேல கோவம் தாத்தா உங்களுக்கு?” சுற்றி வளைக்காமல் நேரடியாகக் கேட்டான். அவரது முகம் கண நேரத்தில் மாறியது.

“யார் மேலயும் கோவமில்ல.”

“பொய். இவ்ளோ பேர் இங்க இருக்கோம். நீங்க மட்டும் ஏன் தனியா சாப்டணும்.”

“இதோ பார் அனந்து. உன் கேள்விக்கெல்லாம் பதில் சொல்ல வேண்டிய கட்டாயம் எனக்கில்ல. என் மனசுல எத்தனையோ இருக்கும். அதெல்லாம் நீ தெரிஞ்சுக்க வேண்டிய அவசியமும் இல்ல. நீ இந்த வீட்டுக்கு வந்திருக்கற விருந்தாளி. வந்தயா, பத்து நாள் இருந்தயா, கிளம்பினயான்னு இருக்கணும். உனக்குத் தேவையில்லாத விஷயத்துல எல்லாம் மூக்கை நுழைக்காம இருக்கறதுதான் மரியாதை.”

அனந்து வாடிப் போனான். அவர் ஏன் இவ்வளவு கடுமையாகப் பேசுகிறார் எனப் புரியாமல் அவரையே பார்த்தான்.

"நா சாப்டவா இல்ல கையலம்பிக்கட்டுமா?" அவர் கேட்டதும் சட்டென எழுந்தான்.

சின்ன தாத்தா வேறு யாரிடமும் காட்டாத கடுமையைத் தன்னிடம் மட்டுமே காட்டுவதாகத் தோன்றியது அவனுக்கு. பட்டுப் பஞ்சணையில் படுத்திருந்தாலும் முதுகில் குத்திய உவ்வா முள்ளாக சின்ன தாத்தாவின் கோபம் அவனது சந்தோஷத்தைக் குறைத்தது.

யோசனையோடு வெளியில் வந்தவனை பெரிய தாத்தா அழைத்தார்.

"நாந்தான் வேண்டான்னேனே கேட்டயோ?"

"எதனால இப்டி... யார் மேல கோவம் அவருக்கு?"

"நாங்கள்ளாம் இந்தக் கேள்வியைக் கேக்கறதை விட்டு ரொம்பக் காலமாய்டுத்து. அதைத் தெரிஞ்சுண்டு இப்ப என்ன ஆகணும்? லோகத்துல எத்தனையோ அறியப்படாத ரகசியங்கள் இல்லையா? அதுல இதுவும் ஒண்ணுன்னு விட்டாச்சு."

அவர் சுலபமாகக் கூறிவிட்டாலும், அப்படி விட்டுவிட அவனால் இயலவில்லை. அன்றிரவு முழுக்கத் தூக்கம் வரவில்லை. சும்மா படுத்திருக்கப் பிடிக்காமல் எழுந்து மொட்டை மாடிக்கு வந்தான். கம்பீரமாகத் தெரிந்த கபாலீஸ்வரர் கோயிலைப் பார்த்து கன்னத்தில் போட்டுக் கொண்டான். பகல் முழுக்க வாகன இரைச்சலும், ஜன சந்தடியுமாயிருந்த மாட வீதி, அமைதியாயிருந்தது. பிளாட்பாரக் கடைகள் அடைக்கப்பட்டிருந்ததால் வெளிச்சமும் குறைந்திருந்தது. தெப்பக் குளத்தின் நீரில் பிரதிபலித்த விளக்கு வெளிச்சத்தில் நீர்ப்பரப்பு ஆங்காங்கு தகதகத்துக் கொண்டிருந்ததை ரசித்தபடி மதில் சுவரருகில் நின்றான். படுத்திருந்த நாய் ஒன்று சோம்பல் முறித்தபடி எழுந்து படபடவென்று பின்புறத்தை ஆட்டியபடி

எங்கோ ஓடியது. மனித நடமாட்டம் குறைந்திருந்த தைரியத்தில் பெருச்சாளியொன்று தன் குட்டியோடு சரசரவென்று வீதி உலா போய்க் கொண்டிருந்தது. மெல்லிய காற்றலை வந்து உடலைத் தழுவி விட்டுச் சென்றது. குறுக்கும் நெடுக்கும் சற்றுநேரம் நடந்தவன் பிறகு கால் நீட்டி அமர்ந்து மல்லாந்து படுத்தான். நட்சத்திரங்கள் மினுக்கிய வானத்தைப் பார்த்தான்.

"என்னடா அனந்து தூக்கம் வரலையா? இல்ல காத்துக்காக இங்க வந்தயா?"

அனந்து திரும்பினான். கொள்ளுத் தாத்தா மாடிப்படி கதவருகில் நின்றிருந்தார்.

"நீங்க இன்னும் தூங்கலையா?" அனந்து எழுந்து உட்கார்ந்தான். தாத்தா அவன் எதிரில் சம்மணமிட்டு அமர்ந்தார்.

"உங்ககிட்ட ஒரு விஷயம் கேக்கலாமா?"

"கேளேன்..."

"சின்னத் தாத்தா..."

"அவனைப் பத்தி என்ன?"

"அவரைப் புரிஞ்சுக்கவே முடியலையே?"

"எதுக்குப் புரிஞ்சுக்கணும்?"

"அவருக்கென்ன பிரச்சனை தாத்தா? ஏன் இப்டி யாரோடயும் ஒட்டாம இருக்கார்?"

"நம்பிக்கையில்லாதவன் யாரோடயும் ஒட்டமாட்டான்."

"யார்கிட்ட நம்பிக்கையில்ல?"

"சில விஷயங்களை அப்டி அப்டியே விட்டுடணும்டா அனந்து. மனுஷாளோட ஒவ்வொரு சுபாவத்துக்கும் காரணம் கண்டுபிடிக்க முயற்சி பண்றது முட்டாள்தனம்."

"எனக்கு அப்படித் தோணல தாத்தா. அவருக்கு என்கிட்ட ஏதோ ஒரு கோபம் அல்லது வெறுப்பு நிச்சயமா இருக்கு. நான்

இங்க வந்தது அவருக்குப் பிடிக்கல. எப்போ கிளம்பப் போறன்றார். சின்ன வயசுல நா இங்க வந்திருக்கும்போதே உங்க எல்லாரையும் மாதிரி எங்கிட்ட ஆசையா இருந்ததில்ல அவர். அப்போ அது பெரிசா தோணினதில்ல. சொல்லப்போனா மறந்து கூடப் போய்டுத்து. இத்தனை வருஷம் கழிச்சு மறுபடியும் வந்திருக்கேன். ஏண்டா வந்தன்ற மாதிரி பாக்கறார். முகத்தைத் திருப்பிண்டு போறார். எதுவா இருந்தாலும் வெளிப்படையா பேசிட்டா நல்லதுதானே? ஆனா நேருக்கு நேர் கேட்டும் பதில் மட்டும் இல்ல. எனக்குக் கஷ்டமார்க்கு தாத்தா. நா என்ன தப்புப் பண்ணினேன்?"

கல்யாணராமன் அவன் கேள்விக்கு எந்த பதிலும் சொல்லாது மௌனம் சாதித்தார். அவர் முகத்தில் ஏதோ ஒரு வேதனை படர்ந்தது.

"நா இங்க வரப்போறேன்னதும் எங்கப்பா வேண்டாம்னு சொன்னார். ஏன்னு காரணம் கேட்டதுக்கு மதிக்கத் தெரியாத குடும்பம்னு முணுமுணுத்தார். நா அவர் பேச்சைப் பொருட்படுத்தாமதான் இங்க வந்தேன். அதுவும் என் பாட்டி சொன்னதுக்காக. ஆனா அப்டி யாரும் இங்க மரியாதை தெரியாதவா மாதிரி இல்ல. எல்லாரும் எங்கிட்ட அன்பாதான் நடந்துக்கறேள். எனக்கொரு குறையும் தெரியல. ஆனா சின்னத் தாத்தாவோட வெறுப்பும் பாராமுகமும்தான் கஷ்டமார்க்கு. ஒருவேளை எங்கப்பா அம்மா, பாட்டி யாருமே இங்க வராததுக்கு காரணம்கூட சின்ன தாத்தாவோட நடவடிக்கைதானா? அப்டி என்ன எங்க மேல அவருக்கு துவேஷம்? நா இங்க ஒரு மாசமாவது இருக்கணும்னு வந்திருக்கேன். ஆனா சின்ன தாத்தா நீ எப்போ, கிளம்பப் போறேன்னு கேக்கறார். நான் இருக்கறது அவருக்கு பிடிக்கலன்னு தோண்றது. நான் என்ன செய்யட்டும் கொள்ளுத் தாத்தா? இருக்கவா கிளம்பட்டுமா...?" அனந்து பரிதாபமாகக் கேட்டான்.

"அவனுக்கு பயந்துண்டு நீ போக வேண்டிய அவசியமில்ல. உனக்கு எப்போ போகணுமோ அப்போ போனாப் போதும். அவன்

பேச்சை மனசுல வெச்சுக்காதே." தாத்தா சமாதானப்படுத்தினாலும் கூட ஏதோ ஒரு வேதனை நெஞ்சுக்குள் உருண்டு கொண்டுதான் இருந்தது. அதைப் பொருட்படுத்தாமல் அவன் சகஜமாகவே வளைய வந்தான்.

மறுநாள் அவன் தனது அமெரிக்கப் பயணம் தொடர்பாக தூதரகம் வரை சென்றுவிட்டு வீட்டுக்கு வரும்போது கூடத்து ஊஞ்சலில் கொள்ளு தாத்தாவுடன் இரண்டு சாஸ்திரிகளும் அமர்ந்து பேசிக்கொண்டிருந்தனர்.

"இங்க வா" அவனைப் பார்த்ததும் தாத்தா அழைத்தார்.

"பிள்ளையாண்டான் யாரு?"

"என் பொண் விசாலாட்சி வழி வந்த கொள்ளுப்பேரன் அனந்துன்னு பேரு. அமெரிக்கா போகப் போறான். அதுக்கு முன்னாடி என்னோட இருக்கணும்னு வந்திருக்கான்."

"நன்னாச்சு. கொள்ளுப்பாட்டியோட சிரார்த்தத்துக்கு வந்திருக்கானே. அமெரிக்கா போறதுக்கு முன்னாடி பித்ரு அனுக்கிரகமும் வாங்கிண்டா மாதிரி ஆச்சு. மகாவிஷ்ணு இலையில் சாப்பிடச் சொல்லிடுங்கோ. உங்க கொள்ளுப் பாட்டி சாட்சாத் அன்னபூரணிடா கொழந்தே. இந்த வீட்டுல எத்தனை எத்தனை பேர் அவர் கையால சாப்ட்ருக்கா தெரியுமோ...? அந்த மாதிரி ஆத்மாக்களை எல்லாம் பாக்கறது அபூர்வம். அப்போ உத்தரவு வாங்கிக்கறேன் அண்ணா. நாளைக்கு காலம்பற வந்துடறேன். சாஸ்திரிகள் எழுந்து கொண்டார்."

"இப்பதான் போன வருஷ சிரார்த்தம் முடிஞ்சாப் போல இருக்கு. அதுக்குள்ள ஒரு வருஷம் ஓடிப்போயாச்சு. போன முறை நினைச்சுண்டேன் அடுத்த சிரார்த்தம் பண்ணி வைக்க நா இருக்கேனா, இல்லையோன்னு இதோ இருக்கேன் பாருங்கோ. வேற ஒரு காரியத்துக்கும் போறதில்ல. மன்னி திவசம் மட்டும்தான். பங்குனி முடிஞ்சா எனக்கும் எண்பத்திரண்டு முடியறது. அடுத்த வருஷம் இருக்கேனோ இல்லையோ...?" சாஸ்திரிகள் மெல்லிய குரலில் சொல்ல கொள்ளுத் தாத்தா புன்னகைத்தார்.

“அடுத்த வருஷம் ரெண்டுபேரும் இருப்போம்.”

“போதும் அண்ணா. ஜிவிதம்.”

“போதும்னு முடிவெடுக்க நீ யாரு, மகானா?”

“இல்லைதான். கபாலத்தை பிளந்துண்டு ஜீவனை வெளியேத்தற அளவுக்கெல்லாம் நா மகா ஞானியா என்ன? ஆனாலும் வாழற ஆசை குறைஞ்சுண்டு வரதென்னவோ உண்மை. என்னை விட பெரியவர் நீங்க. உங்ககிட்ட இதைச் சொல்லப்படாதுதான். பரமபதம் விளையாடும்போது ஏணி பாம்பெல்லாம் தாண்டி ஸ்வாமிகிட்ட போறதுக்கு தாயம் விழாதான்னு காத்துண்ருப்போம் பாருங்கோ அந்த மாதிரிதான். இப்போ காலம் தாயக் கட்டையா உருண்டுண்ருக்கு. தாயம்தான் விழுவேனாங்கறது. தெரியாமத்தான் கேக்கறேன், உங்களுக்கும் இந்த அலுப்பு வரதுண்டா இல்லையா?”

“ஒரு அலுப்பும் இல்ல. இங்க யாரும் சாகா வரமும் வாங்கிண்டு வரல. ஜனனமும், மரணமும் பிரம்ம ரகசியம். நாம எதுக்கு அதைப்பத்தி யோசிக்கணும்? அலுத்துக்கணும்? அந்த முகூர்த்தம் வரவரைக்கும் இந்த சரீரத்தையும், ஆத்மாவையும் பேணிப் பாதுகாத்துண்டு சந்தோஷமா இருந்துட்டு போறது!”

கொள்ளுத் தாத்தாவின் பதில் கேட்டு, அனந்து வியந்து போனான். இரண்டு முதியவர்களுக்கு இடையில் மனநிலையில் என்ன ஒரு முரண்பாடு! தெளிவும் தீர்க்கமும் இருந்தாலொழிய இப்படி ஒரு பதில் பிறக்காது என்பது புரிய, அன்றிரவு அவன் தாத்தாவிடம் இது குறித்து மேலும் சில கேள்விகள் கேட்டான்.

“மரண முகூர்த்தம் வந்தா போய்ச் சேரணும்னு நீங்க சொல்றேள், மரண முகூர்த்தம்ங்கறதை சில நேரம் மனுஷனே குறிச்சுக்கறானே. அதைப்பத்தி உங்க விளக்கம் என்ன?”

“எதைச் சொல்ற...? தற்கொலை செய்துக்கறதைப் பத்தியா?”

“அது மட்டுமில்ல. கெட்ட பழக்கவழக்கங்களால தங்களோட ஆரோக்யத்திற்கு வேட்டு வைத்துக்கொண்டு நோய் தாக்கி

மரணமடைகிறானே மனுஷன். அவனுடைய மரண தேதி இறைவனால் குறிக்கப்பட்டதுன்னு அவனுடைய குடும்பம் விதி மேல பழி போட்டு சமாதானம் செய்து கொள்கிறது. அதுக்கு உங்க பதில் என்ன...?"

தாத்தா புன்னகைத்தார்.

"உள்ளம் பெருங்கோயிலாம்.
ஊனுடம்பே ஆலயமாம்
வள்ளற் பிரானார்க்கு வாய் கோபுர வாசல்
தெள்ளத் தெளிந்தார்க்கு சீவன் சிவலிங்கம்
கள்ளப் புலனைந்தும் காளா மணி விளக்கே."

உடம்புதான் ஆலயம். உள்ளம்தான் கர்ப்பக்கிரகம். வாய்தான் கோபுர வாசல். உண்மை அறிந்தவனுக்கு ஜீவன்தான் அதுக்குள்ள இருக்கற சிவலிங்கம். ஐம்புலன்கள்னு சொல்லப்படற கண், காது, நாசி, வாய், செவி இதெல்லாம் ஜீவனுக்கு ஒளி கொடுக்கற மணி விளக்குகள். நமக்குள்ளேயே ஒரு கருவறையும், சிவலிங்கமும் இருக்கும்போது கோபுர வாசல் வழியா குப்பையும் கூளமும், புகையிலையும் சாராயமும் உள்ள வரலாமோ? ஐம்புலன்களும் ஒளி மங்கிவிட்டால் சிவலிங்க தரிசனம் எப்படிச் செய்ய முடியும்? ஆலயம்னா அங்கே சுத்தம் வேண்டாமோ? ஒழுக்கம் வேண்டாமோ? ஆலய சுத்தத்திற்கு ரெண்டு நேரம் குளியல். சாத்வீக உணவுகள்தான் இந்த ஜீவனுக்கு அபிஷேகம். ஐம்புலன்களின் ஒழுக்கம்தான் நித்ய பூஜைகள். கோவில் பாழடைஞ்சு போனா, விளக்குகள் மங்கி இருளடைஞ்சு போனா உள்ளே இருக்கற சிவம் வெளில போய்டாதோ...? அது தானா சந்தோஷமா போகணும். நாமளா துரத்தி விடப்படாது. கெட்ட பழக்கங்கள்ங்கறது துரத்திவிடறா மாதிரிதான்."

தாத்தாவின் விளக்கம் திருப்தி தர, அனந்து அதை ஆமோதித்து தலையசைத்தான். அவரை விழி விரியப் பார்த்தான்.

“உண்மையாவே உங்க வயசு உங்களுக்கு ஒரு பாரமா இல்லையா தாத்தா?”

“பாரம்னு எதை நினைக்கற? உடலையா இல்ல மனசுக்குள்ள அடைச்சு வெச்சிருக்கற உணர்வுகளையா...? உள்ளே அலுப்பையும், சலிப்பையும், துக்கங்களையும், அடைச்சு வெச்சிருந்தா சரீரம் பாரமாதான் தெரியும். உள்ளுக்குள்ள தோல்வியும், துயரமும் வெச்சிருக்கறவனுக்கு இருபது வயசுலயே உடம்பு பாரமாத்தான் தோணும். அதான் தற்கொலைக்கு துணியறான். பாரம் வயசுல இல்ல. மனசுல இருக்கு. மனசுக்குள்ள சந்தோஷங்களை நிரப்பி வைத்துப் பார். உடம்பு பறக்கும்.”

தாத்தாவின் ஒவ்வொரு விளக்கத்திற்கும் அனந்து விழி விரித்தான். அவரோடு எப்போதும் பேசிக் கொண்டிருப்பதை அவன் மனம் விரும்பிற்று.

“காலம்பற சாஸ்திரிகள் வந்துடுவார், நாழியாறது நீ போய்ப்படு மிச்சத்தை நாளைக்குப் பேசுவோம்” தாத்தா சொல்ல, அவன் எழுந்து அறைக்கு வந்தான். ரகுவின் அறையில் அவனுக்கு படுக்கை.

“அப்டி என்னதாண்டா தாத்தாவோட பேசிண்டுருப்ப? போரடிக்கலையா உனக்கு.”

“அவரோட அருமை உனக்குத் தெரியலைன்னா நா என்ன செய்ய முடியும்?”

“உன் வயசென்ன அவர் வயசென்ன? எங்க கூட பேசறதுக்கு ஒண்ணுமேல்லயா உனக்கு. எப்பப்பாரு அவரோடயே நூத்துக் கிழவன் மாதிரி பேசிண்ருக்க. பார்த்துடா, அமெரிக்கால போய் அம்மாஞ்சியாட்டம் இருந்தயானா எல்லாரும் சிரிக்கப்போறா. வயசுக்கேத்தாப்போல ஜாலியா இருக்கப் பார். நாளைக்கு ஆத்துல சிரார்த்தம். மூணு மணிக்கு குறைஞ்சு இலை போடப் போறதில்ல. ஜாலியா நாம நழுவிடுவோம். சிட்டி சென்ட்டர்ல பொழுதைப் போக்கிட்டு சாப்பிடற நேரத்துக்கு வந்தாப் போதும். என்ன சொல்ற.”

“நீ போய்ட்டு வா. கொள்ளுப் பாட்டியோட ஆசீர்வாதம் வேணும் எனக்கு.”

“நீ லாயக்கில்லடா.”

ரகு சலித்தபடி, திரும்பிப் படுத்துக் கொண்டான்.

மறுநாள் அவன் கீழே வந்தபோது சோபாக்கள் எல்லாம் உள்ளறைக்கு மாற்றப்பட்டு, கூடம் பளிச்சென துடைக்கப்பட்டிருந்தது. பொருட்கள் ஏதும் இல்லாததால் மிகப் பெரிதாக தெரிந்தது. பாட்டிகள் இருவரும், மாட்டுப் பெண்களோடு மடிசார் புடவையில் திவச சமையலில் தீவிரமாகயிருந்தனர்.

“அனந்துவுக்கு குடிக்க ஏதானும் கொடும்மா.” தாத்தா குரல் கொடுத்ததும் ரகுவின் அம்மா காபி கலந்து கொண்டுவந்து கொடுத்தாள். சாஸ்திரிகள் தொன்னை செய்து ஒன்றுக்குள் ஒன்றாக வைத்துக் கொண்டிருந்தார்.

பத்து மணிக்கு சாவகாசமாய் ஆரம்பித்த சிரார்த்தச் சடங்குகள் முடிய ரகு சொன்னாற்போல மூன்று மணியாயிற்று. பிராமணர்கள் சாப்பிட்டு, வீட்டினர் பிரதட்சிணம் வைத்து நமஸ்கரித்து, காக்கைக்கு பிண்டம் வைத்து இலை போட மேலும் அரை மணியாயிற்று.

கூடத்தில் இலை போட்ட நேரம் மூக்கில் வியர்த்தாற்போல் வந்தார்கள் ரகுவும், கல்யாணமும், வாசுவும்.

“வாடா ரகு வந்து மகாவிஷ்ணு இலையில் உட்கார்” சின்ன தாத்தா அவசரமாக ரகுவை விஷ்ணு இலையில் உட்கார வைக்க, அந்த இலையில் உட்காரச் சென்ற அனந்து சட்டென நகர்ந்து அடுத்த இலையில் அமர்ந்தான். தாத்தாவை ஏமாற்றத்தோடு பார்த்தான்.

——

4

அத்தியாயம்

செல்வங்கள் கேட்டால்நீ கொடுக்க வேண்டும்
சிறுமைகளென் னிடமிருந்தால் விடுக்க வேண்டும்
கல்வியிலே மதியினைநீ தொடுக்க வேண்டும்
கருணையினால் ஐயங்கள் கெடுக்க வேண்டும்
தொல்லைதரும் அகப்பேயைத் தொலைக்க வேண்டும்
நல்லவழி சேர்ப்பித்துக் காக்க வேண்டும்.

சின்னத் தாத்தாவின் மனசுக்குள் மறைந்திருந்து அவ்வப்போது வெளிப்படும் எரிமலைக் குழம்புக்கு என்ன காரணம் எனப் புரியாமல் குழம்பிற்று அனந்துவின் மனம். அதே நேரம் அதற்கு நிச்சயமாக ஏதோ காரணம் இருக்க வேண்டும் என்பதும் புரிந்தது. கொள்ளுத் தாத்தாவோடு சுமுகப் பேச்சில்லை. அனந்துவின் குடும்பத்தினரோடு சரியான உறவில்லை. அவர்களும் இங்கு வரத் தயங்குகிறார்கள். ஆனால் மற்றவர்கள் எல்லோருடனும் சின்னத் தாத்தா நன்றாகவே பேசுகிறார், பழகுகிறார். இதையெல்லாம் வைத்துப் பார்த்தால் தன் பாட்டி, அதாவது சின்னத் தாத்தாவின் சகோதரியிடம் அவருக்கு ஏதோ கோபம் இருக்கிறது. அதனால்தான் அந்த ஒரு குடும்பத்திடம் மட்டும் பற்றும் பரிவும் இல்லாதிருக்கிறார் எனத்

தோன்றியது. ஆனால் அதை எப்படி கண்டுபிடிப்பது? அப்படியே கண்டுபிடித்து விட்டாலும் அதைச் சரி செய்து விட முடியுமா? பாட்டியோ செத்தே போய் விட்டாள். செத்துப்போன ஒருவரிடம் இன்னமும் ஒருவன் துவேஷம் கொண்டிருப்பானா? ஆச்சரியமாகத்தான் இருந்தது அவனுக்கு. அந்த புதிருக்கு விடை காணாத வரை அங்கிருந்து கிளம்புவதில்லை என்கிற ரீதியில் யோசித்தான் அவன். ஆனால் விசா கிடைத்துவிட்டால் கிளம்பத்தான் வேண்டும். அதற்கு எப்படியும் இன்னும் நாற்பது நாளாகும். அதற்குள் சின்னத் தாத்தாவின் கோபத்திற்கான காரணத்தை அறிந்து விட முடியுமா...? ஒன்றும் புரியவில்லை அவனுக்கு.

திவச சாப்பாட்டையும் அவர் தனியாகத்தான் சாப்பிட்டார்.

ஐந்து மணிக்கு அனைவரும் களைத்து கண் மயங்கின நேரம், அவன் வாசல் வராந்தாவில் உட்கார்ந்து பாகவதம் படித்துக் கொண்டிருந்த சின்ன தாத்தாவிடம் வந்தான்.

“தூக்கம் வரலையாக்கும்?” மூக்குக் கண்ணாடிக்கு மேல் வழியாக அவனை உற்றுப் பார்த்தபடி கேட்டார் அவர்.

“வராது தாத்தா. எல்லாரும் அன்பைக் காட்டற இடத்துல ஒரே ஒருத்தர் லேசா பாராமுகமா இருந்தா எப்டி தூக்கம் வரும்?”

அவர் அவனை நிமிர்ந்து பார்த்துவிட்டு பதில் சொல்லாமல் புத்தகத்தில் பார்வையைச் செலுத்தினார். அனந்து அவரையே பார்த்தான். தாத்தா துவேஷத்தை வெளிப்படையாகக் காட்டவில்லை. சிலநேரம் மிக நன்றாகவே அவனோடு பேசினார். சிரித்தார். அவ்வப்போது இனிப்புகள், கார வகையறாக்கள் என்று சாப்பிடக் கொடுத்தார். ஆனாலும் அதெல்லாம் ஒரு விருந்தாளியிடம் காட்டும் பரிவாக மட்டுமே இருந்தது. இன்னும் சில நேரம் அவரது சொற்கள் படபடவென வந்து விழும். அவை மிக மிக மறைமுகமாகவே அவரது வெறுப்பைக் காட்டும் என்றாலும், அதுவே மனதை வலிக்க வைத்தது.

"உங்களுக்கு என்கிட்ட என்ன விஷயம் பிடிக்கல தாத்தா? அதைச் சொன்னா நா என் தவறைத் திருத்திப்பேன் இல்லையா?"

"யார் சொன்னா உன்கிட்ட குற்றமிருக்குன்னு?"

"பின்னே ஏன் என்கிட்ட மட்டும் ஒரு இடைவெளி? மகா விஷ்ணு இலையில் உட்கார முடியாத அளவுக்கு என்கிட்ட என்ன குறை?"

அவர் பதில் சொல்லவில்லை என்றாலும், அவரது முகத்தில் அவனது கேள்வி ஏதோ சலனத்தை ஏற்படுத்திற்று. அவரது மௌனம் அவனை இன்னும் அதிகமாக வலிக்கச் செய்தது.

"எனக்கு பயம்மார்க்கு தாத்தா. இந்த வீட்ல எங்க நிக்கறது, எங்க நிக்கக் கூடாது. என்ன செய்யறது, என்ன செய்யக் கூடாதுன்னு எதுவும் புரியல. இது என் தாத்தா வீடுதானே? இது என் பாட்டியோட பிறந்த வீடுன்னு உரிமையோட நா இங்க வந்தது தப்பா, சரியா? எனக்கு புரியல. நா யாரு? என்னை நீங்க எப்டி பார்க்கறேள்? தயவுசெய்து சொல்லுங்களேன்."

"உனக்கு கற்பனை ஜாஸ்தி. கல்யாணராமனோட கொள்ளுப் பேரன் நீ. நா அவரோட பிள்ளை. நீ இப்போ உன் கொள்ளுத் தாத்தாவாத்துக்கு வந்திருக்க. நீ யாருன்றதுல உனக்கென்ன சந்தேகம்? போ போய் வேலையைப் பாரு. நீ இங்க இருக்கப்போறது இன்னும் பத்து இருபது நாள். சந்தோஷமா இருந்துட்டு போ. தேவையில்லாத கேள்வி எல்லாம் கேட்டு உன்னையும் குழப்பிண்டு, என்னையும் இம்சிக்க வேண்டாம் சரியா...?" தாத்தா சற்று கண்டிப்பான குரலில் சொல்லிவிட்டுப் பாகவதத்தில் கவனத்தை திருப்பிக் கொண்டார். அனந்து வேறு வழியின்றி எழுந்தான்.

மாடி அறையில் அந்த வீட்டின் இளைய தலைமுறைகள் எல்லோரும் சீட்டுக்கட்டை வைத்துக்கொண்டு ரம்மி விளையாடிக் கொண்டிருந்தார்கள்.

“டேய் அனந்து நீயும் வாடா, ரம்மி ஆடத் தெரியுமோல்லியோ...?” ரகு அழைக்க, கனத்திருந்த மனதை சற்றே தளர்த்திக்கொள்ள அவர்களோடு விளையாட உட்கார்ந்தான்.

“அப்பறம். அடுத்த மாசம் அமெரிக்கால இருக்கப்போற, வெள்ளைக்காரிகளை சைட் அடிச்சுண்டு. என்ன சொல்லு நம்ம தமிழ்நாட்டுப் பெண்கள் மாதிரி வராது.”

“எப்பப்பாரு பெண்களைப் பத்திதானா பேச்சு? அனந்து என்ன நினைச்சுப்பான்னு கொஞ்சமானம் ஒரு இது வேண்டாமா?”

“இந்த வயசுல இதெல்லாம் பேசாம கொள்ளுத் தாத்தா வயசுலயா பேசுவா? நீ என்னடா சொல்ற அனந்து?”

“அவனை என்ன கேள்வி? உன்னால பாக்க மட்டும்தான் முடியும். அவனால பேசாமயே, பார்க்காமயே ஒருத்தியை மடக்கிப் போட்டுக்க முடியும்” வாசு விஷமச் சிரிப்போடு சொல்ல, அனந்து புரியாமல் விழித்தான். விஜி வெடுக்கென்று வாசுவின் கையைக் கிள்ளினாள்.

“என்னடா புதுக்கதையெல்லாம் சொல்ற...? யார் மடக்கி, யார் விழுந்தாடா... அனந்துவையா சொல்ற? அவன் யாரை மடக்கினான். புரியும்படியாதான் சொல்லேன்” ரகு பரபரத்தான்.

அனந்து திகைப்போடு வாசுவைப் பார்த்தான்.

“அதெல்லாம் சொல்ல மாட்டேன் சஸ்பென்ஸ். சீட்டைப் பார்தது ஆடு...” வாசு பிகு பண்ணிக்கொள்ள சுவாரசியமாயிற்று விஷயம்.

“ஏன்டா அனந்து டெல்லில ஏதாவது லவ் மேட்டரா...? எந்த பெண்ணாவது உங்கிட்ட மயங்கிப்போய் உன்னைத் துரத்திண்டு சென்னைக்கே வந்துட்டாளா...?”

“ஓ...! அதுவா...? அட ஆமா... இப்பத்தான் ஞாபகத்துக்கு வராது. ஒரு தரம் நானும், என் சிநேகிதர்களும் தாஜ்மஹால் பக்கம் போயிருந்தோம். அணு அணுவா தாஜ்மஹாலை ரசிச்சுப் பார்த்தோம். அன்னிக்கு ராத்திரி ஒரு பொண்ணு என்னைத்

தேடிண்டு வந்தா. எனக்கு முன்ன பின்னே தெரியாது அவளை. தாஜ்மஹால்ல என்னைப் பார்த்ததுமே என்னைக் காதலிக்க ஆரம்பிச்சுட்டாளாம். அவ யாரு, என்ன பேருன்னு கேட்டேன். தன் பேரு மும்தாஜ்னு சொன்னா."

"முஸ்லீமா... அழகார்ந்தாளா...?"

"தேவதை மாதிரி இருந்தா, ஐஸ்வர்யா ராய் எல்லாம் பிச்சை வாங்கணும். அப்படி ஒரு அழகு..."

"ஏண்டா உங்கப்பா இதுக்கு ஒத்துப்பாரா?"

"அப்பா ஒத்துக்கறது இருக்கட்டும். அவளுக்கு நீ என்னடா பதில் சொன்ன. ஐ டூ லவ் யூன்னு சொல்லிட்டயா?"

"இன்னும் சொல்லலை."

"ஏன் வேற மதம்னு பயப்படறயா? இப்பல்லாம் கலப்பு மண திருமணமெல்லாம் ஒண்ணும் பெரிய விஷயமேல்ல. அவளோ தேவதை மாதிரி இருப்பான்ற நழுவ விட்ராதடா..."

"நீ அமெரிக்கா போற விஷயம் அவளுக்குத் தெரியுமா?"

"பாத்துடா வாரணமாயிரத்துல காதலியைத் தேடிண்டு காதலன் போறா மாதிரி உன்னைத் தேடிண்டு அவ அமெரிக்கா வந்துடப் போறா."

"அவ சொல்றா அவளுக்கும், எனக்கும் ஏற்கனவே கல்யாணமாய்டுத்துன்னு."

"அடி சக்கை... விஷயம் சுவாரசியமாதான் போறது. அப்பறம்? தூக்கத்துல நடக்கற நோய் ஏதாவது உனக்கு உண்டா. தூக்கத்துல உனக்கேத் தெரியாம அவ கழுத்துல தாலி கட்டிட்டயான்ன...?"

"உளராதேடா. எனக்கென்ன தோணறதுன்னா போன ஜென்மத்துல இவன் அவளுக்கு ஆம்படையானா இருந்திருப்பான். அவளுக்கு இப்போ முன்ஜென்ம ஞாபகம் வந்திருக்கும்."

"அடேயப்பா ரகு நிஜமாவே உனக்கு அபார மூளை தாண்டா. எப்டி கண்டுபிடிச்ச...?"

“அப்போ அதானா...?”

“பின்னே? அவதான் மும்தாஜாம். நாந்தான் ஷாஜஹானாம். என்னைப் பார்த்ததும் சமாதிக்குள்ளேர்ந்து எழுந்து ஓடி வராளாம். அவளுக்கு பயந்துண்டுதான் நா இங்க ஓடி வந்தேன்னு வெச்சுக்கோயேன்.” ரகு அசடு வழியப் பார்க்க மற்றவர்கள் விழுந்து விழுந்து சிரித்தார்கள்.

“எமகாதகன்டா நீ! ரம்பத்தையே ரம்பம் போட்டு அறுத்துட்டயே.”

“அதிருக்கட்டும். நா யாரை மடக்கினேன்னு நீ இன்னும் சொல்லவேயில்லயே.”

“தாத்தா உங்கிட்ட ஒண்ணும் கேக்கலையா?”

“இல்லையே என்ன விஷயம்?”

“நீ கொடுத்து வெச்சவண்டா அனந்து. அமெரிக்கா போற அதிர்ஷ்டம். உனக்கு உடனடியா கால் கட்டுப்போட்டு அனுப்பணும்னு பிளான் பண்ணிண்டு இருக்கா. பொண்ணெல்லாம் கூட ரெடி. பொண்ணுக்கு ஓ.கே.யாம். அநேகமா நாளைக்கு தாத்தா உன்கிட்ட இது பத்தி பேசுவார்னு நெனைக்கறேன்.”

அனந்து திகைத்தான். நிச்சயம் இதை அவன் எதிர்பார்க்கவில்லை. பெண் யாராம் என்று கூடக் கேட்காமல் சீட்டுகளைப் போட்டுவிட்டு எழுந்தான்.

“என்னடா... சந்தோஷப்படுவன்னு பார்த்தா மூட் அவுட்டாயிட்ட? ரகுவும்தான் தனக்கு கல்யாணம் பண்ணி வைங்கோன்னு தினம் ஒரு விண்ணப்பம் கொடுக்கறான் அப்பாகிட்ட, அவரானா கண்டுக்கவே மாட்டேங்கறார். உனக்கானா நீ கேக்காமயே அதுக்கு ஏற்பாடு நடக்கறது. சந்தோஷப்பட வேண்டாமா...?”

அனந்து பதில் சொல்லாமல் வெளியில் நடந்தான்.

கொள்ளுத் தாத்தா கோவிலுக்குக் கிளம்பிக் கொண்டிருந்தார்.

“தாத்தா நானும் வரேன்” அனந்து ஓடிவந்து அவரோடு சேர்ந்து கொண்டான்.

“என்னிக்கு நீ புறப்படணும் அமெரிக்காக்கு?”

“ஏன் தாத்தா...?”

“இல்ல கேட்டேன்.”

“என் மேல யாருக்கும் நம்பிக்கையில்லையா தாத்தா?”

“ஏன் திடீர்னு.”

“எனக்கு பெண்ணெல்லாம் பார்த்தாச்சாமே. அமெரிக்காக்கு போனா கெட்டுப் போய்டுவேன்னு யார் சொன்னா...?” தாத்தா சிரித்தார்.

“அப்டியெல்லாம் இல்லடா, கல்யாண வயசு வந்தாச்சே, அதைப் பண்ணிட்டா அந்த கடமை முடிஞ்சுடும். உன்னைப் பார்த்துக்கவும் ஒரு ஆள் வந்துடுவா இல்லையா...? அதுல ஒண்ணும் தப்பில்லையே.”

“அப்பா எங்கிட்ட ஒரு வார்த்தை கூட கேக்கலையே.”

“அவர் சொல்லி நீ மீறமாட்டன்னு ஒரு நம்பிக்கையில் கேக்காம இருந்திருக்கலாம்.”

“பெண்ணை எனக்குப் பிடிக்க வேண்டாமா?”

“கண்டிப்பா. உனக்குப் பிடிச்சாதான் கல்யாணம். அதுல சந்தேகமே வேண்டாம். ஆனா பொண்ணை உனக்கு நிச்சயம் பிடிக்கும். பொண்ணுக்கு நா முழு உத்தரவாதம் தருவேன்.”

“உங்க முழு உத்தரவாதத்தைப் பெற்ற பெண் யாருன்னு நா தெரிஞ்சுக்கலாமா?”

“பொண்ணைப் பார்த்தா போச்சு.”

“பெண் பார்க்கறதா...? அந்த சடங்கெல்லாம் எனக்குப் பிடிக்காது தாத்தா. பொம்மை மாதிரி ஒரு பெண்ணை நிறுத்திவெச்சு

எல்லாரும் வெறிச்சுப் பார்க்கறது ரொம்ப மோசமான ஒரு சடங்கு, நா அதுக்கு ஒத்துக்க மாட்டேன்."

"சரி வேண்டாம். நீ ராத்திரி ஒரு எட்டு மணிக்கு மொட்டை மாடில இரு. பெண்ணைப் பார்க்கலாம்."

அது சரி! பெண் மாடவீதில பூனை நடை நடந்து வருவாளா?

"மாடிக்கே வருவா" என்ற தாத்தாவை விழி விரியப் பார்த்தான் அவன்.

கல்யாணத்தில் ஆர்வம் அதுவரை ஏற்படவில்லை என்றாலும், இந்த ஒரு மணி நேரத்தில் நடந்த பேச்சுக்களால் கல்யாணச் சலனம் ஒன்று மனசுக்குள் ஏற்படத்தான் செய்தது. தனக்காகப் பார்க்கப்பட்டிருக்கும் பெண் யாரெனத் தெரிந்துகொள்ளும் ஆவல் எல்லா இளைஞர்களுக்கும் உரிய ஒன்றுதான்.

தரிசனம் முடித்து பிரகார வலம் வந்து அண்ணாமலை யாருக்கு எதிரில் உட்கார்ந்தார்கள்.

"அமெரிக்கா போகணுங்கறது உன்னோட லட்சியமா, ஆசையா· அல்லது உன்னைத் தேடி வந்த வாய்ப்பா?" தாத்தா கேட்டார்.

"லட்சியம்னு எல்லாம் சொல்ல மாட்டேன், ஆசை இருந்தது. வாய்ப்பும் வந்தது. போகலாம்னு தோணித்து. எதுக்கு கேக்கறேள்?"

"இப்பல்லாம் நிறைய பேர்க்கு அது ஒரு லட்சியமாவே சொல்லப்போனா வெறியாவே இருக்கு இல்ல? இளைஞர்கள் எல்லாம் இப்படி பெத்த தாயை விட்டுட்டு போயிண்டேர்ந்தா தாயை யார் பாதுகாப்பா பார்த்துப்பா?"

"நா எங்கம்மா, அப்பா ரெண்டுபேரையும் அங்கயே கூட்டிண்டு போயிடலாம்னு இருக்கேன் தாத்தா. அவாளை விட்டுட மாட்டேன்."

"நா தாய்னு சொன்னது உங்கம்மாவை இல்ல. இந்த பாரதத் தாயை."

"எனக்கு தேசப்பற்று இல்லைன்றேளா?"

"தேசப்பற்று இருக்குன்னு சொல்லிண்டா மட்டும் போறாது. இந்த தேசத்துக்காக நாம என்ன செய்யப் போறோம்னு யோசிக்கணும். அதைச் செயல்படுத்தணும்."

"நா என்ன செய்யணும்னு நினைக்கறேள்? நா அமெரிக்கா போறது தப்புன்னு தோண்றதா?"

"எது நல்லதுன்னு நீயாத்தான் யோசிச்சு தீர்மானம் எடுக்கணுமே தவிர யாருக்காகவும் நீ முடிவெடுக்க வேண்டாம். நா என்னோட கருத்தைத்தான் சொன்னேன். உன்னை ஒரு விஷயம் கேக்கட்டுமா?"

"கேளுங்கோ."

"இந்தியாவோட சுதந்திரப் போராட்டத்தைப் பத்தி எந்த அளவுக்கு உனக்குத் தெரியும்?"

"ஏன் தெரியாம? ஸ்கூல்ல எத்தனை பாடம் படிச்சிருக்கோம்."

"வெறும் பாடமாத்தானே தெரியும்? பரீட்சைக்காக இல்லாம அதுக்கு மேல அதைப்பத்தி ஆழமா ஏதாவது படிச்சோ, கேட்டோ தெரிஞ்சுண்ருக்கயா?"

"அதுக்கெல்லாம் ஏது தாத்தா நேரம்? படிப்பு, வீட்டுப் பாடம், பரீட்சை, மார்க், புரொமோஷன். அப்பறம் பப்ளிக் எக்ஸாம், காலேஜ் அட்மிஷன், மேல் படிப்புன்னு ஒரு ரன்னிங் ரேஸ்ல இல்ல எங்க படிப்பு கழிஞ்சுது! என்ன படிச்சா எவ்ளோ சம்பாதிக்கலாம்னு கேட்டுத் தெரிஞ்சுக்கற அளவுக்குதான் எங்க திட்டமிடல்கள் இருந்தது."

"போகட்டும் இந்த நாட்டை விட்டுப் போறதுக்கு முந்தியாவது அதைப் பத்தித் தெரிஞ்சுக்கற ஆசை உண்டா?"

"பாட்டி அடிக்கடி உங்களைப் பத்திப் பெருமையா சொல்லுவா, உங்ககூட பத்து நாளாவது நான் இருந்துட்டு வரணும்னு அடிக்கடி சொல்லுவா. தேசபக்தி தொடர்பான புத்தகங்களைத்தான் பாட்டி

நிறைய படிப்பா. என்னையும் படிக்கச் சொல்வா. அந்த வயசுல அதுல எல்லாம் பெரிசா ஆர்வம் இருந்ததில்லை."

"சரித்திரத்தைப் பாடமா வெச்சுப் படி படின்னு பாடாய்ப் படுத்தினா. அதுமேல எப்டி ஆர்வம் ஏற்படும்? மதிப்பெண் வாங்கினா போதும்னு மனப்பாடம் பண்ணி பரீட்சை பேப்பரில் கொட்டிட்டுப் போறுண்டா சாமின்னு அதோட அதை மறந்துடறது. நீங்கள்ளாம் எண்பதும், தொண்ணூறும் மார்க் வாங்கறதுக்காகவா சரித்திரங்கள் நடக்கறது? இந்தியாவுக்கு சுதந்திரம் வாங்கித் தந்தது காந்திஜின்னு தெரியும். அவருக்கும் முன்னாடி சுதந்திரத்துக்காக உசிரைவிட்ட எல்லார் பேரும் உங்களுக்குத் தெரியுமா? தெரிஞ்சுக்க முயற்சி பண்ணியிருக்கேளா? சரித்திரத்தில் இடம் பிடித்த முக்கியமானவா பேர் வேணா நினைவிருக்கும். முகம் தெரியாத எத்தனையோ பேர் இந்த மண்ணுக்கு உரமா மாறியிருப்பது தெரியுமா? தெரியாது. ஏன்னா அது பற்றி எல்லாம் உங்க சரித்திரக் கேள்வித் தாள்களில் கேள்விகள் இருக்காது."

தாத்தா சொல்லச் சொல்ல வெட்க உணர்வு தனக்குள் பரவுவதை உணர்ந்தான் அனந்து.

"உண்மைதான் தாத்தா. அது வெறும் மதிப்பெண் படிப்புன்னு ஆய்டுத்து. ஐ.ஏ.எஸ். பரீட்சை எழுதறவன் கூட சரித்திரத்தை வெச்சு அந்த பட்டத்தை வாங்கி பதவியில் அமர்ந்துடணும்னுதான் அதை சிறப்புப் பாடமா எடுத்துக்கறான். அந்த மாதிரி திடீர் சரித்திரக் காதலர்களை நானே நிறைய பார்த்திருக்கேன். தப்புதான் நா ஒத்துக்கறேன். இதை எப்டி சரி செய்ய முடியும்னு உங்களுக்குத் தோணறது?"

"என் பெரிய பிள்ளை ராஜாராமன் இருக்கானே... அதான் உன் பெரிய தாத்தா. அவன்கிட்ட போய் சரித்திரப் பாடம் எப்டி படிச்சான்னு கேளு. அவன் சொல்லுவான். போலாமா...?" தாத்தா எழுந்திருந்தார்.

"எட்டு மணிக்கு மொட்டை மாடி, மறந்துடாதே" வீட்டுக்குள் நுழையும்போது தாத்தா நினைவுபடுத்தியதும் அசட்டுச் சிரிப்பு சிரித்தான்.

கூடத்தில் இரவு பலகாரக்கடை நடந்து கொண்டிருந்தது. திவச பட்சணங்களையே இரவு பலகாரமாக பெரியவர்கள் சாப்பிட, இளைய தலைமுறை தோசையை ஒரு கை பார்த்துக் கொண்டிருந்தது.

"வாடா அனந்து நீயும் உட்கார்" பாட்டி அவனுக்கு ஒரு வாழையிலை போட்டு தோசை வைத்தாள். தொட்டுக்கொள்ள கெட்டியாய் ஏதோ ஒரு கலவையை வைத்தாள். தோசைக்குத் தொட்டுக்கொள்ள அது மிகவும் சுவையாக இருந்தது. இப்படி ஒரு சுவை இதுவரை அவன் நாவு அறியாதது?

"இதென்ன பாட்டி... ரொம்ப டேஸ்ட்டா இருக்கே!" அவன் கேட்டதும் எல்லாரும் பக்கென சிரித்தார்கள்.

"டேய் அனந்து காலம்பற நீ என்னல்லாம் சாப்ட்டன்னு ஞாபகமிருக்கா?"

"ஏன் இல்லாம? பாவக்காய் கூட்டு, சேப்பங்கிழங்கு கறி, வாழைக்காய் கறி, புடலங்காய் கூட்டு, மிளகு ரசம், மோர்க் குழம்பு."

"போதும் போதும். உனக்கு நல்ல ஞாபக சக்திதான். சரி கேட்டுக்கோ. காலம்பற தனித்தனியா சாப்ட்ட எல்லா ஐட்டத்தையும் ஒண்ணா கொட்டி சுருள சுருள வதக்கினா கிடைக்கற ஐட்டம்தான். இப்போ உன் இலையில் தோசைக்குப் பக்கத்துல உட்கார்ந்துண்டுருக்கு. இதுக்கு நாங்க வெச்சிருக்கற பேர் தெவச ஸ்பெஷல், தெவசத்தன்னிக்கு மட்டும்தான் கிடைக்கும்."

"அடேயப்பா. டேஸ்ட்டாதான் இருக்கு." அனந்து இன்னொரு கரண்டி கேட்டு வாங்கிச் சாப்பிட்டான். கடிகார முள் ஏழு ஐம்பதைக் காட்டியதை எதேச்சையாக கவனித்தவன் சட்டென எழுந்து கை கழுவி விட்டு மெதுவாக மாடிப்பக்கம் நழுவினான்.

மாடவீதி ஜே ஜே என்றிருந்தது. குளத்தை ஒட்டிய நடைபாதைக் கடைகளில் எல்லா பிராயத்திலும் மனிதர்கள் ஏதோ வாங்கிக் கொண்டிருந்தார்கள். குளத்து நீர் மின்னொளியில்

தகதகத்த அழகையும், கபாலீச்சர கோபுரங்களையும் பார்த்தபடி எவ்வளவு நேரம் வேண்டுமானாலும் நின்று கொண்டிருக்கலாம் எனத் தோன்றியது. குளத்து நீரில் பட்டு வீசிய காற்று தன்மையாய் தேகத்தைத் தொட்டுச் சென்றது.

“ஹாய் அனந்து இங்க என்ன பண்ற?” குரல் கேட்டு சட்டென திரும்பினான். பக்கெட் நிறைய ஈரத்துணிகளுடன் வந்திருந்தாள் விஜி.

“சும்மாதான். நல்ல காற்று.”

“பொய்... மாடவீதில போற பெண்களை சைலன்ட்டா சைட் அடிக்கத்தானே வந்த...?”

“இதானே வேண்டாங்கறது.”

விஜி சிரித்தபடி ஈரத் துணிகளை ஒவ்வொன்றாய் எடுத்து நிதானமாக உதறி உதறி உலர்த்தி கிளிப்புகளைப் போட, அனந்து கடிகாரத்தைப் பார்த்தான். மணி எட்டைக் கடந்திருந்தது. தாத்தா சொன்ன பெண் எப்போது வருவாள்? மறந்து விட்டாரா தாத்தா...? அல்லது விஜி இருப்பதைப் பார்த்து அவள் திரும்பிச் சென்று விட்டாளா...? துணி உலர்த்த இந்தப் பெண்ணுக்கு நல்ல நேரம் கிடைத்தது. இவள் எப்போது உலர்த்தி முடித்து. எப்போது அந்தப் பெண் வந்து... சரிதான்! அவன் அலுப்போடு முகத்தைத் திருப்பிக்கொண்டான். எப்போது பக்கெட் காலியாகும் என்று ஓரக் கண்ணால் பார்த்தான். ஒரு வழியாய் கடைசி துணியையும் உதறி அவள் உலர்த்தியதும் அப்பாடா என்றிருந்தது. உடனே கீழே போய்விடுவாள் என்று நினைத்தவனின் எண்ணத்தில் மண்ணைப் போட்டாள் அவள்.

“உனக்கு டெல்லி பிடிச்சிருக்கா, சென்னை பிடிச்சிருக்கா அனந்து.”

“பெண்ணே இந்தக் கேள்வி கேட்க நல்ல நேரம் பார்த்தாய் போ.” அனந்து மனசுக்குள் முனகியபடி அவளைப் பார்த்தான்.

“இதுக்கு பதில் இப்பவே சொல்லியாகணுமா?”

“ஏதாவது புஸ்தகத்தை புரட்டிப் பார்த்துதான் இந்தக் கேள்விக்கு பதில் கண்டுபிடிக்கணும்னா ரெண்டு நாள் கழிச்சுச் சொல்லு போதும்.”

இந்த தாத்தா என்ன செய்கிறார்? பொறுப்பே இல்லாமல்? இவளை யாராவது கீழே அழைத்துக்கொள்ளக் கூடாதா?

“கீழ யாரோ உன்னைக் கூப்பிடறா போல்ருக்கே.”

“யாரும் கூப்பிட மாட்டா. எல்லார்க்கும் தெரியும். நா மொட்டை மாடில காரியமார்க்கேன்னு” விஜி சொல்ல, அவன் என்ன செய்வதென யோசித்தான்.

———

5

அத்தியாயம்

> கமல மேவும் திருவே! - நின்மேல்
> காதலாகி நின்றேன்
> குமரி நின்னை இங்கே – பெற்றோர்
> கோடி யின்ப முற்றார்;
> மலரின் மேவு திருவே! - உன்மேல்
> மையல் பொங்கி நின்றேன்;
> நிலவு செய்யும் முகமும் – காண்பார்
> நினைவ ழிக்கும் விழியும்,
> கலக லென்ற மொழியும் – தெய்வக்
> களிது லங்கு நகையும்,
> அமரர் போல வாழ்வேன் – என்மேல்
> அன்பு கொள்வை யாயின்

"அப்டின்னா என்னைத்தான் யாரோ கூட்ட்ருக்கணும்" அவன் மாடிப்படி நோக்கி நழுவ, விஜி புன்னகைத்தாள்.

கீழே பெண்கள் எல்லோரும் அடுக்களை சுத்தம் செய்வதிலும், டி.வி. சீரியலிலும் ஆழ்ந்திருக்க மூன்றாம் தலைமுறை ஒருவரைக்கூடக் காணவில்லை.

"எல்லாரும் எங்கே...?"

"சாப்ட்டதெல்லாம் செரிக்க வேண்டாமா ஊர் சுத்தப் போயிருப்பா."

“தாத்தா...”

“சாஸ்திரிகளாம் வரை போயிருக்கார்.”

“பெரிய தாத்தா, சின்ன தாத்தா...?”

“ராமகிருஷ்ணா மடம் போயிருப்பா. தினம் போய் அங்க சித்த நாழி உட்கார்ந்து தியானம் பண்ணிட்டு வருவா. நீயும் வேணா போய்ட்டு வாயேன் ரொம்ப நன்னார்க்கும்.”

அவன் வாசற்புறம் வந்தான். ஆனாலும் தாத்தா இப்படி ஏமாற்றியிருக்க வேண்டாம். அது சரி அவருக்கு மட்டும் ஜோசியமா தெரியும். இந்த விஜி ஒரு வண்டி துணியோடு அதே நேரத்திற்கு மொட்டை மாடிக்கு வருவாள் என்று? காரியம் கெட்டது என்பதை அவனுக்குத் தெரிவிக்கக் கூட முடியாமல் அவர் கிளம்பிப் போயிருக்கக் கூடும். போரடித்தது அவனுக்கு. தெருவில் இறங்கி காலாற நடந்தான். குளத்தைச் சுற்றிக்கொண்டு சாயிபாபா கோயில் வரை நடந்தான். பாட்டிக்கு சாயிபாபா மீது பரம ஈடுபாடு உண்டு. பாட்டியை மனதில் நினைத்துக்கொண்டு, கோயிலுக்குள் நுழைந்து தரிசனம் செய்துவிட்டு சுற்றிக்கொண்டு வெளியில் வந்த சமயம் எதிர் சாரியில் யாருடனோ பேசியபடி நின்றிருந்தார் கொள்ளுத் தாத்தா. முகம் மலர அவரை நோக்கிச் சென்றான்.

“அட அனந்து நீ எங்கடா இங்க? சரி நா கிளம்பறேன். அப்புறம் பார்ப்போம்.”

பேசிக் கொண்டிருந்தவரிடம் விடைபெற்றுக் கொண்டு அவனோடு நடந்தார். அவரது நடை அவனைவிட வேகமாக இருந்தது கண்டு வியந்தான் அனந்து.

“என்னடா பெண்ணைப் பார்த்தயா. பிடிச்சிருக்கா?” தாத்தா கேட்டதும் திகைப்போடு அவரைப் பார்த்தான்.

“பெண்ணை அனுப்பினேளா நீங்க?”

“பின்னே...?”

“அது சரி... அப்போ உங்களுக்கு நடந்ததெல்லாம் தெரிய சான்ஸ் இல்ல. எட்டு மணிக்கு பெண் வருவான்னு பார்த்தா,

பக்கெட் துணியோட நேரம் பார்த்து அங்க வந்தா விஜி. அவ அங்க இருக்கறதைப் பார்த்து நீங்க அனுப்பின பெண் வந்த வழியே போயிருக்கணும்னு நினைக்கறேன். ஆக மொத்தம் அவ வரலை.”

“அப்டின்னு யார் சொன்னா? அவ அங்கதான் இருந்தா.”

“இல்ல... தாத்தா... நாந்தான் சொன்னேனே.”

“நான் என்ன சொன்னேன் உங்கிட்ட...? எட்டு மணிக்கு பெண் வருவான்னேன். ஏன் கல்யாணப் பெண் பக்கெட் துணியோட வரப்படாதா? துணி உலர்த்திண்டே பேசப்படாதா என்ன?”

தூக்கி வாரிப்போட அவரைப் பார்த்தான்.

“அப்டின்னா...”

“அப்பாடா... இப்பவாவது புரிஞ்சுதே” தாத்தா சிரிக்க, அவன் நம்ப முடியாதவனாக அவரையே பார்த்தான்.

“விஜி அது பத்தி ஒண்ணுமே பேசலையே தாத்தா.”

“உங்கிட்ட என்ன சொன்னேனோ அதைத்தான் நா அவகிட்டயும் சொன்னேன். எட்டு மணிக்கு மாடிக்குப் போன்னு. அவ ரொம்ப சமத்து. ரொம்ப கேஷுவலா துணி உலர்த்தறா மாதிரி வந்திருக்கா.” அனந்து அசடு வழியச் சிரித்தான்.

“சரி சொல்லு. விஜியைப் பிடிச்சிருக்கா...?”

“திடீர்னு கேட்டா...? நா அவளை எதிர்பார்க்கல. வேற யாரோ வரப்போறான்னு நினைச்சேன்.”

“விஜி ஒரு அபூர்வமான பெண். உங்கப்பா உன் கல்யாண விஷயத்தை ஆரம்பிச்சதும் என் மனசுக்குள்ள தோணின பெண் விஜிதான். ஒண்ணும் அவசரமில்ல. நாலு நாள் அவகாசம் எடுத்துக்கோ. நா சொன்னது உண்மைதான்னு தோணின பிறகு உன் சம்மதத்தைச் சொல்லு போதும்.”

“விஜிக்கு சம்மதமா...?”

“சம்மதமில்லாமயா வருவா? வாசுவுக்கும் இந்த விஷயம் தெரியும்.”

ஒஹோ... சீட்டாடும்போது வாசு அவனைக் கிண்டலடித்துப் பேசியதற்கு இதுதான் காரணமா?

“மறுபடியும் சொல்றேன். நீ அமெரிக்கால யாரையானம் கல்யாணம் பண்ணிக்கொண்டு விடுவாயோன்ற பயமெல்லாம் இங்க யாருக்கும் இல்லை. கொள்ளுப் பேரனுக்கு கல்யாணம் பண்ணி, ஒரு எள்ளுப் பேரனைப் பார்க்கற யோகம் எனக்குக் கிடைக்குமான்னு முயற்சிக்கறேன். அவ்ளோதான். நீ வேண்டாம்னா யாரும் உன்னை வற்புறுத்தப் போறதில்ல. நீ சுதந்திரமா ஒரு முடிவெடுக்கலாம்.”

பேசியபடியே அவர்கள் வீட்டை அடைந்தபோது, பெரிய தாத்தா வாசற்படியில் அமர்ந்திருந்தார். கொள்ளுத் தாத்தா வீட்டுக்குள் செல்ல அனந்து பெரிய தாத்தாவின் அருகில் அமர்ந்தான்.

“கோவில்ல நானும், கொள்ளுத் தாத்தாவும் பேசிண்டிருந்தப்போ பேச்சு சரித்திரப் பாடம் சம்பந்தமா திரும்பித்து. நீங்க சரித்திரப் பாடத்துல புலின்னார் கொள்ளுத் தாத்தா. எல்லார்க்கும் போரடிக்கற சரித்திரப் பாடத்துல நீங்க மட்டும் எப்படி புலியானேள்?”

“நா படிச்சு வளர்ந்தது பயற்றூர்லதான். அரசாங்கப் பள்ளிதான். எனக்குக் கிடைச்ச சரித்திர ஆசிரியர் ரொம்ப ரொம்ப புதுமையானவர். சரித்திர வகுப்புல பாதிபேர் தூங்கி ஆடிண்டு இருப்பா. தூங்காதேன்னு அதட்டினா சரிப்படாது. இந்த பசங்களை எப்டி சரித்திரப் புலிகளாக்கலாம்னு யோசிச்சார் அவர்.”

ஒரு நாள் சரித்திர வகுப்பு ஆரம்பிக்கற நேரம் ஒரு புதிய மனிதர் ஆசிரியரோட உள்ள வந்தார்.

“அய்யா பேர் நாகசாமி. காந்திஜியோட கொள்கைகளில் ஈடுபாடு உள்ளவர். நம்ம நாட்டுக்கு சுதந்திரம் கிடைச்சதுல

இவருக்கும் கொஞ்சம் பங்கிருக்கு. நிறைய அஹிம்சை போராட்டத்துல கலந்துண்டு இருக்கார். இவரோட அனுபவங்கள் ரொம்ப சுவாரசியமா இருக்கு. அதை நா மட்டும் கேக்கறதை விட, நாம எல்லாருமே கேக்கலாமேன்னு வகுப்புக்கே கூட்டிட்டு வந்துட்டேன்னு சொல்லி அவரை அறிமுகப்படுத்தினார். அதுக்குப் பிறகு அந்த சுதந்திரப் போராட்ட தியாகி தன்னுடைய அனுபவங்களை அவர் வாயாலயே ஒரு கதை மாதிரி படு சுவாரசியமா சொன்னாரே பார்க்கலாம். ஒரு பய தூங்கணுமே. கொட்ட கொட்ட அவரையே பார்த்தபடி கதை கேட்டோம். அன்னிக்கு வந்தவர் வெள்ளையனே வெளியேறு இயக்கத்துலயும், வ.உ.சி.யோட அன்னிய துணி பகிஷ்கரிப்பு, உப்பு சத்தியாக்கிரக யாத்திரை இதிலெல்லாம் பங்கெடுத்த ஒரு தியாகி.

தொடர்ந்து மூணு வகுப்புக்கு வந்து அவர் தன் அனுபவங்களை சொல்லிட்டுப் போன பிறகு, அது தொடர்பா ஆசிரியர் கேட்ட கேள்விகளுக்கெல்லாம் டக் டக்குன்னு பதில் சொன்னோம். அது சம்பந்தமா இன்னும் நிறைய படிக்கணும்னு ஆசைப்பட்டு நூலகத்துல நூல்களைத் தேடுவோம். எங்க பாடப் புத்தகத்துல இருந்த பாடங்கள் தொடர்பா அவர் ஒவ்வொரு வகுப்புக்கும் அதோடு தொடர்புடைய அனுபவஸ்தர்களை அழைத்து வருவார். அவர்கள் தங்கள் அனுபவங்களைச் சொல்லிட்டுப் போவார்கள்.

எங்க மனசுல சரித்திரம் ஆழமா பதிஞ்சுது. வருடங்களும், நாட்களும் தூக்கத்துலகூட மறக்காது. சரித்திர ஆர்வம் அதிகமாகிக்கொண்டே வந்தது. ஒருமுறை ராஜராஜ சோழனைப் பத்தின பாடம். இன்னிக்கு யாரைக் கூட்டிண்டு வரப் போறார் ஆசிரியர்னு ஆவலா அவருக்காகக் காத்திருந்தோம். கொஞ்ச நேரத்துல தலையில் கிரீடமும், இடுப்பில் வாளும், மார்பில் தகதகன்னு மணி மாலைகளும், முறுக்கின மீசையுமா சாட்சாத் ராஜராஜ சோழனே உள்ள வந்தான். அவன் தன் சாதனைகளை எல்லாம் தன் வாயாலயே தன் பேரக் குழந்தைகளுக்கு கதை சொல்றாப்போல சொல்லச் சொல்ல சோழ சாம்ராஜ்யத்தின் பொற்காலம் எங்க மனசுலயும் கல்வெட்டுகள் மாதிரி

பதிஞ்சுபோச்சு. பரீட்சை நேரத்துல மனசுக்குள்ள ராஜராஜ சோழன் வகுப்புல பேசினதெல்லாம் அட்சரம் பிசகாம ஞாபகம் வரும். மனப்பாடமில்லாம எங்க சொந்த வார்த்தைகளில் பதில் எழுதற அளவுக்கு எல்லாரும் புலிகளாய்ட்டோம்."

அனந்து வியந்தான். என்ன ஒரு ஆசிரியர்! ஒரு விஷயத்தை நன்கு அறிந்து மனதில் நிறுத்திக் கொள்வதுதான் கல்வி என்பதை உணர்ந்துகொண்டு என்ன அழகாக கற்பித்திருக்கிறார். இதுபோல் எல்லாம் இப்போது ஏன் ஆசிரியர்கள் இல்லாமல் போய் விட்டார். எத்தனை விதமான கல்விகள் வந்து விட்டன. எவ்வளவு உயர் படிப்புகள். ஆனால் எல்லாமே பொருளீட்டும் பொருட்டு கற்பிக்கப்படும் கல்வியாக அல்லவா இருக்கிறது. தன் தொழில் சார்ந்த அறிவு தாண்டி இன்றைக்கு எத்தனை பேருக்கு பொது அறிவு இருக்கிறது? அரசியல்வாதிகள் எத்தனை பேருக்கு இந்திய சரித்திரம் தெரியும்?

அவன் பெருமூச்சு விட்டான். "சரித்திரம் என்பது நாட்டுக்கு மட்டுமல்ல. ஒவ்வொரு வீட்டிற்கும் கூட இருக்கிறது. எத்தனை பேருக்குத் தன் வீட்டின் சரித்திரம் தெரியும்? நாலு தலைமுறைக்கு முன் வாழ்ந்த முன்னோர்களின் பெயர் எத்தனை பேருக்குத் தெரியும்? பெரிய தாத்தா கேட்டதும், கூசிப் போனான் அவன். அவர் சொல்வது உண்மைதான். தாத்தா பாட்டிக்கு முன்பு வாழ்ந்தவர்கள் பெயர்கள் எத்தனை பேருக்குத் தெரியும்?"

"உன்னையே எடுத்துக்கோ, நீ மட்டுமில்ல. இந்த வீட்ல உன் தலைமுறையைச் சேர்ந்த யாரும் இதுவரை உங்க கொள்ளு தாத்தாகிட்ட அவரோட சுதந்திரப் போராட்ட அனுபவங்களைக் கேட்ருக்கேளா? அனுபவச் சுரங்கம் அவர். அந்தச் சுரங்கத்தைக் குடைந்து புதையல் எடுக்கற ஆசை உங்களில் யாருக்கும் ஏன் வரமாட்டேங்கறது. அவரா அதுபத்தி சொன்னா கிழத்துக்கு வேற வேலை இல்லைன்னு கேலிப் பேச்சு. அவரை மாதிரி தியாகிகள் உயிரோட இருக்கறதே அபூர்வம். உயிரோட இருக்கற ஒருத்தர்கிட்ட அவர் அனுபவங்களைக் கேட்டுக்காம இருந்தா நஷ்டம் அவருக்கில்ல, நமக்குதான்." பெரிய தாத்தா

கொட்டாவி விட்டார். "காலம்பற எழுந்தது. தூக்கம் வரது நா போய்ப் படுக்கறேன்" என்றபடி எழுந்தார்.

அனந்து எழுந்து அறைக்கு வந்தான். ரகுவின் அறையிலிருந்த கணிப்பொறியில் அமர்ந்து தனது மின்னஞ்சலைப் பார்த்து பதில் அனுப்ப வேண்டியதற்கு பதில் அளித்துவிட்டு வந்து படுத்தான்.

அடுத்த நாள் காலை குளித்துவிட்டு, அவன் கீழே இறங்கி வந்தபோது காய்கறி நறுக்கிக் கொண்டிருந்த விஜியைக் கண்டதும் கால்கள் சற்றே தயங்கியது. ஆனால் விஜி சாதாரணமாகவே அவனைப் பார்த்தாள்.

"வா அனந்து, இரு காபி கொண்டு வரேன்" என எழுந்தாள். சில வினாடிகளில் காபியோடு வந்து அவனிடம் அதைக் கொடுத்துவிட்டு காய்கறி நறுக்க அமர்ந்தாள். அவன் அமர்ந்திருந்த கோணத்திலிருந்து பார்க்கும்போது விஜியின் முகத் தோற்றம் வசீகரமாகவே இருந்தது. நேற்றுவரை கண்ணில் படாத வசீகரம்.

"நீதான் அதுன்னு நீயாவது நேத்திக்கு சொல்லியிருக்கலாமே விஜி" மெல்லிய குரலில் அவன் கேட்டதும், விஜி நிமிர்ந்து பார்த்து புன்னகைத்தாள்.

"நீ புரிஞ்சுப்பன்னு நினைச்சேன்."

"வீட்டுக்குள்ளேர்ந்தே ஒரு பெண் வருவான்னு நான் நினைக்கலை. புதுசா ஒரு முகம் வரும்னு எதிர்பார்த்தேன்."

"நாளைக்கு வேணா வேற ஒரு புது முகம் மாட்டிண்டு வந்தா போச்சு. உன் ஆசையைக் கெடுப்பானேன்?"

அவன் சிரித்தான். அவனிடம் பேசியபடியே அவள் காய்கறிகளை வேகமாகவும், சீராகவும் நறுக்கியதை ரசித்தான்.

"எங்கிட்டேர்ந்து என்ன பதிலை நீ விரும்பற?" சில வினாடிகள் கழித்து அவன் கேட்டதும், அவள் நிமிர்ந்து அவனைப் பார்த்து புன்னகைத்தாள்.

“என் சந்தோஷத்துக்காக பதில் சொல்லப் போறயா? இல்ல உன் உண்மையான பதிலைச் சொல்லப் போறயா? எனக்கு உண்மை பிடிக்கும். நா உண்மையைச் சொல்லிடறேன். தாத்தா என்கிட்ட கேட்டப்போ என் கல்யாணத்துக்கென்ன இப்போ அவசரம்னுதான் கேட்டேன். நா உன்னை வற்புறுத்தல. யோசிச்சுச் சொல்லு. நல்ல குழந்தைகள் ரெண்டுபேர் ஒண்ணு சேர்ந்தா நாங்கள்ளாம் சந்தோஷப்படுவோம்னார். யோசிச்சேன். தாத்தாவோட சந்தோஷம்ங்கறதைத் தாண்டி உன்னைப் பிடிக்கலன்னு சொல்றதுக்கு எங்கிட்ட எந்தக் காரணமுமில்லன்னு தெரிஞ்சுது. தாத்தாக்காக மட்டுமில்ல எனக்காகவும்தான் நான் சரின்னு சொன்னேன். ஒருவேளை அனந்துக்கு இதுல இஷ்டமில்லன்னு சொல்லிட்டா நீ வருத்தப்பட மாட்டயேன்னு கேட்டார் தாத்தா. அரேஞ்டு மேரேஜ்ல வருத்தமென்னன்னு சொன்னேன். பத்து வரன் வந்து பார்க்கறதும், ஏதோ ஒரு விஷயத்தால அது சரிப்படாம போறதும், அடுத்த வரனுக்காக ஒரு பெண் காத்திருக்கறதும் தமிழ்நாட்டு பெண்களுக்கு பழக்கமில்லாத விஷயமா என்ன? நாம பேசறதும், சிரிக்கறதும், அழறதும், கோபப்படறதும் நம்ம ஸ்கிரிப்ட்டா என்ன? ஸ்கிரிப்ட் ஆண்டவனோடது. யாரை எப்போ யாரோட சேர்க்கணும்னு அவனுக்குத் தெரியும். நம்ம வேலை நடிக்கறது மட்டும்தான். ரொம்பக் குழப்பிக்க வேண்டாம். ஸோ உன் மனசுல இருக்கற உண்மையை நீ சொல்லு போதும்.”

விஜி பளிச்சென ஒரு சிரிப்பை உதிர்த்தபடி நறுக்கின காய்கறியோடு எழுந்து உள்ளே போனாள். அந்த வினாடி அவன் மனசு அவளை நேசிக்கத் துவங்கியது. பதினெட்டு வயதிருக்குமா? என்ன ஒரு தெளிவு! என்ன ஒரு தீர்மானம்! பகுத்தறிவும், இறை நம்பிக்கையும் சம அளவில் கலந்த புதுமைப் பெண்ணாகத்தான் அவள் தெரிந்தாள். அவன் அங்கு வந்து எட்டு நாளாகிறது. தினமும் பார்க்கிற விஜிதான். ஆனால், அப்போதெல்லாம் கண்ணில் படாத அவளது அழகும் அறிவும், நாசூக்கும் நளினமும் இப்போதுதான் கண்ணில் படுகிறது என்றால் என்ன சொல்ல! அவன் சிரித்துக் கொண்டான்.

யோகாசனம் பண்ணிக்கொண்டிருந்த கொள்ளுத் தாத்தாவிடம் வந்தான் அவன். பிராணாயாமம் செய்து கொண்டிருந்தவர் அதை முடித்துவிட்டு அவனைப் பார்த்துச் சிரித்தார்.

"நீங்க சொன்னது உண்மைதான் தாத்தா. விஜி அபூர்வமான பெண்தான். உங்க முடிவும் சரிதான். நீங்க முகூர்த்த நாள் பார்க்கலாம்."

"பார்த்தாச்சே" தாத்தா சிரித்தார். "என்ன பார்க்கற? நீ இந்த பதிலைத்தான் சொல்லுவன்னு என் உள் மனசுக்கு நம்பிக்கை ஏற்பட்டுது. நேத்து சாஸ்திரிகளைப் பார்க்கப்போனது வேறெதுக்குன்னு நினைச்ச? முகூர்த்த நாள் பார்க்கத்தான். இந்த மாசக் கடைசில ஒரு முகூர்த்தம் இருக்கு. அடுத்த மாசம் எட்டாம் தேதி இன்னொரு நாள் இருக்குன்னார். உங்கப்பாட்ட சொல்லியாச்சு. அவர் எந்த நாள் சொல்றாரோ அன்னிக்கு கல்யாணம்."

"உங்க உள் மனசு மேல உங்களுக்கு அவ்ளோ நம்பிக்கையா...?"

"பின்னே... உள் மனசுங்கறதை என்னன்னு நினைச்ச? நீ வணங்கற கடவுள் உன் மனசுக்குள்ளதான் இருக்கான். உன் உள் மனசுக்கு அபார ஆற்றல் இருக்கு. உன்னோட நியாயமான ஆசைகளை உன் உள் மனசுகிட்ட சொல்லி வை. அது எல்லாத்தையும் நிறைவேற்றி வைக்கும்."

"ஆச்சர்யமா இருக்கே. அப்டின்னா கோவில்ல போய் பிரார்த்தனையே செய்ய வேண்டாமே."

தாத்தா சிரித்தார்.

"கோவில்ல போய் தெய்வத்தை கண் நிறைய பார்த்து தரிசனம் பண்ணின பிறகு என்ன பண்றோம். கண்ணை மூடிண்டு நாம பார்த்த தெய்வத்தை மனசுக்குள்ள நிறுத்தி வெச்சுதானே பிரார்த்தனை செய்யறோம். அந்த பிரார்த்தனை என்பதே, நீ உன் உள் மனசுக்கு வைக்கற கோரிக்கைதான். கோவில்ல தெய்வீகச் சூழல் இருக்கும். நம்ம மனசு ஒருமுகப்படும். அதனாலதான்

கோவிலுக்குப் போறோம். மனசு ஒருமுகப்படும் போதுதான் நம்ம உள் மனசு திறக்கும். நம்ம பிரார்த்தனைகளை காது கொடுத்துக் கேட்கும். பிறகு அதை செயல்படுத்த ஆரம்பிக்கும். ஒரு நாளும் உன் மனசு உன்னை ஏமாத்தாது. உன் வியாதிகளை அது தீர்த்து வைக்கும். உன் ஆசைகளை அது பூர்த்தி செய்யும். நீ நல்லதைக் கேட்டா, நல்லது நடக்கும். நீ கெட்டதை நினைச்சா, கெட்டதைக் கொடுக்கும். கற்பக விருட்சத்தைப் பத்தி கேள்விப்பட்டுருக்கயா நீ? அது வேறெங்கயும் இல்ல. உன் ஆழ் மனசுக்குள்ளதான் இருக்கு. இந்த ஆழ் மனசைத்தான் ஆங்கிலத்தில் சப் கான்ஷியஸ் மைண்டுன்னு சொல்றோம். அது இருபத்தி நாலு மணி நேரமும் முழிச்சுண்ருக்கும். நீ தூங்கும்போதும் அது உன்னை பத்திரமா பார்த்துக்கும். சாதாரண மனுஷனுக்குத்தான் கோயில்கள் எல்லாம். ஞானிகள் எந்த இடத்துலயும், எந்த நேரத்துலயும் மனசை ஒருமுகப்படுத்தி தெய்வத்தை உள்ளுக்குள் காணக் கூடியவர்கள். உன்னால அது முடியும்னா நீயும் கோவிலுக்குப் போகாமயே தெய்வத்தை தரிசனம் பண்ணி உனக்கு வேண்டியதைக் கேட்கலாம்."

"அடேயப்பா..." அனந்து வியந்தான்.

"அது சரி உங்க உள் மனசுல இன்னும் என்னல்லாம் ஆசை இருக்கு?"

"இப்போதைக்கு ஒரு ஆசை இருக்கு. ரொம்ப காலமா ஒரு ஆசை இருக்கு. இது ரெண்டும் நிச்சயம் நிறைவேறும்."

"அந்த ரெண்டு ஆசையும் என்னன்னு தெரிஞ்சுக்கலாமா?"

"என் வீட்டு இளைய தலைமுறைகள் இந்த மண்ணை விட்டுட்டு எங்கயும் போகக் கூடாதுன்னு ஒரு ஆசை. ஆனா போகாதேன்னு யாரையும் நா சொல்ல மாட்டேன். இந்த மண்தான் உசத்தின்னு புரிஞ்சுண்டு அவாளே அந்த முடிவை எடுக்கணும். எடுப்பான்ற நம்பிக்கை எனக்கிருக்கு."

அனந்து அவரையே பார்த்தான். தன்னையும் சேர்த்துதான் அவர் சொல்கிறார் என்பது புரிய, மெல்லிய குற்ற உணர்வு படிந்தது அவன் மனசில்.

“இன்னொரு ஆசை என்ன தாத்தா?”

“அது நீண்ட நாள் கோரிக்கை. அது நிறைவேறின பிறகு அதைப் பத்திச் சொல்றேன்.”

“என் ஆர்வத்தைக் கிளறி விட்டுட்டு அந்த மர்மத்தை விடுவிக்காம போனா எப்டி?”

தாத்தா ஒரு புன்னகையை மட்டுமே பதிலாக அளித்தார்.

சம்பந்தப்பட்ட இருவரும் சம்மதம் அளித்த பிறகு, ஒன்றிரண்டு பேருக்கு மட்டுமே தெரிந்த கல்யாண விஷயத்தை சாப்பாட்டு நேரத்தில் அனைவரிடமும் சந்தோஷமாகச் சொன்னார். அத்தனைபேரும் மகிழ்ந்து போனார்கள். அனந்துவுக்கும் விஜிக்கும் வாழ்த்து சொன்னார்கள். கிண்டலும் கேலியும் சிரிப்பும் கூடத்தில் நிறைந்தது.

ஒன்பது மணிக்கு அப்பாவிடமிருந்து தொலைபேசி அழைப்பு வந்தது.

“தேங்க்ஸ்டா அனந்து.”

“எதுக்குப்பா?”

“நாங்க ஆசைப்பட்டு எடுத்த முடிவுக்கு நீ சம்மதம் சொன்னதுக்கு.”

“நா இல்லப்பா உங்களுக்கெல்லாம் தேங்க்ஸ் சொல்லணும்?”

“அடுத்த மாசம் எட்டாம் தேதி முகூர்த்தம் வெச்சுக்கலாம்னு முடிவு பண்ணியிருக்கோம். நா ராத்திரி இது பத்தி தாத்தாட்ட பேசறேன்னு சொல்லு.”

“சரிப்பா.”

போனை வைத்துவிட்டு வந்தபோதுதான் கூடத்திலிருந்து வந்த அந்த சப்தத்தை கவனித்தான். சின்னத் தாத்தாதான் பெரிய தாத்தாவிடம் கத்திக் கொண்டிருந்தார். கொள்ளுத் தாத்தாவைக் காணவில்லை.

“யாரைக் கேட்டு இந்த முடிவெடுத்தார் அவர்? நா இதுக்கு ஒரு நாளும் ஒத்துக்க மாட்டேன். அப்பா இல்லாத பொண்ணுன்னா கேக்க யாருமில்லைன்னு நினைச்சுட்டாரா? ஒரு நாளும் நா இந்த கல்யாணத்துக்கு சம்மதிக்க மாட்டேன். மீறி நடந்தா என் பொணத்து மேலதான் நடக்கணும் அது.”

அனந்து அதிர்ந்து நின்றான்.

——

6

அத்தியாயம்

துணி வெளுக்க மண்ணுண்டு
தோல் வெளுக்க சாம்பருண்டு
மணி வெளுக்க சாணையுண்டு
மனம் வெளுக்க வழியில்லை
பிணிகளுக்கு மாற்றுண்டு
பேதமைக்கு மாற்றில்லை.

மனிதன் பஞ்சபூதங்களின் சிறுவடிவாயிருப்பவன். ஆகாச அம்சம் மேலிடும்போது ஞானமும், வாயு அம்சத்தால் மனமும், தேஜஸ் எனப்படும் அக்னியால் புத்தியும், ஜலாம்சத்தால் சித்தமும், பிருத்வி அம்சத்தினால் அகங்காரமும் உண்டாகிறது என்பது மகரிஷிகளின் வாக்கு. சின்னத் தாத்தாவின் மனசில் மண் மண்டி விட்டதோ என்று தோன்றியது அனந்துவிற்கு. அகங்காரம் அவர் கண்களை மறைத்திருந்தது. கண் மண் தெரியாமல் கத்துவது என்பது இதுதானோ? எதனால் அவர் இந்த திருமணத்தை எதிர்க்கிறார்? அவருக்கு யார் மீது என்ன கோபம்? தகப்பனில்லாத பெண் என்று விஜியிடம் பரிவு காட்டும் அவர் விஜிக்கு அவன் சரியான புருஷன் அல்ல என்று நினைக்கிறாரா? அப்படி என்ன தன்மீது அவருக்கு துவேஷம்?

இதற்கான பதிலைத் தெரிந்துகொள்ளா விட்டால் தலையே வெடித்துவிடும் போலிருந்தது அவனுக்கு. விஜியே இந்த திருமணத்தில் தனக்கு பரிபூரண சம்மதம் என்று தெரிவித்த பிறகு, மறுப்பதற்கு இவருக்கு யார் அதிகாரம் அளித்தது? பல்வேறு யோசனைகளுடே அவன் முகத்தில் எவ்வித உணர்ச்சியையும் காட்டாமல் அமைதியாக நடப்பதை கவனித்தான்.

விஜி ஜானகிராமனிடம் வந்தாள். "எதனால உங்களுக்கு இந்த கல்யாணத்துல இஷ்டமில்ல தாத்தா?" நேருக்கு நேர் அவர் முகத்தைப் பார்த்துக் கேட்டாள்.

"உன்னைக் கல்யாணம் செய்துக்கற தகுதி அவனுக்கில்ல."

"ஏன் அனந்துவுக்கென்ன? அழகில்லையா, படிப்பில்லையா, குணமில்லையா...? சொல்லப்போனா என்னைவிட நூறு மடங்கு உசத்தியான பெண்கள் எல்லாம் அவனுக்குக் கிடைப்பா. அவனைக் கல்யாணம் பண்ணிக்கற தகுதி எனக்குதான் இல்லைன்னு நான் நினைக்கறேன். ஆனாலும் எனக்கு கொஞ்சம் அதிர்ஷ்டம் இருந்ததாலதான் என்னைக் கல்யாணம் செய்துக்க அனந்து சம்மதிச்சான்னு நினைக்கறேன்."

"நீ என்ன சொன்னாலும் எனக்கு இதுல இஷ்டமில்ல. உங்கப்பா என் மடிலதான் உசிரை விட்டான். தன் பிள்ளைகளைப் பத்தி கூட அவன் பயப்படல. ஒரு பெண் குழந்தைக்கு தகப்பனா வாழ்ந்து கல்யாணம் செய்து கொடுக்க முடியாம கேன்சர்ல இப்படி அல்பாயுசுல போறோமேன்னு அவன் கண் கலங்கினது எனக்குத்தான் தெரியும். கடைசிவரை ஆஸ்பத்திரியில் அவனருகில் இருந்து கவனிச்சுண்டவன் நான். அந்த கடைசி நிமிடம் என் மடியில்தான் அவன் கிடந்தான். விஜி இனி உங்க பொறுப்பு பெரியப்பா. அவளை விட்ராதீங்கோன்னு சொன்னதுதான் அவனோட கடைசி பேச்சு. என் தம்பியும் போயாச்சு. தம்பி பிள்ளையும் போயாச்சு. உங்கம்மா, பாட்டி ரெண்டுபேரும் புருஷனைப் பறிகொடுத்துட்டு வாழ்ந்தது போதும். நீயாவது நன்னார்க்கணும்னு நா நெனைக்கறது தப்பா...?"

ஜானகிராமன் கேட்டதும் அனந்து அதிர்ந்து போனான். விஜி அதைவிட அதிகமாய் அதிர்ந்தாள். என்ன சொல்ல வருகிறார் பெரியப்பா. அனந்துவுக்கு ஆயுள் குறைவு என்றா அல்லது அவளுக்கு மாங்கல்ய பலம் குறைவு என்றா, அவளது குறைபாட்டால் அவனது ஆயுள் குறைந்துவிடக் கூடும் என்றா?

"அவள் மட்டுமல்ல மொத்த வீடுமே சின்னத் தாத்தாவின் பேச்சால் அதிர்ந்துதான் போயிருந்தது. அதுவரை தெளிவாயிருந்த எல்லாரது மனமும் அந்தப் பேச்சால் குழம்ப ஆரம்பித்தது. அனந்து விஜி இருவருமே அவர்களுக்கு மிகவும் வேண்டிய ரத்த சொந்தங்கள். விஜி அந்த வீட்டிலேயே வளர்ந்தவள் என்ற பாசம் ஒரு புறம். அதே நேரம் பத்தே நாள்தான் பழகினான் என்றாலும் அனந்து எல்லாருக்கும் பிடித்தவனாகிப் போயிருந்தான். அவன் நீண்ட ஆயுளோடு இருக்க வேண்டுமென்பதில் யாருக்கும் எந்தக் கருத்து வேற்றுமையும் இல்லை. சேர்வதால் இருவருக்குமே துயரமெனில் எதற்கு அவர்களை ஒன்று சேர்க்க வேண்டுமென்ற கேள்வி எல்லாருக்குமே எழும்பியது. முக்கியமாய் விஜியின் அம்மாவுக்கு ஜானகிராமன் ஏதோ ஒரு உண்மையை அறிந்து கொண்டுதான் இந்தத் திருமணம் வேண்டாம்" என்கிறார் என்று அவள் நம்பினாள்.

பொங்கின பால், ஒரு கை நீரில் தணிந்தாற்போல் அத்தனை பேரின் சந்தோஷமும், உற்சாகமும் ஒரு க்ஷணத்தில் வடிந்துதான் போயிற்று. பயமுறுத்துகிற ஒரு அமைதி அங்கே படர்ந்தது.

வெளியில் சென்றிருந்த கொள்ளுத் தாத்தா, வீடு திரும்பியதும் ரகு ஓடிப்போய், சின்னத் தாத்தா ஜானகிராமன் பேசியதையெல்லாம் அவரிடம் சொன்னான். கொள்ளுத் தாத்தாவின் முகம் இறுகியது. அவர் எதுவும் பேசாமல் தன் அறையில் போய் கண்ணை மூடி அமர்ந்துகொண்டார். அவரருகில் சென்று பேசக் கூடத் தயக்கமாக இருந்தது. சற்று நேரம் போகட்டும் என்று அவரைத் தனிமையில் விட்டுவிட்டு தன் அறைக்கு வந்தான் அனந்து. வாசுவும், ரகுவும், கல்யாணமும் அறையில் தீவிர ஆலோசனையிலிருந்தார்கள்.

அனந்துவைப் பார்த்ததும் மூவரும் பேச்சை நிறுத்திவிட்டு அவனைப் பார்த்தார்கள்.

"என்னடா அனந்து இந்த தாத்தா இப்டி ஒரு குண்டைத் தூக்கிப் போட்டுட்டார்."

"எனக்கு நம்பிக்கையிருக்கு. நம்ம எல்லார்க்கும் மேல ஒரு சக்தியிருக்கு. அது எங்க ரெண்டுபேரையும் சேர்த்து வைக்கும்" இதற்குமேல் அனந்து எதுவும் பேசவில்லை.

"எனக்கு ஜாதகம் கீதகம் இதுலல்லாம் சுத்தமா நம்பிக்கையே இல்ல. தாத்தா தேவையில்லாம பிரச்சனை பண்றாரோன்னு தோண்றது" - இது ரகு.

"பெரியவாளுக்கு அனுபவ அறிவு இருக்கும்தான். அதுக்காக கண்ணை மூடிண்டு அவா சொல்றதை எல்லாம் கேட்டாகணுமா?" - இது கல்யாணத்தின் கேள்வி.

"அப்டி பார்த்தா சின்ன தாத்தாவைப் பெத்த கொள்ளுத்தாத்தாவுக்கு இல்லாத அனுபவ அறிவா? அவர் எடுத்த முடிவை, தான் மதிக்க மாட்டேன்னு சொல்றது அவரை அவமானப்படுத்தறா மாதிரி. இந்த விஷயத்துல நாம எல்லாரும் கொள்ளுத் தாத்தாக்குதான் நம்ம ஆதரவைக் கொடுக்கணும். என்ன சொல்ற?" இப்படிக் கேட்டது ரகு.

"இங்க பாருங்கோ பசங்களா... என் கல்யாணத்தினால சந்தோஷமா இருந்த இந்த வீடு ரெண்டு கோஷ்டியா பிரிய வேண்டாம். யாரோட மனசையும் கஷ்டப்படுத்தி எனக்கொரு கல்யாணம் வேண்டாம். எல்லாருமா ஆசீர்வாதம் பண்றோம்னு சொன்ன பிறகு இதைப் பத்தி யோசிப்போம். இப்போதைக்கு இதை விட்ருவோம்."

"இந்த முடிவை நீ எடுக்கக் கூடாதுடா அனந்து. கொள்ளு தாத்தா இந்த விஷயத்துல என்ன அபிப்ராயப்படறார்னு தெரிஞ்சுக்காம சின்னத் தாத்தா சொன்னதை வெச்சுண்டு கல்யாணம் வேண்டாம்னு நீ சொல்றதுகூட கொள்ளுத் தாத்தாவை

அவமானப்படுத்தறா மாதிரிதான். உன் முடிவு தெரிஞ்சா அவர் எவ்ளோ வேதனைப்படுவார்னு யோசிச்சயா?"

வாசு இப்படிக் கேட்டதும் அனந்து திகைத்தான். தன் பேச்சில் தனக்கே தெரியாமல் வெளிப்பட்டிருந்த அகங்காரத்தை வாசுவின் சொற்களின் மூலம் உணர்ந்து கூசிப் போனான். சின்னத் தாத்தாவின் எதிர்ப்புக்கான உண்மையான காரணத்தை அறிய முற்படாமல் அவருக்கு சாதகமான ஒரு முடிவை உணர்ச்சி வயப்பட்டு தான் எடுத்தது எவ்வளவு பெரிய தவறு?

"நா கொள்ளு தாத்தாவைப் பார்த்துட்டு வரேன்" அவன் சட்டென எழுந்தான். தாத்தாவைத் தேடிச் சென்றான்.

தாத்தா சாய்வு நாற்காலியில் கண் மூடியபடி சாய்ந்திருந்தார். அனந்து மெல்ல அவரைத் தொட்டபடி, அவர் காலடியில் அமர்ந்தான். கண் விழித்த தாத்தா அவனைப் பார்த்து புன்னகைத்தார்.

"கல்யாணம் நின்னுடும்னு பயப்படறயா?" என்றார்.

"கடவுள் முடிச்சுபோட்டு வெச்சிருந்தார்னா எங்க கல்யாணத்தை யாராலயும் நிறுத்திட முடியாதுன்னு நா நம்பறேன் தாத்தா. ஆனா ஏன் சின்னத் தாத்தா இப்டியெல்லாம் நடந்துக்கறார்? அவருக்கு எங்க குடும்பத்தின் மேல் ஏன் இவ்ளோ துவேஷம், நாங்க என்ன தப்பு பண்ணினோம்?"

"அவன் உங்களைக் குற்றவாளியா பார்க்கல. என்னைத்தான் அப்படிப் பார்க்கறான்."

"நீங்க அப்டி என்ன குற்றம் செய்துட்டதா நினைக்கறார் அவர்."

"நான் நிரபராதின்னு அவன் தன் அறிவினால்தான் உணரணுமேயொழிய, நான் என்னை அவனுக்கு நிரூபிக்கணும்னு அவசியமில்ல. அதர்வண வேதம் படிச்சவன் எதுக்கும் நடுங்க மாட்டான். தர்வம்னா நடுக்கம். அதர்வம்னா நடுக்கமின்மை. நல்லதை நினைச்சு, நல்லதைப் பார்த்து, நல்லதைப் பேசி,

நல்லதைக் கேட்டு வாழறவன் எதற்கும் நடுங்க மாட்டான்னு சொல்றது அதர்வண வேதம். கண்ணால் பாக்கறதும், காதால் கேக்கறதையும் நம்பாதே தீர விசாரித்து மெய்ப்பொருளை அறியணும்னு சொல்றது குறள். தீர விசாரிக்கத் தெரியாதவன் கண்ணுக்கு எல்லாமே குற்றமாதான் தெரியும்."

அவர் எதை தீர விசாரிக்கலைன்னு நீங்க சொல்றேள் தாத்தா? அனந்து கேட்டதும், ஒரு வினாடி திகைத்தார் கொள்ளுத் தாத்தா. படபடப்பில் தான் ஏதேதோ பேசி விட்டோம் என்பது புரிய அவர் சட்டென அமைதியானார்.

"ப்ளீஸ் தாத்தா உங்க மனசுல ஏதோ ஒரு விஷயம் வெளில சொல்ல முடியாம புதைஞ்சு போயிருக்கு. அதுதான் உங்களுக்கும், உங்க பிள்ளைக்கும் பிரச்சனை ஏற்படக் காரணம்னு நெனைக்கறேன். அது என்னன்னு சொல்லிட்டா எல்லாமே சரியாய்டும்னு தோணறது."

அனந்து கெஞ்சலாகக் கேட்க, அவர் கண்களை மூடிக்கொண்டார்.

"ஒற்றை வரியில சொல்ற பதிலாடா இது...?" முனகலாகக் கேட்டது அவர் குரல்.

"நீங்க ரொம்ப ரொம்ப பெரியவா தாத்தா. வயசுலயும் சரி, அனுபவத்துலயும் சரி. உங்க வாழ்க்கை ஒரு திறந்த புத்தகமா இருந்தாதான் எங்களை மாதிரி இளைய தலைமுறைக்கு உபயோகமா இருக்கும். உங்ககிட்டேர்ந்து நாங்க கத்துக்க வேண்டியது நிறைய இருக்கு. நா இங்க வந்த அன்னிக்கு இந்த வீட்டின் நாலாவது தலைமுறை உங்களை சரியா மதிக்கலையோன்னு ஒரு சின்ன வருத்தமும், சந்தேகமும் ஏற்பட்டுது. ஆனா அவாள்ளாம் உங்க மேல எந்த அளவுக்கு அன்பும், மரியாதையும் வெச்சிருக்கான்னு இன்னிக்குதான் புரிஞ்சுண்டேன். இந்த நாலாவது தலைமுறை தன் முதல் மரியாதையை உங்களுக்குதான் தரது. உங்க பிள்ளையே ஆனாலும் உங்களை அவர் எதிர்த்துப் பேசறது எங்க மனசுக்கு

கஷ்டமார்க்கு நீங்க மனசு விட்டுப் பேசினாதான் எங்க குழப்பம் தீரும்."

அனந்து மிகப் பணிவாய்த் தன் வேண்டுகோளை அவரிடம் சொன்னான்.

"எல்லாரோட மனசுலயும் பகிர்ந்துக்க முடியாத சில உண்மைகள் இருக்கும்டா அனந்து. உண்மைக்கு வீரியம் ஜாஸ்தி. அதைத் தாங்கிக்க நிறைய வைராக்யம் வேணும்."

"அந்த வைராக்யம் எனக்கு இருக்குன்னு நான் நம்பறேன்."

"ஆகட்டும் அதுக்கான நேரம் வரும்போது பார்ப்போம்."

"என் கல்யாணத்துக்கு வீட்டுக்குள்ளேர்ந்தே ஒரு எதிர்ப்பு வந்திருக்கு. இதை எப்டி சமாளிக்கப் போறேள் தாத்தா?"

"எதிர்ப்பு வந்தாதான் வெற்றிக்கு மரியாதை கூடும். உங்க கல்யாணம் நல்லபடியா நடக்கும். சந்தோஷமா இரு."

"விஜியைக் கல்யாணம் செய்துக்கற தகுதி எனக்கில்லைன்னு சின்னத் தாத்தா சொன்னதுக்கு என்ன காரணம்னு தெரிஞ்சுக்காத வரை என்னால சந்தோஷமா இருக்க முடியாது தாத்தா. அவரோட அந்த வார்த்தைகள் என்னைத் தூக்கி சாக்கடைல போட்டாப்போல இருக்கு."

"போய் உங்க சின்னத் தாத்தாகிட்ட இதுக்குக் காரணம் கேளு."

"அவர்கிட்ட கேட்டா அவர் உங்களைக் கேக்கச் சொல்லி அனுப்புவார்."

"கல்யாணம் ஏன் கூடாதுன்னு சொல்றதுக்கு அவன் காரணம் சொல்லித்தானே ஆகணும்."

"சொன்னார். ஆனா அது சரியில்ல."

"அப்போ சரியான காரணத்தைக் கேளு. என் முகத்தைப் பார்த்து அவன் உண்மையைச் சொல்லணும்."

அன்றிரவு எல்லோரும் சாப்பிடும்போது தனியாக ஒதுங்கி அமர்ந்து டி.வி. பார்த்துக்கொண்டிருந்த சின்னத் தாத்தாவிடம் வந்தான் அனந்து.

“அப்பா போன் பண்ணினார் தாத்தா. இங்க நடந்ததைச் சொல்ல வேண்டிய அவசியம் ஏற்பட்டுது. சொல்லிட்டேன். உங்களுக்கு ஏன் இந்தக் கல்யாணத்துல இஷ்டமில்லன்னு உண்மையான காரணத்தை வெளிப்படையா நீங்க எல்லார்கிட்டயும் சொல்லணுமாம். இங்க இருக்கறவங்களுக்கெல்லாம் அது திருப்தியாவும், நியாயமாகவும் இருந்துதுன்னா இந்தக் கல்யாணப் பேச்சை இதோட நிறுத்திடறாராம். ஒருவேளை நீங்க உண்மையைச் சொல்லலைன்னா குறித்த முகூர்த்தத்துல உங்க ஆசீர்வாதம் கிடைக்காவிட்டாலும் இந்தக் கல்யாணம் நடக்கும்னார்.”

சின்னத் தாத்தா நிமிர்ந்து அவனை வெறித்துப் பார்த்தார்.

“நா உண்மையைச் சொன்னா நீ தாங்க மாட்ட.”

“என் வலிமை எனக்குத் தெரியும். நீங்க உண்மையைச் சொல்லுங்கோ. அது உண்மையா இல்லையான்னு முதல்ல தெரிஞ்சுக்கறேன்.”

“உண்மையைச் சொல்ல எனக்கென்ன பயம்? சொல்றேன் கேட்டுக்கோ. எங்க குடும்பத்துல மொத்தம் அஞ்சு பேர். அதுல ஒண்ணு எங்கம்மாக்கு பொறந்ததில்ல. எங்கப்பாவைக் கேளு, அது யாரு? யாருக்குப் பொறந்ததுன்னு?”

சின்னத் தாத்தா சொல்லி நிறுத்த, மொத்த குடும்பமும் உறைந்து போயிற்று. கொள்ளுத் தாத்தா மரம் மாதிரி அமர்ந்திருந்தார்.

◈◈◈

மனிதனுக்கு அதிகத் தொல்லை கொடுக்கும் உறுப்பு எது என்ற கேள்விக்கு நாக்கு என்று பதில் சொல்லப்பட்டிருக்கிறது யோக சாரத்தில். அதே யோக சாரம் மிகத் தீய குணமாக கோபத்தையும் சுட்டிக்காட்டியிருக்கிறது. கோபம் உள்ளவனால்

தெளிவாக சிந்திக்க முடியாது. தெளிவற்ற மனதில் உண்மைகள் புலப்படுவதில்லை. ஜானகிராமனின் மனதில் சந்தேகமும், வெறுப்பும், கோபமும், துவேஷமும் பாசமாய்ப் படர்ந்து மண்டியிருந்தது.

இது நாள் வரை உள்ளுக்குள் சுமந்து எடை ஏறிப் போயிருந்த சந்தேகப் பானையை வீடே அதிரும் வண்ணம் அவர் போட்டு உடைத்த பிறகு அங்கே மயான அமைதி நிலவியது. அனைவரும் கொள்ளுத் தாத்தா இதற்கு என்ன பதில் சொல்லப் போகிறார் என்பதுபோல் பதற்றம் குறையாமல் அவரைப் பார்த்தார்கள்.

"கொள்ளுத் தாத்தா ஜானகிராமனை ஒரு வினாடி உற்றுப் பார்த்தார். நீ சொன்னது உண்மைதான். அஞ்சுல ஒண்ணு எங்களுக்குப் பிறக்கல அது நீதான்" என்றார். ஜானகிராமனின் முகம் சிவந்தது. கொள்ளுத் தாத்தா அற்பப்பதரே என்கிறார் போல் அவரைப் பார்த்து விட்டு, அதற்குமேல் அங்கு நிற்க விரும்பாமல் விலகிச் சென்றார்.

வீடு திகைத்து நின்றது.

"உங்களை நீங்களே அசிங்கப்படுத்திக்கறா மாதிரி இது! இப்டி சொல்ல வெக்கமால்ல? குறைப் பிரசவத்துல பிறந்து உயிர் பிழைச்சவன் நான்ங்கறது ஊருக்கேத் தெரியும். என்னைப் பெத்த நாலாம் நாள் அம்மாக்கு ஜன்னி வந்து பிழைச்சதைப் பத்தி பின்னாடி எங்கிட்டயே சொல்லியிருக்கேள். உங்க தப்பை மூடி மறைக்க என்னை அம்மணமாக்கிட்டுப் போனா, உண்மை செத்தா போய்டும்?"

"உண்மை உனக்குதான் தெரியுமே. நீயே சொல்லிடு எல்லார்க்கும்."

தாத்தாவின் உருவம் கூடம் தாண்டி வாசற்புறமாய் மறைந்தது.

ஒவ்வொருவர், ஒவ்வொரு முகபாவனையில் என்ன செய்வதெனப் புரியாமல் அமர்ந்திருந்தார்கள்.

விஜி எழுந்து போய் சாப்பிட்ட கையைக் கழுவிவிட்டு, சின்னத் தாத்தாவின் முன்னால் போய் நின்றாள்.

"என்னைப் பொறுத்தவரை கொள்ளுத் தாத்தா சந்தேகத்துக்கு அப்பாற்பட்ட மகா மனிதர். அவரை நீங்க குற்றம் சொல்லிட்டதால அவர் குற்றவாளியா ஆய்ட மாட்டார். உங்க மனசுல ஏதோ ஒரு நச்சு விதை எப்பவோ விழுந்திருக்கு. அது இப்போ விருட்சமா வளர்ந்து சேறும், சகதியும் சூழ கெட்ட வாசனையைப் பரப்பிண்டு நிக்கறது. யாருக்கும் நல்லது செய்ய முடியாத ஒண்ணை எதுக்கு தாத்தா இன்னமும் சுமந்துண்டு கஷ்டப்படறேள்? அந்த விஷத்தோட வீரியம்தான் உங்க நாக்குலேர்ந்து வீசறது. நீங்க எவ்ளோ நல்லவர்ங்கறது எனக்குத் தெரியும். உங்க இயல்பைக் காணாமலடிச்சுட்ட அந்த விருட்சத்தை தூக்கி வெளில எறிஞ்சுடக் கூடாதா? எனக்கு என் பழைய தாத்தா வேணுங்கற ஆசையில்தான் இதைச் சொல்றேன். ப்ளீஸ் தாத்தா."

"நீ நினைக்கிறா மாதிரி இல்லம்மா... நா சொல்றது நிஜம்."

"சரி... நிஜமாவே இருந்துட்டுப் போகட்டும். எந்த நிஜமும் எங்களுக்குத் தேவையில்லை. நாங்க கேட்டோமா...? நீங்கள்ளாம் செத்துப் போயிருந்தா இதெல்லாம் யாருக்குத் தெரியப்போறது? சந்தேகப்படறவனுக்கு, தான் நினைக்கறதுதான் நிஜம்னு தோணும். போதும் தாத்தா. எந்த உண்மையும் இங்க யாருக்கும் தெரிய வேண்டாம். நீங்கள்ளாம் சேர்ந்து ஆசீர்வாதம் பண்ணி எங்க கல்யாணத்தை நடத்தி வெப்பேள்னு நினைச்சேன். பெரியவா முடிவெடுத்து, கேட்டப்பறம்தான் எங்க மனசுல ஆசை ஏற்பட்டுது. இனி அந்த ஆசையை அழிக்கறது கஷ்டம். நா வேற ஒருத்தரைக் கல்யாணம் பண்ணிப்பேன்னு கனவுலயும் நினைக்க வேண்டாம்" விஜி சொல்ல, ஜானகிராமன் மலைத்துப் போனார்.

——

7

அத்தியாயம்

தீ வளர்த்திடுவோம்! - பெருந்
தீ வளர்த்திடுவோம்
ஆவியினுள்ளும் அறிவி னிடையிலும்
அன்பை வளர்த்திடுவோம் – நெஞ்சிற்
கவலைகள் நோவுகள் யாவையும்
நீக்கிக் கொடுப்பவனை - உயிர்
நீளத் தருபவனை ஒளிர்
நேர்மைப் பெருங்கனலை - நல்
ஆண்மை சமைப்பவனைப் பெருந்திரள்
ஆகிப் பணிந்திடுவோம்.

இருளை ஒளி விழுங்கத் துவங்கிய அதிகாலைப் பொழுதில் மொட்டைமாடியில் செப்பு பாத்திரம் ஒன்றில் பசு வரட்டி இட்டு அக்னி வளர்த்துக்கொண்டிருந்த கொள்ளுத் தாத்தாவின் அருகில் அமர்ந்திருந்தார்கள் அந்த வீட்டின் இளைய தலைமுறைகள் அனைவரும்.

வில்வக்குச்சிகளை ஒடித்து அக்னியில் வைத்து பசு நெய் விட, அக்னி கொழுந்துவிட்டு அழகாய் வளர்ந்தது.

பசு நெய்யில் ஊறியிருந்த பழுப்பு அரிசியை சரியாய் சூர்யோதய நேரத்திற்கு வினாடி பிசகாமல் அக்னியில் இட்டார்.

சூர்யாய ஸ்வாஹா
சூர்யாய இதம் நமஹ
பிரஜாபதேய ஸ்வாஹா
பிரஜாபதேய இதம் நமஹ.

இரண்டாவது சிட்டிகை அரிசியும் இட்ட பின், நெய்யை மறுபடியும் அக்னியில் வார்க்க அது திகுதிகுவென சுடர்விட்டு வளர்ந்தது.

அக்னி தானாய் அணையும் வரை பிரணாயாமம் செய்தவரை எல்லோரும் ஆச்சர்யம் கலந்த மௌனத்தோடு பார்த்துக் கொண்டிருந்தார்கள். இத்தனை காலமாய் தாத்தா மொட்டைமாடியில் என்ன செய்கிறார் என்றே எவரும் கவலைப்பட்டதில்லை. எப்போதாவது அவர்கள் அங்கு வரும்போது அவர் யோகாசனங்கள் செய்து கொண்டிருப்பதைத்தான் பார்த்திருக்கிறார்கள்.

"வா நீயும் வந்து இதைக் கற்றுக்கொள். உன் உடலும், மனமும் உறுதியாகும். நீயாக விரும்பினாலொழிய எமன் உன்னை நெருங்கத் துணிய மாட்டான்" என்பார். போதும்டா சாமி என்று அவர்கள் அந்தப் பக்கமே வருவதில்லை. அனந்துவே அன்றைக்குதான் இத்தனை சீக்கிரம் எழுந்து வந்ததால் இந்த அக்னி வளர்த்தலைப் பார்க்கிறான். அவன் இதற்குமுன் அவர் ஆசனங்கள் செய்யும் போதுதான் அங்கு வந்திருக்கிறான்."

"இதென்ன ஹோமம் தாத்தா?" சற்றுப் பொறுத்து அவன் கேட்டான்.

"அக்னி ஹோத்திரம்னு சொல்லுவா."

"என்ன விசேஷம் இன்னிக்கு?"

"ஒரு விசேஷமுமில்ல. இது நா தினப்படி பண்ற ஹோமம்தான். சூர்யோதய நேரத்துலயும், சூர்யாஸ்தம நேரத்துலயும் இதைச் செய்தா காற்று சுத்தப்படும். காற்றிலிருக்கற நச்சுக்களை இதுலேர்ந்து வரும் புகை ஸ்வாஹா பண்ணிடும். இது ஒரு விஞ்ஞானம். பசுவறட்டியும், பசு நெய்யும், அக்னியும், முனை உடையாத முழு அரிசியும் ஒன்று சேர்ந்து எரியும்போது வெளிப்படற வாயு காற்று மண்டலத்தைச் சுத்தப்படுத்தற மாமருந்து. போபால்ல விஷ வாயு கசிஞ்சப்போ இந்த அக்னி ஹோத்திரம் செய்யப்பட்ட பகுதியில் இருந்தவர்களுக்கு மட்டும் அந்த விஷ வாயுவால ஒரு பாதிப்பும் ஏற்படாததுக்கு காரணம் இதோட அற்புதமான மகிமைதான். அறுபது வருஷமா இதை நா பண்ணிண்டு இருக்கேன். ஏதோ என்னால முடிஞ்ச வரை இந்த லோகத்துக்கு செய்யற நன்மை. அது சரி நீங்க எல்லாரும் என்ன இந்த நேரத்துல என்னைத் தேடிண்டு வந்திருக்கேள்?"

"இந்த அக்னியைப் பத்தி நீங்க என்ன நினைக்கறேள் தாத்தா?" விஜி கேட்டதும், எதற்கு இந்தக் கேள்வி என்பதுபோல புருவம் சுருங்க அவளைப் பார்த்தார்.

"வாயு மாசுபடலாம், ஜலம் மாசுபடலாம், பூமி மாசுபடலாம். ஆனா எத்தனை குப்பையை விழுங்கினாலும் தன் பரிசுத்தம் குறையாத ஒண்ணு உண்டுன்னா அது அக்னி மட்டும்தான். தவிர எப்டி எரிய விட்டாலும் அதனோட முனை மேல்நோக்கி மட்டும்தான் இருக்கும். பரிசுத்தமா இரு. மேன்மையா இருன்னு சொல்றது. கஷ்டங்கள் உன்னை எவ்ளோ புரட்டிப் போட்டாலும் உன் சிந்தை மட்டும் மேல்நோக்கி ஈஸ்வர தியானத்துல இருக்கணும்னு அக்னி நமக்கு உபதேசிக்கறதா தோணும்."

"எத்தனை குப்பை தன் மேல விழுந்தாலும் தன் பரிசுத்தத்தை நிரூபிக்கற அக்னி மாதிரி நீங்களும் உங்க மேல ஏற்பட்டிருக்கற வீண் பழியை சுட்டெரிச்சுட்டு உங்களை நிரூபிக்க வேண்டாமா?"

"எப்டி நிரூபிக்கணுங்கற?"

"நீங்க நெருப்புன்னு நிரூபிக்கணும்."

“நெருப்போட இயல்பு எரியறது. எரிதல்ங்கறது அது ஜீவனோட இருக்குங்கறதுக்கான அடையாளம். நானும் ஜீவனோடதான் இருக்கேன்.”

“நெருப்போட அழகு எது தாத்தா?”

“ஜ்வாலை.”

“மனுஷனோட ஜ்வாலைன்னு எதைச் சொல்லலாம்?”

“நினைவுகளைச் சொல்லலாம்.”

“அப்போ உங்க அழகான ஜ்வாலையை எங்களுக்குப் பார்க்க வேண்டாமா? உங்க மனசுல ஜ்வாலை விட்டு பிரகாசிக்கற உங்க நினைவுகளை எங்களோட நீங்க பகிர்ந்துக்கக் கூடாதா? அதுக்காகத்தான் நாங்க எல்லாரும் ஆவலோட இந்த நேரத்துக்கு எழுந்து இங்க வந்திருக்கோம்.”

“என்ன நினைவுகளைப் பகிர்ந்துக்கச் சொல்றேள்? மனசுல எத்தனையோ இருக்கும். அது ஒரு டைரி மாதிரி. அதுல எந்தப் பக்கம் வேணும் உங்களுக்கு?”

“ஒருமுறை நா உங்ககிட்ட பேசும்போது கல்யாணம் செய்துக்க பயந்துண்டு நீங்க வீட்டை விட்டு ஓடிப் போனதா சொன்னேள். எங்க போனேள்? எப்போ வீட்டுக்குத் திரும்பி வந்தேள்? எங்க நீங்க இருந்தேள்? அதைப் பத்தி சொல்லுங்கோ.”

அனந்து கேட்டதும், அவர் கண்ணை மூடியபடி புன்னகைத்தார்.

◈◈◈

“பசங்கள்ளாம் எங்க போனா? யாரையும் காணும்?” சின்னத் தாத்தா டிபன் சாப்பிட்டபடி மாட்டுப் பெண்ணிடம் கேட்டார்.

“உங்கண்ணாட்ட பேசிண்ருந்தா தெரியும். அதுக்கப்புறம் மாடிக்கு போய்ட்டா எல்லாரும்” அவள் சொல்லிக் கொண்டிருக்கும்போதே ராஜாராமன் அங்கே வந்தார். சாப்பிட்டுக் கொண்டிருந்த தம்பியை முறைத்துப் பார்த்தார்.

“இப்போ திருப்தியா?”

“என்ன...?”

“உன்னால வீட்ல ஒருத்தரும் சாப்டல இன்னிக்கு. உனக்குத் திருப்தியான்னு கேட்டேன்.”

“இதோ பார் ராஜாராமா. இப்பவும் சொல்றேன். நா எந்தத் தப்பும் பண்ணல. ரொம்பக் காலமா அப்பா மறைச்சு வெச்சிருந்த ஒரு உண்மையைச் சொன்னேன். பொல்லாதவனா ஆய்ட்டேன்.”

“என்னடா உண்மை அது?”

“அதான் சொன்னேனே. இந்தக் குடும்பத்தோட முதல் பெண் வாரிசு, நம்மோட சகோதரின்னு சொல்லி வளர்க்கப்பட்ட விசாலம் உண்மையில் நம்ம அம்மாவுக்குப் பிறந்த பெண் இல்ல?”

“அதெப்டி உனக்குத் தெரியும்? நீ சொல்றதை உண்மைன்னு நா எப்டி நம்பறது.”

“நம்பறதும், நம்பாததும் உன் இஷ்டம். ஆனா நா சொல்றதுதான் உண்மை. அப்பாவுக்கும் அது தெரியும். கோதண்டத்துக்குப் பிறகு அம்மா பிள்ளையாண்டிருந்தப்போ எனக்கு எட்டு வயசு, அம்மாவோட திருவாரூர்ல ஒருமுறை மருத்துவச்சி வீட்டுக்கு நானும் அழுது அடம்பிடிச்சுப் போயிருந்தேன். அம்மா டாக்டர்கிட்ட எழுந்து போனப்போ மருந்து குடுக்கற இடத்துல அப்பாவை ஒரு பர்தா போட்ட முஸ்லீம் பெண்ணோட பார்த்தேன். நா அவர்கிட்ட போறதா, வேண்டாமான்னு யோசிக்கறதுக்குள்ள அப்பா அந்தப் பெண்ணோட வெளில போய்ட்டார். நா வெளில போய்ப் பாக்கறதுக்குள்ள அம்மா என்னைக் கூப்பிட்டது கேட்டது. நா அப்பாவைப் பார்த்ததை அவகிட்ட சொன்னேன்.”

“போடா பைத்தாரா அப்பாவாவது முஸ்லீம் பெண்ணோட போறதாவது. நீ அப்பா மாதிரி ஜாடையில் யாரையாவது பார்த்திருப்ப. ஒருத்தரை மாதிரியே ஏழு பேரைப் படைப்பானாம் பிரும்மா, தெரியுமோன்னு என் வாயை அடைச்சுட்டா. அம்மாவை பிரசவத்துக்காக ஆஸ்பத்திரியில் சேர்த்தப்போ நானும்

ஒட்டிண்டு மோட்டார் கார்ல அவாளோட போனேன். பாட்டி பால் வாங்கிண்டு வரபோனப்போ ஆயா ஒருத்தி வந்து எங்கடா உங்க பாட்டின்னு கேட்டா. கடைக்குப் போயிருக்கான்னேன்."

"பாட்டி வந்தா சொல்லு உங்கம்மாக்கு ஆண் கொழந்த பொறந்திருக்குன்னு சொன்னா. நா சந்தோஷமாய்ட்டேன். பாட்டியைத் தேடிண்டு கடைப்பக்கம் ஓடினப்போ என் மேல ஒரு கை ரிக்ஷா மோதித்து. கால்ல சதை கிழிஞ்சு இரத்தம் கொட்டித்து. நடு ரோட்ல மயக்கமான நா கண் விழிச்சு பார்த்தப்போ ஆஸ்பத்திரில இருந்தேன். என் கால்ல பெரிசா கட்டுப் போட்டிருந்தது. நா எழுந்து நடக்க ரெண்டு வாரமாச்சுன்னு எல்லார்க்கும் தெரியும்."

ரெண்டு வாரம் கழிச்சு நா பார்க்கும்போது பாட்டி குழந்தையைக் குளிப்பாட்டிண்டு இருந்தா, அது பெண் குழந்தை. நா பாட்டிகிட்ட கேட்டேன், "அம்மாக்கு ஆண் குழந்தைதானே பிறந்ததுன்னு ஆஸ்பத்திரில ஆயா சொன்னா? அது எப்டி பொண்ணா மாறித்து?"

"பொண்ணுதாண்டா பொறந்துது. ஆயா தப்பா சொல்லியிருக்கா. வேற யாருக்கோ ஆண் கொழந்தை பிறந்ததை உங்கிட்ட வந்து உங்கம்மாக்குன்னு சொல்லிட்டா போலருக்கு. பாரேன் குழந்தையை. உன்னாட்டமே இருக்கு பார் மூக்கு வாயெல்லாம்."

பாட்டி சுலபமா சொல்லிட்டா. ஆனா என்னால நம்ப முடியல. என்னாச்சுன்னு எனக்குப் புரியவும் இல்ல. அந்தப் பெண் குழந்தை அம்மாவுக்குப் பிறக்கலன்றதுல எனக்கு எந்த சந்தேகமும் இல்ல. அம்மாவுக்கு பிறந்த ஆண் குழந்தை எங்கே? நர்ஸ் பொய் சொன்னா மாதிரி தெரியல. அவளுக்கு என்னை நன்னா தெரியும். தெரிஞ்சுதான் சொல்லியிருக்கா. இந்தப் பெண் குழந்தை ஒருவேளை அப்பாவோட அந்த கள்ள உறவுக்குப் பிறந்திருக்கும்னு தோணித்து. ஆனா யார்கிட்ட இதைப்பத்தி கேட்பேன்? அதுக்கப்பறம் அப்பாவையும் பிடிக்கலே. அவரோட அந்தப் பெண் குழந்தையையும் பிடிக்கல.

ஆனா குடும்ப கௌரவம் கருதி இதுநாள் வரை அவரோட மரியாதையைக் காப்பாத்திட்டேன். ஆனா அந்த ஊர் பேர் தெரியாத, குலம் கோத்திரம் தெரியாதவளோட வாரிசை விஜிக்கு கல்யாணம் பண்ணிவெச்சு தன் கறையைத் துடைச்சுக்கலாம்னு நினைக்கற அப்பாவோட தந்திரத்தை என்னால எப்டி பாராட்ட முடியும்? இது பிராமணக் குடும்பம். பிராமணரல்லாத ஒரு பெண்ணுக்கு பிறந்த பெண்ணோட வாரிசு இந்த வீட்டுக்கு மாப்பிள்ளையா வர ஒரு நாளும் நா சம்மதிக்க மாட்டேன். நீங்கள்ளாம் மதிச்ச அந்த உப்பு சத்தியாக்கிரகியோட மறு பக்கத்தை எல்லாரும் தெரிஞ்சுக்க வேண்டாமா?"

ஜானகிராமன் எழுந்து சென்று கை கழுவிக்கொண்டு நகர்ந்தார். ராஜாராமன் விறைத்துப்போய் நின்றிருந்தார். இவன் சொல்வதெல்லாம் உண்மையா...? உண்மையாக இல்லாதிருந்தால் எட்டு வயதிலிருந்து ஒரு பிள்ளை அப்பாவோடு பேசாமலிருப்பானா? அதனால்தான் அவர் கையால் தனக்கு திருமணம் கூட நடக்க வேண்டாம் என்று பிரம்மச்சாரியாகவே வாழ்ந்து விட்டானா? அப்பாவா...? இல்லை அவர் அப்படி எதுவும் செய்திருக்க மாட்டார். அவரைத் தவறாக நினைக்கவும் மனசு நடுங்கும்.

அகராதியில் ஒழுக்கம், உண்மை என்றால் அது அப்பாதான். அவர் எப்படி...? பெற்ற தகப்பன் மீது ஒரு பிள்ளை பொய்ப்பழி சுமத்துவானா...? அப்பா ஏன் இதற்கு பதில் சொல்ல மறுக்கிறார்? தெய்வமாகவே இருந்தாலும் சந்தேக நிழல் படிந்துவிட்டால் தன்னை குற்றமற்றவன் என்று நிரூபிக்கும் பொறுப்பு இருக்கிறதே. அப்பாவின் மௌனம் இவனுடைய குற்றத்தை ஒப்புக்கொள்கிறதா...? தவறு வெளிப்படுத்தப்பட்ட ஆத்திரத்தால்தான் குற்றம் சொன்னவனையே தன் பிள்ளை இல்லை என்றாரா...? அப்பாவிடம் மறைந்திருக்கும் மர்மம்தான் என்ன...? தான் எவ்விதத் தவறும் செய்யவில்லை என்றால் ஜானகிராமனின் குற்றச் சாட்டுக்கு பளிச்சென்று ஒரு பதில் சொல்லிவிட வேண்டியதுதானே...? இந்த வயதில் இப்படி ஒரு

அவமானம் இவருக்குத் தேவைதானா? அறுபது வருடமாய் ஜானகிராமனின் அடி ஆழத்தில் கொதித்துக் கொண்டிருந்த எரிமலைக் குழம்பு வெடித்து வழியத் துவங்கி இருக்கிறது. அப்பாதான் அதனை குளிர்விக்கக் கடமைப்பட்டவர். அவரோ அதனை சட்டையே செய்யாமல் போய்விட்டார். பாவம் விஜியையும், அனந்துவையும்தான் இந்த எரிமலைக் குழம்பு தகிக்கிறது.

ராஜாராமன் பெருமூச்சு விட்டார். யோசனையோடு அவர் ரேழியில் வந்து அமர்ந்த சற்று நேரத்தில் விஜி அவரிடம் வந்தாள்.

"தாத்தா நீங்க சொன்னா மாதிரி கொள்ளுத் தாத்தாவோட மூடை மாத்தறதுக்காக அவர்கிட்ட அவரோட வாழ்க்கையில் நடந்த சுவாரசியமான சம்பவங்களைச் சொல்லச் சொன்னோம். சொல்றேன்னார். உங்களையும் கூட்டிண்டு வரச் சொன்னார்."

"என்னையா?"

"உங்களையேதான். வாங்கோ தாத்தா."

அவள் அவரையும் அழைத்துக்கொண்டு மாடிக்குப் போனாள். அப்பாவைப் பார்த்ததும் தயங்கியபடி கேட்டார்.

"நா எதுக்குப்பா? எல்லா கதையும்தான் குழந்தையா இருக்கும்போதே எங்களுக்கு சொல்லியிருக்கேளே."

"நா உன்னைக் கதை கேட்கக் கூட்டல."

பிறகெதற்கு என்பதுபோல் அப்பாவைப் பார்த்தார்.

"உனக்கு என் மேல ஏதாவது சந்தேகம் இருக்கா...?"

"அப்பா...?"

"இருந்தா சொல்லிடு. தப்பில்ல."

"எனக்கெந்த சந்தேகமும் இல்லப்பா, சீதை குற்றமற்றவன்னு எல்லார்க்கும் தெரியும். ஆனாலும் சீதை தன்னை நிரூபிக்கலையா? நெருப்பு கூட அவளைத் தொட முடியல. சந்தேகப்பட்டவனுக்கு உங்க பரிசுத்தத்தை நிரூபிக்கற பொறுப்பு உங்களுக்கு உண்டு."

“சரி. சந்தேகப்பட்டவனையும் அப்போ வரச் சொல்.”

அனந்து கீழே ஓடினான்.

◈◈◈

மனம்...! மனிதனுக்கு கடவுள் அளித்த மிக அற்புதமான ஒரு வாகனம். நினைத்த க்ஷணம் விரும்பிய இடத்திற்கு அவனை அழைத்துச் சென்றுவிடும். இதன் வேகத்திற்கு ஈடு இணை இன்றுவரை இல்லை. இறந்தகாலம், நிகழ்காலம், எதிர்காலம் என்று எல்லாக் காலங்களுக்கும் எளிதில் சஞ்சாரிக்கக் கூடியது. கொள்ளுத் தாத்தா கல்யாணராமனின் மனசு அவரது கடந்த காலத்தைக் கீறிக்கொண்டு தன் பயணத்தைத் துவங்கியது. முதலில் அது சென்று நின்ற இடம் ஆயிரத்து தொள்ளாயிரத்து இருபத்தி ஒன்பதாம் ஆண்டின் மார்கழி மாத ஆரம்பத்தில்.

தஞ்சாவூர் ஜில்லாவின் அழகான ஒரு கிராமம் அது. திருப்பயற்றூர். பயற்றுநாதர் கோயிலை அடுத்திருந்த அக்ரஹார வீதிக்குள் நுழைந்த மாட்டு வண்டி ஒன்று நிதானமாகப் போய் இருபுறமும் அகண்ட திண்ணைகளையுடைய ஒரு வீட்டின் முன் நின்றது.

“வாங்கோ வாங்கோ... எல்லாரும் வரணும்” வாய் நிறைய வரவேற்றபடி, மாட்டு வண்டியில் வந்து இறங்கியவர்களை உள்ளே அழைத்துச் சென்றவர் ராஜராமையர்.

திண்ணையைக் கடந்ததும் மூன்றுபேர் சேர்ந்து நடக்கும் அளவுக்கு பெரிய இடைகழி, அதை அடுத்து மல்லிகைப் பந்தலும், முல்லைக் கொடியும் அடர்ந்திருந்த பெரியதொரு முற்றம். வலப்புறம் முப்பதுபேர் படுக்கும் அளவுக்குப் பெரிய கூடம். முற்றத்திற்கும், கூடத்திற்கும் நடுவில் பர்மா தேக்கில் செய்து மினுமினுக்கும் பித்தளைக் குமிழ்களும், சங்கிலியும் கொண்ட அழகான ஊஞ்சல். வெளிக் கூடத்தைத் தாண்டினால் ஐம்பதுபேர் சாப்பிடும் அளவுக்கு மற்றொரு உள் கூடம்.

அதைத் தாண்டினால் விஸ்தாரமான சமையல் கூடம். அங்கேயே முப்பதுபேர் அமர்ந்து சாப்பிடலாம். அதற்கும் பின்னால் குளியலறையும், கிணற்றடியும் தாண்டி நீண்டதொரு கொல்லை. செம்பரத்தையும், நந்தியாவட்டையும், பாரிஜாதமும், நித்யமல்லியும், மனோரஞ்சிதமும் பூத்துக் குலுங்கியது. தென்னை மரங்கள் நன்கு உயர்ந்து இளநீர்க் குலைகளோடு நின்றிருந்தது. கிணற்றுக்கு இடப்புறம் வாசற்புறத்திற்கு நேர்ப்பார்வையில் துளசி மாடம் இருந்தது.

வெளிக் கூடம் முழுவதும் பவானி ஜமக்காளங்களும், பட்டுப் பாய்களும் விரித்திருந்தது. ஜமக்காள ஓரங்களில் பச்சைக் கிளிகள் கொஞ்ச, கூடமே அழகாய்த் தெரிந்தது. மல்லிகைப் பந்தல் வழியே நுழைந்த காற்று கூடத்தில் வாசத்தையும், குளுமையையும் சேர்த்துக் கொண்டிருந்தது.

ஆண்கள் திவான்களில் அமர்ந்துகொள்ள, பெண்கள் ஜமக்காள விரிப்புகளில் அமர்ந்திருந்தார்கள்.

பதினாறு வயசு கல்யாணராமன் அடுக்களையில் அம்மாவிடம் அப்பம் தரச் சொல்லி அடம்பிடித்துக் கொண்டிருந்தான்.

“ரெண்டு கழுதை வயசாச்சு. இப்டி படுத்தறயேடா. வந்திருக்கறவாள்ளாம் உன்னைப் பத்தி என்ன நினைப்பா?”

“அவா என்ன நினைச்சுண்டா என்ன? நீ இப்போ அப்பம் தரப் போறயா இல்லையா?”

“என்ன மாமி மாப்ளைக்கு என்ன வேணுமாம்?”

அடுக்களை வாசலில் புதுசாய் வந்திருந்த மாமி நின்றிருந்தாள்.

“வாங்கோ மாமி. அப்பம்னா இவனுக்கு உயிர். வயசாறதே தவிர இன்னமும் குழந்தையாட்டம் அடம்தான். உங்க பேத்தி வர நேரமாவது இவன் பெரிய மனுஷனாகட்டும்.”

“எல்லாம் நன்னார்ப்பான்.” மாமி வெளியில் போனதும் கல்யாணம் அம்மாவைப் பார்த்தான்.

“யாரது...? எதுக்கு ஆத்துக்கு எல்லாரும் வந்திருக்கா? என்ன விசேஷம்?”

“ம். விசேஷம்தான். நோக்கு கல்யாணம்.”

“எனக்கா... கல்யாணமா...?”

“ஆமாண்டா கோந்தை... அது விஷயமா பேசத்தான் எல்லாரும் வந்திருக்கா, நீ போய் வேட்டி சட்டையை மாத்தி பளிச்சுனு விபூதி இட்டுண்டு நல்ல பிள்ளையா வா பார்க்கலாம்.”

“எனக்குக் கல்யாணம் வேண்டாம்மா.”

“நன்னார்க்கு போ. உன்னை விட சின்னவன் எதிர்த்தாத்து ரகு போன வருஷமே அவனுக்கு கல்யாணமாயாச்சு. போடா கண்ணா எனக்கு நிறைய வேலையிருக்கு. உங்கத்தை எல்லாம் வரேன்னு சொன்னா. யாரையும் ஆளைக் காணலை. ஒத்தை ஆளா நா அல்லாடிண்டு இருக்கேன். படுத்தாம போய் மாப்ளயா லட்சணமா பெரியவாளை நமஸ்காரம் பண்ணிட்டு அவா கேக்கற கேள்விக்கெல்லாம் பதில் சொல்லிண்டிரு போ.”

கல்யாணராமன் கொல்லைப் பக்கமாய் வந்து கிணற்றடியிலிருந்த துவைக்கிற கல்லின் மீது அமர்ந்தான்.

பள்ளிப் படிப்பே முடிந்த பாடில்லை. அதற்குள் கல்யாணமா? யார் கேட்டார்கள். அவனுக்குப் பிடிக்கவில்லை. அவன் எழுந்தான் அம்மா சொன்னாற்போல் ஒரு குளியல் போட்டு உடை மாற்றி நெற்றியில் விபூதியைத் தீற்றிக்கொண்டு வெளிக்கூடத்திற்கு வந்தான். எல்லா வயதிலும் பெண்கள் மடிசார் புடவைக் கட்டோடு கூடத்தில் அமர்ந்து பேசிக் கொண்டிருக்க, ஆண்கள் திவானிலும், ஊஞ்சலிலும் அமர்ந்து பேசிக் கொண்டிருந்தனர். அவர்களுக்கு நடுவே ஜமக்காளத்தின் மீது பெரிய தாம்பாளம் நிறைய வெற்றிலையும், கொட்டைப் பாக்கும், வாழைப்பழங்களும் தஞ்சாவூர் கதம்பமும் வைத்திருந்தது.

“வாடா அம்பி... வந்து உட்கார்” பெரியவர் ஒருவர் அவனைப் பார்த்து அழைத்ததும், பெண்கள் மத்தியில் சலசலப்பு குறைந்து

எல்லோரும் அவனையே பார்க்க, கல்யாணத்தை வெட்கம் பிடுங்கித் தின்றது. லேசாய் உடம்பு நடுங்கியது. அப்பாவின் அருகில் ஊஞ்சலில் ஒரு ஓரமாய் உட்கார்ந்தான்.

பேச்சு வார்த்தைகளுக்குப் பிறகு பஞ்சாங்கம் பார்த்து நிச்சயதார்த்தத்திற்கு நாள் குறித்தார்கள்.

அத்தைகள் தாமதமாய் வந்தாலும், அவர்களைக் கண்டதும் அம்மாவுக்கு ஆசுவாசமாய் இருந்தது. பட்சணங்களும், காபியும் கூடத்திற்கு வர, கல்யாணராமன் மெல்ல எழுந்து வாசல் பக்கம் வந்தான். அண்ணா ரகுராமன் ஏதோ சாமான்களோடு வர, கல்யாணம் அண்ணாவை நிறுத்தினான்.

"எனக்கு இப்போ கல்யாணம் வேண்டாம்னு அப்பாட்ட சொல்லேன்."

"ஏண்டா..."

"எனக்கு ஐ.சி.எஸ். ஆகணும்."

"கல்யாணம் பண்ணிண்டு ஐ.சி.எஸ். ஆகப்படாதுன்னு யார் சொன்னா?"

"பொண் யாரு... என்னன்னு எங்கிட்ட யாருமே எதுவும் சொல்லலை... நான் என்ன மரப்பாச்சியா?"

அண்ணா சிரித்தான்.

"அவ்ளோதானே. பொண்ணைப் பார்க்கணும்னா நா உனக்கு உதவி பண்றேன் போதுமா?"

"பொண்ணு யாரு...? எந்தூரு?"

"மன்னார்குடி. அவளோட அப்பா ஐ.சி.எஸ். அதிகாரி. தாத்தா சங்கீத வித்வான். மன்னார்குடில அவாளுக்கு ஒரு காபி கிளப் இருக்கு. அதை இன்னொரு பிள்ளை பார்த்துக்கறான். பெரிய மனுஷாள்ளாம் வந்து சாப்ட்டுட்டு போற அளவுக்கு பிரபலமான கிளப்பாம். பொண்ணு முதல் பாரம் படிக்கறா. பதினோரு வயசாறது. பார்க்க லட்சணமார்க்கா."

“எல்லாரும் பொண்ணைப் பார்த்தாச்சா?”

“எல்லாரும் பார்த்தாச்சு.”

“நா பார்க்க வேண்டாமா?”

“என் கல்யாணத்தின் போது எனக்கு யார் பெண்ணைக் காட்டினா? தாலி கட்டும்போதுகூட முகத்தை சரியா பார்க்கல தெரியுமோ தலையைக் குனிஞ்சுண்ருந்தா.”

“இருந்தாலும் இப்ப எனக்குக் கல்யாணம் வேண்டாம்னு நா அப்பாட்ட சொல்லப் போறேன்...” கல்யாணம் உறுதியாகச் சொன்னான்.

பெண் வீட்டுக்காரர்கள் எல்லோரும் புறப்பட்டுப் போனதும் அவன் அப்பாவின் முன் வந்தான். ஆஜானுபாகுவான அவர் முன் நிற்கும்போதே வியர்த்தது.

“என்னடா?” வெண்கலக் குரலில் அவர் கேட்டதும், நாக்கு மேலண்ணத்தில் ஒட்டிக் கொண்டது.

“போ... போய் அப்பம் சாப்டு.” அவர் தட்டிக் கொடுத்துவிட்டுப் போய் விட்டார்.

அவன் இரவெல்லாம் தூங்காமல் யோசித்தான். கல்யாணத்திலிருந்து எப்படித் தப்பிப்பது என்று.

——

8

அத்தியாயம்

பொழுது புலர்ந்தது, யாம்செய்த தவத்தால்,
புன்மை யிருட்கணம் போயின யாவும்,
எழுபசும் பொற்சுடர் எங்கணும் பரவி
எழுந்து விளங்கியது அறிவெனும் இரவி,
தொழுதுனை வாழ்த்தி வணங்குதற்கு இங்குஉன்
தொண்டர்பல் லாயிரர் சூழ்ந்துநிற் கின்றோம்
விழிதுயில் கின்றனை இன்னுமெம் தாயே
வியப்பிது காண்! பள்ளி யெழுந்தரு ளாயே!
பொங்கியது எங்குஞ் சுதந்திரநாதம்
வெள்ளிய சங்கம் முழங்கின கேளாய்

பிரச்சனைகளே இல்லாது போனால் மனித அறிவும், திறனும் பயனற்றதாகிவிடும். பிரச்சனைகளைக் கண்டு அஞ்சி விலகாதீர்கள். அவற்றை எதிர்கொள்ளுங்கள். உங்கள் அறிவால் சிந்தியுங்கள். அவற்றை எப்படி தீர்ப்பதென்று திட்டமிடுங்கள். அதைத் திறம்பட நிறைவேற்றுங்கள். உங்களை விழுங்க வருவதுபோல் புறப்பட்ட அலை உங்கள் காலைத் தொட்டுவிட்டு திரும்பிச் சென்றுவிடும்.

அவனது கணக்கு வாத்தியார், மாணவர்கள் கணக்குப் புதிர்களைக் கண்டு அஞ்சக்கூடாது

என்பதற்காக சொன்ன அறிவுரை இது. கல்யாணத்திற்கு அவர் அதை கணக்குக்காக மட்டும் சொல்லவில்லை எனத் தோன்றியது. அவன் கண்முன்னால் இப்போது பிரச்சனையாக இருப்பது அவனுடைய கல்யாணம்தான். பெண்களைப் பார்த்தாலே கால்கள் வெலவெலத்து விடுகிறது. கூச்சம் பிடுங்கித் தின்கிறது. அம்மாவிடம் மட்டும்தான் சுவாதீனம். அத்தைகளிடம் கூட அதிகம் அரட்டையடித்ததில்லை. எப்போதும் தன் படிப்பு உண்டு, வேத பாடம் உண்டு என்று வேறு எது பற்றியும் சிந்திக்காதவனுக்கு கல்யாணம் என்றதும், அதுவும் பதினோரு வயது சிறுமியுடன் என்றவுடன் அவன் மிரண்டுதான் போய்விட்டான் பிரம்மச்சர்யம் என்பது ஒருவித சுதந்திரம்தான். அதை சுதந்திரம் என எண்ணுபவனுக்கு கல்யாணம் என்பது கஷ்டமான சிறைதான். இத்தனை சிறிய வயதில் எதற்கு சிறை வாசம் என யோசித்தான். ஆனால் அப்பாவிடம் நேருக்கு நேர் நின்று பேசும் துணிச்சல் இல்லை. அப்படியே பேசினாலும் அவர் ஒரு அதட்டுப் போட்டால் நிலை குலைந்து போய் உங்கள் இஷ்டம் என்று ஓடிவிடுவான்.

நிச்சயதார்த்தத்தை எப்படியாவது நிறுத்த வேண்டும். எப்படி...? அவன் சிந்தித்தான். மாப்பிள்ளையைக் காணவில்லை என்றால் நிச்சயதார்த்தம் எப்படி நடக்கும்? யோசித்தான். பத்து நாள் எங்கேயாவது காணாமல் போய்விட்டால் என்ன? திரும்பி வந்தால் அடி பின்னிவிடுவார் அப்பா. அதையே சாக்காக வைத்துக்கொண்டு கேள்வி கேக்க வேண்டியதுதான். அடிக்கிற அளவுக்கு இன்னும் நான் சின்னப் பையன் என்றால் கல்யாணம் எதற்கு இந்த சின்னப் பையனுக்கு? ஆம். இதுதான் சரி. பயந்தால் நினைத்தது நடக்காது. எங்கே போவது? பத்து நாள் பள்ளிக்கூடம் போகாவிட்டால் படிப்பு கெட்டுவிடுமா...? இனி பள்ளிக்கூடம் பக்கமே வராதே என்று சொல்லிவிட்டால்...? இல்லை அப்படியெல்லாம் ஆகாது. அவன் நன்கு படிப்பவன், வகுப்பிலேயே முதல் மாணவன் என்பது எல்லோருக்கும் தெரியும்.

ஹெட் மாஸ்டர் காலில் விழுந்தாவது மன்னிப்பை பெற்றுவிடலாம். ஆனால் எங்கே போவது? பத்து நாள் யார் வீட்டில் தங்குவது? இதெல்லாம் சரியாக வருமா? அவன் பயமும், படபடப்புமாக யோசித்தாலும் அதைத் தவிர வேறு ஒன்றும் அவனுக்குத் தோன்றவில்லை.

ஒரு பக்கம் நிச்சயதார்த்த ஏற்பாடுகள் நடந்துகொண்டிருக்க, அவன் அமுக்கமாய் தன் திட்டத்தை நிறைவேற்ற நேரம் பார்த்துக் கொண்டிருந்தான்.

நிச்சயதார்த்தம் வரை இருந்துவிட்டு போவதற்காக டேரா போட்டுவிட்ட அத்தைகள், போகவர அவனைச் சீண்டிக்கொண்டிருந்தார்கள். வாழைத்தார்களும், வெல்லமும், அரிசி மூட்டைகளும், பச்சைக் காய்கறிகளுமாய் வீடு களைகட்டியிருந்தது. சோப்புக்காய் போட்டு நகைகளை தேய்த்து மெருகேற்றிக் கொண்டிருந்தாள் அம்மா.

“என்னடா கல்யாணராமா நோக்கு கல்யாணமாமே...?”

“ஆமாண்டா... கல்யாணத்துக்குக் கல்யாணம்.”

“பொண்ணு பெரிய இடமாமே.”

“ஏன் இவன் மட்டும் என்ன சாதாரணமா...?”

“அப்போ ஊருக்கே நல்ல விருந்து சாப்பாடு உண்டுன்னு சொல்லு...!”

ஊரில் தெரிந்தவர்கள் எல்லோரும் முதல் கேள்வியை இவனிடம் கேட்டுவிட்டுப் பிறகு தங்களுக்குள்ளேயே பேசிக் கொள்வார்கள்.

சித்திரைப் பிறப்பிற்கு இரண்டாவது நாள் நிச்சயதார்த்தம் என்ற நிலையில் அவன் அதற்கு நான்கு நாட்கள் முன்பாக வீட்டைவிட்டுக் கிளம்பினான். ஸ்கூல் பைக்குள் இரண்டு செட் உடையும், உண்டியல் காசும் இருந்தது. வீட்டுக்கு வந்து போகிற உறவுகள் எல்லாம் அவ்வப்போது கொடுத்துவிட்டுப் போகிற நாலணாவும், எட்டணாக்களுமாய் சேர்த்து நாலைந்து

வருடத்தில் நூற்றி பத்து ரூபாய் சேர்ந்திருந்தது. அம்மாவுக்கு ஒரு நல்ல பட்டுப் புடவையும், தோடு, மூக்குத்தியும் வாங்கித் தர வேண்டும் என்று நினைத்திருந்தான். அந்த ஆசையில் மண். போகட்டும். ஐ.சி.எஸ். ஆன பிறகு பட்டுப் புடவையோடு வைர அட்டிகையே வாங்கிக் கொடுத்தால் போகிறது. அவன் உண்டியல் காசை ஒரு சுருக்குப் பையில் போட்டு பத்திரப்படுத்தி பையில் வைத்துக்கொண்டான். கிளம்பும்போது அத்தை எதிரில் வந்தாள்.

“ஏண்டா ஸ்கூலுக்கு நாலு நாள் போக வேண்டாம்னாரே அப்பா.”

“பாடமெல்லாம் போய்டும். விடுப்பெல்லாம் போட மாட்டேன்” அவன் வேகமாய் வெளியில் வந்தான். அக்ரஹாரத்தைத் தாண்டி வந்ததும் யார் கண்ணிலும் படாமல் வயல் வரப்புகள் வழியே விளப்பாற்றை ஒட்டியே நடந்தான். தான் செய்வது சரியா, தவறா என்கிற குழப்பம் மெலிதாக இருந்தாலும் அவன் அது குறித்து கவலைப்படவில்லை. எங்கே செல்லப் போகிறோம் என்பது குறித்தும் அவன் யோசிக்கவில்லை. அரை மணி காத்திருந்ததில் திருச்சிக்கு செல்லும் வண்டி ஒன்று வந்தது. சட்டென ஏறினான். அம்மாவின் ஒன்றுவிட்ட தாத்தா ஒருவர் மலைக்கோட்டைக்கு கீழே உள்ள கடைவீதியில் இருப்பது நினைவுக்கு வந்தது. திருச்சிக்கு ஒரு பயணச்சீட்டு வாங்கிக்கொண்டான். தாத்தாவிடம் விஷயத்தைச் சொல்லிவிட்டால், அவர் எப்படியாவது அப்பாவுக்கு கடுதாசி எழுதிப் போட்டு கல்யாணத்தை நிறுத்துவதற்கு உதவுவார். ஐ.சி.எஸ். ஆன பிறகு அதே பெண்ணைக் கூடக் கல்யாணம் செய்துகொண்டால் போயிற்று. அவன் தனக்குத் தானே சமாதானம் செய்து கொண்டான். பேருந்துக்கு வெளியே இயற்கைக் காட்சிகள் கொள்ளை அழகாய்த் தெரிந்தன. கூடவே ஓடிவந்த விளப்பாறும், காற்றிலாடிய நெல் வயல்களும், தென்னஞ் சோலைகளும், மாந்தோப்புகளும் இனிய சப்தமெழுப்பியபடி கூட்டம் கூட்டமாகப் பறந்து கொண்டிருந்த பட்சி இனங்கள் என்று வெளியில் தெரிந்த காட்சிகளை ரசித்தபடி அமர்ந்திருந்தான்.

திருச்சியில் இறங்கும்போது சந்தியாகாலமாகியிருந்தது.

காப்பிக் கடை ஒன்றில் இட்டிலி வாங்கி சாப்பிட்ட பிறகு சற்று தெம்பு வர, தாத்தாவின் விலாசத்தை விசாரித்தபடி நடந்தான். கை ரிக்ஷாக்காரர் ஒருவரிடம் அரையணா கொடுக்க அவர் சரியான விலாசத்தில் அவனை இறக்கி விட்டார். ஆனால் அவனது துரதிருஷ்டம் வீடு பூட்டியிருந்தது. அடுத்த வீட்டின் வாசற் திண்ணையில் அமர்ந்திருந்த மனிதரிடம் விசாரித்தான்.

"அவர் பேத்தியோட மதராசுக்குன்னா போயிருக்கார். வயசான காலத்துல தனியா இருக்க வாண்டாம்னு வந்து அவர் கூட்டிண்டு போயாச்சு. இனி இங்க வருவாரான்னு தெரியாதே. ஆமா, நீ யாருடா அம்பி...?"

"தூரத்து சொந்தம்தான்" வாய் பதில் சொன்ன நேரம் மனசு கவலையோடு இனி என்ன செய்ய என யோசித்தது. அன்றைய இரவை தாத்தா வீட்டு திண்ணையிலேயே கழிப்பது என நினைத்தான். கடைவீதியின் ஒரு கடையில் இரண்டு வாழைப்பழங்களும், பாலும் வாங்கி சாப்பிட்டுவிட்டு ஸ்கூல் பையின் மீது தலை வைத்து மல்லாந்து படுத்தான். தூக்கம் வரவில்லை. கடைவீதியின் சந்தடி அடங்கத் தொடங்கிய நேரம் காந்தி குல்லாய் அணிந்த கதர்ச் சட்டை மனிதர்கள் நிறையபேர் கடை வீதியில் காரசாரமாய் பேசியபடி நடந்து சென்றார்கள். கல்யாணம் ஆவல் மேலிட எழுந்து உட்கார்ந்தான். அருகில் படுத்திருந்த வழிப்போக்கரிடம், என்ன விசேஷம்... இத்தனை கதர்ச்சட்டைக்காரர்கள்? என்று விசாரித்தான்.

"அம்பிக்கு தினசரி வாசிக்கற பழக்கம் இல்லையா? இவர்கள் எல்லாரும் சத்யாக்கிரகிகள். வேதாரண்யத்துல ராஜகோபாலாச்சாரி தலைமையில் உப்பு காய்ச்சறா தெரியுமோ? வெள்ளைக்காரன் கொண்டுவந்த உப்புச் சட்டத்தை எதிர்த்து திருச்சியிலேர்ந்து பாத யாத்திரையா வேதாரண்யம் போகறதுக்காக எல்லா ஊர்லேர்ந்தும் சத்தியாக்கிரகிகள் வந்து கொண்டிருக்கா. இந்த ஊர்வலத்தைப் பார்க்கத்தான் நானும் வந்திருக்கேன்."

"அப்டியா...?"

"பின்னே... வெள்ளைக்காரனே இவங்களோட எழுச்சியையும், ஆவேசத்தையும் பார்த்து பயப்படறானே. இதை எப்படியாவது தடுத்துப்புடணும்னு கங்கணம் கட்டிண்டு புதுசு புதுசா ஜனங்களுக்கு சட்டம் போட்டுக் கொண்டிருக்கானே..."

"என்ன சட்டம்...?"

"சத்தியாக்கிரகிகளுக்கு யாரும் உணவு கொடுக்கக் கூடாது, அப்டி மீறி யாராவது அவர்களுக்கு உணவு கொடுத்தா கடுமையான தண்டனை தரப்படும்னு அரசாங்கம் அறிவிச்சிருக்கே."

கல்யாணம் வருத்தப்பட்டான். கல்யாணப்பேச்சு எழும்பியதும் அதிலிருந்து தப்பிக்கிற யோசனையிலேயே அவன் தினசரிகள் வாசிப்பது கூட நின்றுவிட்டது, எதிலும் நாட்டமில்லை. அதனாலேயே நாட்டு நடப்பு தெரியாமல் போய்விட்டது. அதற்காக வெட்கப்பட்டான் அவன். காந்தியின் தண்டி யாத்திரை குறித்து கூட தினசரியில் படித்தவனுக்கு இது எப்படி மறந்தது என்ற குற்ற உணர்ச்சியேற்பட்டது. நல்ல காலம் தெரிந்தோ, தெரியாமலோ ஒரு அஹிம்சை போராட்டத்தின் துவக்கத்தைக் காண்பதற்கு அங்கு வந்து சேர்ந்தது குறித்து மகிழ்ந்தான் அவன்.

"யாத்திரை எங்கேயிருந்து துவங்கப் போறது?"

"டாக்டர் ராஜன்னு கேள்விப்பட்ருக்கயோ...? திருச்சி ரயிலடியிலிருந்து ஒரு பர்லாங் தூரத்தில் அவரோட பங்களா இருக்கு அங்கேயிருந்துதான் பிரயாணம் துவங்கப் போறது. இங்கேர்ந்து சுமார் ரெண்டு மைல் தூரம். நாளைக்கு விடிஞ்சதும் நான் அங்கேதான் போறேன் வரயா?"

"கண்டிப்பா."

"சத்யாக்கிரக யாத்திரையில் கலந்துக்கணும்னு எவ்வளவோ முயற்சி பண்ணினேன். நூறு பேருக்கு மேல சேர்த்துக்க முடியாதுன்னுட்டா. ஆனாலும் மனசு கேக்கல. குறைந்தது அவாளை வாழ்த்தி வழியனுப்பியாவது வைப்போமேன்னு

மதுரையிலேர்ந்து வந்திருக்கேன். என்னிக்குதான் இந்த பறங்கிப் பயல்கள் இந்த தேசத்தை விட்டு ஒழிவார்களோ...?" அவர் பெருமூச்சு விட்டார்.

"ஒழிவார்கள் என்ற நம்பிக்கை உங்களுக்கு இருக்கிறதா? எண்பத்தி மூணு வருஷமா வெள்ளைக்காரனுக்கு எதிரா நம்ம சுதேசிகள் நடந்திண்ருக்கற போராட்டம் முடிவுக்கு வருமா? இந்த தேசத்துக்கு விடுதலை கிடைக்குமா...?"

அந்த மனிதர் அவனை உற்றுப் பார்த்தார்.

"ஏன் உனக்கு நம்பிக்கையில்லையா?"

"இருக்கு... ஆனா எப்போ...? இன்னும் எத்தனை காலம்? இன்னும் எத்தனை பேரை பலி கொடுக்க வேண்டியிருக்கும்? சுதந்திரத்துக்குப் பின் அதைக் கொண்டாட மனுஷா இருப்பாளா...?"

"உன் வயசென்ன...?"

"பதினாறு."

"உன் வயசுல எனக்கொரு பெண்ணிருக்கா நூர்ஜஹான்னு பேர். ஆனா மதுரையில் பிறந்ததால் மீனாட்சின்னுதான் என் மனைவி கூப்டுவா."

அவன் வியப்போடு பார்த்தான்.

"நீங்க இஸ்லாமியரா...? பார்த்தா தெரியலயே!"

"நான் ஹிந்துதான். பிராமணன். என் மனைவி இஸ்லாமியப் பெண். கலப்புத் திருமணம். எனக்கு இரண்டு மகன்கள் உண்டு. ரெண்டுபேரும் இப்போ இல்ல. ஒரு அஹிம்சா போராட்டத்துல ரெண்டுபேரையும் வெள்ளைக்காரன் சுட்டுத் தள்ளிட்டான். அந்த அதிர்ச்சியில் என் மனைவியும் போய்ச் சேர்ந்துட்டா."

"கடவுளே... அவன் திகைத்தான். உங்க கலப்புத் திருமணத்துக்கு உங்க வீட்ல ஒத்துண்டாங்களா?"

"எங்க வீட்ல எப்டி ஒத்துப்பா? ஆனா என் மனைவியோட தாய் எங்களைப் புரிஞ்சுண்டா. அவங்கப்பா ஒத்துக்கல. எல்லாரையும் மீறி எங்க ரெண்டுபேரையும் ஊரை விட்டு அனுப்பி வெச்சது அவளோட அம்மாதான். மதராஸ் பக்கம் போனோம். வேலையும் கிடைச்சுது. குழந்தைகள் பிறந்தது. அவங்கம்மா நினைவாதான் பெண்ணுக்கு நூர்ஜஹான்னு பேர் வெச்சேன். பசங்களுக்கு விடுதலை வீரர்கள் பேரைத்தான் வெச்சு வளர்த்தேன். பசங்க ரெண்டுபேரும் பலியான பிறகுதான் ரெண்டுபேர் குடும்பமும் எங்களை ஏத்துண்டா."

"தேசத்துக்காக ரெண்டு பிள்ளைகளை பலி கொடுத்த உங்களுக்கா இந்த சத்தியாக்கிரகப் போரில் இடமில்லன்னு சொல்லிட்டா?"

"தப்பு என்பேரில்தான். என் பிள்ளைகள் பேரைச் சொல்லி இடம் பிடிக்க வேண்டாம்னு நினைச்சேன். தவிர ரொம்ப தாமதமாதான் நா பெயர் கொடுத்தேன். அதுக்குள்ள நூறுபேர் தேர்ந்தெடுத்தாயிற்று என்று சொன்னதால் மேற்கொண்டு முயற்சிக்கவில்லை."

"உங்கள் பெயர்."

"சாமிநாதன். ஆமா... என்னைப் பத்தி கேட்டயே உன் கதை என்ன...?"

அவன் சுருக்கமாக, தான் அங்கு வந்த விஷயத்தைப் பற்றிக் கூறினான்.

அவர் சிரித்தார். கல்யாணத்துக்கு பயந்துகொண்டா வீட்டை விட்டு வந்தாய்? "ஏன் கல்யாணம் செய்துகொண்டு சாதிக்க முடியாதா உன்னால்?"

"அதென்னமோ ஒரு பயம்."

"பாவம் உன்னைப் பெத்தவா. எவ்ளோ பதறிப் போவா! இது தப்பில்லையா?"

"தப்புதான். ஆனா வேற வழியில்ல. ஊருக்குத் திரும்பிப் போனதும் அப்பாகிட்ட மன்னிப்பு கேட்டுக்கறேன்."

"அதுவரை எங்க இருப்ப? என்ன செய்வ?"

"நானும் சத்யாக்கிரகிகளோட நடைப்பயணம் போகப் போறேன்."

"நீயா... ஆனா இனி ஆள் சேர்க்க மாட்டாளே."

"நூத்துல ஒருத்தனாதானே போக முடியாது. நூறு பேருக்கு பின்னால ஒரு சாதாரண ஆளா போக என்ன தடை...?"

"பசிக்குமே... சாப்பாட்டுக்கு என்ன செய்வ?"

"சாப்பாடு பெரிய விஷயமில்ல. எனக்குப் போகணும் போல இருக்கு."

"அவங்ககூட போறதுக்கு சில ஒழுக்க நியமங்கள் இருக்கு."

"என்ன ஒழுக்க நியமம்?"

"நிறைய கட்டுப்பாடுகள் இருக்கு. உன்னை மாதிரி சின்ன பசங்களுக்கு அதெல்லாம் கஷ்டமா கூட இருக்கலாம்."

"எங்கப்பா எங்க வீட்டுல நிறைய ஒழுக்க நியமங்கள் வெச்சுதான் என்னை வளர்த்தார். அதெல்லாம் எனக்கு பழக்கம்தான். நீங்க வரீங்களா...?"

"இல்ல... நா அதுக்குத் தயாரா வரல. எதுவுமே கொண்டு வரல. தவிர வீட்ல தகவலும் சொல்லலை. ரெண்டு நாள்ள நா திரும்பிப் போகலன்னா என் பெண் என்னாச்சோ ஏதாச்சோன்னு ரொம்பவே பயந்துடுவா. ஆனா உன் உறுதி எனக்கு சந்தோஷமார்க்கு. உன்னை மாதிரி இளைஞர்கள் போராட ஆரம்பிச்சுட்டா வெள்ளைக்காரன் நிச்சயம் மூட்டையைக் கட்டித்தானே ஆகணும். சரி படுத்துக்கப்பா. காலையில் டாக்டர் ஐயா பங்களாவுக்குப் போவோம்."

அவன் படுத்தான். அவரிடமிருந்து மெல்லிய குறட்டை வந்தும், அவனுக்கு தூக்கம் வரவில்லை.

கடைக்காரர்கள் தங்களுக்குள் பேசிக்கொண்டதெல்லாம் கேட்டபடி படுத்திருந்தான்.

"அஞ்சு மணிக்கெல்லாம் கௌம்பிருவாங்க. எல்லார்க்கும் மாலை, கல்கண்டு, சந்தனம், பன்னீர் எல்லாம் தயாரா இருக்கணும். ரோஜாப் பூ மாலை நல்லா கெட்டியா கட்டச் சொல்லு."

"சரிண்ணே. அவங்க சாப்ட என்ன கொடுக்கலாம்?"

"காலங்காலையில் என்ன சாப்டுவாங்கன்னு தெரியல. டாக்டரய்யா வீட்ல எல்லார்க்கும் கொடுக்கப் பழமும், தயிரும் ஏற்பாடு செய்திருக்காங்க. இந்த யாத்திரையில் யாரும் காபி, டீ எதுவும் குடிக்கக் கூடாதுன்னு தலைவர் ஐயா சொல்லியிருக்காராம். அதனால நீ எதுக்கும் பானகம் கரைச்சு வெச்சுடு, விருப்பப்பட்டவங்க குடிக்கட்டும். தமிழ்ப் புத்தாண்டுக்கு சத்தியாக்கிரகிகளுக்கு பானகம் கொடுத்து புது வருடத்தை இனிமையா வரவேற்போம்."

"அதுவும் சரிதான். அப்போ நா போய் ஏற்பாட்டைக் கவனிக்கறேன்."

பேச்சு சப்தம் தேய்ந்தது. கடைவீதியில் சந்தடி அடங்கிற்று. மனித நடமாட்டம் குறைந்துவிட்ட தைரியத்தில் பெருச்சாளிகள் ஒய்யாரமாக ஊர்வலம் போயின.

ஊரில் இன்னேரம் எல்லாரும் என்ன பதட்டப்பட்டுக் கொண்டிருக்கிறார்களோ? அம்மா பாவம் அவளுக்கு அழத்தான் தெரியும். அப்பாவும் அண்ணாவும் ஊர் முழுக்க அவனைத் தேடிக் கொண்டிருப்பார்கள். ஒரு கடிதமாவது எழுதி வைத்துவிட்டுக் கிளம்பியிருக்கலாமோ? மறுபடியும் அங்கேதானே போயாக வேண்டும்...! புது வருஷமும் அதுவுமாக வீட்டின் மகிழ்ச்சியைக் குலைத்து விட்டோமா? இல்லை. இது தற்காலிக கவலைதான். சீக்கிரம் இது தீரும். வீட்டில் நடக்கும் நல்ல காரியத்தை விட நூறு மடங்கு நல்ல காரியம் நாட்டில் நடக்க போகிறது. அதில் கலந்து கொள்வதல்லவா பெரிய விஷயம். இதை சொன்னால்

அப்பா புரிந்துகொள்ள மாட்டாரா என்ன? ஒரு வழியாய் இமை கனத்தது.

ஒரு பெரிய மைதானம். அதன் ஒருபுறம் யானைப்படை, குதிரைப்படை, ஆயுதமேந்திய தரைப்படை என்று லட்சம் வீரர்கள் அணிவகுத்து நின்றிருக்க, மறுபுறம் நூறேபேர் கொண்ட நிராயுதபாணிகள். குருக்ஷேத்திர பூமியின் மற்றொரு யுத்தம். இதன் தாரக மந்திரம் வந்தே மாதரம். இதன் கொள்கை, கத்தியின்றி இரத்தமின்றி வெற்றி கொள். இவர்களது ஆயுதம் அஹிம்சை. இந்தப் படை வெல்லுமா...? சகதேவனிடம் அருடம் கேட்டான் தர்மபுத்திரன்.

“இப்படை தோற்கின் எப்படை வெல்லும்?” சகதேவன் பதிலுரைத்தான். தர்மபுத்திரன் புன்னகைத்தான்.

பரந்தாமன் பாஞ்சஜன்யத்தை எடுத்து ஊதினான். சங்கநாதம் புவி முழுக்க நிறைந்தது.

வந்தே மாதரம்...! வீரன் ஒருவன் தாரக மந்திரத்தை உறக்கச் சொல்லியபடி போருக்குத் தயாரானான்.

எழுந்திருங்கள். எல்லோரும் எழுந்து கொள்ளுங்கள். நம் அறப்போர் துவங்கப் போகிறது. சங்க நாதம் கேட்கவில்லையா? நம் எழுச்சிக்கும், வெள்ளையரின் வீழ்ச்சிக்கும் அடையாளமாக முழங்கப்பட்ட நாதம் அது.

அவர்கள் ஒவ்வொருவராக எழுந்தார்கள்.

“வந்தே மாதரம்.”

“வந்தே மாதரம்.”

“வந்தே மாதரம்.”

ஒன்று இரண்டாகி, இரண்டு பத்தாகி, பத்து நூறாகி ஒருசேர ஒலித்தது.

வந்தே மாஆஆதரம்!

சத்யாக்கிரகிகள் அறப்போருக்குத் தயாரானார்கள். காலைக்கடன் முடித்தவர்கள் குளிக்கச் சென்றார்கள். குளித்து முடித்தவர்கள் பிரார்த்தனைக்கு வந்து அமர்ந்தார்கள். நாலு மணிக்கு ஒருவர் மணியடித்ததும் பிரார்த்தனை துவங்கியது. தொண்டர்களில் மூன்றுபேர் இஸ்லாமியர்கள். அவர்கள் சற்று தள்ளிச் சென்று தங்கள் தொழுகையை முடித்துக் கொண்டார்கள்.

பிரார்த்தனைக்குப் பிறகு ஆளுக்கு இரண்டு வாழைப்பழமும், ஒரு கோப்பை தயிரும் அளிக்கப்பட்டது.

“காலை நான்கு மணிக்கு தயிரா...?”

“தயிரைப் போய் எப்படிச் சாப்பிடுவது? அதுவும் இந்நேரத்தில்...?”

“சூடாகக் காபி கிடைக்காதா?”

முணுமுணுப்பு தலைவரின் காதில் போடப்பட்டது.

“அனைவரும் அமருங்கள்.” அவசர உத்தரவு பிறப்பிக்கப்பட்டது. தலைவர் வருவதைக் கண்டதும் சலசலப்பு நின்று அங்கே அமைதி படர்ந்தது. அனைவரும் அவரை மரியாதையோடு பார்த்தார்கள்.

“நாம் ஒரு லட்சியத்திற்காக இந்த யாத்திரை மேற்கொள்ள இருக்கிறோம். உங்கள் அனைவரையும் தேர்ந்தெடுக்கும்போதே இந்த யாத்திரையில் கடைபிடிக்கப்பட வேண்டிய நிபந்தனைகள் குறித்து உங்களுக்குக் கூறப்பட்டது. ஒருவேளை அதைச் சிலர் மறந்திருக்கக் கூடும். மறந்து போனவர்களுக்கு மீண்டும் அவற்றை நினைவுபடுத்த வேண்டியது எனது கடமை. நமது லட்சியம் வேதாரண்யத்தில் பூர்த்தியாகும் வரை சத்தியாக்கிரகிகள் எவரும் காபி, தேநீர் போன்ற பானங்கள் கேட்கக் கூடாது. புலால், புகையிலை, மது, சிகரெட், பீடி போன்றவற்றை நினைத்துப் பார்க்கலாகாது. தங்களது உடைமைகளைத் தாங்களே சுமந்து வர வேண்டும். அவற்றை சுமக்க உங்கள் ஒவ்வொருவருக்கும் ஒரு கழி வழங்கப்படும். இந்த யாத்திரை பூர்த்தியாக லட்சியம்

எவ்வளவு முக்கியமோ, அந்த அளவுக்கு ஒழுக்கமும் முக்கியம். உங்கள் அனைவருக்கும் ஆளுக்கொரு தக்ளியும் கொஞ்சம் பஞ்சும் வழங்கப்படும். ஒவ்வொரு முகாமிலும் அந்த பஞ்சினைக் கொண்டு ஐம்பது கஜம் நூல் நூற்றுக் கொடுக்க வேண்டும்."

நமது யாத்திரை மார்க்கத்தில் நமக்கு உணவு கிடைக்கலாம். கிடைக்காமல் போகலாம். பசி பொறுக்கும் வலிமை உங்களுக்கு வேண்டும். உப்புக் காய்ச்சும்போது நாம் தடுக்கப்படலாம், தாக்கப்படலாம். கலவரத்தில் காயப்படலாம். கைது செய்யப்படக்கூடும். கத்தியின்றி இரத்தமின்றி என்ற தாரக மந்திரம் நமக்குதான். அவர்களுக்கல்ல. மொத்தத்தில் இது இன்பச் சுற்றுலா அல்ல. இந்த நியமங்களை அனுஷ்டிக்க இயலாது என்று நினைப்பவர்கள் இந்த நிமிடத்தில் கூட தயக்கமின்றி விலகிக் கொள்ளலாம்."

இராஜாஜி புன்னகையோடு அவர்களை ஊடுருவுவதுபோல் பார்க்க, அவர்கள் புரிந்து கொண்டார்கள்.

'பாரத மாதாவுக்கு ஜே!'

ஒரு சேர உற்சாகமாக கோஷம் எழுப்பினார்கள். தலைவர் இராஜாஜிக்கு அப்போதே லட்சியம் பூர்த்தியாகி விட்டது போல் தோன்றியது. நிருபர் ஒருவர் அவரிடம் போனார். "ஐயா சில கேள்விகள் கேட்கலாமா?"

"தாராளமாக! கேள்வி கேட்பது உங்கள் தொழில், பதிலுறுப்பது எனது கடமை."

"இந்தப் போராட்டம் அவசியம்தானா...?"

"அவசியம்தான். அவசியமில்லாத ஒன்றை ஒருபோதும் காந்திஜி செய்யவும் மாட்டார். நீங்கள் ஒன்றைப் புரிந்துகொள்ளுங்கள். சாந்தமே இந்தியாவின் சுபாவம். சச்சரவுகளையும், கிளர்ச்சிகளையும் அது விரும்புவதில்லை. ஆனால் என்ன செய்வது? சிலசமயம் போராட்டம் நமக்கு அவசியமாகி விடுகிறது. நம்மால் முடிந்தது அப்போராட்டத்தை அஹிம்சா முனறயில் நடத்துவதுதான்."

“காங்கிரஸ் சுதந்திரத்தைப் பெற்றுத் தந்துவிடும் என்று நம்புகிறீர்களா?”

“காங்கிரஸ் ஒன்றினால்தான் சுதந்திரப் போரை நடத்த முடியும். அதில் தயக்கமுள்ளோருக்கு இடமே இல்லை. முன்னணியானாலும் சரி, பின்னணியானாலும் சரி. ஒவ்வொருவரும் காங்கிரஸ் கொடியின் கீழ் சேர வேண்டும் என்பதே நம் விருப்பம். பேசுகிறவர்கள் பலவிதமாகப் பேசலாம். ஆனால் உண்மை என்னவெனில் காங்கிரசால் மட்டும்தான் சுதந்திரம் சாத்தியம். கூடிய சீக்கிரமே இந்த உண்மையை அனைவரும் உணர்ந்து விட்டால் நாட்டிற்கு நல்லது. இந்த தேசம் நீண்ட காலமாய் சுதந்திரத்திற்காகக் காத்துக்கிடந்து விட்டது. அனைவருமே ஓரணியில் திரண்டோமானால் இந்நிலை மாறக்கூடும்.”

இராஜாஜி கைகூப்பி விட்டு எழுந்து சென்றார்.

இன்னும் அரை மணியில் கிளம்ப வேண்டும் என்று ஒருவர் கூறினார். முன்தின இரவே உபதலைவர் ஒருவரால் வழங்கப்பட்ட துணி நாடா ஒன்றை சத்தியாக்கிரகிகள் தன் மேல்சட்டையில் ஊசியால் குத்திக் கொண்டார்கள். நடுவில் வெள்ளையும், இருபுறமும் நீலநிறமுமாய் இருந்தன அந்த நாடாக்கள்.

கல்யாணராமன் மெதுவாக இராஜாஜியின் அருகில் சென்றான். பவ்யமாகக் கை கூப்பினான்.

“யாரப்பா நீ?”

“சொல்லிக்கொள்ளும் அளவுக்கு என்னிடம் சிறப்பு ஏதுமில்லை. உங்களிடம் ஒரு விஷயம் கூற விரும்பி வந்தேன்.”

“என்ன?”

“இந்த நாடாக்களின் நிறம் உங்கள் லட்சியத்தின் பிரதிபலிப்பாக இருக்கிறது. கடலின் நிறம் நீலம். உப்பின் நிறம் வெண்மை. நீல நிறக் கடல்நீரை காய்ச்சி வெண்ணிற உப்பை எடுக்கப் போகிறவர்களுக்கு மிகப் பொருத்தமாகவே இருக்கிறது.”

“பேஷ் பேஷ்... நன்றாகச் சொன்னாய்” அவர் அவன் முதுகில் மெல்ல தட்டிப் பாராட்ட அவன் இராமன் கரம் பட்ட அணிலாக உணர்ந்தான்.

“உங்களிடம் ஒரு விண்ணப்பம்” அவன் தயங்கியபடி அவரைப் பார்க்க, அவர் என்ன என்றார்.

———

9

அத்தியாயம்

> நாமிருக்கும் நாடுநமதென் பதறிந்தோம் - இது
> நமக்கே உரிமையாம் என்பதறிந்தோம் - இந்தப்
> பூமியில் எவர்க்கும் இனி அடிமைசெய்யோம் – பரி
> பூரணனுக் கேயடிமை செய்து வாழ்வோம்.

“உங்களுடைய இந்த சத்யாக்கிரக யாத்திரையில் நானும் கலந்து கொள்ளலாமா?”

“நூறுபேர் மட்டுமே எங்கள் தேவை. அது முடிந்து விட்டதே அப்பனே. உன்னை சேர்த்துக்கொள்ள இயலாத நிலைக்கு வருந்துகிறேன்.”

“நூறில் ஒருவனாக இல்லாவிட்டாலும், உங்களைப் பின்தொடர்ந்து சாதாரணத் தொண்டனாக நான் வரலாம் அல்லவா...? சத்யாக்கிரகிகளுக்கு என்னாலான சிறு சிறு சேவைகளைச் செய்யலாம் அல்லவா?”

“அது உன் விருப்பம்.”

அவர் நகர்ந்து சென்றார்.

அவன் சாமிநாதனிடம் வந்தான்.

“என்னாச்சு?”

"குழுவில் சேர்த்துக்கறது கஷ்டமாம். ஆனா பின்தொடர்ந்து வருவது உன் விருப்பம்னுட்டார்."

"அந்த வகையில் நீ கொடுத்து வைத்தவன்தான். இது என் விலாசம் நீ வேதாரண்யத்துலேர்ந்து திரும்பினதும் உன் அனுபவங்களை எனக்கு எழுது. மதுரைக்கு ஒருமுறை வா."

அவன் அவர் கொடுத்த காகிதத்தை பத்திரப்படுத்தி வைத்துக் கொண்டான்.

ராஜாஜியும், டாக்டர் ராஜனும் சற்று தள்ளி நின்று பேசிக் கொண்டிருந்தது லேசாய் காதில் விழுந்தது.

"எல்லா ஏற்பாடும் என்னால முடிந்தவரை செய்திருக்கிறேன். பிரயாணப் பாதை, நாம் தங்க வேண்டிய முகாம்கள், எல்லாவற்றிற்கும் ஏற்பாடு செய்தாகி விட்டது. தஞ்சாவூர் கலெக்டர் தாரன் மக்களை ரொம்பவே பயமுறுத்தி வைத்துள்ளான் என்பது எனது பயணத்தில் தெரிந்தது. சத்தியாக்கிரகிகளுக்கு உணவளித்தாலோ, உபசரித்தாலோ இ.பி.கோ 159ஆம் பிரிவின்படி சட்ட விரோதக் கூட்டத்தை ஆதரித்த குற்றத்திற்கு அவர்கள் மீது சட்டப்படி நடவடிக்கை மேற்கொள்ளப்படும் என்று அறிவித்திருக்கிறான். மக்கள் மிகவும் பயந்துதான் போயிருக்கிறார்கள். ஆயினும் ஒரு சிலர் எப்படியாவது நமக்கு உணவுக்கு ஏற்பாடு செய்வதாக வாக்களித்திருக்கிறார்கள். கலெக்டர் ஆணையைக் கண்டு பயந்தாலும், அதையும் மீறி மக்கள் கொதித்துதான் போயிருக்கிறார்கள். நம் மண்ணில் நின்றுகொண்டு நம் மக்களுக்கே உணவளிக்கக் கூடாது என்று சொல்ல இவனுக்கு என்ன துணிச்சல் வேண்டும் என்று பொருமுகிறார்கள். மக்கள் சட்டத்தை மதிக்கப் போகிறார்களா, சத்தியாக்கிரகத்தை ஆதரிக்கப் போகிறார்களா என்பது போகப் போகத்தான் தெரியும்."

"நமது முதல் முகாம் எது?"

"கோவிலடி. ஆனால் அந்த ஊர் ஜனங்கள்தான் போலீஸ் உத்யோகஸ்தர்களால் மிகவும் பயந்து போயிருக்கிறார்கள். சத்தியாக்கிரகிகளுக்கு வரவேற்பு அளிக்கும் எண்ணத்தையே

மாற்றிக்கொண்டு விட்டார்கள். அதிதி பூஜையும், விருந்தோம்பலும் இந்தியர்களின் சிறப்பல்லவா என்று எவ்வளவோ நியாயத்தை எடுத்துக் கூறியும் அவர்கள் தங்கள் முடிவில் உறுதியாயிருப்பதுதான் எனக்கு கவலையளிக்கிறது. இன்னும் சொல்லப்போனால் படிக்காதவர்களை விட படித்தவர்கள்தான் பயங்காளிகளாய் இருக்கிறார்கள் யார் கண்டது? அநேகமாய் நாம் போகிற நேரத்திற்கு இந்த பயங்காளிகளெல்லாம் ஊரிலேயே இல்லாது போனாலும் போய்விடக்கூடும்."

"ஊரில் மனிதர்கள் இல்லாவிட்டால் என்ன? அங்கே பள்ளி கொண்டு படுத்துக்கிடக்கும் பெருமாள் எங்கேயும் போய்விட மாட்டான் இல்லையா? அவனும் போய்விட்டால்தான் நாம் கவலைப்பட வேண்டும்" தலைவர் சொல்ல டாக்டர் சிரித்தார்.

சரியாய் 5 மணிக்கு முரசும், சங்கும் முழங்க இராஜாஜி தேசியக் கொடியை உயர்த்திப் பிடித்தபடி சத்தியாக்கிரக யாத்திரையைத் துவக்கி வைத்தார்.

பங்களாவுக்கு வெளியே சாலையின் இருமருங்கும் ஜனக்கூட்டம் வந்தே மாதர கோஷத்துடன் அவர்களை உற்சாகப்படுத்தியது.

சத்தியாக்கிரகிகள் இரண்டிரண்டு பேராக ஒரு வரிசை ஏற்படுத்திக்கொண்டு நடந்தார்கள்.

பாரத மாதாகி ஜே!

ஜய ஜய பாரத!

வந்தே மாதரம்!

மிக வேகமாக நடந்த படையின் பின்னால் சாமிநாதனும், கல்யாணமும் உற்சாகமாக நடந்தார்கள்.

காவல் நிலையம் கடந்து காந்தி மார்க்கெட்டுக்குள் நுழையும்போது பொழுது பொலபொலவென விடிந்திருந்தது. மார்க்கெட் வியாபாரிகள் பூமாலைகள் சகிதம் உற்சாகமாக அவர்களை வரவேற்றார்கள். நூறு தொண்டர்களுக்கும் பூமாலை

போட்டு சந்தனம், கல்கண்டு கொடுத்து ஆசி கூறினார்கள். அங்கிருந்து மேலும் நடந்தார்கள்.

அதோ மலைக்கோட்டை! தொண்டர் ஒருவர் உச்சி விநாயகரை தியானித்து மலைக்கோட்டையை நோக்கி தலைக்கு மேல் கை கூப்பினார். மலைக்கோட்டை வாசலில் கடைக்காரர்கள் எல்லாரும் காத்திருந்தார்கள்.

தலைவரிடம் பணமுடிப்பு ஒன்றை பவ்யமாக நீட்டினார் ஒருவர்.

“எங்கள் அனைவரது சிறு காணிக்கை இதில் உள்ளது. ஏற்றுக்கொள்ள வேண்டும். சத்தியாக்கிரகிகளுக்கு பயத்தம் கஞ்சி தயாராக உள்ளது. அனைவரும் அருந்திவிட்டுச் செல்ல வேண்டும்.”

“தாராளமாக” தலைவர் ஓரிடத்தில் அமர கோப்பைகளில் பயத்தம் கஞ்சியும், வாழைப்பழங்களும் வழங்கப்பட்டன.

“தம்பி பாயசம் குடியுங்கள்.” கல்யாணத்திடமும் ஒருவர் பயத்தங் கஞ்சியை நீட்டினார்.

“இல்லை. நான் தொண்டர் படையைச் சேர்ந்தவன் அல்ல.”

“அதனால் என்ன... அவர்களோடுதானே நீங்களும் செல்லப் போகிறீர்கள்?”

அவன் வியந்து நோக்கினான்.

“இரவு நீங்கள் இருவரும் பேசிக் கொண்டிருந்ததை கேட்க நேரிட்டது. இந்த வயசுல இந்த ஆர்வம் நல்ல விஷயம்தான். பெரியவரே நீங்களும் சாப்டுங்க.” அவன் இருவருக்கும், பாயசத்தைக் கொடுத்துவிட்டு நகர்ந்தான்.

திடீரென்று கூட்டத்தில் சலசலப்பு. என்னவென்று விசாரித்தார் சாமிநாதன்.

“காந்திஜியை கைது பண்ணிட்டதா சொல்றா.”

“அப்டியா...”

“ஆமா, ராஜன் அய்யா தலைவர்கிட்ட சொல்லிட்ருந்தார்.”

"இப்போ என்ன செய்யப் போறாங்க?"

"தெரியல..."

அவர்கள் கவலையோடு தலைவரின் வார்த்தைக்காகக் காத்திருந்தார்கள்.

அந்த நேரம் தொண்டர்களில் ஒரு இளைஞன் பழக்கமானான். மதுரையிலிருந்து வந்திருப்பதாகக் கூறினான். மதுரை என்றதும் சாமிநாதனின் முகம் மலர்ந்தது.

"நேற்று இரவு தலைவர் பிரசங்கம் ஏதாவது செய்தாரா?" அவனிடம் கேட்டார்.

"எதுவும் பேசல. நேற்று முழுக்க அவரைப் பார்க்க உள்ளூரிலும், வெளியூரிலிருந்தும் பிரமுகர்கள் வந்துகொண்டேயிருந்தனர். அதோட ரகசிய போலீசும், பிரமுக வேஷத்துல வந்ததைத் தெரிஞ்சுண்ட டாக்டர் ராஜன் அவர்களைக் கண்டித்து வெளியில் அனுப்பிட்டார். அதன் பிறகு, பிரயாணத்தின்போது செய்யப்பட வேண்டிய அலுவல்களை எல்லாம் கவனிக்க பல தொண்டர்களை தலைவர் நியமிச்சார். பயோனிர் கோஷ்டி, சுகாதார கோஷ்டி, சங்கு ஊதறது, டங்கா அறைவதற்கு, மணியடிக்க, தேசியக்கொடி பிடிக்க, ஆஜர் பட்டியல் வாசிக்க, பொக்கிஷக் கணக்கெழுதன்னு எல்லாவற்றிற்கும் ஆட்கள் நியமனம். ஹிந்திப் பயிற்சிக்குக் கூட ஒரு ஆள் உண்டு தெரியுமா?"

"ஆக ரொம்ப கவனமாதான் திட்டம் போட்டு இந்த யாத்திரையை வழி நடத்தறார் ராஜாஜின்னு சொல்லு."

"சந்தேகமென்ன...? நிச்சயம் இந்த யாத்திரை சரித்திரத்தில் இடம் பெறும்."

"என்னாச்சு காந்திஜி விஷயம்?"

"எல்லாம் வதந்தியாம். நாம இன்னும் அஞ்சு நிமிடத்தில் கிளம்பணும்" யாரோ சொன்னது காதில் விழுந்தது.

"கிளம்பலாம். தொண்டர்கள் வரிசையில் வாருங்கள். மக்கள் எல்லோரும் சற்று பின்னால் வருமாறு கேட்டுக் கொள்கிறேன்."

பயோனீர் கோஷ்டியிலிருந்து ஒருவர் உரக்க குரல் கொடுக்க, தொண்டர்கள் அணி வகுத்தார்கள்.

காவிரி ஆற்றுப்பாலம் வரை சாமிநாதனும் உடன் வந்தார். பாலத்திற்கு அக்கரையில் மேளதாளத்தோடு இவர்களை வரவேற்க ஒரு கூட்டம் காத்திருந்தது. காவிரியும், கொள்ளிடமும் சுழித்து ஓடிக்கொண்டிருக்க, இரண்டிற்கும் இடையில் திருவரங்கம் கோயிலும், பசுமையான விருட்சங்களும் தெரிய அனைவரும் மெய்மறந்து ஒரு வினாடி அதன் அழகில் லயித்தார்கள்.

“நா இங்கேயே விடை பெற்றுக்கறேன் கல்யாணம். இந்த சத்தியாக்கிரக யாத்திரை வெற்றியடையணும்னு ரங்கநாதனிடம் வேண்டிக்கொண்டு அவனை தரிசனம் பண்ணிட்டு ஊருக்குப் புறப்படறேன். உனக்கும் எனக்கும் ஒரு நாள்தான் பழக்கம்னாலும் உன்னை என்னால மறக்க முடியாது. நீயும் எனக்கொரு மகனைப் போலதான். நீ கண்டிப்பா மதுரைக்கு வரணும்.”

சாமிநாதன் விடைபெற்றுச் சென்றபோது அந்த பிரிவு சங்கடமாகத் தோன்றியது. அதற்குப் பிறகு ராமச்சந்திரன் என்ற பெயர்கொண்ட அந்த இளைஞன் இன்னும் நெருக்கமானான்.

ஸ்ரீரங்கம் கார்னேஷன் ஹாலில் தலைவரின் பிரசங்கத்திற்குப் பிறகு, பணமுடிப்பு அளிப்பவர்கள் அவரைச் சூழ்ந்துகொள்ள மற்றவர்கள் கிளம்பினார்கள்.

“இப்போ எங்கே போறோம்?”

“கொடியாலம் ரங்கசாமி ஐயங்கார் பங்களாவுக்கு. அங்கே போஜனம் முடிந்து ஓய்வு. இனி சூரியன் சற்று தணிந்ததும்தான் புறப்பாடு” ராமச்சந்திரன் தகவல் சொன்னான்.

ரங்கசாமி ஐயரின் பங்களா மிக அழகாகவும், பெரிதாகவும் இருந்தது. முன்புறம் கீற்றுப் பந்தல் போட்டிருந்தது. பங்களாவிற்கு பின்னால் அரை பர்லாங் தூரத்தில் காவேரியின் கிளை நதி ஓடிக் கொண்டிருக்க, நதியைப் பார்த்ததும் குளிக்கும் ஆசை ஏற்பட்டது. கல்யாணம் நதியை நோக்கி நடந்தான். நதிக்கரையில் சற்று நேரம்

அமர்ந்தான். இந்நேரம் வீடு என்ன களேபரத்தில் இருக்கிறதோ? பிரமோதூத வருஷம் இப்படி ஒரு அவமானத்தையும், அதிர்ச்சியையும் அளித்தபடி விடிந்திருக்கிறதே என்று அம்மா புது வருஷத்தை நொந்து கொண்டிருப்பாளோ? ஒவ்வொரு ஆண்டும் தமிழ் வருடப் பிறப்பன்று வீடு கொள்ளாத மகிழ்ச்சி நிலவும். வேப்பம்பூ வாசத்தோடு ரசமும், வெல்லப் பாயசமும், புளிப்பு மாங்காய்ப் பச்சடியும், வாழைப்பூ வடையும், வெள்ளரிக் கூட்டும், கதம்ப சாம்பாருமாக விருந்து அமர்க்களப்படும். அப்பா அவரிடம் வேலை செய்யும் குடியானவர்களுக்கும், மற்ற வேலையாட்களுக்கும் வெள்ளிக் காசுகள் கொடுப்பார். ஒரு பெரிய வெண்கல உருளி நிறைய வெள்ளிக் காசுகளை நிறைத்து வைத்துக்கொண்டு கைக்கு வருகிற காசை அப்படியே அவர் அள்ளிக் கொடுக்கும்போது வாங்கிக் கொள்கிறவர் முகத்தில் ஒளிவிடும் பிரகாசமும், சந்தோஷமும் எந்த கவிஞனாலும் கூட எழுத்தில் வடிக்க முடியாது என்றுதான் தோன்றும். பயற்றுநாதருக்கு அன்று அபிஷேகம், பூஜை என்று கோவிலில் பாதி நாள் ஓடிவிடும். சாயங்காலம் அக்கிரஹாரத்தில் பையன்கள் எல்லோருக்கும் ஓட்டப் பந்தயம் நடத்துவார். முதல் மூன்று பேருக்கு பரிசாக அவர்களுடைய ஒரு வருட படிப்புச் செலவை ஏற்றுக்கொள்வார். புத்தகம், பேனா, ஸ்கூல் பையிலிருந்து துணிமணிகள் சாப்பாடு வரை எல்லாம் அவர் செலவுதான். அதனாலேயே அந்தப் போட்டிகளில் கலந்துகொள்ள அவனுக்கும், அண்ணனுக்கும் தடை போட்டிருந்தார். “சும்மா பணம் கொடுத்தா அவாளை பிச்சைக்காரான்னு குத்திக்காட்டறா மாதிரி இருக்கும். அதே போட்டி வெச்சுக் கொடுத்தா அவாளுக்குப் பெருமை சேர்க்கறா மாதிரி இருக்கும். ஜெயிக்கணும்ங்கற ஆசை ஒவ்வொருத்தனுக்கும் ஏற்படும். ஒருவேளை உங்க ரெண்டுபேர்ல யாராவது ஜெயிச்சா ஒரு குழந்தையோட படிப்பு தடைப்பட்டுடும். அதான் வேண்டான்றேன். வேணும்னா வீட்டுக்குள்ள உங்களுக்கு போட்டி வைக்கறேன் சரியா...?”

சொன்னபடி அவர்களுக்கும் போட்டி வைப்பார். “ஒரு மணி நேரம் தரேன். ரெண்டுபேரும் மாறு வேஷத்துல வரணும்.

என்னால உங்களை அடையாளம் கண்டுபிடிக்க முடியலன்னா நீங்க ஜெயிச்சா மாதிரி.”

“என்ன பரிசு?”

“ஒரு நல்ல கைக்கடிகாரமும், உசத்தியான ஃபவுண்ட்டன் பேனாவும்.”

அவர்கள் ஓடுவார்கள். ஒரு மணி நேரம் கழித்து கல்யாணம் அசல் பெண்ணாக மாறி நெற்றிச் சுட்டியும், காதில் ஜிமிக்கியும், பின்னிய ஜடையும், கழுத்தில் அட்டிகையும், பட்டுப் பாவாடையும், மேலாக்குமாய் கையில் குங்குமச் சிமிழோடு வந்து, “மாமி நா கோண்டுவோட தங்கை. எங்காத்துக்கு வந்து தாம்பூலம் வாங்கிண்டு போகச் சொன்னா அம்மா” என்று நாணிக் கோணியபடி குங்குமச் சிமிழை நீட்டினான். அம்மாவுக்கு அவனை அடையாளம் தெரியவில்லை. வரேன்னு சொல்லுடிம்மா என்றபடியே உள்ளே போனாள்.

“மாமா ஆத்துல இல்லையாக்கும்?”

“வெளில போனார். சாஸ்திரிகளே அவருக்காகத்தான் காத்துருண்ருக்கார். நீ வழில எங்கயானம் பார்த்தா உடனே நா ஆத்துக்கு வரச் சொன்னேன்னு சொல்லிட்டு போ என்ன...?”

“ஆகட்டும் மாமி.”

“ஏம்மா கொழந்த... கோண்டு எங்கயானம் ஊருக்குப் போயிருக்கானா என்ன... ஆளையே காணும். வருஷப் பிறப்பதுவுமா கோவிலுக்குக் கூட வரலையே...” சாஸ்திரிகள் கேட்டார்.

“ஆமாம் மாமா. தஞ்சாவூர் வரைக்கும் ஒரு வேலையா அப்பா அவனை அனுப்பி இருக்கார்.”

“அப்பா பஞ்சாங்கம் கேட்ருந்தார். இங்க வாடி கொழந்த பஞ்சாங்கம் தரேன் அவர்ட்ட கொடுத்துடு.”

“குடுங்கோ” அவன் அருகில் சென்றான். அவர் ஏற இறங்க அவனைப் பார்த்தார்.

“ம்ம்ம்... நன்னாத்தான் நிகுநிகுன்னு வாழையாட்டம் வளர்ந்துட்ட, என்ன படிக்கற இப்போ? இப்டி உக்காரேன்.”

அவன் வேறு வழியின்றி அமர்ந்தான்.

“நாலாவது ஃபார்ம் மாமா.”

“நன்னா படிக்கணும் என்ன...? அவர் அவன் கையை மெதுவாகப் பற்றி தடவிக் கொடுத்தார். முதுகிலும் அவர் கை படர அவன் நெளிந்தான்.”

“மாமா நா போகணும் பஞ்சாங்கம் தரேளா...?”

“போலாண்டி பொண்ணே. என்ன அவசரம்...? அது சரி... உங்கிட்ட ஒண்ணு கேக்கட்டுமா...”

“எ...என்ன...”

“லட்சணமார்க்க... உன்னை எனக்குப் பிடிச்சிருக்கு. எம் பொண்டாட்டி போய் நாலு வருஷமாறது. நீ சரின்னா ஆத்துல வந்து பேசுவேன்.”

அவர் கேட்க, அவன் திகைத்தான். “அடப்பாவி சாஸ்திரியே...! உதைக்க வேண்டாமா உன்னை...? இந்த அப்பா எங்கேதான் போனார்...? போட்டி வைத்ததை மறந்து விட்டாரா என்ன...?” அவன் எரிச்சலோடு எழுந்தான்.

“பஞ்சாங்கத்தை நீங்களே குடுத்துடுங்கோ மாமா. நா வரேன். உங்களை எனக்குப் பிடிக்கல.”

அவன் நடக்க முற்பட அவர் சட்டென அவனது மேலாக்கை பற்றினார். “இப்டி கோச்சுண்டா எப்டி. எனக்கென்ன குறை சொல்லு?” அவர் அவனை இழுத்து தோளில் கை வைக்க அவன் பதறினான்.

“விடுங்கோ மாமா... நா மாமியைக் கூப்டுவேன். இந்த மாதிரி துஷ்டத்தனமெல்லாம் வேற யார்ட்டயானம் வெச்சுக்கோங்கோ. எங்கிட்ட வேணாம். சொல்லிட்டேன்.”

அவன் நிஜமான ஆத்திரத்தோடு பேச, அவர் சிரித்தார். உள்ளேயிருந்து வந்த அம்மாவும் உடன் சேர்ந்து சிரித்ததும் அவன் திகைத்தான்.

சாஸ்திரிகள் தன் குடுமியையும், சின்னதாய் வளர்ந்திருந்த தாடியையும் எடுத்துவிட்டு அப்பாவாக மாறியதும் அதை விட அதிகமாய் திகைத்தான்.

“ஜெயிச்சது யாருடா...?” அப்பா சிரித்தார்.

“உன்னை எனக்கு அடையாளம் தெரிஞ்சுது. உனக்குதான் என்னை அடையாளம் தெரியல.”

அவன் அசடு வழிய சிரித்தான். அப்போது குடியானவன் ஒருவன் நெல் மூட்டையோடு உள்ளே வந்து மூட்டையை ஓரமாகப் போட்டுவிட்டு கல்யாணத்தை ஆச்சர்யமாகப் பார்த்தான்.

“ஊர்லேர்ந்து விருந்தாளி யாராச்சும் வந்திருக்காங்களா...? தங்கச்சியை இதுக்கு முன்னாடி பார்த்ததில்லையே.”

“ஆமாமா... என் தங்கை பெண்தான். இரு உன் கூலியை வாங்கிண்டு போ.” அப்பா அலமாரி திறந்து ஒரு பழைய வேட்டியும், காசும் எடுத்து வந்தார்.

“ரொம்ப நன்றிங்க சாமி. நீங்க நல்லார்க்கணும்.” குடியானவன் குனிந்து வணங்கி வாழ்த்திவிட்டுப் போனான்.

அன்றிரவு சாப்பாட்டின்போது, அப்பா அவன் பெண் வேஷத்தை சிலாகித்தார். “நன்னாத்தாண்டா இருந்த... அசல் பொண்ணாட்டம்.”

அவன் வெட்கப்பட்டான். அப்பா அண்ணாவைப் பார்த்தார்.

“அவனாவது ஒரு வேஷம் போட்டுண்டு வந்து என்னை ஏமாத்த முயற்சி செய்தான். நீ போட்டிலயே கலந்துக்காம எங்கதான் போய்ட்ட...? ஆக மொத்தம் ரெண்டுபேருக்கும் இன்னிக்கு பரிசு கிடையாது.”

“கைக்கடிகாரத்தையும், பேனாவையும் விட உசத்தியான பரிசு நா ஏற்கனவே வாங்கியாச்சு. ரகுராமன் ஒரு வேட்டியையும், சில்லறைக் காசையும் கொண்டுவந்து அப்பாவிடம் காட்ட... அவர் திகைத்துதான் போனார். அடப்பாவி நீயா... அது? நா நிஜமாவே குடியானவன்னு இல்ல நெனச்சேன்...? பேஷ்... பேஷ்... என்னையே ஏமாத்திட்டயே...”

“அதானே போட்டி...”

“அப்போ பரிசு உனக்குதான்.”

“வேண்டாம்ப்பா. நிஜமாவே ஒரு மூட்டையை முதுகுல சுமந்துண்டு வந்து இறக்கிவெச்சேன். என் உழைப்புக்கு நீங்க கொடுத்த காசுதான் எனக்கு பெரிய பரிசு. இந்தக் காசும், வேட்டியும் எனக்கு ரொம்ப உசத்தி. நீங்க அந்த கடிகாரத்தையும், பேனாவையும் கல்யாணத்துக்குதான் தரணும். ஏன்னா... எனக்கு சத்தியமா அவனை அடையாளமே தெரியல. அவ்ளோ அழகா பொண்ணாட்டமே இருந்தான். நா உங்களை ஏமாத்தினேன். நீங்க அவனை ஏமாத்தினேள். அவன் என்னை ஏமாத்திட்டான். சரியாப்போச்சு.”

கல்யாணராமன் பெருமூச்சு விட்டான். அப்பா இந்த வருடம் போட்டி நடத்துகிறாரோ இல்லையோ...? எல்லாரது சந்தோஷத்தையும் கெடுத்து விட்டேனா நான்...? சற்றே குற்ற உணர்வு எட்டிப் பார்த்தது அவனிடம்.

———

10

அத்தியாயம்

மனித ருணவை மனிதர் பறிக்கும்
வழக்கம் இனியுண்டோ?
மனிதர் நோக மனிதர் பார்க்கும்
வாழ்க்கை இனியுண்டோ?
இனிய பொழில்கள் நெடிய வயல்கள்
கனியும் கிழங்கும் தானியங்களும்
கணக்கின்றித் தரு நாடு இது.

காவிரியில் நல்ல நீரோட்டமிருந்தது. நிறைய சத்யாக்கிரகிகள் குளித்துக் கொண்டிருந்தார்கள். சிலர் குளித்துவிட்டு, தங்கள் வேட்டி சட்டைகளை மணலில் காயப் போட்டிருந்தார்கள்.

கல்யாணராமனும் குளித்து உடை மாற்றி பழைய உடுப்பைத் துவைத்து காய வைத்து மடித்து பையில் வைத்துக் கொண்டான்.

போஜனத்திற்கான மணியடிக்கும் சத்தம் கேட்டதும், எல்லோரும் பரபரப்பாக பங்களா நோக்கி நடக்க, கல்யாணம் நதிக்கரையிலேயே அமர்ந்து கொண்டான்.

“கல்யாணராமா இங்கென்ன பண்ற பசிக்கலையா...?” ராமச்சந்திரன் குரல் கொடுத்தான்.

"வேண்டாம். அதைச் சாப்பிட எனக்கு உரிமை கிடையாது. நீ போய் சாப்டு. நா ஏதாவது காபிக் கடையில் சாப்ட்டுக்கறேன்."

"ஒண்ணும் வேண்டாம். நீ ஒருத்தன் சாப்பிடறதால ஒண்ணும் ஆய்டாது. அங்க ஏராளமா சமைச்சு வெச்சிருக்கா. சத்யாக்கிரகிகள் சாப்ட்ட பிறகும் மிஞ்சும். அதையெல்லாம் வழிப்போக்கர்களுக்குதான் கொடுக்கணும்னு பேசிண்ருந்தா. நீ வா... யாரானும் கேட்டா நா சொல்லிக்கறேன்."

ராமச்சந்திரன் அவனை இழுத்துக்கொண்டு போனான்.

கூச்சத்தோடுதான் சாப்பிட உட்கார்ந்தான். பங்களாவின் முன் ஹாலில் தலைவருடன் பத்திரிகை நிருபர்கள் சிலர் அமர்ந்து உரையாடியபடி குறிப்புகள் எடுத்துக் கொண்டிருந்தார்கள். உணவுண்ட தொண்டர்கள் எல்லாம் உண்ட மயக்கத்தில் பந்தலின் கீழ் துண்டை விரித்து, ஆங்காங்கு உறங்கிக் கொண்டிருந்தார்கள். ஒரு சிலர் தக்ளியில் நூல் நூற்கும் முயற்சியில் ஈடுபட்டிருந்தனர்.

மாலை நான்கு மணிக்கு இரண்டாம் போஜனமும் முடிந்து, தொண்டர்களின் எண்ணிக்கை சரிபார்த்த பிறகு புறப்படலாம் என்பதற்கு அடையாளமாக ஊதல் ஊதப்பட்டது.

ரங்கநாதனை சேவித்துவிட்டு மீண்டும் இதே வழியாக வந்து திருவானைக்காவல் மார்க்கமாக நாம் செல்கிறோம் தளபதி சுப்ரமணியம் என்பவர் அறிவிக்க, அடுத்த ஐந்தாவது நிமிடம் பள்ளிகொண்ட பெருமானின் முன் பரவசத்தோடு நின்றிருந்தார்கள். சத்தியாக்கிரகிகள் என்கிற கூடுதல் மரியாதை அங்கு அளிக்கப்பட, நிதானமாய் அவசரமின்றி ரங்கநாதனை சேவிக்க முடிந்தது. என்ன அழகு! எத்தனை நீளமான தேகம்! எத்தனை அழகான கண்கள்! சாட்சாத் பாற்கடலில் மகாவிஷ்ணுவையே பார்ப்பதுபோல் கண்கள் பனிக்க நின்றுவிட்டான் கல்யாணம். கிடந்த திருமேனி தந்த முதல் தரிசனம் அது என்பதால் மனது அந்த ஆனந்தத்தைத் தாங்க முடியாமல் அவஸ்தைப்பட்டது.

"எல்லாரும் போயாச்சு... போகலாமா?" ராமச்சந்திரன் சன்னமான குரலில் கேட்க, மனமின்றி நகர்ந்தான். ரங்கநாதன்

கருவறையிலிருந்து இடம் பெயர்ந்து அவன் மனசுக்குள் படுத்துக் கொண்டான்.

திருவானைக்காவல் அக்கிரஹாரத்தில் வெயிலுக்கு இதமாய் பானகம் வழங்கிய மக்களை நன்றியோடு நினைத்தபடி, படை மேலும் நகர்ந்தது.

'எங்கள் தேசத்தின் உப்பைத் தின்று
எங்கள் ரத்தத்தைக் குடித்து,
எங்கள் உப்புக்கே வரி கேட்கும்
நன்றி மறந்த வெள்ளைக்
கூட்டமே! யாரைக் கேட்டு வரி
விதித்தாய்? உன் சட்டத்தை மீறப்
போகும் சத்யாக்கிரகிகள் நாங்கள்!
துணிவிருந்தால் எங்களைத் தடுத்துப்
பார்! இந்தப் படை போதுமா
உனக்கு? இன்னும் கூட வேண்டுமா?'

உரத்த குரலில் ஒரு தொண்டர் ராகம் போட்டுப் பாடினார்.

'வந்தது நூறுதான், வெள்ளைப் பறங்கி!
வராதது முப்பத்து முக்கோடி, வெள்ளைப் பறங்கி!'

முதியவர் ஒருவர் தன் பங்குக்குப் பாட உற்சாகம் தொற்றிக்கொண்டது.

'கடல் நீரும் உப்புதான்
எங்கள் கண்ணிரும் உப்புதான்
கண்ணீர் வற்றினாலும் வற்றாது
இந்த கடல் நீர். உப்புக்கென்ன
பஞ்சம் வந்தது, மூடா? உப்புச்
சட்டம் கொண்டு வர?
கத்தியின்றி ரத்தமின்றி காலியாகும்
உன் உப்புக்குதவா சட்டம்!'

மாற்றி மாற்றி தொண்டர்கள் பாட, உற்சாகமாய் எல்லோரும் ஓட்டமும், நடையுமாய் முன்னேறினார்கள்.

அப்போது பதிமூன்று, பதினான்கு வயது தோற்றத்திலிருந்த ஒரு சிறுவன் ராஜாஜியை நெருங்கி அவரிடம் ஏதோ சொல்லிவிட்டுச் செல்ல, அவர் சில வினாடி யோசனையோடு நிற்க, கூட்டமும் அவர் பின்னே காரணம் புரியாது நின்றது.

“இனி பிரதான சாலையைத் தவிர்த்துவிட்டு, வயல் வரப்புகள் வழியே செல்வோம்” தலைவரிடம் பேசிவிட்டு, தளபதி சுப்ரமணியம் சொல்ல படை வயல் வெளியில் இறங்கி வரப்பின் மீது நடக்க ஆரம்பித்தது.

“என்னாச்சாம்? ஏன் ரஸ்தா வழியா போக வேண்டாம்னுட்டார் தலைவர்?”

“ரஸ்தாவில் போலீஸ் கெடுபிடி ஏற்படும் என்ற தகவல் வந்துள்ளது. அவர்கள் கண்ணில் மண்ணைத் தூவத்தான் சாலை வழியே செல்ல வேண்டாம் என்று கூறியிருப்பார்.”

வரப்பு தாண்டி வாய்க்கால் கரையொன்று தென்பட, ஊர்வலம் அதன் மீது ஏறி நடந்தது. பாதி தூரம் மணலும், பாதி தூரம் தரையுமாக அந்த வாய்க்கால் கரை திருவளர்ச்சோலை வரை நீண்டிருந்தது. ஒற்றையடிப் பாதையின் இருபுறமும் மா, பலா, கொய்யா, என பழமரங்களும் தென்னஞ் சோலைகளுமாய் பசுமை மனதைக் கிறங்கடித்தது.

இருள் கவிகிற நேரத்தில் திருவளர் சோலையின் ரஸ்தா கண்ணில் பட்டது. கூடவே கை விளக்குகள் சகிதம் சில மனிதர்கள் நிற்பதும் தென்பட தொண்டர்கள் சற்றே தயங்கினார்கள். ஒருவேளை போலீசாக இருக்குமோ...? தலைவரைக் கைது செய்து விடுவார்களா...?

“வந்தே மாதரம்...! திடீரென்று அந்த மனிதர்கள் கோஷமெழுப்ப... அட நம்மாளுங்கதான்...” தொண்டர்கள் உற்சாகமானார்கள்.

“ஜாகை தயாராகி விட்டதல்லவா?” ராஜாஜியின் வலது கரமாக விளங்கிய சந்தானம் அவர்களிடம் கேட்டார்.

“பஜனை மடத்தில்தான் ஜாகை.” ஊர்ப் பிரமுகர் பவ்யமாக சொன்னார்.

பஜனை மடம் சிறியதுதான். ஒரு கூடமும், அதில் சுவாமி படங்களும், விளக்கும், ஹார்மோனியப் பெட்டியும் வைத்திருந்தது. கூடத்தைச் சுற்றி பெரிய தாழ்வாரம்.

தாழ்வாரத்தில் தொண்டர்கள் படுக்கட்டும். “இரவு நேரத்தில் இங்கு ராமநவமிக்காக பக்தர்கள் சிலர் வந்து விளக்கேற்றி, பஜனை செய்துவிட்டுச் செல்வார்கள். அவர்களுக்கு எவ்விதச் சிரமமும் ஏற்படாமல் உறங்குங்குள்” எனச் சொல்லப்பட்டது.

ஆனந்தனும், கல்யாணமும் பஜனை மடத்திற்கு அருகிலிருந்த மற்றொரு கோயில் மண்டபத்தில் படுத்துக் கொள்ளலாம் என முடிவெடுக்க, அவர்களோடு மற்றொரு இளைஞனும் சேர்ந்து கொண்டான்.

என் பெயர் ராஜு, கோவையிலிருந்து வந்திருக்கிறேன். பதினாறு வயதாகிறது.

“என் வயதும் பதினாறுதான்” கல்யாணம் முகம் மலரச் சொன்னான்.

இரவு முழுக்க அவர்கள் அரசியல் பேசிவிட்டு தூங்கிப் போனார்கள்.

விடியற்காலம் சங்கு ஊதும் ஓசை கேட்டது.

“கல்யாணம் எழுந்திரு” ராமச்சந்திரன் எழுப்பிவிட சட்டென எழுந்தான்.

“கரண்டியும் சொம்பும் எடுத்துக்கோ.”

“எதுக்கு... கரண்டியெல்லாம்?”

“அதுக்குதான்” அவன் சொல்ல, கல்யாணம் விழித்தான்.

“நோக்கு ஒண்ணும் சொல்லலையா யாரும்?”

"இல்லையே. நீதான் சொல்லேன்."

"காலைக்கடன் கழிக்கத்தான்."

"சொம்பு சரி. கரண்டி எதுக்கு? எங்கிட்ட இல்லையே..."

"தலைவரோட உத்தரவு. ஆற்றங்கரையை அசுத்தப்படுத்தக் கூடாது. சுத்தமும், சுகாதாரமும் முக்கியம். கரண்டியால மண்ணை வாரி குழி தோண்டி, காரியம் முடிக்கணும். அப்பறம் மண்ணை வாரி அதுமேல போட்டுடணும். ஆற்றில் நேரடியா கால் கழுவி அதை மாசுபடுத்தப்படாது. சொம்பால நீர் மொண்டுதான் சுத்தம் பண்ணிக்கணும். ஒண்ணில்ல ரெண்டில்ல நூறு பேராச்சே! இந்தக் கட்டுப்பாடுகள் இல்லாட்டா போற வழியெல்லாம் நாசமாய்டும்."

கல்யாணம் ஆச்சர்யப்பட்டான். தலைமைப் பொறுப்பு என்பது சுலபமல்ல. எத்தனை விஷயங்கள் திட்டமிட வேண்டியிருக்கிறது! நூறு பேருக்கு மேல் தொண்டர்களைத் திரட்டி, பல நூறு மனிதர்கள் பின்தொடர, அசுரனாய் வளர்ந்திருக்கும் வெள்ளைக்காரனுக்கு எதிராக ஒரு அறப்போருக்கு தலைமையேற்று அதைத் திறம்பட நடத்திச் செல்வதற்கு எத்தனை திட்டமிடல் வேண்டும், ஒவ்வொரு இடத்திலும் நடந்த சம்பவங்கள் தலைவரின் பால் அவனது மரியாதையைக் கூட்டிக்கொண்டே போயிற்று.

"சரி வா... இன்னிக்கு என்னோட சொம்பும், கரண்டியும் தரேன். போற வழில எங்கயாவது கிடைத்தால் வாங்கிப்போம்."

அவர்கள் ஆற்றங்கரை நோக்கி நடந்தார்கள்.

வெய்யில் மெல்ல மெல்ல உறைக்கத் துவங்கி இருந்தது. காலையில் உண்ட சிற்றுண்டியெல்லாம் நடந்து நடந்து ஜீரணமாகி விட்டாற்போல் வயிறு மெல்ல இரைச்சலிடத் தொடங்கிற்று. தேசபக்தி கீதங்களை உரக்கப் பாடக்கூட முடியாமல் நிறையபேர் முணுமுணுத்தபடி நடந்தார்கள். தொண்டர்கள்தான் சோர்ந்திருந்தார்கள். தலைவரோ அந்த மெல்லிய உடலை வைத்துக்கொண்டு இளம் வாலிபனைப் போல வேகமாய் நடந்து கொண்டிருந்தார். சில தொண்டர்கள் அந்த நடைக்கு ஈடு கொடுக்க

முடியாமல் லேசாக அவர் பின்னால் ஓடிக்கொண்டிருந்தார்கள். போகிற வழியெல்லாம் கிராமவாசிகளும், குழந்தைகளும் வியப்போடு பார்த்து கள்ளங்கபடமின்றி சிரித்தார்கள். நாக்கு வறண்டுகொண்டு வந்தது. தண்ணீர் குப்பிகள் எல்லாம் விரைவில் காலியாகின. வேகமாய் நடந்ததில் கல்யாணம் தலைவருக்கு மிக அருகில் வந்திருந்தான்.

"யாரிடமாவது தண்ணீர் இருந்தால் கொடுங்களேன்." முதியவர் ஒருவர் கேட்டது காதில் விழ தலைவர் திரும்பிப் பார்த்தார்.

"யாரிடமும் தண்ணீர் இல்லை. இன்னும் சற்று தூரம் நடந்தால் கொள்ளிடக் கால்வாய் வந்துவிடும். அதுவரை தாகத்தைப் பொறுத்துக் கொள்ளுங்கள். சந்தானம் சமாதானப்படுத்தின நேரம், சற்று தள்ளி வரப்போரமாக ஒரு கிழவி பொக்கைவாய் சிரிப்போடு வந்து கொண்டிருந்தாள். தலைவரை வணங்கிவிட்டுத் தயங்கி நின்றவள் தன் முந்தானையில் மறைத்து வைத்திருந்த எதையோ வெளியில் எடுத்தாள்."

அந்தத் தட்டு நிறைய பெரிய பெரிய கல்கண்டுகள்.

"அய்யா இந்தப் பக்கமா வருவீங்கன்னு சொன்னாங்க. விடியக் காலையிலேர்ந்து இங்கன நிக்கறேன். அய்யாக்கு ஏதாவது தரணும்னு ஆசை. ஏழை என்னால முடிஞ்சது இதுதான். வாங்கிக்குவீங்களாய்யா?"

கிழவி கேட்டதும், தலைவர் நெகிழ்ந்துதான் போனார்.

"கொடு தாயே கொடு. உன் கல்கண்டு எங்கள் தாகத்தை சற்றே தீர்க்கும். இது வெறும் கல்கண்டல்ல. இந்த நிமிடம் இதுதான் எங்கள் ஜீவன்."

தலைவர் கல்கண்டை எடுத்து தொண்டர்களுக்கு விநியோகம் செய்தார். தாகம் என்று சொன்ன முதியவருக்கு இன்னும் ஒரு கை அள்ளிக் கொடுத்தார். தானும் ஒன்று வாயில் போட்டுக் கொண்டார்.

"அம்மா நீ சாப்பிட்டாயா? காலையிலிருந்து இங்கு நிற்பதாகச் சொன்னாயே."

“கல்கண்டு சுவையா இருக்கான்னு தெரிஞ்சுக்க ஒரு கட்டி சாப்ட்டேனுங்கய்யா, இனிமேத்தான் வீட்டுக்கு போய் கஞ்சி காய்ச்சி சாப்டனும். நீங்க இதை சாப்ட்டதுல சாமிக்கே படைச்சாப்போல வயிறு நிறைஞ்சு போச்சுய்யா.”

“அம்மா நீ சாதாரணமானவள் அல்ல. கலியுக சபரியம்மா” ராஜாஜி அவளைக் கையெடுத்து வணங்கினார்.

அவர் சொன்னதன் அர்த்தம் கூடப் புரியாமல் பொக்கைவாய் காட்டி சிரித்தாள் கிழவி.

யாத்திரை தொடர்ந்தது. கல்லணைப் பாலத்திற்கு இரண்டு பர்லாங் முன்னால் லால்குடி தாலுக்கா பிராமணர்களும், பிரமுகர்களும் வாழ்த்தி வரவேற்றனர்.

காவிரியின் கரையில் ஒரு மாந்தோப்பில் தொண்டர்கள் தங்க வைக்கப்பட்டனர். காலில் மணல் ஜில்லிட, காற்று சுகந்தமாய் வீசியது. புல் தரையும், நதியும், வயல்களுமாய் அந்த இடமே ரம்யமாயிருந்தது. தோப்பின் ஒரு மூலையில் சமையல் தயாராகிக் கொண்டிருந்தது. தாளிப்பு வாசனை பசியைக் கிளறிவிட்டது.

நிறையபேர் ஆற்றில் இறங்கிக் குளித்துக் கொண்டிருந்தார்கள். பிரார்த்தனைக்குப் பிறகு உண்பதற்கு, போஜனம் தயாராகியிருந்தது. ரங்கசாமி ஐயங்கார் தலைவரோடு மிக முக்கியமாக ஏதோ பேசிக் கொண்டிருந்தார்.

“அநேகமா இன்னிக்கு தலைவரைக் கைது பண்ணினாலும் பண்ணிடுவான்னு நினைக்கறேன். தொண்டர் ஒருவர் போஜனத்தின் போது கவலையோடு சொன்னார்.”

“அப்டியா...?”

“பின்னே...? ஆற்றைக் கடந்துவிட்டால் தஞ்சாவூர் ஜில்லா ஆரம்பமாகிவிடும். தஞ்சை ஜில்லாவின் ஏகபோக அதிகாரியாயிற்றே தாரன் துரை! அவனுடைய மிரட்டலுக்கும், கெடுபிடிக்கும் எல்லையே இல்லை என்றுதான் சொல்ல வேண்டும். புதுசு புதுசாய் சட்டம் போடுகிறான். எப்படியாவது இந்த யாத்திரையைத் தடுத்து தோல்வி கண்டுவிடச் செய்ய

வேண்டும் என்று கங்கணம் கட்டிக்கொண்டு செயல்படுகிறான். இனி நமக்கு இதுபோல் போஜனம் கிடைக்குமா என்பது சந்தேகம்தான். சத்யாக்கிரகிகளுக்கு உணவளித்தால் தண்டனை கடுமையாக இருக்கும் என்று மக்களை எச்சரித்திருக்கிறானாம்."

"தலைவர் கைதாகிவிட்டால் என்னவாகும்?"

ஒன்றும் புரியவில்லை. தலைவர் ரங்கசாமி ஐயங்காரோடு ரகசியமாய் ஏதோ பேசிக் கொண்டிருக்கிறார். அவரது பிரசங்கத்தில் இதுபற்றி ஏதேனும் சொல்கிறாரா என்று பார்ப்போம்.

"கோவிலடியில் இப்பவே ஜனங்கள் எல்லாம் தாரன் துரைக்கு பயந்துண்டு ஊரை விட்டு ஓடிப்போய்ட்டதா பேசிக்கறா. நம்மை வரவேற்க ஊரில் ஒரு காக்காய் குருவி இராதாம். கல்யாணம் ஒரு நிமிஷம் இப்டி வா." ராமச்சந்திரன் அழைக்க, என்ன என்று கேட்டபடி எழுந்து சென்றான்.

"உங்கிட்ட யார் என்ன கேட்டாலும் அவசரப்பட்டு ஏதும் பேசிடாதே சரியா...?"

"ஏன் என்னாச்சு...?"

"ரகசிய போலீஸ் படையைச் சேர்ந்த உத்யோகஸ்தர்கள் சிலர் மாற்றுடைகளில் இங்க வேவு பார்க்க வந்திருக்காளாம். சாதாரண தொண்டர் மாதிரி தொண்டர்களோடு பேசி, நம்ம திட்டங்களை நம்ம வாயாலயே தெரிஞ்சுண்டு போகணும்னு வந்திருக்கா. மௌன விரதம் அனுஷ்டிக்கறதுதான் இப்போதைக்கு நமக்கு நல்லது."

கல்யாணம், கவலையோடு சுற்றிலும் பார்த்தான். தொண்டர் யார்? ரகசிய போலீஸ் எது என்று புரியாமல் அந்த இடமே மனிதமயமாய் இருந்தது.

"தலைவர் எல்லாரையும் வரச்சொல்றார்." யாரோ சொல்ல எல்லாரும் ஓடினார்கள்.

"உட்காருங்கள்..." தலைவர் சொல்ல அமர்ந்தார்கள்.

"இதுவரை தடையின்றி வந்துவிட்டோம். இனி நம் பயணம் எப்படியிருக்கும் என்பதற்கு எவ்வித உத்தரவாதமும் இல்லை.

தஞ்சையில் ஒரு புலி, தன் இரைக்காக பசியோடு காத்திருக்கிறது. அதன் முதல் இரை நானாகக் கூட இருக்கலாம். ஒருவேளை நான் சிறை செல்ல நேரிட்டாலும், நீங்கள் அனைவரும் மனம் தளர்ந்துவிடாமல் இன்னும் உறுதியோடு உங்கள் அறப்போரைத் தொடர வேண்டும். உங்களை வழி நடத்திச் செல்ல அடுத்தக்கட்ட தலைவர்களையும் நான் ஏற்பாடு செய்து வைத்திருக்கிறேன். அவருக்கு நீங்கள் உங்களது முழு ஒத்துழைப்பையும் அளித்து இந்த மண்ணின் வீரத்தையும், மானத்தையும் காக்க வேண்டும். உப்பள்ளுவது நமது உரிமை என்பதை வெள்ளைக்காரனுக்கு புரிய வைக்க வேண்டும். இனி நீங்கள் சென்று சற்று ஓய்வெடுத்துக் கொள்ளலாம். மாலை நான்கு மணிக்கு நாம் இங்கிருந்து கிளம்ப வேண்டும். இனி உணவு கிடைக்கும் என்பதற்கு உத்தரவாதமில்லை. இருப்பினும் இயற்கை நமக்காக பழ மரங்களை அளித்திருக்கிறது. எனவே அதைரியப்படவும் தேவையில்லை." தலைவர் எழுந்து செல்ல.

தொண்டர்கள் கலைந்தார்கள். தொண்டர் ஒருவர் சற்றே சோர்ந்த முகத்தோடு தலைவரை நெருங்கினார்.

"அய்யா..."

தலைவர் திரும்பினார்.

"சொல்லுங்களேன்."

"இனி தொடர்வதற்குத் துணிவில்லை. நான் விலகிக்கொள்ள விரும்புகிறேன். மன்னிக்க வேண்டும்."

"இதுவரை துணிவோடு வந்ததற்கு நன்றி. பயத்தோடு யாரும் வரக்கூடாது என்பதுதான் என் எண்ணமும். தாங்கள் செல்லலாம்."

தலைவர் சொல்லிவிட்டு நடந்தார்.

அந்த சம்பாஷணையைக் கேட்ட கல்யாணம் திகைத்து நின்றான்.

——

11

அத்தியாயம்

சிப்பாயைக் கண்டு அஞ்சுவார் - ஊர்ச்
சேவகன் வருதல்கண்டு மனம் பதைப்பார்
துப்பாக்கி கொண்டு ஒருவன் – வெகு
தூரத்தில் வரக்கண்டு வீட்டிலொளிப்பார்
எப்போதும் கை கட்டுவார். இவர்
யாரிடத்தும் பூனைகள் போல் ஏங்கி நடப்பார்.

அரிக்கேன் விளக்கு வெளிச்சத்தில் ஏதோ எழுதிக் கொண்டிருந்த தளபதி சுப்ரமணியத்தின் எதிரில் தயங்கியபடி நின்றான் கல்யாணம்.

“யாருப்பா... என்ன வேணும்?”

“நா... கல்யாணராமன்.”

“அதுக்கென்ன இப்போ...? காலம்பற ஆஜர்ப்பட்டியல் வாசிக்கும்போது உன் பேரைச் சொன்னா போதும்.”

“அது விஷயமாதான் வந்திருக்கேன்.”

“என்ன விஷயம்?”

“ஆஜர்ப்பட்டியலில் என் பேரையும் சேர்த்துக்கணும். நா திருச்சிலேர்ந்து உங்க படையோடதான் அங்கீகாரமில்லாமல்

வந்துண்ருக்கேன். இப்போ ஒருத்தர் படையை விட்டு விலகினாரே, அவருக்கு பதிலா என்னை சேர்த்துக்கொண்டால் ரொம்ப சந்தோஷப்படுவேன்."

சுப்ரமணிய ஐயர் யோசனையோடு அவனையே பார்த்தார்.

"இது உல்லாச யாத்திரை இல்லை அப்பனே. நாளை நம் வயிற்றுக்கு உணவு கிடைக்கும் என்பது நிச்சயமில்லை. எந்த நிமிடமும் எல்லாரும் கைது செய்யப்படலாம் என்கிற நிலை. நீ விளையாட்டாகக் கேட்கிறாய் என்றால் மறுபடியும் ஒருமுறை யோசித்து ஒரு தீர்மானத்திற்கு வருவது நல்லது."

"இல்லை அய்யா. தீர்மானமாகத்தான் இருக்கிறேன். சரியான முடிவை எடுத்துத்தான் திருச்சியிலிருந்து உங்களைத் தொடர்ந்து வருகிறேன். இராமனுக்கு அணில் செய்தாற்போல் இந்த தேசத்திற்காக சிறிய அளவிலாவது ஏதேனும் செய்ய நினைக்கிறேன். விடுதலைப்போரின் ஒரு சிறிய விழுப்புண்ணாவது என் உடம்பில் இருக்க வேண்டுமென ஆசைப்படுகிறேன்."

"தலைவரிடம் பேசிவிட்டு நாளைக் காலையில் சொல்கிறேன்."

கல்யாணம் நம்பிக்கையோடு நகர்ந்தான்.

மறுநாள் காலையில், அவன் படையில் சேர்த்துக் கொள்ளப்பட்டிருப்பதாக அவர் சொன்னதும் அவன் முகம் பிரகாசமாயிற்று.

புதிதாய் சேர்க்கப்படுகிறவர்களுக்கு புதிய எண் கொடுக்கக் கூறியிருக்கிறார் தலைவர். உன்னைப் பற்றிய தகவல்களை எழுதி அடுத்த முகாமில் என்னிடம் சமர்ப்பித்து விட வேண்டும்.

தளபதி சுப்ரமணியம் அவனது எண்ணைக் கூறினார். அவன் கைகூப்பி நன்றி சொன்னபோது கண்கள் கலங்கிற்று. எப்பேர்ப்பட்ட பாக்கியம்! ஊரைவிட்டு வந்தது எத்தனை நல்லதாய்ப் போயிற்று. அப்பாவுக்கு ஒரு கடிதம் எழுதிப் போட்டால் என்ன? காந்திஜியின் ஆக்ஞைப்படி தென்னாட்டில் நடந்து கொண்டிருக்கும் மாபெரும் சத்யாக்கிரகப் போராட்டத்தில்

அவனும் இருக்கிறான் என்ற விஷயம் தெரிந்தால் அவர்கள் பெருமைப்பட மாட்டார்களா என்ன...?

அவன் உடனே தபால் போக்குவரத்திற்குப் பொறுப்பேற்றிருக்கும் தாணுவையரிடம் போனான். காசு கொடுத்து நாலைந்து தபால் அட்டையை வாங்கினான். பிள்ளையார் சுழி போட்டு அப்பாவுக்கு கல்யாணராமனின் அநேக கோடி நமஸ்காரங்கள் என்று எழுத ஆரம்பித்தான்.

"என் மீது கோபமிருக்கலாம். சொல்லிக் கொள்ளாமல் வந்தது தவறுதான். அதற்காக மன்னிப்பு கேட்டுக் கொள்கிறேன். உங்கள் கோபத்திற்கும், வருத்தத்திற்கும் ஆறுதலாய் பெருமைக்குரிய விஷயம் ஒன்றையும் சொல்லப் போகிறேன். ஒரு நல்ல காரியத்திற்காகத்தான் நான் புறப்பட்டேன் என்று ஆறுதல் படுத்திக் கொள்வீர்கள் என்று நம்புகிறேன். நான் இப்போது இருப்பது நூறுபேர் கொண்ட ஒரு படையில். ஸ்ரீ ராஜகோபாலாச்சாரியார் அவர்கள் தலைமையேற்று வழி நடத்தும் உப்பு சத்தியாக்கிரகத் தொண்டர்கள் படையில் நானும் ஒருவனாக இணைந்திருக்கிறேன். திருச்சியிலிருந்து நேற்று கிளம்பினோம். முப்பதாம் தேதி வேதாரண்யத்தில் உப்புச் சட்டத்தை எதிர்த்து உப்பு அள்ளப் போகிறோம். இயற்கை மனிதருக்கு அள்ளிக் கொடுத்திருக்கும் உப்புக்கு வரி விதித்த வெள்ளையருக்கு பாடம் புகட்டியே ஆக வேண்டும். என்னைப் பற்றிக் கவலைப்பட வேண்டாம். நிச்சயம் உங்கள் பெயருக்கு இழுக்கு ஏற்படும் செயல்களைச் செய்ய மாட்டேன். வெற்றியோடு வருகிறேன். முடிந்தபோது கடிதம் எழுதுகிறேன். உங்களிடம் அனுமதி கேட்டிருந்தால் கிடைக்குமோ கிடைக்காதோ என்ற குழப்பத்தில்தான் கிளம்பி விட்டேன். மன்னிக்கவும்."

நமஸ்காரங்களுடன் கல்யாணம் எனக் கையெழுத்திட்டான். திருமணத்தை எதிர்த்துதான் வீட்டைவிட்டுக் கிளம்பினேன் என்று சொல்லி, அப்பா அம்மாவை நோகடிப்பதை விட சத்தியாக்கிரகத்தில் கலந்து கொள்வதற்காகத்தான் கிளம்பினேன் என்று சொல்வது ஓரளவு அவர்களுக்கு ஆறுதலாக இருக்கும்

என நினைத்தான் அவன். தான் எழுதின தபால் அட்டையை தாணுவையரிடம் கொடுத்துவிட்டுப் புறப்படத் தயாரானான்.

"அடுத்தாப்போல எந்த ஊரில் நாம் தங்கப் போகிறோமாம்?"

"திட்டப்படி கோவிலடின்னு கேள்வி. ஆனா அந்த ஊர்க்காராதான் தாரன் துரையோட சட்டத்துக்கு ரொம்பவே நடுங்கிப் போயிருக்காளாமே. அநேகமா இந்தப் பிரச்சனைக்கு பயந்து எல்லாரும் ஊரைவிட்டு நழுவிப் போயிருப்பா. ஊரே வெறிச்சுனு இருக்கப் போறதுன்னு பேசிக்கறா. நமக்கு போஜனம் உண்டா இல்லையான்றதும் தெரியல."

"நம்ம கையைக்கொண்டே நம்ம கண்ணைப் பிடுங்கிடணும்ங்கறதுதான் தாரனோட திட்டம், சத்தியாக்கிரகிகளுக்கு சாப்பாடு போட்டயானா பார். உன்னை என்ன பண்றேன்னு கிராமம் கிராமமா பறையடிச்சு அப்பாவி மக்களை திகிலடைய வெச்சிருக்கான். பூனைக்கு நம்ம தலைவர் எப்டி மணி கட்டப் போறார்னு தெரியல."

"கொடியாலம் ரங்கசாமி ஐயங்காரைக் கூட வெளிநாட்டுலேர்ந்து வந்த வெள்ளைக்கார அதிகாரி ஒருத்தன் சத்யாக்கிரகிகளுக்கு சாப்பாடு போடப்படாதுன்னும், உப்புச் சட்டத்தை மீறுகிறவர்களை ஆதரிக்கப்படாதுன்னும் மிரட்டிட்டுப் போனானாமே?"

"ஒருவேளை அதைப் பத்திதான் மத்தியானம் அவர் தலைவர்கிட்ட சொல்லிண்ருந்தாரோ? இருக்கலாம். அப்பறம் அவரை ஆளையே காணலையே. ஒருவேளை துரையோட மிரட்டலுக்கு பயந்துண்டு தலைவர்கிட்ட விஷயத்தைச் சொல்லிட்டு ஒதுங்கிக்கொண்டு விட்டாரோ என்னவோ...?"

"என்னத்தச் சொல்ல... அவன் அதிகாரத்துல இருக்கான். நாம அடிமைகளா இருக்கோம். ஏற்கனவே நிறையபேரை இந்த தேசம் இழந்துட்டு நிக்கறது."

"எத்தனை பேரை இழந்தால் என்ன? இந்த பாரத மாதாவோட கடைசி புத்திரன் இருக்கும் வரை இந்தப் போராட்டம் ஓயாது. வந்தே

மாதரம் ஒலிச்சுண்டேதான் இருக்கும்." ராஜூ உணர்ச்சியோடு சொன்னான். மற்றவர்கள் அதை ஆமோதித்தார்கள். இன்னும் உத்வேகமும், உற்சாகமும் கூடியது.

ஊதல் ஒலி உச்சஸ்தாயியில் கேட்டதும் அவர்கள் புறப்படத் தயாரானார்கள்.

கல்லணையைக் கடந்து காவிரிக்கு அக்கரை சேரும்போது மணி ஐந்தரையைக் கடந்திருந்தும் வெய்யிலின் கடுமை குறையவில்லை.

"அங்கே பார்" ராமச்சந்திரன் காட்டிய திசையில் ராஜூவும், கல்யாணமும் பார்த்தார்கள். சற்று தூரத்தில் ஜாகையடித்து இறங்கியிருந்த ரகசிய போலீஸ் அதிகாரிகளும், ஜவான்களும் ஊர்வலத்தைத் தொடர்ந்து வரத் தயாராகிக் கொண்டிருப்பது தெரிந்தது. வாசலில் மோட்டார் வண்டி ஒன்று தயாராக நின்றிருந்தது.

தலைவர் சந்தானத்தின் காதில் ரகசியமாக ஏதோ சொல்ல, சற்று நேரத்தில் அவர் சொன்ன செய்தி எல்லோருக்கும் வந்து சேர்ந்தது.

சற்று தூரத்தில் வண்டிப் பாதையிலிருந்து தனியே பிரியும் ஒற்றையடிப் பாதையில் நடக்க வேண்டும் என்பதுதான் தலைவரின் உத்தரவு.

ஊர்வலம் திடீரென சாலையைத் தவிர்த்துவிட்டு ஒற்றையடிப் பாதை வழியே செல்ல ஆரம்பித்ததும், ரகசிய போலிசாரின் முகம் காற்றிழந்த பலூனாகச் சுருங்கிப் போயிற்று.

கொஞ்ச தூரம் நடப்பதற்குள்ளாகவே தலைவர் ஏன் அந்த வழியே போகச் சொன்னார் என்பது புரிந்தது. வெறும் மணல் பாதை அது. கால்கள் புதைந்து சமுத்திர மணலில் நடப்பது போலிருந்தது. இந்த பாதையில் போலீசார் எப்படி மோட்டார் வாகனத்தில் பின்தொடர முடியும்? சிரிப்பு வந்தது அவர்களுக்கு தலைவரின் நுண்ணிய அறிவு பிரம்மிக்க வைத்தது.

அப்படியும் ஒன்றிரண்டு ஜவான்கள் கால்நடையாகப் பின்தொடர முற்பட, சந்தானம் சட்டென நின்று அந்த ஜவான்களுடன் கை குலுக்கினார்.

“நன்றி. எங்களது சத்யாக்கிரகப் படையில் நீங்களும் இணைந்து கொண்டதற்கு.”

புன்சிரிப்போடு இவர் சொல்ல, அவர்கள் வெட்கமும் பதற்றமுமாகச் சட்டெனத் திரும்பிச் சென்றார்கள். தொண்டர்கள் உரத்த குரலில் வந்தே மாதரம் என முழங்க அவர்களது நடை ஓட்டமாயிற்று.

மாலை வெயில் முதுகிலும், கன்னங்களிலும் உறைக்கவில்லை. வியர்வை ஆறாய்ப் பெருக, ஆற்று மணலில் பாதம் புதைத்து நடப்பது மிகுந்த சிரமமாக இருந்தாலும் அயராது நடந்தார்கள்.

சூரியன் ஒரு வழியாய் அடிவானத்தை இரத்த சிகப்பாக்கிவிட்டு, பூமியின் மறுபக்கம் ஒளியைக் கொடுக்க, தற்காலிகமாக விடைபெற்றான். பட்சிகளின் கானங்கள் செவியை இனிமையாக்கின. உதயமும், சந்தியாகாலமும் ஒவ்வொரு ஜீவராசிக்குமே சந்தோஷத்தை வாரிக் கொடுக்கும் போலும். வானத்தில் கூட்டம் கூட்டமாய் புறாக்களும், மைனாக்களும், வால் குருவிகளும் சிறகசைத்தபடி பறந்து சென்று கொண்டிருக்க, வயல்களில் தவிட்டுப்பூச்சிகளும், தும்பிகளும், பட்டாம்பூச்சிகளும் விர் விர்ரெனப் பறந்தன.

நடந்த களைப்பில் வயிறு காலியாகி இருந்தது. அடுத்த வேளை உணவை எப்போது போடுவாய் என்று இரையத் துவங்கியது.

கோவிலடியில் நிச்சயம் உணவு கிடைக்குமா என்பது சந்தேகம்தான். தலைவர் என்ன செய்யப் போகிறார் என்ற கேள்வி எல்லோரது மனசிலுமே ஒளிந்துகொண்டிருந்தது. முதியவர் ஒருவரின் நடையில் மிகுந்த சோர்வு தெரிந்தது. இஸ்லாமியத் தொண்டர் ஒருவர் தண்ணீர்க் குப்பியின் கடைசி சொட்டு

நீரால் தன் இதழ்களை ஈரப்படுத்திக் கொண்டார். எல்லோரது கண்களிலுமே பசி தெரிந்தது.

"கோவிலடியை நெருங்கி விட்டோம்" முன்னால் சென்றுகொண்டிருந்த ஒருவர் சொன்னது காற்றோடு காதில் விழுந்தது.

இருள் நன்கு படரத் தொடங்கியிருந்தது. ஊர் மிகமிக நிசப்தமாயிருந்தது. தொண்டர்கள் நடக்கும் சலசலப்பைத் தவிர வேறு ஓசை எதுவுமில்லை. இதுவரை ஒவ்வொரு இடத்திலும் கிடைத்த வரவேற்புகள் என்ன? உபசாரங்களும், மரியாதையும் என்ன? அவை ஒன்றும் இந்த ஊரில் கிடைக்காது போலிருந்தது. அந்த அளவுக்கு தாரன் ஐ.சி.எஸ்.க்கு பயந்து போயிருந்தார்கள் மக்கள். தொண்டர்களின் முகம் மக்களின் இந்த புறக்கணிப்பால் சற்றே வாடினாலும் தங்கள் லட்சியமே முக்கியம் என்பதுபோல அவர்கள் அமைதியாக ஊருக்குள் அடியெடுத்து வைத்தார்கள்.

"வந்தே மாதரம்...! ராஜாஜிக்கு ஜே! தொண்டர் படைக்கு ஜே...!"

'மஹாத்மா காந்திக்கு ஜே...!'

'உப்பு சத்யாக்கிரஹத்துக்கு ஜே...!'

திடீரென்று உச்சஸ்தாயியில் கோஷங்கள் விண்ணைப் பிளக்க, அதை எதிர்பாராத தொண்டர் படை திகைத்து ஸ்தம்பித்து நின்றனர் ஒரு க்ஷணம். சாலையின் திருப்பத்தில் இதுவரை இல்லாத அளவுக்கு மாபெரும் மக்கள் கூட்டம் ஒன்று இவர்களை வரவேற்கக் காத்திருந்தது. கிட்டத்தட்ட ஐயாயிரம் ஜனங்களுக்குமேல் பெருந்திரளான மக்களை ஒரு சேரப் பார்த்ததும், தொண்டர்களின் களைப்பெல்லாம் சூரிய ஒளிபட்ட பனியாக ஆவியாயிற்று. அப்படி ஒரு உற்சாகம் தொற்றிக்கொண்டது.

எப்படி நிகழ்ந்தது. இந்த மாயாஜாலம் என்பது புரியாமல் அவர்கள் விழித்தார்கள்.

மக்களோடு மக்களாக முன்வரிசையில் நின்றிருந்த கொடியாலம் ரங்கசாமி ஐயங்காரையும், டாக்டர் ராஜனையும் பார்த்ததும் ஓரளவுக்கு விஷயத்தை ஊகிக்க முடிந்தது.

"இப்படி ஒரு கூட்டத்தை இந்த ஊரில் இதற்கு முன்பு நாங்கள் கண்டதில்லை. எல்லாவற்றிற்கும் காரணம் ரங்கசாமி ஐயங்காரும், கந்தசாமி சோளிங்கத் தேவர் என்பவரும் செய்த பிரச்சாரம்தான். ஊர்க்காரர்கள் பயத்தை அவர்கள்தான் விரட்டியடித்தார்கள்."

ஊர்க்காரர் ஒருவர் தொண்டர்களிடம் வந்து சிலாகித்தார்.

தலைவர்களின் பிரசங்கத்தைக் கேட்க, காவிரியாற்று மணலில் மக்கள் அமைதியாய் காத்திருந்தார்கள். ரங்கசாமி ஐயங்கார்தான் முதலில் பேசியது.

"என் சகோதரர்க்கு உணவளிக்கக் கூடாது என்று சட்டமியற்ற தாரனுக்கு யார் அதிகாரம் கொடுத்தது? தடுக்கப்படும் வெள்ளத்திற்குதான் அழுத்தம் அதிகம் என்கிற பௌதீக தத்துவத்தை அவன் மறந்து விட்டான் போலும். எனக்கும், ராஜாஜிக்கும் அபிப்ராய பேதங்கள் இருக்கலாம். ஆனால் அதை ஒரு அன்னியன் தனக்கு சாதகமாகப் பயன்படுத்திக்கொள்வதை என்னால் ஒருபோதும் அனுமதிக்க முடியாது. செய்யாதே என்று சொன்னதைச் செய்தாலொழிய என் மனசு ஆறாது என்று தோன்றியது. என் உபதேசங்கள் வீண்போகவில்லை. இன்று மொத்த ஊரும் ஒன்று திரண்டு தங்கள் அன்பையும், ஆசியையும் கலந்து விருந்து தயாரித்திருக்கிறது. இந்தக் கூட்டத்தில் கலந்திருக்கும் ரகசிய போலீசும் கூட கூச்சமின்றி சாப்பிடலாம். ஏன் தாரன் ஐ.சி.எஸ். கூட வந்து சாப்பிட்டுவிட்டுப் போகட்டும். இப்படி ஒரு அன்பு கலந்த உணவை அவனும் எப்போதுதான் சாப்பிடப் போகிறான்! ஆனால் ஒரு விதத்தில் நாம் அவனுக்கு நன்றி சொல்லியே ஆக வேண்டும். சத்தியாக்கிரகிகளுக்கு அன்னந் தண்ணீர் அளிக்கலாகாது என்று அவன் மட்டும் உத்தரவிடாது போயிருந்தால், இந்த இடத்தில் இப்படி ஒரு ஜனக்கடலை நாம் கண்டிருக்க முடியாது. எனவே நம்மை ஒன்று சேர்த்த தாரன்

ஐ.சி.எஸ்.க்கு நாம் நமது வந்தனத்தைத் தெரிவித்துதான் ஆக வேண்டும்."

ரங்கசாமி ஐயங்காரின் உணர்ச்சிகரமான பேச்சை ஆமோதித்து மொத்தக் கூட்டமும் கரகோஷம் எழுப்பியது.

அடுத்துப் பேசிய டாக்டர் ராஜன், "அதிதி பூஜையும், விருந்தோம்பலும் இந்த தேசத்தின் மகத்தான கடமைகள். அன்னியன் ஒருவன் அச்சுறுத்திச் சென்றதால் எங்கே நமது பண்பாட்டை கைவிட்டு விடுவார்களோ இந்த ஊர் மக்கள் என நான் கவலைப்பட்டிருக்கிறேன். நமது தர்மத்திலிருந்து நாம் ஒருபோதும் வழுவலாகாது என்பதே என் பிரார்த்தனையாக இருந்தது. எனது பிரார்த்தனை ரங்கசாமி ஐயங்கார் மூலம் ஈடேறியிருப்பதைக் காணும்போது என் மனம் நெகிழ்கிறது. வயிறு குளிர்ந்துவிட்டது. இனி எந்த அயல் சக்தியும் நம்மைப் பிரித்துவிட முடியாது என்கிற நம்பிக்கை ஏற்படுகிறது."

கூட்டம் ஆமாம் ஆமாம் என்று குரலெழுப்பி குதூகலித்தது.

கடைசியாக ராஜாஜி பேசினார்.

"காற்று ஜலம்போல உப்பும் கடவுளால் மனிதனுக்குத் தரப்பட்டதாகும். அதனை எடுத்துக்கொள்ளும் உரிமை மக்களுக்கு உண்டு. எந்த சர்க்கார் இருந்தாலும் சரி, அது என்ன சொன்னாலும் சரி. கடவுள் தந்ததைத் தடுக்க எவருக்கும் அதிகாரமில்லை. சட்டத்தினால் தர்மத்தை வீழ்த்திவிடவும் முடியாது. சத்தியாக்கிரகத்தின் சக்தியை தாரன் இப்போது உணர்ந்திருப்பார். இப்போதும் உணரவில்லை என்றால், விரைவில் வேதாரண்யத்தில் உணர்ந்து விடுவார். தாரன் என்றால் முள் என்பதன் ஆங்கிலச் சொல். எந்த நெருஞ்சியாலும் முள்ளாலும் விடுதலை வெள்ளத்தைத் தடுத்து நிறுத்திவிட முடியாது என்பதையும் நீங்கள் அனைவரும் அவனுக்கு உணர்த்தி இருக்கிறீர்கள். இந்த ஆச்சர்யத்தை இங்கு நிகழ்த்திக் காட்டிய ரங்கசாமி ஐயங்காரை நான் நன்றியோடு

பாராட்ட கடமைப்பட்டுள்ளேன். உங்களுடைய தைரியத்திற்கும், தேசபக்திக்கும் நான் தலை வணங்குகிறேன்."

கரவொலி சீராக எழும்பியடங்கியது. விருந்துபசாரம் துவங்கியது. அப்படி ஒரு விருந்து. ஒவ்வொன்றிலும் அப்படி ஒரு ருசி. அன்பின் ருசி. போதும் போதும் என்று தொண்டர்கள் இலையின் மீதே கவிழ்ந்துகொள்ளும் வரை போட்டுக்கொண்டே இருந்தார்கள். சதாசிவம் என்பவரது தலைமையில்தான் விருந்து ஏற்பாடாகியிருந்தது.

இந்த ஊரில் தங்குவதற்கான ஜாகை வசதிகள் மிகவும் குறைவு. ஆற்று மணலில்தான் படுக்க வேண்டும். சந்தானம் சொல்ல ஆஹா என்றார்கள்.

தேசியக் கொடியை மணலின் நடுவில் நட்டு வைத்து, அதைச் சுற்றிலும் படுத்துக் கொண்டார்கள். காற்று சிலுசிலுவென வீசியதில் கொடி அலை அலையாய்ப் பறந்தது. பௌர்ணமி கழிந்த இரண்டாம் தினம் என்பதால் தேய்பிறை நிலவு தன்னால் முடிந்த ஒளியை சிந்திக் கொண்டிருந்தது. நட்சத்திரங்கள் கூட்டம் கூட்டமாய் கண் சிமிட்டிக் கொண்டிருந்தன. வான ஆராய்ச்சியில் ஈடுபாடுகொண்ட சிலர் நட்சத்திரக் கூட்டங்களின் அமைப்பை ஆராய்ச்சி செய்து கொண்டிருந்தார்கள். கீழே பட்டு விரித்தாற்போல் மெல்லிய ஆற்று மணல் கோடை வெய்யிலுக்கு ஜில்லென்ற சுகத்தைத் தர, மூட்டைப் பூச்சி இல்லை. கொசுக்கடி இல்லை. நடந்த களைப்பு, உண்ட மயக்கம் எல்லாமாகச் சேர, படுத்த சில நிமிடங்களில் எல்லோரும் தூங்கியே போனார்கள். கல்யாணத்திற்கு அப்பாவின் ஞாபகம் வந்தது. கடிதம் கிடைத்திருக்குமா? அவர் எவ்வித உணர்ச்சியை வெளிப்படுத்தியிருப்பார்? அம்மா சமாதானமாகியிருப்பாளா அல்லது இப்படி ஒரு போராட்டப் படையோடு செல்கிறானே என்னவாகுமோ என்று இன்னும் அதிகமாய் அழுவாளா? பெண் வீட்டுக்காரர்கள் என்ன முடிவெடுத்திருப்பார்கள்? ஒழுங்காய் வேலை வெட்டியைப் பார்ப்பதை விட்டு விட்டு

வெள்ளை அரசாங்கத்தை எதிர்த்துக்கொண்டு சுதேசம் பேசும் பிள்ளையை நம்பி எப்படி பெண்ணைக் கொடுப்பது என்று புறப்பட்டிருப்பார்களா...? ஊருக்குப் போகும்போது என்ன வரவேற்பு இருக்கும்? யோசித்தபடியே காற்றின் தாலாட்டில் தூங்கிப்போனான் அவன்.

மூன்று மணிக்கு ஒரு சிலர் எழுந்து கரண்டியும், சொம்புமாய் மறைவிடம் தேடிச் செல்ல, மெல்ல மெல்ல ஒவ்வொருவராய் எழுந்தார்கள்.

"கோவிலுக்குப் போய் சுவாமி தரிசனம் பண்ண முடியுமா? நேரமிருக்குமா?" ராமச்சந்திரனிடம் விசாரித்தான் கல்யாணம்.

"நா போய் சந்தானம் சாரைக் கேட்டுண்டு வரேன்" அவன் எழுந்து சென்றுவிட்டு இரண்டு நிமிடங்களில் திரும்பி வந்தான். அஞ்சு மணிக்கெல்லாம் நாம இங்கேர்ந்து கிளம்பணுமாம். அதுக்குள்ள ஸ்வாமி தரிசனம் பண்ணிக்க வேண்டியது உங்க சமத்துன்னுட்டார்.

"என்ன விசேஷம் இருக்கு இந்த கோவிலில்? எதனால் இந்த ஊருக்கு கோவிலடின்னு பேர்?"

"ஆழ்வார்கள் மங்களாசாசனம் செய்து வைத்த நூற்றியெட்டு திவ்யதேசத்துல ஆறாவது திவ்யதேசம் இது. பாண்டிய மன்னன் உபமன்யுவோட பிரம்மஹத்தி தோஷம் நீங்கின இடம். லட்சம் அந்தணர்களுக்கு அன்னதானம் செய்தால் அவனது தோஷம் நீங்கும்னு சிவன் வழிகாட்ட, மன்னன் இந்த ஊருக்கு வந்தான். மகாவிஷ்ணுவுக்கு கோவில் கட்டி வழிபட்டான். அந்தணர்களுக்கு தினமும் உணவிட்டான். ஒருநாள் சாட்சாத் நாராயணனே அந்தணர் வடிவத்துல பிட்சைக்கு வந்தான். ராஜா உணவு கொடுத்தான். இன்னும் வேணும்னு கேட்டான். அன்னிக்கு முழுக்க இவன் பசியடங்காம சாப்ட, ராஜாவும் சலிக்காம சமைத்துப் போட்டான். அடுத்து என்ன சமைக்கட்டும்னு ராஜா கேட்டப்போ, அப்பம் வேணும்னானாம். ஒரு குடம் அப்பம் பண்ணிக் கொண்டுவந்து கொடுத்தானாம். அப்பக் குடத்தோட

சற்றே ஒய்வெடுத்துக் கொண்டிருந்தபோதுதான் மார்க்கண்டேய மகரிஷியையும் பரமசிவன் அங்கே அனுப்பி வைத்தான். அப்பக்குடத்தோடு ஒய்வெடுத்துக் கொண்டிருந்த மகாவிஷ்ணுவை நூறுமுறை நமஸ்கரித்த மார்க்கண்டேயனின் தலை மீது கை வைத்து ஆசீர்வதித்து மார்க்கண்டேயனுக்கு நீண்ட ஆயுளை அளித்தான். அதேநேரம் ராஜாவோட தோஷமும் நீங்கித்தாம். திருமழிசை ஆழ்வார், நம்மாழ்வார், திருமங்கை ஆழ்வார் மூணுபேரும் இந்த அப்பக்குடத்தான் மேல முப்பத்தி மூணு பாசுரங்கள் பாடி, மங்களா சாசனம் பண்ணியிருக்கா. தினமும் ராத்திரி ராத்திரி பெருமாளுக்கு அப்பம் நிவேதனம் பண்றது இங்க மட்டும்தான்."

"கோவிலடின்னு பேர் எதனால?"

"ஸ்ரீரங்கத்துக்கும் முந்தைய காலத்து கோவில் இதுன்னாலும், ஆழ்வார்கள் ஸ்ரீரங்கத்தைதான் பெரிய கோவில்னு சொல்லியிருக்கா, அதனால வைஷ்ணவர்களுக்கு கோவில்னா ஸ்ரீரங்கம்தான். இந்தக் கோவில் ஸ்ரீரங்கத்துக்குச் செல்கிற படியைப் போலங்கறதால கோவிலுக்கு அடி, கோவிலடின்னு பேர்."

கல்யாணத்திற்கு சுவாமியைப் பார்க்கிற ஆவல் அதிகமாயிற்று.

காவேரியில் ஸ்நானத்தை முடித்துக்கொண்டு கோயிலை நோக்கி நடந்தார்கள். இந்திரகிரி என்ற மிகச் சிறிய குன்றின் மீது அமைந்திருந்த கோவிலின் கோபுரம் சிறியதுதான். படிக்கட்டுகளின் நடுவே அமைந்திருந்த துவஜஸ்தம்பம் வித்யாசமாக இருந்தது. ஏற்கனவே உள்ளே தொண்டர்கள் சிலர் கருவறைக்கு முன்னால் நின்றிருந்தார்கள்.

கருவறையை நெருங்கி உள்ளே உற்றுப் பார்த்த நிமிடம் ஆனந்த அலை ஒன்று உடல் முழுக்க பரவியதை உணர்ந்தான். விஸ்வரூபமாய் தலைமாட்டில் அப்பக் குடத்தோடு மேற்கு பார்த்தபடி நீட்டி நிமிர்ந்து படுத்திருந்த கரிய திருமேனியின் தோற்றம் சட்டென உள்ளே போய் மனசில் பாம்பணை

விரித்துப் படுத்துக்கொண்டது. இனி அது வெளியே போகும் என அவனுக்குத் தோன்றவில்லை. பட்டர் தீபம் கொண்டு பெருமாளை உச்சிமுதல் பாதம் வரை தரிசித்து வைத்தார். காலில் மெட்டியைக் காட்டினார். ஸ்ரீரங்கத்தில் யோக சயனம்னு சொல்லுவா. இங்கே போக சயனம். கமலவல்லித் தாயாரோட இருக்கார். நன்னா சேவிச்சுக்கோங்கோ."

"எவ்வளவு நேரம் பார்த்துக் கொண்டிருந்தாலும் திருப்தி வரும்னு தோணலையே மாமா."

"எப்டி திருப்தி வரும்? திருப்தி வராமதானே இந்த வாசப்படியில தேவர்கள் எல்லாரும் உக்காந்துண்டு போக மாட்டேன்னு சொல்லிண்ருக்கா! உங்க மனசுல இருக்கற பாரத்தையெல்லாம் இவன் பாதத்துல இறக்கி வெச்சுட்டு போங்கோ. இவன் பார்த்துப்பான்."

ராமச்சந்திரனும், கல்யாணமும், கண்ணெடுக்க முடியாமல் லயித்து நின்றிருந்தார்கள். ராமச்சந்திரனின் கண்கள் லேசாய்க் கசிந்தது. பக்திப் பரவசமா அல்லது மனபாரம் கண்ணிராய்க் கசிகிறதா என்று தெரியவில்லை. அப்படி என்ன மனபாரம் அவனுக்கு?

கல்யாணம் அவனையே பார்த்துக்கொண்டிருந்த வினாடி பட்டர் சட்டென ஒரு காரியம் செய்தார்.

———

12

அத்தியாயம்

பிறந்தவர் யாவரும் இறப்ப துறுதியெனும்
பெற்றியை அறிந்தாரேல் - மானம்
துறந்தறம் மறந்தும்பின் உயிர்கொண்டு வாழ்வது
சுகமென்று மதிப்பா ரோ?
கண்ணிரண்டும் விற்றுச் சித்திரம் வாங்கினால்
கை கொட்டிச் சிரியா ரோ?

உற்சவ மூர்த்திக்கு அருகே காலின் கட்டை விரலை சூப்பியபடி ஒரு அழகான கிருஷ்ண விக்ரகம். சட்டென்று அதை எடுத்து ராமச்சந்திரனின் கையில் கொடுத்தார் பட்டர். ஒரு குழந்தையை ஏந்தியிருப்பதுபோல இரு கைகளாலும் அதை ஏந்திக்கொண்ட ராமச்சந்திரனின் முகத்தில் திகைப்பு மண்டிக்கிடந்தது. கூடவே கண்ணீரும் வழிய ஆரம்பித்தது.

“சுவாமிய கையில வெச்சுண்டு யாரானம் அழுவாளா? கொழந்தைக்கு தாலாட்டு பாடறதை விட்டுப்புட்டு?”

ராமச்சந்திரன் இன்னும் பரவசமானான். ஸ்வாகதம் கிருஷ்ணா என்று சன்னமாகப் பாட, தொண்டை அடைத்து குரல் விம்மியது.

கிருஷ்ணனை முகத்தோடு முகமாக வைத்துக்கொண்டு கண்ணை மூடிக்கொண்டான்.

"திருப்தியாச்சா...? கொண்டா... இனி எதைப் பத்தியும் கவலைப்படாம போ. எல்லாத்தையும் அவன் பார்த்துப்பான் புரிஞ்சுதா...?"

ராமச்சந்திரன் மிக உன்னதமான ஒரு மன நிலையிலிருந்தான். அங்கு என்னதான் நடக்கிறது என்றே புரியாத ஒரு ஆச்சர்யத்தோடு ராஜூவும் கல்யாணமும், பட்டரையும் ராமச்சந்திரனையும் மாறி மாறிப் பார்த்துக் கொண்டிருந்தார்கள். அப்படி என்ன கவலை அவன் மனசிலிருக்கிறது என்று அதைத் தெரிந்துகொண்டாற் போல் ஆறுதல் சொல்கிறார் பட்டர்! எல்லாம் அறிந்த பரந்தாமன் ஒன்றுமே அறியாததுபோல் நிஷ்களங்கனாக பாம்பணையில் சயனித்திருந்தான்.

கோயிலை விட்டு வெளியே வந்தார்கள். பட்டரின் வீடு அருகில்தான் இருந்தது.

"ஸ்வாமியோட பிரசாதம் கிடைத்தால் நன்னார்க்கும். எனக்கு அப்பம்னா உசிர்" கல்யாணம் ராஜூவிடம் கூறினான்.

"அவ்ளோதானே, கேட்டா போச்சு." ராஜூ பட்டரின் வீட்டுக்குள் நுழைந்தான்.

"இன்னிக்கு ஊர்ல இருக்கற கூட்டத்தைப் பார்த்தேளோன்னோ...? எல்லாத்தையும் விநியோகம் பண்ணியாச்சே... இல்லன்னு சொல்லக்கூட கஷ்டமார்க்கு." அந்த வீட்டுப் பெண்மணி ஆதங்கத்துடன் கூற, சற்றே ஏமாற்றத்தோடு வந்தான் ராஜூ.

"இல்லையாம்... கவலைப்படாதே. பெருமாளுக்கு உபமன்யு மகாராஜா ஒரு குடம் அப்பம் கொடுத்தாப்போல, உனக்கும் ஒரே ஒரு அப்பமாவது ஏற்பாடு பண்ணித் தருவார். அந்த அப்பால ரங்கநாதன்." ராஜூ நகைச்சுவையாய் கூறினான்.

தொண்டர்கள் புறப்படத் தயாராகியிருந்தனர். வாழைப்பழங்களும், ஒரு கோப்பை தயிரும் வழக்கம்போல விநியோகமாகிக் கொண்டிருந்தது.

“கல்யாணம், உன்னைத் தேடிண்டு யாரோ இங்கயும் அங்கயும் நடந்து போயிண்டிருந்தாரே.”

தொண்டர் ஒருவர் கூற, கல்யாணம் யாராக இருக்கும் என்கிற வியப்போடு சுற்றிலும் பார்த்தான்.

சற்றுப் பொறுத்து யாரோ அவன் தோளைத் தொட, சட்டென்று திரும்பினவன் வியந்தே போனான். அவன் முகம் மலர்ந்தது. புன்னகையோடு நின்றிருந்தார் சாமிநாதன். “அட... நீங்களா...? எப்போ வந்தேள்? எப்டி வந்தேள்?”

“நீங்கள்ளாம் போனப்பறம் ஊருக்குப் போக மனசே வரல. இந்த தேசத்துக்காக இதைக்கூடச் செய்யாம எப்டி போறதுன்னு ஒரு தயக்கம். ஏதோ தப்பு பண்றாப்போல மனசு குறுகுறுன்னுது. உடனே பொண்ணுக்கு தந்தியடிச்சேன். வேதாரண்யம் வரை போறேன். வர ஒரு மாசமாகலாம். நீ ஜாக்ரதையா இருந்துக்கோன்னு. அவ புரிஞ்சுண்ருப்பா. நீங்கள்ளாம் கோவிலடியில்தான் இருக்கேள்னு தகவல் தெரிஞ்சுண்டேன். நேத்திக்கு ராத்திரி கல்லணை தாண்டி நடக்க ஆரம்பிச்சேன். இதோ வந்து சேர்ந்தாச்சு. வந்ததும் குளிச்சேன். அப்பக் குடத்தானை தரிசனம் பண்ணிட்டு வந்தப்போ அப்ப விநியோகம் நடந்து கொண்டிருந்தது. நானும் வரிசையில் நின்னு வாங்கிண்டேன். பிரசாதமாச்சேன்னு ஒரு விள்ளல் வாய்ல போட்டுண்டு உனக்காக வெச்சுட்டேன். இந்தா சாப்டு.”

“சாமிநாதன் ஒரு பெரிய அப்பத்தை கைப்பையிலிருந்து எடுத்துக் கொடுத்தபோது, கல்யாணம் ஆடிப்போய் விட்டான். ராஜுவை பிரமிப்போடு பார்த்தான். விளையாட்டாக தான் சொன்னதை பெருமாள் இப்படி ஈடேற்றி வைப்பான் என்பதை எதிர்பார்க்காத ராஜுவே திகைத்துதான் போயிருந்தான். மகாவிஷ்ணுவின் சக்கரம் மாதிரி பெரிய அப்பத்தின் இரண்டு

பக்கமும் பஞ்சு மாதிரி உப்பிக்கிடந்தது. இன்னும் சூடு கூட ஆறவில்லை. கல்யாணம் சிலிர்த்துதான் போனான்."

கோவிலுக்கு உள்ளே ராமச்சந்திரனைப் பரவசப்பட வைத்த தெய்வம், இப்போது தன்னையும் பரவசத்திலாழ்த்தி விட்டதை நினைத்து அவன் கண்கள் கலங்கியது.

தெய்வ அனுக்கிரஹமும் சேர்ந்திருந்ததால் அப்பம் அமிர்தமாக இனித்தது. இனி இதுபோல் ஒரு சுவையான அப்பம் வாழ்க்கையில் கிடைக்குமா என்ற கேள்வி எழ அனைவருக்கும் அப்பத்தை பகிர்ந்து கொடுத்தான்.

"நீ சாப்டு. உனக்குதானே ரொம்பப் பிடிக்கும். எனக்கு ஒரு விள்ளல் போதும்." ராஜூவும், ராமசந்திரனும் ஒரு விள்ளல் மட்டுமே எடுத்துக்கொள்ள, மீதமிருந்த முழு அப்பத்தையும் சந்தோஷமாக சாப்பிட்டான். சொல்லத் தெரியாத ஆனந்தம் உடலில் பரவியது.

"ஏன் ராமச்சந்திரா... கோவில்ல என்னாச்சு உனக்கு? ஏன் அப்டி அழுத...?!" ராஜு கேட்டதும் ராமச்சந்திரன் சற்றே கண்மூடி மீண்டும் அந்த பரவசத்தை அனுபவித்தான்.

"என்ன கவலை உனக்கு...?"

"கவலைதான். என் பெண்டாட்டியை நினைத்து."

"ஏன் என்ன விஷயம்? ஏதானும் உடம்பு சரியில்லையா?"

"அதெல்லாம் இல்லை. மாசமா இருக்கா. அவளைப் பத்தின கவலைதான். தலைப்பிரசவம். வளைகாப்பு முடிஞ்ச கையோட நான் கிளம்பியாச்சு. பிரசவம் நல்லபடியா ஆகணும். நானும் பக்கத்துல இல்ல. நா இருந்தா ஏதோ ஆத்திர அவசரத்துக்கு வெளில வாசல்ல போய் ஏதானும் ஒத்தாசைக்கு ஆகும்."

"அப்பறம் ஏன் நீ வந்த...? முக்கியமான நேரத்துல ஆம்பளையா, லட்சணமா அவாளோட இருந்திருக்கலாமே."

“அதெப்டி? பொண்டாட்டி எவ்ளோ முக்கியமோ, அம்மாவும் அவ்ளோ முக்கியம் இல்லையா? அம்மாக்கு ஒரு பிரச்சனை ஏற்பட்டா பார்த்துண்டு பேசாம இருக்க முடியுமா?”

“அம்மாக்கும் பிரச்சனையா? என்ன சொல்ற நீ? உங்கம்மாவும் பிரசவிக்கப் போறாளா என்ன?”

ராஜு புரியாமல் கேட்டான்.

“நா அம்மான்னு சொன்னது இந்த பாரதமாதாவை. இவ நன்னார்ந்தாதானே நாம்ப நன்னார்க்க முடியும்? ஒரு தேசத்தோட வளமை உப்பை வெச்சுதான்னு சரித்திரங்கள் சொல்றது. உப்புக்கு பஞ்சம் வந்துட்டா அது நல்லதில்ல. உப்புக்கு வரி போடறது கயமைத்தனம். அதைத் தட்டிக் கேட்காம நாம நம்ம சொந்த வேலையைப் பார்த்துண்ருந்தா அவன் மேல மேல கயவாணித்தனம் பண்ணிண்டே இருப்பான். இதையெல்லாம் சொல்லி புலம்பிண்டிருந்த என்னை என் பொண்டாட்டியேதான், போய்ட்டு வாங்கோ நா சமாளிச்சுக்கறேன்னு அனுப்பி வெச்சா. அவம்மா, எங்கம்மா, அக்கா, அத்தைன்னு வீடு நிறைய உறவுகள் இருக்கு அவளைப் பார்த்துக்க. இருந்தாலும் மனசுக்குள்ள பதற்றமும் இல்லாம இல்ல. அந்த பதற்றத்தோடதான் அப்பக் குடத்தானை தரிசனம் பண்ணினேன். என் கவலை புரிஞ்சாப்போல பட்டர் அந்த கிருஷ்ண விக்கிரகத்தை கையில எடுத்துக் கொடுத்ததும் ஆடித்தான் போய்ட்டேன். என்னைப் பத்தியோ, என் மனசுல இருக்கற சங்கடத்தைப் பத்தியோ அவருக்கென்ன தெரியும்? சந்நிதியில் அத்தனை பேர் நின்றிருக்கும்போது எதனால என் கையில் கிருஷ்ண விக்ரகத்தைக் கொடுத்து தாலாட்டுப் பாடச் சொன்னார்? ஆக பட்டர் மூலமா ஆறுதல் சொன்னது பகவான்தானே...? அப்படித்தானே எடுத்துக்கணும்?”

ராமச்சந்திரன் சொல்லும்போதே புல்லரித்தது. கைகால்களில் ரோமங்கள் விறைத்தன.

“நீ எந்த ஊரிலிருந்து வந்திருக்க...?” சாமிநாதன் கேட்டார்.

“திருக்கருகாவூர். எங்கப்பா பேர் வைத்தியநாதய்யர்.”

“இப்டி ஒரு ஊரிலேருந்து வந்துட்டு நீ மனக்கிலேசப் படலாமா? கர்ப்பரட்சாம்பிகை குடியிருக்கற ஊர். அவளை வேண்டிக்கறவா யாரையும் அவ கைவிட்டதில்ல. அவ காலடில கிடக்கற உன் பொண்டாட்டியை அவ பார்த்துப்பா. தாயும் சேயுமா பிரிச்சு பத்திரமா உன்கிட்ட சேர்ப்பா.”

சாமிநாதன் சொல்ல, ராமச்சந்திரனின் முகம் பூரண சந்திரனாய் பிரகாசித்தது.

கேப்டன் ஊதலை ஊதும் ஓசை கேட்டதும், அவர்கள் அடுத்த முகாம் நோக்கி நடக்கத் தயாரானார்கள். கல்யாணம் சத்தியாக்கிரகப் படையில் தன்னையும் சேர்த்துக்கொண்டது பற்றி சாமிநாதனிடம் சந்தோஷமாகப் பகிர்ந்துகொண்டான். அவர், தன்னையே சேர்த்துக்கொண்டது போல் அகமகிழ்ந்து அவனை ஆசீர்வதித்தார்.

கடைசி வரிசையில் ராமச்சந்திரனும், கல்யாணமும் செல்ல, அவர்களுக்குப் பின்னால் சென்ற மக்கள் கூட்டத்தோடு சாமிநாதனும் நடந்தார்.

உதயத்தின் மெல்லிய ஒளி விரிய, புள்ளினங்களின் சப்தங்கள் இன்னிசையாக ஒலிக்க ஆரம்பித்தன. ஊர்க்காரர்கள் இருவர் வழிகாட்ட அவர்கள் பின்னால் படை பாட்டுப் பாடியபடி உற்சாகமாக நடந்தது. மூங்கில் காடுகளிலும், நாணற் புதர்களிலும் மறைவதும், வெளிப்படுவதுமாய் காவேரி தொண்டர்களுக்கு கண்ணாமூச்சி காட்டிக் கொண்டிருந்தாள்.

வெய்யில் ஏறுவதற்கு முன் திருக்காட்டுப்பள்ளியை அடைந்து விட வேண்டும் என்று தளபதி கூறியிருந்தார். கூடியவரை வெய்யிலில் அதிகம் நடப்பதைத் தவிர்த்து, விடியற்காலமும், மாலை நேரமும்தான் நடைப்பயணம் செய்ய வேண்டும் என்ற தலைவரது கட்டளைப்படிதான் திட்டம் தீட்டப்பட்டிருந்தது.

எவ்வளவோ முன்னேற்பாடுகள் செய்யப்பட்டிருந்தும் கூட, வெய்யிலின் தாக்கம் அதிகமாகத்தான் இருந்தது.

பழமானேரியை நெருங்கியபோது மணி ஆறரையோ, ஏழோ இருக்கலாம். நடந்த வேகத்தில் குப்பென வியர்த்து ஆடைகள் நனைந்திருந்தன. சூரியன் சீக்கிரமே சுட ஆரம்பித்திருந்தான். பளிச்சென்று வெய்யில் கண்ணைக் கூசிற்று. ஆற்றுப் பாலத்திற்கு அந்தப்புறம் சிறு பந்தலொன்று தென்பட்டது. ரஸ்தாவின் செம்மண் புழுதியில் ஆடைகள் நிறம் மாறியிருந்தன. தூரத்தில் மேளச் சத்தமும், வந்தேமாதர கோஷமும் கேட்க மக்களின் உற்சாகம் தெம்பளித்தது.

புழுதி போக ஆற்றில் இறங்கி சுத்தம் செய்துகொண்டபின் பந்தலுக்குப் போனவர்களை பழமானேரி வாசிகள் வரவேற்று பயத்தங் கஞ்சியும், பழங்களும் அளித்தார்கள்.

“கல்யாணம், இந்த ஊர் மண்ணில் விழுந்து நமஸ்காரம் பண்ணிக்கோ. இது சாதாரண ஊர் இல்ல. தமிழ்நாட்டுக்கு ஏழெட்டு ஐ.சி.எஸ். உத்யோகஸ்தர்களை அளித்த ஊராக்கும்.” கல்யாணத்தின் ஐ.சி.எஸ். ஆசை தெரிந்ததால் ராமச்சந்திரன் இப்படிச் சொல்ல கல்யாணம் நிஜமாகவே விழிவிரித்து முகம் மலர்ந்தான். தலைக்கு மேல் கைகூப்பி வணங்கியபடி, மண்ணில் விழுந்து சாஷ்டாங்க நமஸ்காரம் பண்ணினான்.

அதிகநேரம் அங்கு நிற்க அனுமதிக்கப்படவில்லை. பயத்தங்கஞ்சி கொடுத்த தெம்பில் நடைப் பயணம் தொடர்ந்தது. இரண்டு மணிநேர நடைக்குப் பின் இரண்டு பாலங்களைக் கடந்து, காவிரியாற்றின் அக்கரையிலிருந்த திருக்காட்டுப்பள்ளிக்குள் நுழைந்ததும் உற்சாகமாக வரவேற்றது மக்கள் கூட்டம். காவிரியாற்றின் படித்துறைக்கு அருகில் தலைவரின் பிரசங்கத்தைக் கேட்க, திரளான மக்கள் காத்திருக்க அங்கே மேடை ஒன்றும் போட்டிருந்தது.

இடுப்பளவுக்கு தெளிவான நீரோட்டம் இருந்த காவிரியில் தொண்டர்கள் சிலர் குளிப்பதற்கு இறங்க, மற்றவர்கள் கூட்டத்தோடு கூட்டமாக தலைவரின் பேச்சைக் கேட்க அமர்ந்தார்கள்.

முக்கால் மணி நேரத்தில் பிரசங்கத்தை முடித்த தலைவருடன் சந்தானமும், டாக்டர் ராஜனும், விளம்பரப் பொறுப்பிலிருந்த பத்மநாபனும் முக்கிய ஆலோசனை செய்ய, தலைவர் யோசனையோடு அமர்ந்திருந்தார்.

சற்றுப் பொறுத்து ராஜு வேகமாக வந்தான்.

“என்ன பிரச்சனையாம்?”

“தெரியல. நம்ம எல்லாரையும் குளிச்சுட்டு அக்னீஸ்வரரை தரிசனம் பண்ணிட்டு வரச்சொல்லி உத்தரவு. நடை சாத்தறதுக்குள்ள குளிச்சுட்டுப் போகணும் வாங்கோ.”

ராஜூ முன்னால் செல்ல மாற்றுடைகளோடு மற்றவர்களும் பின்தொடர்ந்தார்கள். சூரியன் கொதித்தாலும், ஆற்று நீர் ஜில்லென உடலைத் தழுவியது. வேட்டி சட்டைகளை சவுக்காரம் போட்டு நன்கு துவைத்து மணலில் காய வைத்துவிட்டு நீரில் முங்கி முங்கி ஆசை தீரக் குளித்தார்கள். குளித்து முடித்திருந்த தொண்டர்கள் சிலர் தங்கள் கட்டுக் குடுமிகளை விரித்துக் கோதியபடி வெயிலில் காட்டி உலர்த்திக் கொண்டிருந்தார்கள்.

பாடல் பெற்ற ஸ்தலமான அக்னீஸ்வரன் கோயில் பாழடைந்து கிடந்ததைக் காண மனசுக்கு வருத்தமாயிருந்தது. முற்றத்தில் பாவுகல் போடப்படவில்லை. இடிந்த சுவர்களும், உடைந்த தூண்களும், விரிசல் விட்ட மேல் தளமும், உடைந்த கதவுகளும் மௌனமாய் தங்கள் வறுமையைப் பறைசாற்றிக் கொண்டிருந்தன.

கர்ப்பக்கிரஹத்தில் மூலவரையும், உற்சவரையும் தரிசனம் பண்ண சிறிய விளக்கு மட்டும் மெலிதாய் சுடர்விட்டுக் கொண்டிருந்தது. மற்றபடி இருட்டிலேயே மங்கிய பிம்பமாய்த் தெரிந்த தெய்வத்தை தரிசனம் பண்ணியபோது மனதுக்குள் பல கேள்விகள். தெய்வத்திற்கும் ஏழ்மை உண்டா...? அல்லது மனிதர்களின் ஏழ்மை தெய்வத்தையும் பாதித்திருக்கிறதா? பல நூற்றாண்டுகள் பழமையான இந்த பாடல் பெற்ற கோயிலைச் சீரமைக்க ஒரு தனவந்தரும் இந்த ஊரில் இல்லையா? அல்லது முன்வரவில்லையா? துவஜஸ்தம்பம்

நாட்டியிருந்த இடம்கூட வெட்ட வெளியாகத்தான் இருந்தது. சமீபத்தில் பங்குனி உத்திர உற்சவம் நடந்திருக்க வேண்டும். அதற்காகப் போட்டிருந்த பந்தல் மட்டும் அப்படியே இருந்தது.

கனத்த மனதோடு கோயிலிலிருந்து வெளியில் வந்தார்கள். கல்யாணம் தன் சந்தேகத்தை மற்றவர்களிடம் கேட்டான்.

"ஏழ்மை கடவுளுக்கும் உண்டா? உலகுக்கே படியளக்கற கடவுள் ஏன் தன் கோயிலுக்கு ஒரு வழி பண்ணிக்காம பாழடைய விட்டுட்டான்?"

"இந்தக் கேள்வி எனக்கும் தோணித்து. கடவுள் சர்வ வல்லமை படைத்தவன். அவனால ஆகாததுதான் என்ன? ஆனா யோசிச்சு பார்த்தா எனக்கு வேற ஒரு கருத்து தோண்றது" சாமிநாதன் சொன்னார்.

"என்ன அது?"

"கடவுளுக்கு ரூபம் உண்டா? விஸ்வத்துக்கு ஏது ரூபம்? எங்கும் நிறைந்திருக்கற ஒரு சக்திக்கு எப்படி உருவம் கொடுக்க முடியும்? இந்த ரூபங்கள் எல்லாம் மனுஷனோட கற்பனை. தன் ரூபத்தைத்தான் அவன் கடவுளுக்கும் கொடுத்தான். அதேநேரம் சாதாரண மனுஷன்னு அவனை யாரும் அலட்சியப்படுத்திடக் கூடாதுன்னு நாலு கை, எட்டு கை, ஆறு முகம், மூணு முகம்னு அவனை வித்யாசமா உருவகப்படுத்தினான். கீதை என்ன சொல்றது? நீ எதன்மூலம் என்னைக் காண்கிறாயோ அதுவே நான்ங்கறான் கிருஷ்ணன். தான் படைச்ச விக்ரகங்கள் இவனுக்கு கடவுளாகத் தெரிய, இவன் அதை ஆராதிக்க ஆராதிக்க அதுக்கு சக்தி கூடறது.

அதன் முன்னால் இவன் சொல்ற மந்திரங்களும், பண்ற பூஜைகளும், அதுக்கு சக்தி ஏத்திண்டே இருக்கு. குழந்தையும், தெய்வமும் கொண்டாடும் இடத்திலே. இதுதான் உனக்குப் பிரியம்னா இதுவாகவே இருந்து நான் உனக்கு சந்தோஷம் தரேன்னு கடவுள் முடிவு பண்ணியிருப்பான். தவிர எங்கும் நிறைந்திருக்கற விஸ்வத்தை ஓரிடத்தில் பிரதிஷ்டை செய்து

வணங்குவதன் மூலம்தான் மனுஷாளோட பக்தி அதிகரிக்கும் என்பதும்கூட ஒரு காரணமா இருக்கலாம். ஆக மொத்தம் கடவுள் கோயில்களை நிர்மாணிக்கலை. மனுஷாதான் கோயில்களைக் கட்டி கடவுளை அங்கே குடிவெச்சிருக்கா. குடிவெச்சவாதானே அதை கவனிக்கணும். கோயிலைப் பொறுத்தவரை கடவுள் மனுஷனோட குழந்தை மாதிரி. நீ பட்டு சொக்கா போட்டாலும் அது சிரிக்கும். வைர அட்டிகை போட்டாலும் அது சிரிக்கும். வெறும் நூலாடையும், பித்தளை நகையும் போட்டாலும் கூட அது சிரிச்சுண்டுதான் இருக்கும். அது நம்மகிட்ட எதுவும் கேக்கறதில்ல. ஆனா நாம அன்பைக் கொட்டினா அது மகிழ்ந்துபோகும். அந்த அன்பு நிஜம்தானான்னு அப்பப்போ சோதிச்சுப் பார்க்கும். பாதாளத்துல தள்ளினாலும், கூரையைப் பிய்த்து சொர்ணத்தைக் கொட்டினாலும் நிலை மாறாம நாம இருக்கோமான்னு உரசி உரசிப் பார்க்கும். பிரகலாதனை மாதிரி இருக்க நாமதான் பிரயத்தனப்படணும். வறுமை வளமை எல்லாம் நமக்குதான். அதுக்கு எதுவும் கிடையாது. நம்ம சந்தோஷம்தான் அதுமேல வைர அட்டிகையா ஜொலிக்கும், நம்ம அன்புதான் பட்டு வஸ்திரமா மின்னும், நெய் தீபமா பிரகாசிக்கும். உன் குழந்தையை அலங்காரம் பண்ண வேண்டியது உன் பொறுப்பு. சாப்பாடு போட வேண்டியது உன் கடமை.”

சாமிநாதன் சொல்லிவிட்டு புன்னகைக்க, அடேயப்பா என்று விழி விரியப் பார்த்தார்கள் மற்றவர்கள்.

எவ்வளவு பெரிய விஷயத்தை எவ்வளவு எளிமையாகச் சொல்லி விட்டார்.

“அப்டின்னா இந்த ஊரில் யாருக்கும் இவன்மேல் அன்பில்லைன்னு எடுத்துக்கலாமா?”

“அப்டி சொல்ல முடியாது. அன்பிருக்கற யாரோதானே ஒரு தீபம் ஏத்திட்டுப் போயிருக்கா. அவா வசதி அவ்ளோதானோ என்னமோ...? அல்லது வேற காரணம் ஏதானம் இருக்கலாம்.”

அப்போது உணவுக்கான மணியடித்தது. அடுத்த தெருவிலிருந்த ஒரு பழைய கட்டிடத்தில் சாப்பாடு ஏற்பாடாகியிருந்தது. களிமண்

தரையும், மண் சுவருமாய் சிறிய கட்டிடம்தான் அது. மொத்தமாக அனைவரும் உட்கார முடியாது என்பதால் கொஞ்சம் கொஞ்சம் பேராக தங்கள் தட்டும், லோட்டாவுமாக அமர்ந்து சாப்பிட்டு முடிக்க உச்சி நேரமாயிற்று.

"நம் ஜாகை எங்கே இருக்கிறது?" ஒருவரை ஒருவர் கேட்டுக்கொண்டாலும் ஒருவருக்கும் பதில் கிடைக்கவில்லை.

"அனைவரும் கோவில் மண்டபத்திற்கு செல்லுங்கள்" சந்தானம் உத்தரவிட, எல்லோரும் உணவுண்டு கனத்த வயிறோடு கோவிலுக்குச் சென்றார்கள். தலைவர் அங்கே மண்டபத்தில் அமர்ந்து தக்ளியில் நூற்றுக் கொண்டிருந்தார். தொண்டர்களைப் பார்த்ததும் புன்னகைத்தார்.

"உட்காருங்கள்" என்றார். அனைவரும் உட்கார்ந்தனர்.

"நான் ஏற்கனவே சொல்லியிருக்கிறேன். எத்தனை இடர் எதிர்ப்பட்டாலும் நாம் அதனை சமாளித்து உறுதியோடு முன்னேறிச் செல்ல வேண்டுமென்று. பாதம் நோக நடந்து வரும் உங்கள் எல்லோருக்கும் நல்ல உணவும், உறைவிடமும் ஏற்பாடு செய்ய வேண்டும் என்றுதான் நாங்கள் திட்டமிட்டோம். உணவு கூட இதுவரை பிரச்சனையின்றி கிடைத்து விட்டது. வெள்ளைக்காரனுக்கு அது குறித்து சினம் அதிகரித்து விட்டது போலும். எத்தனை சட்டம் போட்டும் இந்த சுதேசிப் பயல்களை அடக்க முடியவில்லையே என்ன செய்யலாம் என்று யோசித்தான் போலும். உண்ட களைப்புக்கு நீ எப்படி நிம்மதியாக உறங்கிவிடுகிறாய் பார்க்கலாம் என்பதுபோல இந்த ஊரில் ஒரு சத்திரம் சாவடி பாக்கியில்லாமல் பூட்டி சாவியை எடுத்துக்கொண்டு போய்விட்டார்கள். இதுபோன்ற நேரங்களில்தான் நாம் யார் என்பதை அவனுக்கு உணர்த்த வேண்டும்."

ராஜாஜி தொண்டர்களை உற்றுப் பார்க்க, அங்கே அமைதி பரவியிருந்தது.

——

13

அத்தியாயம்

வீர சுதந்திரம் வேண்டிநின்றார் பின்னர்
வேறொன்று கொள்வாரோ? – என்றும்
ஆரமு துண்ணுதற் காசைகொண்டார் கள்ளில்
அறிவைச் செலுத்துவா ரோ?

“இந்தக் கோயில் மண்டபம்தான் இன்று நமது புகலிடம். மாலை வரை இங்கே ஓய்வெடுப்போம். இன்று இரவு ஜாகை சாத்தனூரில். இன்று முதல் நீங்கள் அனைவரும் மற்றொரு விரதத்தையும் மேற்கொள்ள வேண்டும். மௌனம்தான் மனிதனின் மிகப்பெரிய சக்திக்கு ஆதாரம். எனவே இன்று முதல் பகல் ஒரு மணியிலிருந்து இரண்டு மணி வரை நீங்கள் அனைவரும் கட்டாயம் மௌன விரதம் அனுஷ்டிக்க வேண்டும். இரண்டு மணியிலிருந்து மூன்று மணிவரை விளம்பரப் பொறுப்பில் இருப்பவர்கள் அன்றாட பத்திரிகையிலுள்ள முக்கிய விஷயங்களை தொண்டர்கள் அனைவருக்கும் வாசித்துக் காட்ட வேண்டும். தவிர போகிற வழியிலுள்ள கிராமங்களில் மதுவிலக்குப் பிரச்சாரமும், தீண்டாமை ஒழிப்பு உபதேசமும் தடையின்றி நடக்க வேண்டும். இவற்றைத் தவிர தினசரி ஒரு மணி நேரம் நீங்கள் அனைவரும்

ஹிந்தி பாஷையும் நமது கிருஷ்ணசாமி கோனாரிடமிருந்து கற்றுக்கொள்ள வேண்டும். அது நமது ராஷ்ட்ரிய பாஷை, வட நாட்டுக்குச் செல்கிறவர்களுக்கு அது பெரிதும் உதவும்."

தலைவர் கிருஷ்ணசாமி கோனாரைத் தொண்டர்களுக்கு அறிமுகம் செய்து வைத்தார்.

சொல்ல வேண்டியதை எல்லாம் சொல்லிவிட்டு தலைவர் தக்ளியில் நூல் நூற்கத் துவங்க, தொண்டர்களும் தங்கள் தக்ளியையும், பஞ்சையும் எடுத்தார்கள்.

மாலை போஜனத்திற்குப் பிறகு தலைவர் தேசியக்கொடியை அசைக்க, படை சாத்தனூர் நோக்கி கோஷத்தோடு அடி எடுத்து வைத்தது. மேற்கு நோக்கிய சாலை என்பதால் மாலை வெயிலில் நிழல் முதுகுக்குப் பின்னால் நீண்டிருந்தன. சிகப்புத் தட்டாக இறங்கத் துவங்கியிருந்த சூரியனின் கடாட்சத்தில் காண்கிற எல்லாம் தங்கமயமாகியிருந்தது. பட்சிகள் கூடு திரும்பும் சப்தம் இயற்கைக்கு பின்னணி சேர்த்தது. நடக்கிற வழியெல்லாம் ஆங்காங்கு கிராமத்து மக்கள் தயிரும், மோரும், பானகமும், பழங்களுமாய் வாய் நிறைய சிரிப்போடு காத்திருந்தார்கள். தலைவர் சாப்பிட்டால் தங்கள் ஜென்ம சாபல்யம் நீங்கிவிடும் என்பதுபோல் அவருக்கு முதலில் நீட்டினார்கள். ஒரு சில இடத்தில் தலைவர் கொஞ்சமாய்ப் பருகினார். பழங்களைப் பிறகு சாப்பிடுகிறேன் என்று சொல்லி, பின்னால் வந்த சாமான் வண்டியில் வைக்கச் சொல்லி கொடுத்தனுப்பினார். "கிடைப்பதை எல்லாம் கிடைக்கிறதே என்று சாப்பிட்டால் வயிறு உபத்திரவிக்க ஆரம்பித்துவிடும். உங்கள் அனைவரது உடல்நலனும் மிக முக்கியம் என்பதை மறந்துவிடாதீர்கள். அதிகம் உண்டால் சுறுசுறுப்பு குறைந்துவிடும். எங்கே வேகமாக நடங்கள் பார்ப்போம்." தலைவர் வேகமாக நடந்து காட்டினார். அவர் நடைக்கு ஈடு கொடுக்க முடியாமல் தொண்டர்கள் ஓடினார்கள். முன்னால் சென்றவர் மீண்டும் பின்னால் வந்தார். நடை தளர்ந்திருந்த சில தொண்டர்களை உற்சாகப்படுத்தி பேச்சுக் கொடுத்தபடி அவர்களது

வேகத்தை அதிகரிக்கச் செய்தார். தலைவரின் நடவடிக்கைகளை எல்லாம் கல்யாணம் வியப்போடு கவனித்தான். அவர் மீது மரியாதை ஏகத்திற்கும் கூடிக்கொண்டே போயிற்று. எப்பேர்பட்ட தலைமையின் பின்னால்தான் செல்கிறோம் என்ற பெருமை ஏற்பட அவனது நடையின் வேகம் பல மடங்காய்க் கூடியது.

போகிற வழியில் ஓரிடத்தில் ஓலைக் குடிசை ஒன்றின் முன்னால் கூட்டமாக சிலர் மதுவருந்திக் கொண்டிருந்ததைக் கண்டதும் தலைவர் நின்றார்.

"நமது மதுவிலக்கு பிரசாரத்திற்கு ஏற்ற இடம் இதுவென நினைக்கிறேன். இங்கே உபதேசத்தை முடித்த பிறகு யாத்திரையைத் தொடர்வோம்" என்றதும் தொண்டர்கள் மின்னல் வேகத்தில் செயல்பட்டார்கள்.

சாமான் வண்டியிலிருந்து நீண்ட கயிறு ஒன்று எடுக்கப்பட்டது. சித்திரப்படங்களை ஒருவர் எடுத்து வந்தார். சித்திரப்படங்களை எல்லாம் கயிற்றில் கோர்த்து, இரண்டு மரங்களுக்கிடையில் கயிற்றை மரத்தோடு இறுக்கிக் கட்டினார்கள். அதற்குள் சுற்றிலுமிருந்த கிராமத்து மக்கள் அது என்ன என்று பார்க்கும் ஆவலோடு அங்கு கூட ஆரம்பித்தார்கள். உப்பு சத்தியாக்கிரகிகளைப் பார்த்த சந்தோஷம், ஒவ்வொரு முகத்திலும் தெரிந்தது.

அவர்கள் அந்த சித்திரப் படங்களை ஆவலோடு உற்று உற்றுப் பார்த்தார்கள். படத்தைப் பார்த்து அவர்களுக்கு ஒன்றும் புரியவில்லை.

"இது என்ன என்று விளக்கிச் சொல்ல மாட்டீர்களா?" ஆதி திராவிடன் ஒருவன் தலைவரைப் பார்த்துக் கேட்டான்.

"அதற்குத்தானே வந்திருக்கிறோம். சொல்லாமல் போய்விடுவோமா என்ன? நீங்கள் எல்லாம் அப்படியே அமர்ந்து, அமைதியாக நான் கூறுவதைக் கேட்டால் நன்றாக இருக்கும்."

அவர்கள் அப்படி அப்படியே அமர்ந்துகொண்டு அவரைப் பார்த்தார்கள்.

“இந்த முதல் படத்தைப் பாருங்கள். இது மதுக்கடை. இதை நோக்கி மூன்றுபேர் செல்கிறார்கள். மூவரும் ஒரே இடத்தில் ஊழியம் பார்ப்பவர்கள். அன்று சம்பள தினம். இந்த ஆள் இதுவரை மது உண்டதில்லை. இவனை வற்புறுத்தி மதுக்கடைக்கு அழைத்துச் செல்கிறார்கள் இந்த மொடாக்குடியர்கள்.

இந்த இரண்டாவது படத்தை இப்போது பாருங்கள். கள்ளுக்கடைக்காரன் உயர்ந்த ஆசனம் ஒன்றின் மீது அமர்ந்து, தனது இடப்பக்கம் உள்ள பெரிய பீப்பாய் நிறைய இருக்கும் கள்ளை அதனடியிலுள்ள குழாய் வழியே மொந்தையில் நிரப்பிக் கொண்டிருக்கிறான். அதை வாங்கிக்கொள்ள இத்தனை பேருக்குள்ளும் போட்டா போட்டி நடக்கிறது. கஷ்டப்பட்டு உழைத்துத் தாங்கள் பெற்று வந்த கூலிப் பணத்தை வாரியிறைத்து மொந்தையை வாங்கிக் குடிக்கிறார்கள். கடைக்கு வெளியே மொச்சைக் கடலை, தோசை, மாமிசம் எல்லாம் வைத்துக்கொண்டு ஒருவன் வியாபாரம் செய்கிறான். குடிகாரர்களின் கூலிப்பணம் அவனிடமும் புரள்கிறது. இந்தப் பண்டங்களின் மீதெல்லாம் ஈ மொய்த்துக் கொண்டிருக்கிறது.

இந்தக் கூட்டத்தில்தான் அந்த மூன்றுபேரும் கூட இருக்கிறார்கள்.

இந்த மூன்றாவது படத்தில் நீங்கள் காண்பது புது குடிகாரனின் நிலையை. அவன் முதன்முதலில் குடிக்கிறான் அல்லவா. வெகு சீக்கிரமே போதை உச்சிக்கு ஏறி அவன் புத்தியைக் குழப்பிவிட்டது. எல்லோரிடமும் வம்புக்குப் போனான். கெட்ட வார்த்தைகளில் திட்டினான். அவன் பதிலுக்கு பேச அங்கே கைகலப்பு ஏற்படுகிறது. ஆத்திரத்தில் அவன் தன் பையிலிருந்த பேனாக்கத்தியை எடுத்து அவனைக் குத்திக் கொன்றுவிடுகிறான் நம் புதுக்குடிகாரன். கொலை ஒன்று விழுந்ததும் அவனோடு வந்தவர்களும் மற்றவர்களும் ஓடி விடுகிறார்கள்” கூட்டம் அமைதியாக கண்களில் மிரட்சியோடு அவரையே பார்த்துக் கொண்டிருக்க,

தலைவர் நான்காவது படத்தின் அருகில் சென்றார். “கொலை செய்த புதுக் குடிகாரன், கள் மயக்கத்தில் இருக்க, அவனை

போலீஸ் பிடித்துச் செல்கிறது. அங்கு அவனை சிறையிலடைத்து வழக்குப் போடுகிறது போலீஸ்."

ஐந்தாம் படத்தில் நீங்கள் பார்ப்பது ஒரு கோர்ட்டை.

"நீ கொலை செய்தாயா?" நீதிபதி அவனைக் கேட்கிறார்.

"இல்லை அய்யா."

"ஆனால் இந்த கத்தி உன்னுடையதுதானே."

"ஆமாம். கத்தி எனதுதான். ஆனால் நான் இந்தக் கொலையைச் செய்ததாக எனக்கு நினைவில்லை. நான் நல்ல குடும்பத்தைச் சேர்ந்தவன்."

"நீ குடி போதையில் ஒரு கொலையை செய்திருக்கிறாய் என்பது ருசுப்படுத்தப்பட்டு விட்டது. உனக்கு நினைவில்லை என்பதற்காக உன்னை நிரபராதி என விடுதலை செய்துவிட முடியாது. உனக்கு ஐந்து வருட கடுங்காவல் தண்டனை விதித்திருக்கிறேன்."

ஆறாவது படத்தைப் பாருங்கள். தண்டனை விதிக்கப்பட்ட குற்றவாளி அழுதுகொண்டே சிறைக்குச் செல்கிறான். அங்கே அவனுக்கு மலம் அள்ளிக் கொட்டும் பணி ஒதுக்கப்படுகிறது.

ஏழாவது படத்தில் அவனுடைய குடும்பம் அழுது புலம்புகிறது. தாயாரும், மனைவியும், தங்கைகளும், குழந்தைகளும் பட்டினியில் பரிதவிக்கிறார்கள். அவன் ஒருவன் பெற்று வரும் ஊதியத்தில்தான் அந்தக் குடும்பம் வாழ்ந்திருந்தது. இன்று அது நின்றுபோனதால் அந்த குடும்பம் அடையும் தொல்லைகள் கொஞ்ச நஞ்சமல்ல. இதற்கெல்லாம் காரணம் என்ன? நல்ல குடும்பத்தில் பிறந்து நல்ல மனைவியோடும், குழந்தைகளோடும் மகிழ்ச்சியாக வாழ்ந்து கொண்டிருந்தவன் சிறையில் மலம் அள்ளும் நிலைக்குச் செல்ல என்ன காரணம்?"

ராஜாஜி கூட்டத்தைப் பார்த்துக் கேட்டார்.

"அவன் கள்ளு குடித்ததுதான் காரணம்" கூட்டத்தில் சிலர் உரத்த குரலில் சொன்னார்கள்.

“இந்த நிலை உங்களுக்கும் ஏற்படாது என்பது என்ன நிச்சயம்?”

கூட்டம் பதில் சொல்லத் தயங்கியது.

“இந்த நிலை உங்கள் குடும்பத்திற்கு ஏற்படாமல் இருக்க நீங்கள் என்ன செய்ய வேண்டும்?”

“என்ன செய்ய வேண்டும் என்று நீங்களே சொல்லுங்கள் செய்கிறோம்” கூட்டம் கத்தியது.

“நிச்சயம் செய்வீர்களா?”

“நிச்சயம் செய்கிறோம்.”

“அப்படியானால் இந்த எட்டாவது படத்தைப் பாருங்கள். இதில் கள்ளுக்கடை மூடப்பட்டு பெரிய பூட்டு அதன் கதவில் தொங்கிக் கொண்டிருக்கிறது. இந்த ஊரிலிருக்கும் கடைகளிலும் இதுபோல் பூட்டு தொங்கவிட வேண்டும். இது மூடப்பட்டுவிட்டால் உங்கள் இல்லங்களில் செல்வமும், மகிழ்ச்சியும் குடியேறும். இந்தக் கடையில்தான் வறுமை நிலவ வேண்டுமே தவிர உங்கள் இல்லங்களில் அல்ல.”

கடைசியாக நீங்கள் செய்ய வேண்டியது ஒன்று உள்ளது. உங்கள் குடியைக் கெடுத்த வஸ்துக்களுக்கு நீங்கள் தண்டனை தர வேண்டாமா? அதுதான் இந்த ஒன்பதாவது படத்தில் சித்திரமாக வரையப்பட்டிருக்கிறது. கள்ளு மொந்தைகளையும், பிராந்தி விஸ்கி சீசாக்களையும் இதுபோல் தூக்கில் போட்டு விடுங்கள். ஒரு மனிதன் மற்றொரு மனிதனைக் கொல்வதற்கு காரணமான இந்த பிசாசுகளை நாம் தூக்கில் போட்டு தண்டிக்க வேண்டாமா?

“நிச்சயம் தண்டிக்க வேண்டும்” சொல்லிக்கொண்டே ஒருவன் தன் கையிலிருந்த சீசாவை சுக்கு நூறாக உடைத்தான்.

“இது குடிகாரன் சத்தியமல்லவே? விடிந்தால் மறந்துவிடாதே?”

“அய்யா எங்கள் குடும்பத்தின் மீது நீங்களே இவ்வளவு அன்பும், அக்கறையும் காட்டும்போது நாங்கள் எவ்வளவு காட்ட

வேண்டும்? இப்படி உபதேசிக்க இதுவரை யாருமில்லாததால்தான் எங்கள் மதி கெட்டிருந்தது என்று நினைக்கிறேன். நீங்கள் திரும்பி வரும்போது இந்தக் கடைகளில் பூட்டு தொங்குவதை நிச்சயமாகப் பார்ப்பீர்கள்."

தலைவரின் உபதேசத்தில், தங்கள் தவறை உணர்ந்தவர் கண் கலங்கினார்கள். இனி கள்ளு மொந்தையைத் தொடுவதில்லை என்று சத்தியம் செய்தார்கள்.

தலைவர் என்றால் இப்படியல்லவா சிறந்த வழிகாட்டியாக, முன்னுதாரணமாக இருக்க வேண்டும். கல்யாணம் வியப்போடு தலைவரையும், அந்த மக்களையும் பார்த்தான். அரைமணி உபதேசத்தில் எத்தகைய மாற்றத்திற்கு விதை தூவி விட்டார் இந்த மனிதர்!

உபதேசம் முடிந்தது. படங்கள் அவிழ்க்கப்பட்டு சுருட்டி, சாமான் வண்டியில் ஏற்றப்பட்டன. யாத்திரை தொடர்ந்தது.

ஒரு வழியாய் சாத்தனூர் நெருங்கியது. அருகேயிருந்த கிராமத்தின் ஆதி திராவிட மக்கள் எல்லாம் உற்சாகமாக தொண்டர் படையோடு நடந்தார்கள். தலைவரை ஆவலோடு பார்த்தபடி கோஷம் போட்டுக்கொண்டு வந்தார்கள்.

சற்று தூரம் நடந்ததும் ஊருக்குள் ஒரு பாதையும், ஆற்றை ஒட்டி ஒரு பாதையும் பிரிய தலைவர் நின்று திரும்பி தன் பின்னால் வந்த ஆதி திராவிடக் கூட்டத்தைப் பார்த்தார். பிறகு சந்தானத்தையும், டாக்டர் ராஜனையும் அருகில் அழைத்துப் பேசினார்.

"அக்கிரஹாரத்தில்தான் கூட்டத்திற்கு ஏற்பாடு செய்யப்பட்டிருக்கிறது" சந்தானம் பணிவோடு சொன்னார்.

"அக்கிரஹாரத்தில் இந்த ஆதிதிராவிடர்களை நுழைவதற்கு அனுமதிப்பார்களா?"

"அது..."

"நம் திருப்பணி முக்கியமாய் இவர்களைச் சார்ந்துதான் இருக்கிறது. எனவே இந்த வழியாகவே செல்வோம்.

வேண்டுமானால் அக்ரஹாரத்து மனிதர்கள் இங்கே வந்து கூட்டத்தில் கலந்து கொள்ளட்டும்."

தலைவர் ஊருக்குள் செல்லாமல் ஆற்றுப் பக்கம் போன பாதையைப் பின்பற்றி நடக்க, கூட்டம் அவரைப் பின்தொடர்ந்து சென்றது.

கொடிப்புதர்களும், நாணற் புதர்களும் நிறைந்த அந்த ஒற்றையடிப் பாதை மேடும் பள்ளமுமாய் நடப்பதற்கு மிகுந்த சிரமத்தையளித்தது. ஆற்றுப்படுகையில் ஆயிரக்கணக்கான மக்கள் மணலில் அமர்ந்திருந்தார்கள். அவர்களுக்கு நடுவே மணலைக் குவித்து தலைவர் அமர்வதற்காக மணல்மேடை ஒன்று உருவாக்கப்பட்டிருந்தது. அதனருகில் மூன்று தடிகள் உச்சியில் கட்டப்பட்டு முக்காலி மாதிரி நிறுத்தப்பட்டிருக்க, அதன் உச்சிப் பகுதியிலிருந்து அரிக்கேன் விளக்கு ஒன்று தொங்கியது, அந்த ஒளி போதுமானதாகவே இருந்தது.

"உங்களை எல்லாம் பார்க்க எனக்கு மிக்க மகிழ்ச்சியாயிருக்கிறது. படித்தவர்கள் எல்லாம் சர்க்கார் உத்யோகம் பெறுவதற்காகவும், கிடைத்த உத்யோகத்தைக் காப்பாற்றிக் கொள்வதற்காகவும் தங்களது தேசபக்தியை மறைத்துக்கொண்டு செல்கிற சமயத்தில் உழுதுண்டு வாழும் உங்களது தேசபக்திக்கு நான் தலை வணங்குகிறேன்."

தலைவர் அரைமணி நேரம் பேசினார். நடந்த களைப்பில் தொண்டர்கள் பலர் ஆற்று மணலிலேயே படுத்துத் தூங்க, அன்றைய முகாம் ஆற்றுப் படுகையிலேயே கழிந்தது.

மறுநாள் விடியற்கால உறக்கம் தளபதி சுப்ரமணியத்தின் ஊதல் சத்தத்தோடு கலைந்தது. கேப்டன் தொண்டர்கள் சிலரை விரட்டி விரட்டி உத்தரவுகளைப் பிறப்பித்துக் கொண்டிருந்ததை செவிமடுத்த சில தொண்டர்கள் முணுமுணுத்தது கல்யாணத்தின் காதில் விழுந்தது.

"நானும் புறப்பட்டதிலிருந்து பார்த்துக்கொண்டே இருக்கேன். இந்த சுப்ரமணியத்தோட அட்டகாசம் நாளுக்கு நாள் ஜாஸ்தியாயிண்டே வராப்போல இருக்கே."

“நீ சொல்றது சரிதான். நானும் கவனிச்சேன். தலைவர் அதிகாரம் கொடுத்தாலும் கொடுத்தார். இவன் என்னமோ துள்ளிண்டுன்னா திரியறான். எல்லாரையும் ஏகத்துக்கு விரட்டறான்.”

“அதானே! ஒண்ணுக்குப் போணும்னாகூட இவன் உத்தரவைக் கேட்க வேண்டியிருக்கு.”

“ஒருதலைப் பட்சமா வேற நடந்துக்கறான். சிலபேரை மட்டும் ரொம்ப அன்பா அடிக்கடி பேரைச் சொல்லி கூப்ட்டு பேசறான். மத்தவாளை எல்லாம் கண்டுக்கறதே இல்ல. இவன் அதிகாரத்தைப் பார்த்துட்டு ஒரு சிலர் இவன்கிட்டப் போய் குழைந்து குழைந்து பேசறதும், தலையில தூக்கி வெச்சுப் பேசறதும் நன்னாவா இருக்கு. நம்ம லட்சியம் என்ன? உப்பு அள்றதா, சுப்ரமணியத்தோட கடைக்கண் பார்வை படாதான்னு அவன் ஏவலுக்கு கையக்கட்டி காத்துண்ருக்கறதா?”

“நாம என்ன செய்யறது? தலைவரே தளபதிக்கு கட்டுப்பட்டாப் போலதான் நடந்துக்கறார். அவரே இவன் சொல்லுக்குக் கட்டுப்படும்போது நாம எம்மாத்திரம்?”

“யாரது அங்கே... இன்னும் உட்கார்ந்து பேசிண்டு இருக்கறது? ஆகட்டும் ஆகட்டும் எழுந்து ஆக வேண்டிய காரியங்களைப் பார்த்தாதானே காலா காலத்துக்குப் புறப்பட முடியும். நீங்கள்ளாம் என்ன பள்ளிக் குழந்தைகளா? ஒவ்வொண்ணையும் நா சொல்ல வேண்டியிருக்கு. உங்களுக்கா ஒரு பொறுப்பு வேண்டாமா?”

தளபதியின் குரல் இருட்டில் உயர்ந்து ஒலிக்க, இருவரும் சட்டென எழுந்து ஆற்றை நோக்கி நடந்தார்கள்.

தலைவர்கிட்ட இவனோட அட்டகாசத்தைப் பத்திச் சொல்லி இவனைக் கொஞ்சம் தட்டிவெச்சே ஆகணும். முணுமுணுத்துக்கொண்டே அவர்கள் நடக்க, கல்யாணம் கவலையானான். ஒற்றுமை இருக்க வேண்டிய இடத்தில் அபிப்ராய பேதங்கள் ஏற்பட்டால் லட்சியம் சிதைந்து விடாதா...? அவன் பெருமூச்சு விட்டான்.

ஐந்து மணிக்கு ஜெயகோஷத்தோடு படை திருவையாற்றை நோக்கி நடக்கத் தொடங்கியது.

இதோ அதோ என்று ஒரு வழியாக திருவையாற்றை நெருங்கும்போது சாலையோரம் நின்றிருந்தவர்களைக் கண்டதும் தொண்டர்கள் வியந்தார்கள். இதுபோல் ஒரு வரவேற்பு வேறு எங்கும் அவர்களுக்கு இதுவரை கிடைத்ததில்லை.

பள்ளிச் சிறுவர்கள் எல்லாம் ஒருமுழ அளவுள்ள குச்சியில் ஒட்டப்பட்ட காகிதத்தினாலான தேசியக்கொடியைப் பிடித்தபடி, வரிசையில் நின்று தேசத் தலைவர்களுடைய பெயரை எல்லாம் சொல்லி ஜெயகோஷம் செய்தபடி வரவேற்ற காட்சி கண்டு தலைவர் முதல் தொண்டர்கள் வரை சிலிர்த்துதான் போனார்கள். அது மட்டுமா? சத்தியாக்கிரக தொண்டர்கள் வருகிறார்கள் என்றதால், ஒவ்வொரு வீடும் அவர்களை வரவேற்க ஆர்வம் காட்டியது. மாப்பிள்ளையை வரவேற்பதுபோல் வாசல் பெருக்கி, நீர் தெளித்து கோலம் போட்டு இருபுறமும் காவி தீட்டியிருந்தது. தெருவின் குறுக்காக மாவிலைத் தோரணங்கள் தெரு முழுவதும் கட்டப்பட்டிருந்தது. அதிகாலையிலேயே ஸ்நானம் முடித்திருந்த அந்தணர்கள் திருநீற்றுப் பட்டையோடு வரிசையாக நின்றிருக்க, அவர்களது இல்லத்து பெண்கள் மஞ்சள் பூசி குளித்து குங்குமமணிந்து மங்களகரமாய் தத்தம் வீட்டுத் திண்ணைகளிலும், வாசல்களிலும் நின்றிருந்தார்கள். சத்தியாக்கிரகிகளை மிக ஆர்வமாகப் பார்த்தார்கள். இங்கும் ஆற்றுப் பக்கமாய் புஷ்யமண்டபப் படித்துறை பூராவும் மக்கள் அமர்ந்திருக்க தலைவரின் பிரசங்கம் நிகழ்ந்தது. அதற்கு முன்னால் பஞ்ச நதீஸ்வரர் ஆலயத்து சிவாச்சாரியார்கள் ஸ்தல பெருமையைக் கூறும் தேவாரப் பாடல்களைப் பாடி பரவசப்படுத்தினார்கள்.

ஸ்ரீரங்கத்திற்கு அடுத்தாற்போல் பயணப் பாதையில் பெரிய ஊர் என்றால் அது திருவையாறுதான். கலெக்டர் தாரனின் உத்தரவுகளையும் மீறி மக்கள் அற்புதமாய் வரவேற்பளித்த விதம் தாரன் துரை மீது எந்த அளவுக்கு அவர்கள் வெறுப்போடிருக்கிறார்கள் என்பதை பறைசாற்றியது.

“நீங்கள் அனைவரும் சட்ட விரோதக் கூட்டம் என்று கூறியிருக்கிறான் தாரன். பூமி உருண்டையின் ஏதோ ஒரு மூலையிலிருந்து இங்கே வந்து உள்ளே புகுந்து, இந்த காற்றை சுவாசித்து இந்த மண்ணின் உணவை உண்டு, இந்த மக்களின் உழைப்பை உறிஞ்சிப் பிழைக்கும் அவர்களல்லவா உண்மையில் சட்ட விரோதக் கூட்டம்? தண்டிக்கப்பட வேண்டியதும் உண்மையில் அவர்களல்லவா? அவர்கள் தேசத்தைப் பிடித்து, அவர்களை அடிமைகளாக்கிக்கொள்ள நாம் விரும்பினால், சரி என்று சம்மதித்து விடுவார்களா அவர்கள்? அவர்களது கட்டளைக்கு நாங்கள் ஏன் செவி சாய்க்க வேண்டும்?”

மக்களில் சிலர் சத்தியாக்கிரகிகளிடம் வந்து தங்களது உள்ளக் குமுறல்களை கொட்டிவிட்டுப் போனார்கள்.

சிங்கப்பூர் மடத்தில்தான் அன்று ஜாகை என்றார்கள். மிகப்பெரிய மடம் அது. அதன் கொல்லைப்பகுதி காவிரிப் படித்துறை வரை நீண்டிருந்தது.

ஸ்நானத்திற்குப் பிறகு பஞ்ச நதீஸ்வரரை தரிசிக்கப் புறப்பட்டார்கள். கோயிலின் பிரும்மாண்ட அழகில் மனசு சொக்கிப் போயிற்று. ஒவ்வொரு தூணுமே கலைப் பொக்கிஷமாயிருந்தது. எந்தப் பக்கத்திலிருந்து பார்த்தாலும் தூண்களின் வரிசையும், அதன் ஒழுங்கும் நேர்த்தியும், சிற்பங்களும் அவற்றை செதுக்கிய கைகளை எண்ணி வியக்க வைத்தது. எப்பேர்ப்பட்ட கலைஞர்கள் என்று போற்ற வைத்தது. பிரகாரத்தின் தெற்கு மூலையிலிருந்து வடக்கைப் பார்த்து ஐயாரப்பா என்று உரக்க அழைத்தால், அது ஏழெட்டு முறை எதிரொலிக்கும் என்றார்கள். அந்த இடத்தில் நிறையபேர் ஐயாரப்பனை அழைத்து மகிழ்ந்து கொண்டிருந்தார்கள்.

“நாம்பளும் கூப்டலாமா?” ராஜூ கேட்டபடி வேகமாய் நடந்தான்.

ராமச்சந்திரன் ‘ஐயாரப்பா’ என்று ஒருமுறை சத்தமாக அழைத்துவிட்டு, அடுத்த முறை வந்தே மாதரம் என்றான். அதுவும் எதிரொலித்தது.

சாமிநாதன் "ஐயாரப்பா இந்தியாவுக்கு விடுதலை வேண்டும்" என்று உச்சஸ்தாயியில் கத்தினார்.

"ஐயாரப்பா பாரத மாதாவின் கை விலங்குகள் என்று உடைந்து வீழும்?" கல்யாணம் கத்தினான்.

ஐயாரப்பன் காதில் நம் சத்தமெல்லாம் விழுந்திருக்குமா?

நிச்சயம் விழுந்திருக்கும்.

அடுத்தாற்போல் அவர்கள் சென்றது தர்மசம்வர்த்தினியைக் காண. அறம் வளர்த்த நாயகி சாந்தமாக நின்றிருந்தாள். அம்மாவின் நினைவு வந்தது.

கல்யாணம் அம்பாளையே வைத்த கண்ணெடுக்காமல் பார்த்தான். அம்பிகையின் முகம் லேசாய் அசைவது போலிருந்தது. பார்த்துக் கொண்டிருக்கையிலேயே அந்தக் கண்களும், மூக்கும், இதழ்களும் வேறு சாயலுக்கு மாறுவது போலிருந்தது.

அரை வினாடிகூட ஆகியிருக்காது. மின்னல் மின்னி மறைவது மாதிரி அந்த அதிசயத்தைக் கண்டான். அம்மா...! தொண்டையிலிருந்து சன்னமான குரலில் இந்த வார்த்தை வெளிப்பட்டது. அவன் கண்களைக் கசக்கிக்கொண்டான்.

அம்பிகையின் முகத்தில் அம்மாவின் முகம் தெரிந்ததா...? ஆம், அம்மாவேதான். அவனுக்கு சந்தேகமில்லை. மீண்டும் மீண்டும் பார்த்தான். அம்மா மறைந்து அம்பிகை சாந்தமாகச் சிரித்தாள். அவன் மனமின்றி நகர்ந்தான். பிரமை பிடித்தாற்போல் திரும்பித் திரும்பி அம்பிகையைப் பார்த்தான்.

"இந்த அம்பிகைகிட்ட ஒரு விசேஷம் இருக்கு தெரியுமோ... தன் அம்மாவை நினைச்சுண்டு யார் இந்த அம்பிகையை தரிசிக்கிறாளோ, அவாளோட தாயார் முகம் இந்த அம்பிகையோட முகத்துல தெரியும்னு சொல்லுவா."

ராஜுவிடமும், ராமச்சந்திரனிடமும் சாமிநாதன் சொல்லிக்கொண்டு சென்றது காதில் விழ, கல்யாணம் திகைத்து நின்றான். சிலிர்த்தது அவனுக்கு. கண்ணீர் முத்துக்கள்

கன்னங்களில் ஓடையாய் வழிய, அவன் தலைக்கு மேல் கரம் குவித்து அம்பிகையைப் பார்த்தான்.

"கல்யாணம் வா சாப்பாட்டு மணி அடிச்சு அரை நாழியாறது." ராஜூ குரல் கொடுத்தான். அவர்கள் வேகமாக நடந்தார்கள். போகிற வழியில் ஒரு குளத்திற்கு எதிரில் சாமிநாதன் நின்றார். கண்ணை மூடி சிறிதுநேரம் தியானித்தார்.

"என்ன விசேஷம் இந்தக் குளத்துல? இங்க தியானம் பண்றேள்?"

"இது சாதாரண குளமில்லப்பா. திருநாவுக்கரசருக்கு கயிலாயக் காட்சி இங்கேதான் கிடைச்சுது."

"கயிலாயமா அது என்ன கதை?"

"கதையில்ல... நிஜமா நடந்தது, திருநாவுக்கரசர் கயிலாயத்துக்குப் போகணும்னு கிளம்பிப் போய்ட்டார். வயசானவர். நடந்து நடந்து களைச்சுப் போய்ட்டார். கயிலாயம் என்ன கிட்டக்கயா இருக்கு? அதுவும் அது எவ்ளோ உயரத்துல உலகத்தோட கூரைன்னு சொல்லப்படற இடத்துல இல்ல இருக்கு. அப்பரால முடியல. இருந்தாலும் கயிலாயத்தை எப்படியாவது தரிசிச்சே ஆகணும்னு பிடிவாதம். ஒண்ணு உசிரோட இருந்து ஊனக் கண்ணால பாக்கறது. இல்லாட்டா உசிரைவிட்டு ஒரேயடியா கயிலாயத்துக்கே போயிடறதுன்னு இருந்த நிலையில் அவர் பட்ட கஷ்டம் சிவனுக்கே பொறுக்கல. ஒரு இடத்துல அசரீரியா வந்து அவர்கிட்ட சொல்றார். இதோ இந்த பொய்கையில் முங்கி நீ திருவையாறுக்கு போ. அங்கயே நான் உனக்கு கயிலாயக் காட்சியைத் தரேன்னு. சிவன் அங்க ஏற்படுத்திக் கொடுத்த பொய்கையில் முங்கின அப்பர் இந்த குளத்துலதான் திரும்பவும் எழுந்தாராம்." கயிலாயத்தைப் பத்தி நுணுக்கமா தன் பதிகங்களில் பாடி வெச்சிருக்கார். கயிலாயக் காட்சி அவ்ளோ தத்ரூபமா அவருக்கு கிடைச்சிருக்கு. அவர் மூழ்கி எழுந்து கயிலாய தரிசனம் செய்த இடம்ங்கறதால இந்த குளம் ரொம்ப ரொம்ப விசேஷம்தான். அதான் நானும் இங்க நின்னு சிவனை

தியானம் பண்ணிண்டேன். நம்மால எங்கே அங்கேயெல்லாம் போக முடியப் போறது!

கல்யாணம் வியந்தான். குளத்தை விழி மலரப் பார்த்தான்.

மடத்திற்கு வந்து தட்டும், தண்ணீர் செம்பும் எடுத்துக்கொண்டு சாப்பிடக் கிளம்பினார்கள். பஞ்சநதீஸ்வரர் ஆலயத்திற்குப் பின்புறம் மேட்டுத் தெருவில் ஒரு வீட்டில்தான் போஜனம்.

தாமதமாகச் சென்றவர்களை எல்லாம் மாடிக்குப் போகச் சொன்னார்கள். மாடியிலும் இலை போட்டிருந்தது. காலியாக இருந்த இலையில் கல்யாணம் உட்கார அவன் இலைக்குப் பக்கத்து இலையில் தலைவர் வந்து உட்கார்ந்தார். தலைவருக்கு பக்கத்தில் சாப்பிட நேர்ந்தது தன் அதிர்ஷ்டம் என்று சந்தோஷப்பட்டது அவன் மனசு.

“பேரென்ன...?” தலைவர் அவன் பக்கம் திரும்பி கேட்டதும், இன்னும் அதிகமாய் திக்குமுக்காடிற்று மனம்.

“கல்யாணராமன். திருச்சியில் புறப்படும்போதே ஒருமுறை உங்ககிட்ட பேசியிருக்கேன்.”

“ம்ம்... சாயங்காலம் புறப்படறதுக்கு முந்தி என்னை வந்து பார். இன்னிக்கு உனக்கு என்ன பணி ஒதுக்கியிருக்கு?”

“புறஞ்சேரியில் சுத்தம் பண்ற பணி.”

“நல்லது. அது முடிந்ததும் என்னை வந்து பார்.”

கல்யாணத்திற்கு சந்தோஷமாயிருந்தது. தலைவர் தன்னிடம் பேசினது குறித்து. அதேநேரம் அவர் எதற்காகத் தன்னை வந்து பார்க்கச் சொல்கிறார் என்கிற ஆவலும் ஏற்பட்டது. ரொம்பப் பெருமையாக இருந்தது அவனுக்கு.

சாப்பாட்டிற்குப் பிறகு தத்தம் இலையை எடுத்துக்கொண்டு கட்டிடத்திற்குப் பின்புறம் போனார்கள். அங்கே சுகாதார கோஷ்டியைச் சேர்ந்தவர்கள் பூமியில் வெட்டி வைத்திருந்த சதுரக் குழியில் சாப்பிட்ட இலைகளைப் போட்டார்கள்.

அனைவரும் அதில் இலைகளைப் போட்டதும், சுகாதாரக் கோஷ்டித் தொண்டர்கள் மண்வெட்டியால் மண்ணைத் தள்ளி அந்தக் குழியை மூட அத்தனை பேர் சாப்பிட்ட சுவடே அங்கு தெரியவில்லை. தெருக்காரர்கள் எல்லாம் இந்த ஏற்பாட்டை அதிசயமாகப் பார்த்து பாராட்டிவிட்டுப் போனார்கள்.

இரண்டு மணிவாக்கில் மூத்த தொண்டர்கள் எல்லாம் ஒய்வெடுக்க, இளையவர்கள் எல்லோரும் தெருக்கூட்டும் கம்புகளுடன் புறஞ்சேரிக்குக் கிளம்பினார்கள். அங்கு போனதும் பாதிப்பேர் சித்திரப் படங்களோடு மதுவிலக்குப் பிரச்சாரத்தை ஆரம்பிக்க மீதிபேர் சேரி முழுவதும் அந்த கம்பைக்கொண்டு சுத்தம் செய்ய ஆரம்பித்தார்கள். இந்த அனுபவம் புதிதாக இருந்தது கல்யாணத்திற்கு. வீட்டில் சாப்பிட்ட தட்டைக்கூட எடுக்கவிட மாட்டாள் அம்மா. ராஜா வீட்டுக் கன்றாக சொகுசாகவே வளர்ந்திருந்தாலும் கூட, சேரி சுத்தம் செய்வதற்கு அவன் சுணங்கவில்லை. சந்தோஷமாகச் செய்தான். சுத்தத்தின் முக்கியத்துவத்தைப் பற்றி சேரி மக்களுக்கு எடுத்துச்சொல்லி, இனி தொடர்ந்து இதேபோல் தங்கள் பகுதியை சுத்தமாக வைத்துக்கொள்ள அறிவுரை வழங்கிவிட்டு அவர்கள் புஷ்ய மண்டபத்திற்கருகில் ஆற்றங்கரைக்கு குளிப்பதற்காக வந்தபோது அங்கே சிங்கப்பூர் மடத்தின் தலைவர் சிதம்பர சுவாமிகளும், தலைவரும், உபதலைவர்களும் கூட்டமாக நின்று பேசிக்கொண்டிருக்க, அவர்களோடு புகைப்படக்காரர் ஒருவரும் தனது காமரா சகிதம் நின்றிருந்தார்கள்.

குளித்துவிட்டு அந்தக் கம்புகளோடு வந்து, நில்லுங்கள் தலைவரோடு புகைப்படம் எடுக்கப் போகிறோம். சந்தானம் குரல் கொடுத்தார்.

வெகு விரைவில் குளியல் முடித்து உடை மாற்றிக்கொண்டு குச்சிகளோடு வந்தார்கள். மற்ற தொண்டர்களும் அங்கு வர சுவாமிகளும், தலைவரும் நடுநாயகமாய் நிற்க அவர்களுக்கு அருகிலும், பின்னாலும் மூங்கில் குச்சிகளோடு சேரி சுத்தம் செய்தவர்களும் நின்றார்கள்.

எப்படியாவது சொல்லி இந்தப் புகைப்படத்தின் ஒரு நகலைப் பெற்றுக்கொள்ள வேண்டும் என நினைத்துக் கொண்டான் கல்யாணம்.

புகைப்படம் எடுக்கப்பட்ட பிறகு, அனைவரும் இரண்டாவது போஜனத்திற்காக கலைந்து செல்ல, கல்யாணம் தலைவரை சந்திப்பதற்காக அவர் ஒய்வெடுக்கும் இடத்திற்கு முன்னதாகவே சென்று காத்திருந்தான்.

சற்று நேரத்தில் தலைவர் அங்கு வந்தார். கல்யாணத்தைப் பார்த்ததும் மற்றவர்களை சற்று ஒதுங்கிப் போகச் சொன்னார்.

——

14

அத்தியாயம்

சாமிமார்க் கெல்லாம் தைரியம் வளருது
தொப்பை சுருங்குது; சுறுசுறுப்பு விளையுது
எட்டு லட்சுமியும் ஏறி வளருது
பயந் தொலையுது பாவந் தொலையுது
சாத்திரம் வளருது சாதி குறையுது
நேத்திரம் திறக்குது நியாயம் தெரியுது
பழைய பயித்தியம் படீலென்று தெளியுது
வீரம் வருகுது, மேன்மை கிடைக்குது.

தலைவர் அவனைச் சில வினாடிகள் உற்றுப் பார்க்க, அவன் சற்றே உடல் நடுங்க நெளிந்தான்.

"உட்கார்..."

"இல்லை... நிக்கறேன்..."

"உட்கார்ந்தாதான் பேச முடியும்."

"நீங்க தெய்வம் மாதிரி. உங்க முன்னால் எப்படி?"

அவர் சிரித்தார். "தலைமை என்பது என் பொறுப்பு. அதை நான் செய்கிறேன். மற்றபடி எனக்குள் இருக்கும் தெய்வம்தான் உனக்குள்ளும் இருக்கிறது. முழு ஞானமடைந்தாலொழிய இதை அறிய முடியாது."

அவன் வேறு வழியின்றி அவருக்கெதிரில் அமர்ந்தான்.

"எந்த ஊர்?"

"பயற்றூர்."

"ஓஹோ! சரிதான்." அவர் சிரித்தார். அது எதற்கு என்பது அவனுக்குப் புரியவில்லை.

"உன் ஊரோட விசேஷம் உனக்குத் தெரிஞ்சிருக்கணுமே."

அவன் விழித்தான்.

"சரிதான். உன் ஊர் மகிமையை உனக்கு யாரும் சொல்லலை போல்ருக்கு. பயற்றுநாதன்ங்கற பேர் உன் ஊர் சுவாமிக்கு ஏன் வந்தது தெரியுமா? மிளகு மூட்டைகளை வண்டியில் ஏற்றிக்கொண்டு போன வியாபாரி ஒருத்தன் அந்த ஊரின் சுங்கச்சாவடியை நெருங்கும்போது கவலைப்பட்டானாம். மிளகுக்கு சுங்க வரி அதிகமாச்சே வரி கட்டினது போக, லாபம்னு தனக்கு என்ன மிஞ்சப் போறதுன்னு துக்கப்பட்டபடியே சுங்கச்சாவடியில் வண்டியை நிறுத்தினானாம்.

சாவடி அதிகாரிகள் மூட்டைகளைப் பிரிச்சு பரிசோதிச்சாளாம். மூட்டைக்குள்ள இருந்த மிளகெல்லாம் பயறா மாறியிருந்துதாம். வரி குறைச்சல். அவன் வரியை கட்டிட்டு வேகமா அங்கேர்ந்து ஆச்சர்யத்தோட கிளம்பி சந்தைக்கு போய் மூட்டைகளை பிரிச்சா அதைவிட ஆச்சர்யமா பயறு மறுபடியும் மிளகா மாறியிருந்துதாம். தினம் இப்டியே மிளகைப் பயறாகவும், பயறை மிளகாகவும் மாற்றி தன் பக்தரைக் காப்பாத்தின காரணத்தாலதான் அவனுக்கு பயற்றுநாதன்னு பெயர். அந்த ஊர்க்காரனான உன்னைக் கூட அவன் மாற்றித்தான் அனுப்பியிருக்கிறான்."

"என்னையா... எப்படி...?"

"வீட்டுக்குள்ள ஸ்கூல் படிக்கற பையனா, அப்பா அம்மாக்கு அடங்கின பிள்ளையா இருந்தவனை ஒரு தேச பக்தனா, சேரி சுத்தம் பண்ற ஆர்வமுள்ளவனா, அடி உதைக்கு அஞ்சாத

வீரனா மாற்றித்தானே அனுப்பி இருக்கான். உன் மாற்றத்தை நீ உணர்ந்தாயோ...?"

அவன் திகைத்தான். எத்தனை பெரிய உண்மையை எவ்வளவு அழகாக சொல்லிவிட்டார்.

இத்தனை காலமாக சொந்த ஊர் புராணத்தைக் கூட அறிந்துகொள்ளாமல் வளர்ந்திருக்கிறோமே என்று வெட்கப்பட்டான்.

"வியாபாரியோட விஷயத்தில் மிளகு பயறாகி, பயறு மிளகா மறுபடியும் மாறித்து. உன் விஷயத்தில் பயறா பரமசாதுவா இருந்த உன்னை வீரியமுள்ள மிளகா மாத்தி அனுப்பியிருக்கான். மறுபடியும் நீ பயறா மாறி ஊருக்குப் போகப் போற."

"அய்யா..."

"இந்தக் கடுதாசியைப் படி. அவர் தன் பையிலிருந்து ஒரு தபால் அட்டையை எடுத்துக் கொடுத்தார். அவருடைய பெயருக்கு எழுதப்பட்ட கடிதம் அது. கல்யாணம் தயக்கத்தோடு அதை வாசிக்கத் துவங்கிய க்ஷணம் அதிர்ந்தான். அது அப்பாவின் கையெழுத்து. அவன் தலைவரை திகைப்போடு பார்த்தான்."

"படி..."

மரியாதைக்கும் அபிமானத்திற்கும் உரிய ஸ்ரீ ராஜ கோபாலாச்சாரியார் அவர்களுக்கு, நீங்கள் முன்பின் அறியாத ஒரு ராஜாராமையர் வணக்கத்துடன் எழுதிக் கொண்டது. பிரமோதூத வருடப் பிறப்பு என்னைப் பொறுத்தவரை மிக துக்கமாகவே இருந்தது எனலாம். காரணம் எனது பதினாறு வயது புத்ர சிகாமணி கல்யாணராமன் திடீரெனக் காணாமல் போய்விட்டான். அவன் தொலைந்து போய் விட்டானா, இல்லை துணிந்து போய் விட்டானா எனப் புரியாது தவித்துக் கொண்டிருந்தேன். அந்த நேரத்தில்தான் அவனிடமிருந்து எனக்கொரு தபால் அட்டை வந்தது. அந்தக் கடிதம் எனக்குப் பெருமை சேர்ப்பதாகவே இருந்தது. அவன் தங்களது தொண்டர் படையில் ஒரு

ஆளாக வேதாரண்யத்திற்கு வந்து கொண்டிருக்கிறான் என்பதை அறிந்ததும் என் மனசு நிம்மதியாயிற்று. அவன் போட்ட கடிதத்திற்கு அவனுக்கே பதில் எழுதியிருக்கலாமே, எதற்கு உங்களுக்கு என்ற கேள்வியும் எழும்பும். சொல்லாமல் கிளம்பிவிட்ட வருத்தம்தான். சொல்லியிருந்தால் நிச்சயம் திலகமிட்டு வழியனுப்பி வைத்திருப்பேன். அரசாங்க உத்யோகஸ்தன் என்னால் முடியாத ஒரு செயலை அவனாவது செய்ய முடிகிறதே! ஒரு விஷயத்தில் நான் திருப்திப்பட்டுக் கொள்கிறேன். இதுபோன்ற ஒரு யாத்திரையில் ஒழுக்கங்களும், கட்டுப்பாடுகளும் அதிகம் கடைபிடிக்க வேண்டியிருக்கும். என் புத்ரனை நான் மிகுந்த கட்டுப்பாடுகளுடனும், கண்டிப்புடனும்தான் வளர்த்திருக்கிறேன். நல்லொழுக்கங்களை அவன் கடைப்பிடிக்கக் கற்றுக் கொடுத்திருக்கிறேன். ஒருவேளை அவன் சொல்லாமல் கிளம்பியதற்கு அதுவே கூடக் காரணமாக இருக்கலாம். இருந்தாலும் அவன் கற்றுக்கொண்ட நல்லொழுக்கங்களும், கட்டுப்பாடுகளும் இந்த யாத்திரையில் அவனுக்கு உதவும் என்பது நிச்சயம். இதை அவன் மறுக்க மாட்டான் என்று நம்புகிறேன். அவன் கிளம்பி வருகிற சமயத்தில் அவனது திருமணத்தை நிச்சயிக்க நாள் குறித்திருந்தேன். ஆனால் அதற்குள் அவன் கிளம்பிவிட்டான். நிச்சயதார்த்தம் அவன் இல்லாவிட்டாலும் நல்லபடியாக நடந்து முடிந்ததென அவனிடம் தெரிவிக்கவும். உங்கள் ஆசியோடு அவனது திருமணம் இனிதே நடக்கும். என் புத்ரன் என்னிடம் இருப்பதும் ஒன்றுதான், உங்களிடம் இருப்பதும் ஒன்றுதான். அந்த நிறைவோடு இந்தக் கடிதத்தை முடித்துக் கொள்கிறேன். அவனுக்கு என் ஆசிகள்.

கல்யாணத்தின் கண்கள் பெருகி வழிந்தது. தலைவரின் முகத்தை ஏறிட்டுப் பார்க்க முடியாமல் அமர்ந்திருந்தான். மனசுக்குள் அப்பா விஸ்வரூபமெடுக்க, அவருக்கு முன்னால் தான் வெறும் தூசியாக அலைவது போலிருந்தது. நல்ல காலம் திருமணத்திற்கு பயந்துதான் வீட்டை விட்டு வந்தோம் என்பதை மறைத்ததும் ஒரு விதத்தில் நல்லதாகப் போயிற்று. அது தெரிந்தால்

நிச்சயம் அப்பாவின் மரியாதையை இழந்திருக்கக் கூடும். அதேநேரம் அவரது சந்தோஷத்தையும் குலைத்திருப்போம். அவன் பெருமூச்சு விட்டான்.

"உன் அப்பாவைப் புரிந்து கொண்டாயா?"

"நான் தவறு செய்துவிட்டேன்."

"இனி நீ தவறு செய்து விடக்கூடாது என்பதற்காகத்தான் கடிதத்தை உன்னிடம் படிக்கச் சொன்னேன். நல்ல காரியத்திற்குப் புறப்படுகிறவன் சொல்லிவிட்டு ஆசீர்வாதத்தோட வந்திருக்கலாம்."

"அனுப்ப மாட்டார்களோ என்று எண்ணிவிட்டேன்."

"அனுப்ப மாட்டேன் என்று சொல்லி இருந்தாலும், நீ அவர்களை அனுசரித்துதான் போயிருக்க வேண்டும். ஏனெனில் யாருடைய உயிருக்கும் இங்கே உத்தரவாதமளிக்க முடியாது. சிறை தண்டனையிலிருந்து காப்பாற்றி விட முடியாது. நாளை உனக்கு ஏதேனும் நடந்தால், பழி எனக்கல்லவா வந்து சேரும். உன் தந்தையின் புத்ர சோகத்திற்கு நானும் ஒரு காரணமாகியிருப்பேன். பழிக்கு நான் அஞ்சவில்லை. ஆனால் இதெல்லாம் விளையாட்டல்ல."

"தவறுதான் என்னை மன்னித்து விடுங்கள்."

"ஊருக்குப் போனதும் உன் அப்பாவிடம் மன்னிப்பு கேள். நல்ல காலம் உன் அப்பாவுக்கு கடிதம் எழுத வேண்டும் என்றாவது தோன்றியதே."

அவன் தலைகுனிந்து நின்றிருந்தான்.

"இனி நீ தலை நிமிர்ந்து செல்லலாம்." தலைவர் புன்னகைத்தார். அவன் கைகூப்பி வணங்கிவிட்டு வெளியில் வந்தான்.

டங்கா ஓசையும், ஜெய கோஷமுமாய் திருவையாறிலிருந்து கிளம்பியது ஊர்வலம். நடுவே குறுக்கிட்ட குடமுருட்டியையும், வெட்டாற்றையும் கடந்து அம்மன்பேட்டைக்குள் நுழைய, இதென்ன ஊர்? யாரோ யாரிடமோ கேட்டார்கள்.

"இதான் அம்மன்பேட்டை..."

"அடடே... அம்மன்பேட்டையா? சரிதான் கூத்தாடி அன்னத்தோட சொந்த ஊர்னு சொல்லுங்கோ."

"கூத்தாடி அன்னமா... அது யார் அவ்ளோ பெரிய ஆளா...?"

"பின்னே... நீர், பூர்ண சந்திரோதயம் படிச்சதில்லையா...?"

"பூர்ண சந்திரோதயம் பார்த்திருக்கேன். ஆனா அதை எப்டி படிக்க முடியும்?"

"இது அந்த சந்திரோதயம் இல்லைங்காணும். வடுவூர் துரைசாமி ஐயங்காரோட நாவல், பூர்ணசந்திரோதயம்னு. அதுல வர கதாபாத்திரம்தான் கூத்தாடி அன்னம். அவளோட ஊர்தான் இந்த அம்மன்பேட்டை. அதை மிதிச்சாச்சே, ஜென்ம சாபல்யமானாப் போலதான் போங்கோ."

பேசிக்கொண்டே மேலும் நடக்க ஜம்பு காவிரி குறுக்கிட்டது. அதனருகே பூரண கும்பமும், பூக்களும், மேளதாளமுமாய் ஒரு மாபெரும் கூட்டம் தஞ்சை நகரில் காத்திருந்தது.

எந்த ஜில்லாவுக்குள் தாரன் துரை அதிகம் கட்டுப்பாடுகளும், மிரட்டல்களும் விடுவித்தாரோ அவனுடைய எல்லைக்குள்ளேயே அவனது உத்தரவை உடைப்பில் போட்டுவிட்டு மக்கள் கூட்டம் கூட்டமாய் நின்று மாலையிட்டு சந்தனம் பூசி கற்கண்டும், பழங்களும் அளித்து வரவேற்ற காட்சி உற்சாகத்தையும், தெம்பையும் அளித்தது. ஒருவகையில் தன் உத்தரவுகளால் மக்களது தேச உணர்வை அவன் தூண்டி விட்டிருந்தான் என்றுதான் கூற வேண்டும். இருந்தாலும் கூட சத்யாக்கிரகிகள் தங்குவதற்கு ஜாகையளிக்க எவரும் முன்வரவில்லை, கடைசியில் வெண்ணாற்றுப் பாலத்தை கடந்து சற்று தொலைவில் ரஸ்தாவை ஒட்டியே அமைந்திருந்த ஒரு கட்டிடத்தின் உரிமையாளரான ஒரு பெண்மணி மிகுந்த துணிவோடும், பெருந்தன்மையோடும் தனது கட்டிடத்தை சத்தியாக்கிரகிகள் தங்குவதற்காக அளிக்க முன்வர, நடந்து நடந்து களைத்துப்போன தொண்டர்களுக்கு கால் நீட்டி

சற்றுநேரம் அமர்ந்தால் போதும் என்றிருந்தது. ஆனால் கேப்டன் அவர்களை அந்தக் கட்டிடத்திற்குள் போகவிடாமல் பிரசங்கம் நடக்கும் இடத்திற்குப் போகச்சொல்லி விரட்டிக் கொண்டிருக்க, தொண்டர்கள் சோர்வோடு வேறு வழியின்றி மேலும் நடக்க ஆரம்பித்தார்கள்.

அப்போதுதான் கல்யாணம் அதை கவனித்தான். நடந்துகொண்டிருந்த தலைவரின் வலது காலில் இரத்தம் கொட்டிக்கொண்டிருந்தது. கல்லில் இடித்துக் கொண்டிருக்கக் கூடும். ஓய்வெடுக்கச் சொல்லி மற்றவர்கள் அவரை வற்புறுத்த, அவர் துணி ஒன்றை காலில் சுற்றிக்கொண்டு நடக்க ஆரம்பித்தார். வலியை அவர் பொருட்படுத்தியதாகவே தெரியவில்லை. உற்சாகம் சிறிதும் குறையாமல்தான் மக்களிடம் பேசினார்.

"நீங்கள் எல்லாம் கலெக்டர் தாரனின் அறிக்கையைத் தெரிந்துகொண்டுதான் வந்தீர்களா? அல்லது தெரியாமல் வந்து விட்டீர்களா?"

"தெரிந்து கொண்டுதான் வந்தோம்" கூட்டம் குரல் கொடுத்தது.

"திடீரென்று போலீஸ் அதிகாரிகள் இங்கு வந்து உங்கள் அனைவரையும் கைது செய்தால் என்ன செய்வீர்கள்? ஆறு மாதம் சிறை தண்டனை கிடைக்குமே. பரவாயில்லையா?"

"ஆறு மாதமென்ன...? ஆறு வருடம் அளித்தாலும் சிறைத் தண்டனைக்கு அஞ்ச மாட்டோம். தைரியமிருந்தால் தாரன் இங்கு வரட்டும். எங்களை கைது செய்யட்டுமே." கூட்டம் மீண்டும் கத்தியது.

"தற்கால ஆட்சிமுறையில் உங்களுக்கு விருப்பமிருக்கிறதா? சரியல்ல என்று தோன்றுகிறதா?"

"விருப்பமில்லை! சுயராஜ்யம்தான் எங்கள் பிறப்புரிமை."

"உப்புச் சட்டத்தை நீங்கள் எதிர்க்கிறீர்களா?"

"நிச்சயமாக எதிர்க்கிறோம்."

"நன்றி. இது போதும் எனக்கு நம்பிக்கை அதிகரிக்கிறது. உண்மையில் தஞ்சை நகருக்குள் நுழையும்போது நான் மிகவும் கவலையோடிருந்தேன். தாரன் ஐ.சி.எஸ்.சின் கெடுபிடிகள் இங்கு அதிகமாயிற்றே. அவருடைய கோட்டைக்குள் கூட்டம் நடத்துவதென்பது எந்த அளவுக்கு வெற்றிகரமாய் நிகழும் என்கிற கேள்வியோடு கூட்டம் நடக்கும் இடத்தில் நடக்கும் ஏற்பாடுகளைப் பார்க்க நான் மட்டும் தனியாகப் போயிருந்தேன். அங்கே ஒரு ஏற்பாடும் இல்லை. ஒரு நாற்காலி மேஜை என்று ஏதும் இல்லை. சரி இன்றைய தினம் கலெக்டருக்குதான் முக்கியஸ்தானம் போலிருக்கிறது. அவருடைய கௌரவத்தைதான் ஜனங்கள் காப்பாற்றுவார்கள் போலிருக்கிறது என்று நினைத்தேன். மீட்டிங் ஒழுங்காக நடக்கும் என்ற நம்பிக்கையே எனக்குக் குறைந்துவிட்டது எனலாம்.

ஆனாலும் பார்க்கலாம் என்று வெகு சிரமப்பட்டு ஒரு வக்கீல் நண்பரைப் பிடித்து ஒரு மேஜையும், நாற்காலியும் கேட்டேன். உடைந்து சிதைந்து போயிருக்கும் இந்த மேஜையை அவர் சற்றே பயத்தோடுதான் கொடுத்தார். ஒருவேளை விசாரணை என்று வந்தால், இது என் மேஜை அல்ல என்று சொல்லி விடலாம் அல்லவா. பரவாயில்லை என்று இந்த மேஜையை இங்கே கொண்டுவந்து போட்டாயிற்று. அப்போது இங்கே மருந்துக்குக் கூட ஒரு ஆள் கிடையாது. வெறும் நிசப்தம் மட்டும்தான் நிறைந்திருந்தது. முகாமுக்கு திரும்பிப் போனேன். பிரார்த்தனை முடிந்து இங்கு வர்றேன். என்னவென்று சொல்ல! இத்தனை ஆயிரம் மக்கள் தாரன் துரையின் கட்டுப்பாடுகளையும் மீறி இங்கே எங்களுக்காகக் காத்திருக்கிறீர்கள். இது ஆண்டவனுடைய சித்தம் என்பதைத் தவிர வேறென்ன சொல்ல!

நம்மையும் ஒரு பொருளாக்கி நாய் சிவிகை
ஏற்றுவித்து, அம்ம எனக்கருளியவாறு ஆர்
பெறுவார் அச்சோவோ...

இந்த வரிகள் எனக்காகவே எழுதப்பட்டாற்போலத் தோன்றுகிறது." தலைவரின் கண்கள் சற்றே கலங்கியது. "எனக்கு சந்தோஷமாக இருக்கிறது. உங்கள் வீரமே சுயராஜ்யம் கிடைத்துவிடும் என்பதன் அறிகுறியாகத் தெரிகிறது" தலைவர் நெகிழ்ச்சியோடு பிரசங்கத்தை முடித்தார்.

அப்போது ஒரு பெண்மணி வேகமாக தலைவரை நோக்கிச் சென்றாள். தன் விரலிலிருந்து ஒரு மோதிரத்தைக் கழற்றி தனது காணிக்கையாக தலைவரிடம் கொடுத்தாள்.

"இந்த அம்மையார் கொடுத்துள்ள மோதிரத்தை ஏலம் விடுகிறேன். வாங்கிக் கொள்கிறவர் வாங்கிக் கொள்ளலாம்" உடனே அறிவித்தார்.

பலத்த போட்டிக்கிடையில் ஒருவர் அதை ஏலத்தில் வாங்கிக்கொண்டு பணத்தை தலைவரிடம் ஒப்படைத்தார். அதைத் தொடர்ந்து பலபேர் பல பொருட்களை தலைவரிடம் அளிக்க அவைகளும் ஏலம் விடப்பட்டன. கல்யாணம் ஏலத்திற்கு வந்த ஒரு கைக்கடிகாரத்தை உப்புப் போராட்டத்தின் நினைவுச் சின்னமாக வாங்கிக் கொண்டான்.

கூட்டம் முடிய இரவு பத்தரை மணியாயிற்று. அதன் பிறகு மீண்டும் இரண்டு மைல் தூரம் நடந்து ஜாகையை அடைவதற்குள் பசியும், தூக்கமும், களைப்புமாக தொண்டர்கள் மிக மிக சோர்ந்து போனார்கள். ஜாகையை அடைந்து படுக்கும்போது நள்ளிரவைக் கடந்து விட்டது நேரம். சாலையை ஒட்டி நீண்ட மதில் சுவர் அமைக்கப்பட்டிருக்க, மதிலையடுத்து ஒரு முற்றம். அதில் அவரை, முல்லைக் கொடிகள் பந்தலில் படர்ந்திருக்க அதையடுத்து நீண்டு அகண்ட திண்ணையோடு கூடிய ஒரு அழகான கட்டிடமாக இருந்த ஜாகையின் உட்புறச் சுவர் முழுக்க தேசத் தலைவர்களுடைய படங்கள் தொங்கிக் கொண்டிருந்தது. கட்டிடத்தின் இடப்புற முற்றத்தில் பெரிய பந்தல் அமைக்கப்பட்டிருந்தது.

அதன் அருகே கை, கால் கழுவுவதற்கு வசதியாக ஒரு தண்ணீர்க்குட்டை. அதனையடுத்து வயல் வரப்புகள் என்று அந்த இடம் அமைதியாகவும், ரம்யமாகவும் இருக்க, அவற்றை ரசிக்கக்கூட முடியாமல் படுத்த நிமிடத்தில் தொண்டர்கள் குறட்டை ஒலியோடு தூங்கிப் போனார்கள்.

"பன்னண்டு மணிக்கு படுக்கறோமே. காலம்பற வழக்கம் போல எழுப்பிட மாட்டாளே? கொஞ்ச நாழி தூங்கவிடுவாளா?" தொண்டர் ஒருவர் நண்பரிடம் கேட்டுக்கொண்டிருந்தார்.

"எழுந்திருக்க மாட்டோம்னு அதுக்கொரு சத்தியாக்கிரகம் பண்ணிட வேண்டியதுதான்" நண்பர் சொல்லிவிட்டுச் சிரிக்க அதைக் கேட்டுக்கொண்டிருந்த இன்னும் சிலரும் சிரித்தார்கள்.

ஆனால் படுத்த நேரம் பற்றியெல்லாம் கவலைப்படாமல் கேப்டன் விரட்டி விரட்டி எல்லோரையும் ஐந்து மணிக்கு எழுப்பிவிட்டுக் கொண்டிருந்தார். கும்பகர்ணன்கணக்காக தூங்கிக் கொண்டிருந்தவர்கள் அதை சட்டையே செய்ய முடியாதவர்களாக இருந்தார்கள். சற்றே தூக்கம் கலைந்த சிலர் முணுமுணுத்தார்கள்.

"ராத்திரி படுக்கறச்சே மணி பன்னண்டு. சித்த நாழி கூட தூங்கறோமே."

"நா படுக்கும்போது ஒரு மணி தெரியுமோ? நா எழுந்திருக்கலையா? தூங்கறதுக்கா நாம வந்திருக்கோம்?"

"அதுசரி. அதிகாரம் கொடுத்தா அதைக் காட்டறதுக்கே இவன் எழுந்திருப்பான். இல்ல தூங்காமயே கூட இருப்பான்." தொண்டர் ஒருவர் கேப்டன் காதில் விழாதவாறு முணுமுணுத்தார்.

அந்நேரம் தலைவர் பிரார்த்தனைக்கு வருவதை அறிந்ததும் உறங்கிக் கொண்டிருந்தவர்களை எல்லாம் சிலர் பலவந்தமாக எழுப்பி உட்கார வைக்கப்பட, பிரார்த்தனை முடிந்ததும் மீண்டும் தூங்கிவிடலாம் என்கிற நப்பாசையோடு அவர்கள் கண் செருக அமர்ந்திருந்தார்கள்.

ஸ்நானம் முடித்து பளீர் கதராடையோடு வந்த தலைவர் இராஜாஜி அனைவரையும் ஒருமுறை உற்றுப் பார்த்தார். பிறகு மென்மையான குரலில் கூறினார்.

"முதல் நாள் உணவின் அசுத்தங்கள் எல்லாம் உடம்பிலிருந்து அகற்றப்படாத வரை சோம்பலும், நித்திரையும், ஆலசியமும் நம்மை விட்டு நீங்காது. ஆரோக்கியம் அறிந்தவன் அதிகாலையில் எழுந்து செரிமானப் பாதையை சுத்திகரித்துக் கொள்வான். அசுத்தங்கள் உள்ளே இருக்கும்வரை மனநிலையில் மாசுபட்டுக் கொண்டுதான் இருக்கும். இந்த யாத்திரையில் உறக்கத்தையும் நாம் சிலநேரம் தியாகம் செய்தாலொழிய லட்சியத்தை அடைய முடியாது. எல்லாவித அசௌகர்யங்களுக்கும் தயாராக இருந்தாக வேண்டும் என்று புறப்படும்போதே நான் சொன்னது நினைவிருக்கிறதா மறந்து விட்டதா?"

அந்த க்ஷணம் தூக்கம் அறவே போயிற்று. குற்ற உணர்வு மேலிட தொண்டர்கள் நிமிர்ந்து உட்கார்ந்தார்கள். பிரார்த்தனைக்குப் பிறகு கரண்டியோடு ஆற்றங்கரைப் பக்கம் போனார்கள். குளியலுக்கு முன் அனைவருக்கும் தலையில் தேய்த்துக்கொள்ள எண்ணை கொடுத்துக்கொண்டே வந்தார் ஒரு தலைமைத் தொண்டர். நீளமான முடி இருந்தவர்கள் எல்லாரும் அதிக எண்ணை வாங்கி தேய்த்துக்கொண்டு சீயக்காய்த் தூளோடு குளிக்கப் போனார்கள். குளித்து போஜனம் முடித்த ஒரு கூட்டம் ஹிந்தி பயிற்சியில் ஈடுபட்டிருந்தது. ஒரு ஓரமாய் உட்கார்ந்து புத்தகம் படித்துக்கொண்டிருந்த சாமிநாதன் கல்யாணத்தை அழைத்தார். அங்க பார்த்தயா என்று கை காட்டின திசையில் இளைஞர் ஒருவர் யாரிடமோ பேசிக் கொண்டிருந்தார்.

"என்ன விஷயம்? யார் அவர்?"

"பேர் கேட்டேன். சிவராமன்னு சொன்னார். சொந்த ஊர் கீழ் ஆம்பூராம்."

"அவரைப் பற்றி விசேஷமா ஏதாவது உண்டா?"

"நானும் ஒருசில நாளா பார்த்துண்டு வரேன் அந்த இளைஞர் ரொம்ப துணிச்சலா சில காரியங்கள் செய்துண்டு வரார்."

"அப்டி என்ன செய்யறார்?"

"அவர் பேசிண்டிருக்காரே ரெண்டு மூணு பேரோட அவா வேற யாருமில்ல. கூட்டத்தோட கூட்டமா கலந்திருக்கிற போலீஸ்காராதான்."

"அவாகிட்ட இவர் எதுக்கு பேசிண்ருக்கார்?"

"நீ பயப்படற அளவுக்கு எதுவுமில்லை. நா அவர் பேசறதை ஒருமுறை கேட்டேன். நம்ம போராட்டத்தைப் பற்றியும், தேசத்தோட வரலாறு பற்றியும் விலாவாரியா போலீஸ்காராகிட்டயே அப்பப்போ சொல்லிண்டு வரார். நிறைய படிக்கறவர் போல்ருக்கு. தான் படிச்ச புத்தகங்களிலிருந்து மேற்கோள் எல்லாம் காட்டி அவர் பேசறதைக் கேட்டுண்டே இருக்கலாம் போல்ருக்கு. அநேகமா அந்த போலீஸ்காரா வேதாரண்யம் போறதுக்குள்ள தன் உத்யோகத்தைத் தூக்கிப் போட்டுட்டு நம்ம கூட சேர்ந்து உப்பள்ளுவதற்குத் தயாராய்டுவான்னு நெனைக்கறேன்." சாமிநாதன் சொல்ல, கல்யாணத்திற்கு சிரிப்பு வந்தது. அவன் மெல்ல அவர்கள் அருகில் சென்று வேடிக்கை பார்ப்பது போல் நின்றான்.

"உங்களுக்குத் தெரியுமா. 1917-ல் நான் அம்பா சமுத்திரத்தில் படித்துக் கொண்டிருந்தப்போ நியூ இந்தியா பத்திரிகையில் அன்னிபெசன்ட் அம்மையார் விடுதலையான செய்தி வந்திருந்தது. எதனால அவரைக் கைது செய்தான்னு வாத்தியார்கிட்ட கேட்டேன். அவர் ஹோம்ரூல் இயக்கத்தைச் சேர்ந்தவர்னு சொன்னார். முதன்முதலா தேசபக்தி எனக்குள்ள அப்பதான் நுழைஞ்சுது. அதுக்குப் பிறகு நிறைய கூட்டங்களுக்குப் போவேன். 1920 - ஜூன் மாசம் பாலகங்காதர திலகர் நெல்லையில் ஒரு மாநாட்டுக்கு வருவார்னு நா அங்க போயிருந்தேன். அவர் வரல. ஆகஸ்ட் ஒண்ணாம் தேதி அவர் மறைந்து விட்டார்னு தெரிஞ்சதும் அழுதேன். ஆற்றில் இறங்கி குளித்தேன்.

அவருடைய மரணம் எனக்கு ஒரு ஞானோபதேசம் கொடுத்தது. இனிமே தேச விடுதலைக்காக போராட வேண்டியதுதான்னு தீர்மானம் பண்ணிட்டேன். நெல்லையில் கல்லூரியில் படிச்சுண்ருந்த நான் உடனே கல்லூரி முதல்வரிடம் சென்று என் படிப்பை நிறுத்தப்போறதா சொல்லிட்டேன். இந்தப் படிப்பு வேண்டாம்னாலும் பரவால்ல. நிறைய புத்தகங்கள் படி அதை மட்டும் நிறுத்திடாதேன்னார். எங்க வீட்டுப் பெரியவர்களுக்குக் கூடத் தெரியாது. நா படிப்பை விட்டது. எனக்கு வழிகாட்டின பெரியவாள்ளாம் சாமான்யப்பட்டவா இல்ல. இந்த தேசத்துக்காகவே தன்னை அர்ப்பணித்துக் கொண்டவர்கள். தங்கள் சொத்து சுகத்தையெல்லாம் கூட விற்று தேசத் தொண்டு செய்யறவா. தேசத் தொண்டு செய்யறது தப்பா என்ன? நம்ம உடம்புல வியாதி வந்தா, வந்துட்டுப் போறதுன்னு நாம பேசாமயா இருக்கோம்? உடனே நாட்டு மருந்தோ, இங்கிலீஷ் மருந்தோ என்னத்தையோ முழுங்கி அந்த வியாதிக் கிருமிகளை அடிச்சுத் துரத்திட்டுத்தானே மறுகாரியம் பார்க்கறோம்! இப்போ வியாதி பிடிச்சிருக்கறது பாரத மாதாவுக்கு. அதை நாம சரி பண்ணாம யார் பண்ணுவா? அதைத்தான் சத்தியாக்கிரகிகள் இப்போ பண்ணிண்டு இருக்கா. இது தப்பா? ஆம்பூர் சிவராமன் கேட்க, அந்த உத்யோகஸ்தர்கள் அசடு வழிய இல்லை எனத் தலையாட்டிவிட்டு நகர, கல்யாணம் சிரிப்பை அடக்கிக் கொண்டான்."

மாலை நான்கு மணிக்கு மீண்டும் பயணத்திற்குத் தயாராயிற்று தொண்டர் படை. ஜாகை கொடுத்த பெண்மணி தலைவரோடும், தொண்டர்களோடும் புகைப்படம் எடுத்துக்கொள்ள ஆவலாயிருப்பதாகக் கூற தலைவர் புகைப்படக்காரரை அழைத்து வரச் சொன்னார். புகைப்படம் எடுக்கப்பட்ட பிறகு கூடியிருந்த ஊர் மக்களை அருகில் அழைத்தார்.

"நான் இப்போது அந்நியத் துணிகளை எரிக்கப் போகிறேன். உங்களில் யார் யார் அந்நியத் துணியை பகிஷ்கரிக்க விரும்புகிறீர்களோ அவர்கள் தங்களிடம் இருக்கும், தாங்கள் அணிந்திருக்கும் அந்நியத் துணிகளை தீயில் இடலாம்."

தலைவர் தன் கைவசமிருந்த ஒன்றிரண்டு அந்நியத் துணிகளை கீழே போட்டு சிறிது மண்ணெண்ணை ஊற்றி தீக்குச்சியை உரசிப் போட, அது குபீரென்று பற்றிக்கொண்டு எரிந்தது. ஜனங்களுக்கும் உற்சாகம் தொற்றிக்கொள்ள, ஆண்களில் பலர் தனது மேல் சட்டையைக் கழற்றி தீயில் எறிந்துவிட்டு அங்கவஸ்திரத்தால் உடம்பை மறைத்துக்கொண்டார்கள். சிலர் வீட்டுக்குச் சென்று அந்நியத் துணிகளை எடுத்துக்கொண்டு வந்து வந்தே மாதரம் என்று கத்தியபடி தீயில் போட்டார்கள். நேரமாக ஆக சொக்கப்பனை கொளுத்தினாற்போல் தீ கொழுந்து விட்டெறிந்தது.

அதன் பிறகு தலைவர் தேசியக்கொடியை அசைக்க, தொண்டர் படை கிளம்பியது. தொண்டர்கள் வரிசையில் நின்ற நேரம். மோட்டார் வண்டியொன்று ரகசிய போலீஸ் அதிகாரிகளோடு விர்ரென்று புறப்பட்டு படைக்கு முன்னால் போயிற்று. தொண்டர்கள் கவலையோடு தலைவரைப் பார்க்க, அவர் சலனமே இல்லாமல் நடக்க ஆரம்பித்தார்.

அடுத்த முகாம் நடாரில் என்று சொல்லியபடி தொண்டர்கள் நடக்க ஜெயகோஷம் எழும்பியது. கத்தியின்றி ரத்தமின்றி பாடலை ஒருவர் சத்தமாகப் பாடினார். ஆறு மணி சுமாருக்கு வெட்டாற்றைக் கடந்து நடாரில் நுழைந்தவர்கள் திகைத்துப் போனார்கள். போலீஸ்காரர்கள் வேகமாய் மோட்டார் காரில் புறப்பட்டுச் சென்றதன் காரணம் புரிந்தது. நடாரின் அனைத்து வீடுகளும் பூட்டப்பட்டிருந்தது. சத்தியாக்கிரகிகளை வரவேற்க ஊரில் ஈ காக்கை இல்லை. சாலையோரம் படுத்திருந்த நாயொன்று கூட்டத்தைக் கண்டதும் மிரண்டு எழுந்து ஓடியது.

——

15

அத்தியாயம்

இன்னுயிர் தந்தெமை ஈன்று வளர்த்து, அருள்
ஈந்ததும் இந்நாடே - எங்கள்
அன்னையர் தோன்றி மழலைகள் கூறி
அறிந்ததும் இந்நாடே - அவர்
கன்னிய ராகி நிலவினி லாடிக்
களித்ததும் இந்நாடே - தங்கள்
பொன்னுடல் இன்புற நீர்விளை யாடி, இல்
போந்ததும் இந்நாடே - இதை
வந்தே மாதரம் வந்தே மாதரம்
என்று வணங்கேனோ?

கல்லுளிச் சித்தன் போன வழி காடு மேடு தவிடு பொடி என்பது போலிருந்தது. முக்கால் வாசி வீடுகள் பூட்டியிருக்க எஞ்சியிருந்த வீடுகளிலும் பெண்களும், குழந்தைகளும் கதவடைத்துக்கொண்டு உள்ளே இருந்தார்கள்.

தண்ணீர் தரக்கூட எவருமில்லை. தாகம் மேலிட்ட முதிய தொண்டர்கள் சிலர் வாய்க்கால்களில் இறங்கி நீரை மொண்டு குடித்தனர்.

"நடார் வாசிகள் இத்தனை தொடை நடுங்கிகளா? தாரனுக்கு பயந்துகொண்டு இப்படி ஓடி ஒளிந்து விட்டார்கள்!" தொண்டர் ஒருவர் சத்தமாக வருத்தப்பட்டார்.

“நடாரில் அல்லவா நாம் தங்க வேண்டும் என்றார்கள். இப்போது என்ன செய்யப் போகிறார் தலைவர்?”

“யாருக்குத் தெரியும்? அடுத்த ஊருக்கு நடக்கச் சொல்கிறாரோ என்னவோ? ஏற்கனவே கால்கள் களைத்து விட்டன. தேகத்தில் தெம்பு அறவே குறைந்து விட்டது. இனி ஓரிடத்தில் ஜாகை ஏற்பாடு செய்து, நாம் அதை அடைவதற்குள் இரவாகிவிடும். உண்டதெல்லாம் ஏற்கனவே செரித்து விட்டது. ஜாகை ஏற்பாடு செய்து விட்டாலும் கூட உணவுக்கு எப்படி ஏற்பாடு செய்யப் போகிறார்கள்?”

“புலம்பாமல் இருமய்யா. ஒரு நாள் பட்டினிகிடக்க முடியாதென்றால் எதற்கு படையில் சேர்ந்தீர்? வீராப்புக்காகவா?”

புலம்பினவர் மௌனமானார்.

“அங்கே பாருங்கள்” மற்றொருவர் எதையோ சுட்டிக்காட்ட அத்தனைபேரும் அங்கே பார்த்தார்கள்.

சற்று தூரத்தில் சாலையோர மரம் ஒன்றின் அருகிலிருந்த வீட்டின் முன்னால் பெரிய கொப்பரைகள் இரண்டு வைக்கப்பட்டிருக்க, அதனருகில் சிலர் நின்றிருந்தார்கள்.

“ஆஹா... கொப்பரைகளில் பானகமோ, சர்பத்தோ ஏதோ இருக்க வேண்டும்.”

தொண்டர்கள் ஓடினார்கள். கொப்பரைகளில் நிறைய நீர்மோர் காணப்பட, தாகம் அதிகரித்தது. அவசர அவசரமாய் மோரை வாங்கிக் குடித்தார்கள். நிமிடத்தில் கொப்பரைகள் காலியாக அவர்கள் கொப்பரைகளோடு வீட்டிற்குள் மறைந்தார்கள்.

“இந்த வரை ஒரு சிலருக்காவது நீர்மோர் அளிக்கிற அளவுக்குத் துணிச்சல் வந்ததே” தொண்டர்கள் தொடர்ந்து நடக்க ஆரம்பித்தார்கள்.

குடித்த நீர்மோர் எல்லாம் அரை மணியில் வியர்வையாய்ப் பெருகி வழிந்தது.

போகிற வழியில், சுப்பையா என்கிற இளவயது தொண்டர் எங்கோ போய்விட்டுத் திரும்பி வந்துகொண்டிருப்பது தெரிந்தது.

“கூட்டத்தை விட்டு இவன் மட்டும் எங்கே போய்விட்டு வருகிறான்?”

இந்தக் கேள்விக்கு பதில் யோசிப்பதற்குள் சுப்பையா படையின் அருகில் நெருங்கினான்.

“பனிரெண்டாம் நம்பர் மரம்” தணிந்த குரலில் தொண்டர்களிடம் சொல்லிவிட்டுச் சட்டெனக் காணாமல் போனான் அந்த இளைஞன்.

“என்ன சொல்றான் இவன்? எதுக்கு மரத்தோட நம்பரைச் சொல்லிட்டுப் போறான்?”

“யாருக்குத் தெரியும்? இவன் நம்மளோட வரதேயில்ல. திடீர் திடீர்னு காணாமப் போய்டுவான். திடீர் திடீர்னு தலைவரோட ரகசியமா பேசிண்ருப்பான். மறுபடியும் காணாமப் போய்டுவான். எல்லாம் மர்மமா இருக்கு.”

“ஒரு மர்மமும் இல்ல. இந்தப் பிள்ளையாண்டான் வேதரத்னத்தோட விசுவாசி. சர்க்காருக்கு மட்டும்தான் நம்மை உளவு பார்க்க ரகசிய போலிசை அனுப்பத் தெரியுமா? நம்ம தலைவரோட அறிவு சர்க்காரைக் காட்டிலும் ஒரு பங்கு அதிகம்தானே தவிர குறைந்ததல்ல. சர்க்காரை வேவு பார்த்து தகவல் சொல்ற வேலையைத்தான் இந்த சுப்பையாவிடம் அவர் ஒப்படைத்திருக்கார். நம்ம பின்னால வர போலீஸ் அதிகாரிகள் கண்ணில் படாமல் வந்து பன்னிரெண்டாம் நம்பர் மரம்னு சொல்லிட்டுப் போறான்னா ஏதோ காரணம் இருக்கும். மேற்கொண்டு வளவளன்னு பேசாம நடங்கோ. பன்னண்டாம் நம்பர் மரம் எங்க இருக்கு. அதுல என்ன அதிசயமிருக்குன்னு பார்த்துடுவோம்.”

“மர்மம் என்று ஒன்று வந்துவிட்டால் அது என்னவென்று தெரிந்துகொள்ளும் ஆர்வமும் இயல்பாகவே வந்துவிடும்.

தொண்டர்கள் சாலையோர மரங்களை அப்போதுதான் உற்றுப் பார்த்தார்கள். ஒவ்வொரு மரத்திற்கும் இலக்கம் இடப்பட்டிருந்தது. அருகிலிருந்த மரத்தில் நூற்றிப்பத்து என்ற இலக்கம் தெரிய மேலும் நடந்தார்கள். எண்ணிக்கை மெல்ல குறைந்துகொண்டே வந்தது.

பதினைந்து, பதினான்கு, பதிமூன்று. அதோ பன்னிரண்டு ஒருவர் சற்றே உரக்கக் கூற, உஷ்...! மற்ற சிலர் அவரை அடக்கிவிட்டு மரத்தைப் பார்த்தார்கள். அது ஒரு மிகப்பெரிய ஆலமரம். நிறைய விழுதுகள் இறங்கி பூமியில் புதைந்திருந்தது. பட்சிகள் நிறைய கூடு கட்டியிருந்தன. அதனடியில் அடர்ந்த நிழல் படிந்திருந்தது."

"இந்த நிழலில் சற்று நேரம் இளைப்பாறிச் செல்வோம்" தலைவருடன் நடந்து கொண்டிருந்த சந்தானம் தொண்டர்களுக்கு உத்தரவிட்டார். தொண்டர்கள் நிழலை நோக்கிச் சென்றனர். பின்னால் வந்த ரகசிய சர்க்கார் உத்யோகஸ்தர்கள் தங்களுக்குள் பேசிக்கொண்டு தொண்டர் படையைக் கடந்து வேகமாக நடந்து சென்று ரஸ்தாவில் மறைந்தார்கள்.

அப்டி என்ன இந்த பன்னிரண்டாம் எண் மரத்துல ரகசியம் இருக்கு? தொண்டர்கள் மரத்தைப் பார்க்க ஒன்றும் புலப்படவில்லை. சாலைப் பகுதியிலிருந்து நடந்து மரத்தின் அடர்ந்த மறு பகுதிக்குச் சென்ற போதுதான் மர்மம் விடுபட்டது. அதைப் பார்த்த ஒவ்வொருவர் கண்ணும் மின்னின. அடேயப்பா...! என்று வியந்தார்கள்.

சாலையிலிருந்து பார்த்தால் எவர் கண்ணுக்கும் புலப்படாத வகையில் மரத்தின் மறுபக்கம் கிளைகளில் எல்லாம் சிறிய சிறிய மூட்டைகள் தொங்கிக்கொண்டிருந்தன. வெள்ளைத் துணியில் சுற்றப்பட்ட மூட்டைகள் கிளைகளில் கயிற்றால் சுற்றிவிடப்பட்டிருந்தன. அவற்றின் ஒரு பக்க கயிறு விழுதோடு விழுதாக கீழே தொங்கிக்கொண்டிருந்தது. அந்தக் கயிற்றை சற்றே அசைத்து கிணற்றின் ராட்டினக் கயிறுபோல் விடுவித்தால்

ஒருபக்கக் கயிறு உயர உயர, மூட்டை மறுபக்கம் கீழே இறங்கி வந்தது. தொண்டர்கள் அவசர அவசரமாக மூட்டைகளை இறக்கிப் பிரித்தார்கள். ஒவ்வொரு மூட்டைக்குள்ளும் உணவுப் பொட்டலங்கள். புளியோதரை, எலுமிச்சை, தயிர் என்று சித்ரான்னங்கள் வேண்டிய மட்டும் மூட்டைக்குள் இருந்தது.

"அடேயப்பா...! என்ன அறிவு. என்ன திட்டமிடல் பேஷ் பேஷ்...! தொண்டர்கள் முகமெல்லாம் மலர இந்த ஏற்பாட்டைச் செய்தவர்களை வாய் வலிக்கும் மட்டும் பாராட்டினார்கள். எதிர்பாராமல் கிடைத்த உணவு என்பதால் அதன் ருசி மிக அபாரமாக இருந்தது. அள்ளி அள்ளி உண்டும் திகட்டவில்லை."

உண்ட களைப்பு தீர, சற்று நேரம் நிழலில் ஒய்வெடுத்துக்கொண்டு ஒரு மணி நேரம் கழித்து கிளம்பினார்கள். ரெண்டு பர்லாங் தூரத்தில் சாலையோர நுங்கு வியாபாரி ஒருவனிடம் நுங்கு வெட்டி சாப்பிட்டுக் கொண்டிருந்த போலீஸ் உத்யோகஸ்தர்கள் படை வருவதைக் கண்டதும் பரபரப்பானார்கள். அவர்களைப் பார்த்ததும் சிரிப்பு வந்தது. விஷமக்காரத் தொண்டர் ஒருவர், "அடேயப்பா ஆலமரத்தில் இத்தனை பெரிய கனியை இதுவரை நான் கண்டதேயில்லை. என்ன அதிசயம்! என்ன ருசி...!" போலீஸ் அதிகாரிகளை ஓரக் கண்ணால் பார்த்தபடி சொல்லிக்கொண்டே நடக்க, அவர்கள் ஒன்றும் புரியாமல் விழித்தார்கள். தொண்டர்கள் குபீர் குபீரெனச் சிரித்தார்கள்.

அப்போது சில மனிதர்கள் தலைவரை நோக்கி வந்தார்கள். போலீஸ் உத்யோகஸ்தர்கள் அவர்களை ஊடுருவுவதுபோல் பார்த்தார்கள். அவர்கள் அதற்கு அஞ்சியதாகத் தெரியவில்லை. போலீஸ்காரர்கள் காதில் விழும்படியாகவே அவர்கள் தலைவரிடம் பேசினார்கள்.

"அய்யா தாங்கள் அனைவருக்கும் ஜாகை இன்று தண்டாங்கோரையில் ஏற்பாடு செய்யப்பட்டிருக்கிறது. தங்களை அழைத்துச் செல்லத்தான் நாங்கள் வந்திருக்கிறோம்."

"அப்படியா போகலாமே...?"

தொண்டர்கள் ரகசிய போலீஸ் உத்யோகஸ்தர்களை ஓரக் கண்ணால் பார்த்தபடியே ரஸ்தாவிலிருந்து பிரிந்து சென்ற ஒரு சிறிய பாதையில் இறங்கினார்கள். ரகசிய போலீஸ் அதிகாரிகளின் முகம் சிறுத்துப் போயிற்று. அவர்கள் ஏமாற்றத்தோடு ஒருவரை ஒருவர் பார்த்துக் கொள்வதை நமுட்டுச் சிரிப்போடு பார்த்தபடி நடந்தார்கள். அந்தப் பாதையின் இருமருங்கிலும் பச்சைப்பசேல் என கீரைப் பாத்திகள், வா வந்து என்னை பறித்துக்கொள் என்று மயக்கின. ஊருக்கு வெளியே ஒரு குளக்கரையில் பெரிய பந்தல் போட்டிருக்க, அங்கே கூடியிருந்த மனிதர்களைக் கண்டதும் தொண்டர்களில் ஒரு சிலர் வியந்து போயினர்.

“அடடே... இவர்கள் எல்லாம் நடார்வாசிகள் ஆயிற்றே. இங்கு எப்படி வந்தார்கள்?”

அவர் கேட்ட கேள்விக்கான பதில் சற்று நேரத்தில் கிடைத்தது.

நடார்வாசியான ஒரு தீட்சிதர் வடமொழி சுலோகங்களால் தொண்டர்களை வரவேற்று வாழ்த்திவிட்டுப் பேசினார்.

“முதலில் நான் நடார்வாசிகள் சார்பாக உங்களிடம் மன்னிப்புக் கேட்டுக் கொள்கிறேன். நடாரில் வைத்து உங்களை உபசரிக்க இயலவில்லை என்றாலும், ஒரேயடியாக நாங்கள் ஓடி ஒளிய விரும்பவில்லை. உங்கள் அனைவரையும் தரிசித்து தலைவரின் உபதேசத்தைக் கேட்பதற்காகவே நடாரை விட்டு தண்டாங்கோரைக்கு வந்திருக்கிறோம். சொல்லப்போனால் எங்கள் ஊரைச் சேர்ந்த வெங்கட்ராமய்யர்தான் தண்டாங்கோரையில் இந்த வரவேற்பு ஏற்பாடுகளை அவசரமாக வந்து செய்து முடித்தார். எனவே நடார் வாசிகளுக்கு உங்கள் மீது அபிமானம் இல்லாமல் போய்விடவில்லை என்பதை புரிந்து கொள்வீர்கள் என்று நம்புகிறேன்” என்றார்.

அடுத்தாற்போல் பேசிய ராஜாஜி நடார்வாசிகளைத் தான் ஒருபோதும் தவறாக நினைக்கவில்லை என்று சொல்லிவிட்டுத் தொடர்ந்து பேசினார்.

“காற்றையும், தண்ணீரையும் போல காசு செலவின்றி இயற்கையாகக் கிடைக்கக்கூடிய உப்புக்கு வெள்ளை அரசாங்கம் வரி விதித்திருக்கிறது என்றால் அதற்கு வேறு ஒரு காரணம் இருக்கிறது.

ஆரம்பத்தில் எல்லாம் சீமையிலிருந்து வரும் கப்பல்களில் அதன் அடிகனத்திற்காக மணல் மூட்டைகளும், கற்களுமாக நிரப்பிக்கொண்டு வருவது அவர்களது வழக்கமாக இருந்தது. இந்தியாவில் வாழும் மக்களின் வாழ்க்கை முறையைப் பார்த்துப் பார்த்து ஒரு விஷயத்தை அவன் நன்கு புரிந்துகொண்டான். நம் உணவு முறையில் உப்பு அதிகம் பயன்படுத்தும் பொருளாக இருப்பதுதான் அவன் அறிந்துகொண்ட உண்மை. சீமையில் தயாராகும் உப்பை மணல் மூட்டைகளுக்கும், கற்களுக்கும் பதிலாக இங்கு கொண்டுவந்தால் அவனுக்கு ஏக லாபம்தானே. இந்தியாவின் உப்புத் தேவையை பிரிட்டிஷ் வியாபாரிகள் தங்களுக்குப் பெரும் லாபம் கிடைக்கும் விதமாக உபயோகித்துக் கொள்வதற்காகத்தான் நம் நாட்டில் உப்பு உற்பத்தியைக் கட்டுப்படுத்த அவசர அவசரமாக உப்புச்சட்டம் கொண்டு வந்திருக்கிறான். அவனது யுக்தியை முறியடிக்க வேண்டியது நமது கடமை மட்டுமல்ல; உரிமையும் கூட. நம் உரிமையை மீட்டெடுப்பதற்காகத்தான் இந்த தர்ம யுத்தம். இந்த தர்ம யுத்தத்தில் கத்தியோ, ரத்தமோ இல்லை. ஆனால் வெற்றி மட்டும் நிச்சயம். உங்கள் ஆதரவை எல்லாம் நீங்கள் முழுமையாக அளித்தால்தான் அந்த வெற்றியை இன்னும் சுலபமாக அடைய முடியும்.”

தலைவர் பேசி முடிக்க உப்பு வரிக்குப் பின்னால் இவ்வளவு விஷயம் இருக்கிறதா என்று திகைத்தது கூட்டம். உப்புப் போறாத விஷயம் என்று இதை விட்டுவிட முடியாது என்பதையும் புரிந்துகொண்டது.

ராஜாஜி பேசிக் கொண்டிருக்கும்போதே தொண்டர்கள் சிலர் மதுவிலக்குப் பிரச்சாரப் படங்களை பந்தற்கால்களில் கயிறு கட்டி

தொங்கவிட்டுக் கொண்டிருந்தார்கள். தலைவர் கூட்டத்தைப் பார்த்து கேட்டார்.

"நம்மை எவரும் ஏமாற்றி விடவோ, நமக்கு துரோகம் செய்து விடவோ கூடாதென்றால் நாம் என்ன செய்ய வேண்டும். ஏமாறாமல் இருக்க நமக்குத் தேவையான முக்கிய அம்சம் என்ன?"

கூட்டம் ஏதேதோ பதில் சொல்லிற்று.

"நானே சொல்கிறேன். நாம் சுயநினைவோடு இருந்தால் நம்மை எவரும் ஏமாற்றி விட முடியாதென்பதை ஒப்புக் கொள்கிறீர்களா?"

"ஆம்... ஆம்..."

"நல்லது. நம் சுயநினைவைக் குலைத்து விடக்கூடிய சமாச்சாரங்களை நாம் தொடாமல் இருந்தால்தானே நாம் ஏமாறாமல் இருக்க முடியும்?"

"நீங்கள் சொல்லும் சமாச்சாரங்கள் என்ன?"

"மது அருந்துவதைத்தான் நான் சொல்கிறேன். மது அருந்தி சுயநினைவிழந்து கிடப்பவனிடம் யார் வேண்டுமானாலும் அத்து மீறி நடந்துகொண்டு அவன் பொருட்களை அபகரித்துச் செல்லலாம். வெள்ளைக்காரன் நம்முடைய சிறு பலவீனங்களைப் பிடித்துக் கொண்டுதான் இங்கே காலூன்றி நின்றுகொண்டு நம்மையே அடிமைப்படுத்தி விட்டான் என்று சொன்னால் கூட அது மிகையாகாது. ஏமாறுகிறவன் இருந்தால், ஏமாற்றுகிறவனும் இருக்கத்தானே செய்கிறான். நீங்கள் நாள் முழுவதும் உழைத்து ஈட்டும் சொற்பக் கூலியை அபகரித்துக்கொள்ளவே சர்க்கார் இந்த மதுக்கடைகளை திறந்து வைத்திருக்கிறது. காசையும் இழந்து, சுயநினைவையும் இழந்து, உங்கள் அன்பு மனைவி, குழந்தைகளையும் அன்றாடம் பட்டினிக்குத் தள்ளி, தங்கள் கண்ணீரின் உப்பையே அவர்கள் சுவைக்கும் அவலத்திற்குக் காரணமான இந்த மது அரக்கனை நாம் சம்ஹாரம் பண்ண

வேண்டாமா? இந்த மதுக்கடைகளால் அரசாங்கத்துக்கு கிடைக்கும் வருமானம் எவ்வளவு என்பது உங்களுக்குத் தெரியுமா?"

கூட்டம் அமைதியாக அவரையே பார்த்தது.

"ஆண்டுக்கு இருபத்தி ஐந்து கோடி. ஒருகோடிக்கு எத்தனை லட்சம் தெரியுமோ...? நூறு லட்சங்கள். ஒரு லட்சத்திற்கு நூறு ஆயிரங்கள். இப்படி கணக்குப் போட்டுப் பாருங்கள். அத்தனையும் உங்கள் பணம்தான். உங்கள் உழைப்புதான். உழைத்த காசை இந்த மதுக் கடைகளில் கொண்டுவந்து கொட்டுவதற்கு பதிலாக உங்கள் அன்பு மனைவியின் மடியில் கொட்டியிருந்தால் அவள் அதனைக்கொண்டு உங்களுக்கு நல்ல உணவு சமைத்திருப்பாள். நல்ல உடைகளை நெய்திருப்பாள். உங்கள் குழந்தைகளின் எதிர்காலத்திற்காக பொன் ஆபரணங்களைச் சேமித்திருப்பாள். அப்படியும் எஞ்சும் காசை சேமித்து உங்கள் குடிசையை ஒரு சிறிய செங்கல் கட்டிடமாக உயர்த்த உதவியிருப்பாள். இந்த மாற்றங்களை எல்லாம் ஒரு நிமிடம் கற்பனை செய்து பாருங்கள். உங்கள் உழைப்பை நீங்கள் இத்தனை காலம் வீணடித்து விட்டீர்கள் என்பதை உணர்வீர்கள். தலைவர் பேசப் பேச மக்களில் பலர் விம்மி விம்மி அழ ஆரம்பித்தார்கள். இன்னும் பலர் தீவிரமாக யோசிக்க ஆரம்பித்தார்கள். அப்போது ஒருவன் கூட்டத்தின் நடுவிலிருந்து எழுந்து நின்று ராஜாஜியை முறைத்துப் பார்த்தான்."

"அய்யா நீங்கள் வந்த காரியத்தை கவனிக்காமல் எதற்கு என் பிழைப்பைக் கெடுக்கும்படி பிரசங்கம் செய்து கொண்டிருக்கிறீர்கள்? எரிச்சலோடு அவன் கேட்க, கூட்டம் அவனது துணிச்சலைக் கண்டு திகைத்தது."

தலைவர் அவனை உற்றுப் பார்த்தார். அவன் வெகு அலட்சியமாய் நின்றிருந்தான்.

"நீ யார் அப்பனே, நான் எப்படி உன் பிழைப்பைக் கெடுக்கிறேன் என்று சொல்கிறாய்?"

“ஆமாம். நான் உண்மையைத்தான் சொல்கிறேன். நீங்கள் சொன்னபடியெல்லாம் நடந்தால் என் குடும்பம் குடிசைக்கு வந்துவிடும். என் மனைவியும், குழந்தைகளும் பட்டினி கிடப்பார்கள். இந்த அநியாயத்தை செய்யத்தானா நீங்கள் புறப்பட்டு வந்தீர்கள்?”

கூட்டம் அதிர்ச்சியோடு பார்த்தது. தொண்டர்கள் பேச்சடைத்து நின்றிருந்தார்கள். ராஜாஜி அமைதியாக அவனையே பார்த்தார். அவன் யார் என்பது அவருக்குத் தெரிந்துவிட்டது.

———

16

அத்தியாயம்

ஆயிரம் உண்டிங்கு ஜாதி - எனில்
அன்னியர் வந்து புகல் என்ன நீதி - ஓர்
தாயின் வயிற்றில் பிறந்தோர் - தம்முள்
சண்டைசெய் தாலும் சகோதரர் அன்றோ?
ஒன்று பட்டா லுண்டு வாழ்வு - நம்மில்
ஒற்றுமை நீங்கில் அனைவர்க்கும் தாழ்வே.

எதிர்ப்பு என்பது இல்லாத விஷயமே இந்த உலகத்தில் இல்லை. தீயவைகளுக்கு அது அதிகம் என்பது இயல்பு. ஆனால் மிக உன்னத லட்சியங்களுக்கும் கூட அது இருப்பதைக் கண்டு அனைவருமே திகைத்துதான் போனார்கள். ஆனால் தலைவரைப் பொறுத்தவரை அந்த எதிர்ப்பே அவருக்கு சாதகமாய்ப் போயிற்று. இன்னும் விளக்கமாய் மதுவின் தீமையை விளக்கிச் சொல்ல அவன் வழி அமைத்துக் கொடுத்து விட்டதாகவே அவர் எண்ணினார்.

“இந்த உபதேசம் உன் பிழைப்பை எப்படி கெடுக்கும் என்கிறாய்?”

“நான் இரண்டு மதுக்கடைகளுக்கு உரிமம் பெற்றிருக்கிறேன். மக்கள் என் கடைகளுக்கு

வருவதை நிறுத்திவிட்டால் நான் என்ன செய்வேன்? நான் கட்டியிருக்கும் பணம் எனக்கு நஷ்டமாகாதா? என் குடும்பத்தைப் பட்டினி போடும் பாபம் உங்களைச் சேரக்கூடாது என்றுதான் உங்கள் வேலையை மட்டும் பார்த்துக்கொண்டு செல்லுங்கள் என்கிறேன்."

"இப்போது புரிந்ததா இவன் ஏன் இந்த பிரச்சாரத்தை எதிர்க்கிறான் என்று? இவன் ஒருவனுடைய குடும்பம் மட்டும் நன்றாயிருப்பதற்காக நீங்கள் எல்லோரும் உங்கள் குடும்பத்தை பட்டினி போட்டுவிட்டு உங்கள் கூலிப் பணத்தை எடுத்துக்கொண்டு தன் கடைக்கு ஓடி வர வேண்டும் என்று நினைக்கிறான். உங்களோடுதான் இதே ஊரில் இவனும் வசிக்கிறான். உங்களை விட நல்ல வீட்டில். உங்கள் கூலிப் பணம்தான் இவன் கையில் மோதிரமாகவும், கழுத்தில் சங்கிலியாகவும் மின்னுகிறது. இவன் மனைவி நல்ல புடவையும், நகைகளும் அணிந்திருப்பாள். குழந்தைகள் நல்ல சொக்காய் அணிந்து நல்ல பள்ளியில் நல்ல படிப்பு படித்துக் கொண்டிருப்பார்கள். எல்லாம் சரி, கடை நடத்துகிறாயே, நீ குடிப்பதுண்டா...?"

"அதெப்படி குடித்துவிட்டு விழுந்துகிடந்தால் வியாபாரத்தை எப்படி கவனிப்பது?"

"ஆக உன் பிழைப்பை அது கெடுத்துவிடும் என்பதில் உனக்கு ஆட்சேபணையில்லை?"

"ஆம்."

"உன் பிள்ளைகள் உன் மதுக்கடைக்கு வந்து குடிப்பார்களா?"

"அவர்கள் சிறுவர்கள்."

"அதனால் என்ன...? சிறு வயதிலிருந்தே இந்த நல்ல பழக்கத்தை அவர்களுக்கும் கற்பித்து விட வேண்டியதுதானே."

"அவர்கள் நன்கு படிக்க வேண்டும் என்பது என் விருப்பம்."

"அப்படியானால் மதுப் பழக்கம் தீயது என்று ஒப்புக் கொள்கிறாயா?"

அவன் மௌனமாக நின்றான்.

இவன் நோக்கம் இப்போது உங்களுக்கெல்லாம் நன்றாகவே விளங்கியிருக்கும் என்று நினைக்கிறேன்.

அப்போது மற்றொருவன் எழுந்தான்.

“ஆமா சாமி நீங்க சொல்வதெல்லாம் சரிதானுங்க. இந்தப் பய கடனுக்கு கள்ளு கொடுத்து எங்களைக் கெடுத்துப்புட்டான் சாமி. நானும் இந்த பயலுவளை குடிக்காதீங்கடான்னு சொன்னா கேக்கறாங்களா? கையில காசு புரண்டா உடனே இவன் கடை வாசல்லதான் நிக்கறானுவ.”

“நீ யாரப்பா... உன் பெயர் என்ன? நீ என்ன செய்கிறாய்?”

“பேரு காத்தானுங்க. நாட்டாமையா இருக்கேன் இந்த சாதிக்காரங்களுக்கு.”

“நல்லதை நாட்டாண்மை சொன்னால், அதைக் கேட்கும் நல்ல பழக்கம் இங்கு யாருக்கும் இல்லையா?”

அப்போது யாரோ சிரிக்கும் சப்தம் கேட்க, “யார் சிரித்தது? சிரித்தவனை நான் பார்க்க வேண்டும் எழுந்து நில்...” தலைவர் உத்தரவிட தலைப்பா கட்டின ஒரு ஒல்லி மனிதன் எழுந்து நின்றான்.

“ஏன் சிரித்தாய்?”

“சிரிக்காமல் என்ன சாமி செய்வது?”

“காரணத்தை நீ சொல்.”

“அய்யா குடிக்காதே என்று உபதேசிக்கவும் ஒரு தகுதி வேண்டாமா? நன்றாகக் குடித்துவிட்டு வந்து நீங்கள் எங்களை குடிக்காதே என்று சொல்வீர்களா? அதைத்தான் இவன் செய்கிறான். மூன்று வேளையும் மூக்குமுட்டக் குடிக்கும் ஒருவன் உபதேசிக்கத் தகுதியுள்ளவன் என்று நீங்கள் நினைக்கிறீர்களா?”

ராஜாஜி ஒரு க்ஷணம் திகைத்தார்.

“என்னடா நீ யோக்கியன் போல பேசினாயே!”

அவன் அவமானம் மேலிடத் தலை குனிந்தான்.

"முதலில் தலைவனாக இருப்பதற்கான தகுதியை நீ வளர்த்துக்கொள். அதன் பிறகு ஊருக்கு உபதேசம் செய். சரியா?" தலைவர் அவனுக்கு புத்திமதி சொல்லிவிட்டு ஜனங்களைப் பார்த்தார்.

"நான் சொன்னதை எல்லாம் நீங்கள் புரிந்துகொண்டால் உங்கள் குலதெய்வம் கருப்பண்ணசாமி மீது பிரமாணம் செய்து இனி குடிப்பதில்லை என்று கூறுவீர்களா?"

"கருப்பணசாமி மீது ஆணையாக இனி குடிக்க மாட்டோம்."

"பிரமாணம் செய்தால் மட்டும் போதாது. ஹரிச்சந்திர மகாராஜாவைப் போல் எத்தகைய சோதனை வந்தாலும் அதைக் காப்பாற்ற வேண்டும்."

"காப்பாற்றுவோம். எங்கள் காசையும் காப்பாற்றிக் கொள்வோம்" தலைவர் மகிழ்ச்சியோடு பிரசங்கத்தை முடித்துக் கொண்டார்.

அடுத்த நாள் விடியற்காலை நாலு மணிக்கு எழுந்து குளித்ததும், இட்டிலியும், வாழைப்பழமும் வழங்கப்பட சிற்றுண்டியும் முடிந்தது.

ஆஜர்ப்பட்டியல் எடுக்கும்போதுதான் ஒரு நபர் குறைவதைக் கண்டுபிடித்தார்கள்.

"எங்கே போய்விட்டார் இந்த தொண்டர்? அவரோடு இருந்தவர்களுக்கு தெரியுமா?"

யாருக்கும் தெரியவில்லை.

"தேடுங்கள். நாம் ஐந்து மணிக்கு இங்கிருந்து கிளம்பினால்தான் அடுத்த முகாமைக் குறித்த நேரத்தில் அடைய முடியும்." கேப்டன் சற்றே கோபமாக இரைந்தார்.

ஆளுக்கு ஒரு பக்கமாய் ஓடினார்கள் அவரைத் தேட ஆற்றை ஒட்டியிருந்த ஒரு மூங்கில் தோப்புக்குள் அவர்

விழுந்துகிடந்தார். அவரைச் சுற்றிலும் பீடித் துண்டுகள். மது வாடையோடு விழுந்துகிடந்தார் அவர்.

கல்யாணமும், ராமச்சந்திரனும் அதிர்ச்சியோடு ஒருவரை ஒருவர் பார்த்துக்கொண்டார்கள். ஆளுக்கொரு கை கொடுத்து அவரைத் தூக்கிக்கொண்டு வந்தார்கள். அதற்குள் அங்கு ஓடி வந்த ராஜூ ஆற்றிலிருந்து ஒரு கை தண்ணீர் எடுத்து அவர் முகத்தில் அடித்தான். தலைவரிடம் அவர்கள் வரும்போது அந்த தொண்டரின் மயக்கம் தெளிந்திருந்தது. தலைவரைப் பார்த்ததும் அவர் பதறிப் போனார். “அய்யா... தவறு செய்துவிட்டேன் என்னை மன்னித்து விடுங்கள்” கதறி அழ ஆரம்பித்தார்.

“உன்னை மன்னித்து விட்டேன். ஆனால் இனி இந்தப் படையோடு வரும் தகுதியை நீ இழந்து விட்டாய். என் லட்சியம் என் கூட்டத்தில் ஒருவனாலேயே சிதையுண்டு போவதை என்னால் அனுமதிக்க முடியாது. நீ உன் ஊருக்குத் திரும்பிப் போகலாம்.”

“அய்யா தயவுசெய்து என்னை...”

“ஒழுக்கம் கெட்டவர்களுக்கு இந்தப் படையில் இடமில்லை. நீ போகலாம்” தலைவர் உறுதியாகக் கூற, அந்த மனிதர் முகத்தைப் பொத்திக்கொண்டு அவமானத்தோடு அழுதபடி நகர்ந்து சென்றார். அவருக்கு பதிலாக சாமிநாதனின் பெயர் சேர்த்துக்கொள்ளப்பட்டது.

தொண்டர்கள் புறப்படத் தயாராக வரிசையில் நின்றார்கள். அவர்களுக்கு முன்னும் பின்னும் வெகு தூரம் ஜனக்கூட்டம் நின்றிருந்தது. ஊர்வாசிகளில் இருவர் நாதஸ்வரம் வாசித்து படையை உற்சாகப்படுத்த அவர்களைச் சுற்றிலும் ஒரு கூட்டம் மொய்த்துக் கொண்டிருந்தது. தேசியக்கொடி பிடித்திருந்த ஒரு தொண்டர் முதல் வரிசையில் கம்பீரமாய் நின்றிருந்தார். நாதஸ்வர ஓசையில் டங்கா ஓசை அமுங்கிப்போய் விடுமென்றோ, என்னவோ டங்கா அறையும் தொண்டர் டங்காவை கழுத்தில் தொங்க விட்டுக்கொண்டு சும்மா நின்றிருந்தார். தலைவர் வியர்வை கஷ்டத்தைத் தவிர்க்க கையில்லா சட்டை ஒன்றை அணிந்து

முன்வரிசையில் நின்றிருக்க, அவருக்கு அடுத்தபடி சந்தானமும் நின்றிருந்தார். சங்கு ஊதும் தொண்டர் காசி யாத்திரை புறப்படும் ஆசிரமவாசி மாதிரி மெல்லிய உடம்போடு காட்சியளித்தார். மற்றொருவர் உச்சிக் குடுமியும், முழங்காலுக்கு மேல் ஏற்றிக் கட்டிய வேட்டியுமாய் சிரித்த முகத்தோடு சத்தியாக்கிரகி இப்படித்தான் இருக்கவேண்டுமென்பது போல் நின்றிருந்தார். முதியவர் ஒருவர் தான் இளைஞர்களுக்குச் சற்றும் குறைந்தவரல்ல என்பதுபோல் நடைப் பயணத்திற்கு சளைக்காமல் தயாராகியிருந்தார்.

நீண்ட தாடியும், காவி வேட்டியும், உடம்பில் துவாதச நாமங்களும் கைதடியில் கட்டித் தொங்கவிடப்பட்ட ஓலைப் பையுமாய் ஒரு முதியவர் திக்விஜயம் புறப்பட்ட ராமானுஜர் மாதிரி தெய்வீகமாய்த் தோன்றினார்.

கேப்டன் ஊதுகுழலை ஊதியதும், படை ஆரவாரத்தோடு அடுத்த முகாம் நோக்கி ஊர்ந்தது.

காலையிலும், மாலையிலும் நடப்பது, உச்சிப் பொழுதில் வெயிலைத் தவிர்க்க ஒய்வெடுப்பது. அந்நேரத்தில் தக்ளியில் நூல் நூற்பது, தினசரி செய்திகள் வாசிப்பது, ஹிந்தி பாஷை கற்பது, அருகிலுள்ள புறஞ்சேரிகளை சுத்தம் செய்வது, கூடவே மதுவிலக்குப் பிரச்சாரமும் மேற்கொள்வது என்று ஒரு ஒழுங்கான கட்டுப்பாடுகளோடு தொண்டர் படை ஐயம்பேட்டை வழுத்தூர், பாபநாசம் என்று ஒவ்வொரு ஊராய்க் கடந்தது.

கேப்டனுக்கும், தொண்டர்களில் ஒரு சிலருக்கும் உள்ளூரப் புகைந்துகொண்டிருந்த புகைச்சல் பாபநாசத்தில் தலைவரிடம் அவரைப் பற்றி புகார் சொல்லுமளவுக்கு முற்றியது. தாமதமாக சாப்பிட வந்ததற்காக சில தொண்டர்களை காப்டன் சுடு சொல்லால் கண்டிக்க, அவரது அடக்குமுறை தாங்க மாட்டாமல் அவர்கள் உடனடியாய்த் தலைவரை சந்தித்து தங்கள் வருத்தத்தை தெரிவித்துவிட்டு உடனடியாக கேப்டனை மாற்றாவிட்டால் சரிப்படாது என்று தங்கள் அபிப்ராயத்தையும் தெரிவித்துவிட்டு வந்தார்கள்.

அன்று மதியம் தலைவர் அனைவரையும் அழைத்துப் பேச ஆரம்பித்தார். எடுத்த எடுப்பிலேயே அவர் தொண்டர்களைப் பார்த்துக் கேட்டார்.

"இந்த கேப்டன் வேண்டாம் என்கிறவர்கள், கையை உயர்த்தலாம்."

ஒரு சில தொண்டர்கள் உடனடியாய் கையை உயர்த்த, மற்றவர்கள் அது மரியாதையல்ல என்றோ, அல்லது கேப்டனுக்கு பயந்துகொண்டோ அல்லது கேப்டனால் தங்களுக்கு எவ்வித பிரச்சனையும் இல்லை என்பதாலோ, அமைதியாக அமர்ந்திருந்தனர்.

தலைவர் கேப்டன் சுப்ரமணியத்தைப் பார்த்தார்.

"பார்த்தீர்களா. உங்களது பணியில் திருப்தியடையாதவர்களும் இங்கு இருக்கிறார்கள். இன்னும் இரண்டு முகாம்கள் கழித்து நான் மீண்டும் இதே கேள்வியைக் கேட்பேன். அப்போது ஒரு கை கூட உயராமல் பார்த்து நடந்துகொள்ள வேண்டியது உங்கள் பொறுப்பு."

சுப்ரமணியம் சற்றே வெட்கி, சரி என்பதாக தலையசைத்தார். தலைவர் தொண்டர்கள் பக்கம் திரும்பினார்.

"ஒருவேளை இந்த கேப்டன் பதவி உங்களுக்கு அளிக்கப்பட்டால் இதைவிடத் திறமையாகச் செய்வோம் என்ற நம்பிக்கை இங்கு யாருக்கு இருக்கிறது?"

தொண்டர்கள் இந்தக் கேள்வியை எதிர்பார்க்கவில்லை. அவர்கள் முகத்தில் பதட்டம் பரவியது.

"உங்கள் மனநிலை எனக்குப் புரிகிறது. உங்கள் அனைவருக்குமே கேப்டன் உங்களை விசேஷமாய் கவனிக்க வேண்டும் என்ற ஆவல் இருக்கிறது. ஒன்றைப் புரிந்துகொள்ளுங்கள். அவர் கண்டிப்பாக நடந்து கொள்ளவில்லை என்றால், இந்த யாத்திரை இதுவரை முன்னேறி குறித்த நேரத்தில் வந்திருக்க முடியாது. நூறு தொண்டர்களின் பெயரையும் ஒருவரால் நினைவில் வைத்துக்கொண்டு அவர்களிடம் தனிப்பட்ட கரிசனம் காட்டுவதற்கு

முடியாது என்பதைப் புரிந்துகொள்ளுங்கள். ஏதோ ஒரு சில பழக்கத்தால் ஒரு சிலரை நினைவில் நிறுத்தி பெயர் சொல்லி அழைப்பதை நீங்கள் தவறாகப் புரிந்து கொண்டிருக்கக் கூடும். நீங்கள் அனைவருமே ஒழுக்க சீலர்கள். சிறந்த தேசபக்தர்கள். சின்னச் சின்னக் குறைகளை பெரிதுபடுத்துவதால் நம் லட்சியம் சற்றேனும் பாதிக்கப்படும் என்பதையும் மனதில்கொண்டு இந்த அறப்போரை வெற்றியை நோக்கி அழைத்துச் செல்வீர்கள் என்று நம்புகிறேன்."

தலைவர் இது போதும் என்பதுபோல் தன் உபதேசத்தை முடித்துக்கொண்டு ஓய்வெடுப்பதற்காக எழுந்து சென்றார்.

குறை கூறிய தொண்டர்கள் கேப்டனிடம் வந்தார்கள். "நாங்கள் தவறு செய்துவிட்டோம், மன்னித்து விடுங்கள்" என மன்னிப்பு கேட்க, கேப்டன் நெகிழ்ந்து போனார்.

"எனது செயல்கள் உங்களைப் புண்படுத்தியிருந்தால், நீங்களும் என்னை மன்னித்து விடுங்கள்" என்றார்.

தலைவரின் திறமையைக் கல்யாணமும், மற்றவர்களும் வியந்தார்கள். இவரல்லவா தலைவர் என்ற பாராட்டுதல் ஒவ்வொரு தொண்டரின் வாயிலிருந்தும் வெளிப்பட்டது.

மாலை போஜனம் முடிந்து மீண்டும் பயணம் தொடர்ந்தது. நல்லூர், கும்பகோணம், வலங்கிமான், செம்மங்குடி, ஆலங்குடி, நார்த்தங்குடி, நீடாமங்கலம், பூவனூர், இராஜப்பையன் சாவடி, மன்னார்குடி, தட்டாங்கோவில், ஆதிச்சபுரம், விளக்குடி என்று வரிசையாய் ஊர்களைக் கடந்து திருத்தருப்பூண்டியை வந்தடைந்தது ஊர்வலம். இதற்கு நடுவில் குடமுருட்டி, அரசலாறு, வெட்டாறு, வெண்ணாறு, கோரையாறு, பாமணியாறு, முள்ளியாறு என்று காவிரியின் எத்தனை கிளை ஆறுகள், எத்தனை வாய்க்கால்கள், எத்தனை குளங்கள்! எத்தனை சோலைகள், மரங்கள்!

கல்யாணம் தன் திடீர்ப் பயணம் இத்தனை பயனுள்ளதாய் அமையும் என்று நினைக்கவில்லை. எதிர்பாராமல் கிடைத்த வரம்

இது என்றுதான் தோன்றியது. எப்பேர்ப்பட்ட பாக்கியம்! எத்தனை ஊர்கள், எத்தனை நதிகள், எத்தனை விதமான மனிதர்கள், எத்தனை வித உபசாரங்கள்! எவ்வளவு நண்பர்கள்! ஒரு விதத்தில் அப்பாவுக்கு நன்றி சொல்ல வேண்டும். அவர் மட்டும் கல்யாண ஏற்பாடு செய்யாதிருந்தால் ஊரைவிட்டுப் புறப்படும் எண்ணமே ஏற்பட்டிருக்காதே. அவன்தான் அவசரப்பட்டு விட்டானே தவிர, அப்பா நிதானமாகத்தான் இருந்திருக்கிறார். அவன் கடிதம் பார்த்ததும் மிக மிக யோசித்து பதில் போட்டிருக்கிறார். அதேநேரம் தான் நினைத்ததையும் சாதித்து விட்டார். அந்த பெண்ணையே நிச்சயித்திருக்கிறாரே. ஆக மொத்தம் யாராலும் யாருக்கும் துக்கமில்லை. தன் காரியத்தால் ஏதேதோ நடக்கப் போகிறது என்று கவலைப்பட்டது போய் நல்ல விஷயங்கள்தான் நடந்திருக்கிறது. அப்பாவின் மீது மரியாதையும், அன்பும் அதிகரித்திருந்தது. கல்யாணம் செய்துகொள்வதைப் பற்றிய தயக்கம் கூட அவனுக்கு நீங்கியிருந்தது எனலாம். இந்த வயதில் எல்லோருக்கும் நடப்பதுதானே! எதற்கு அதைக் கண்டு பயப்பட வேண்டும்? கல்யாணம் பண்ணிக்கொண்டு ஐ.சி.எஸ். ஆக முடியாதா என்ன?

அவன் பலவாறு யோசித்து வியந்தபடி நடந்தான்.

அந்தி சாயும் நேரம் திருத்தருப்பூண்டியை அடைந்த படைக்கு ஊர் எல்லையிலேயே ஒரு பெரிய சத்திரத்தில் ஜாகை ஏற்பாடு செய்திருந்தது. அந்த ஊரின் பிரபல மிராசுதார் ராமச்சந்திர நாயுடுவின் சத்திரம் அது என்று பேசிக் கொண்டார்கள். ஜாகையில் இறங்கியதுமே கல்கண்டு போட்டுக் காய்ச்சிய பாலைப் பெரிய பெரிய லோட்டாக்களில் அனைவருக்கும் கொடுத்தார்கள். அதன் பிறகுதான் சற்று தூரத்திலிருந்த பெருமாள் கோயிலுக்கு அருகில் நடைபெற இருந்த பிரசங்கத்திற்குக் கிளம்பினார்கள். முள்ளியாற்றைக் கடந்து குறுகிய ஒரு சந்தின் வழியே சென்று அங்கு போய்ச் சேர்ந்தபோது ஏராளமான கூட்டம் அங்கே தலைவருக்காகக் காத்திருந்தது. தலைவர் பேசுவதற்கு முன் தலைவரையும், தொண்டர்களையும் வரவேற்று பேசிய மிராசுதார்

ராமச்சந்திர நாயுடு இந்தப் போராட்டத்திற்குத் தன் வகையாக முன்னூறு ரூபாய் வழங்குவதாகச் சொல்லி தலைவரிடம் பணமுடிப்பை அளித்தபோது, மிராசுதாரின் விசுவாசிகள் எல்லோரும் உற்சாகமாகக் கை தட்டினார்கள்.

அதன் பிறகு ராஜாஜி பேசத் துவங்கினார். பத்து நிமிடம் கூட ஆகியிராது மேடைப் பக்கமாக ஒரு சர்க்கிள் இன்ஸ்பெக்டரும், இரண்டு ஜவான்களும் செல்ல, தொண்டர்களும், மக்களும் பதற்றமாய்ப் பார்த்தார்கள்.

தலைவரைக் கைது செய்யப் போகிறார்கள் என்ற பதைபதைப்பு ஏற்பட என்ன செய்வதெனப் புரியாமல் தவித்தார்கள்.

——

17
அத்தியாயம்

சொந்த நாட்டிற் பரர்க்கடிமை செய்தே
துஞ்சிடோம் - இனி அஞ்சிடோம்
எந்த நாட்டினும் இந்த அநீதிகள் ஏற்குமோ?
பொழுதெல்லாம் எங்கள் செல்வங் கொள்ளை
கொண்டு போகவோ? நாங்கள் சாகவோ?
வந்தே மாதரம் என்றுயிர் போம்வரை வாழ்த்துவோம்.

கூட்டம் அவர்களையே பார்த்தது. கண்ணெதிரில் தலைவரைக் கைது செய்வதைப் பார்க்க திராணியில்லாத தொண்டர்கள் பலர் கண்களை இறுக மூடிக்கொள்வதும், பிறகு திறந்து பார்ப்பதுமாக அவதிப்பட்டார்கள். ஒரு சிலர் அவர்கள் தலைவரைக் கைது செய்யாமலிருப்பதற்கு அவசர உதவிக்கு கடவுளை அழைத்துக் கொண்டிருந்தார்கள். மக்களோ தலைவர் கைது செய்யப்பட்டால் உடனடியாய் ஆரவாரத்தில் ஈடுபடலாமா என்கிற யோசனையோடு அந்த போலீஸ் ஜவான்களை விழியெடுக்காமல் பார்த்தனர்.

மேடைக்கு அருகில் வந்த போலீஸ் ஜவான்கள் எல்லோருடைய எண்ணங்களிலும் மண்ணைப் போட்டுவிட்டு ராஜாஜிக்கு பதிலாக ராமச்சந்திர நாயுடுவை கைது செய்தது.

அவர்கள் இப்படிச் செய்வார்கள் என்று யாருமே எதிர்பார்க்கவில்லை. தலைவரே கூட சற்று திகைத்துதான் போனார். எதனால் போலீஸ் எய்தவனிருக்க அம்பைக் கைது செய்கிறது என்று எவருக்கும் புரியவில்லை. போலீசாரின் தந்திரம் தலைவருக்குப் புரிந்த அளவுக்கு மக்களுக்குப் புரியவில்லை. சம்பந்தமே இல்லாமல் தங்கள் மிராசுதாரை எப்படி கைது செய்யலாம் என்று ஆத்திரப்பட ஆரம்பித்தார்கள். மக்களைக் குழப்பத்திலாழ்த்தி கலவரம் ஏற்படச் செய்ய வேண்டும் என்ற அவர்களது நோக்கம் புரிந்த தலைவர் அமைதியாக அவர்களைப் பார்த்தார்.

“அய்யா எதற்கு இத்தனை அவசரப்படுகிறீர்கள்? சற்று நேரத்தில் கூட்டம் முடிந்துவிடும். அதன்பின் கைது செய்யலாமே. அதற்குள் அவர் எங்கே போய்விடப் போகிறார்?”

போலீஸ்காரர்கள் தலைவரின் வார்த்தைகள் காதில் விழுந்தாற்போல காட்டிக்கொள்ளவே இல்லை. “நேரமாகிறது எழுந்திரும்” ராமச்சந்திர நாயுடுவைப் பிடித்து இழுக்க ஆரம்பித்தார்கள்.

“அய்யா தலைவர் சொன்னது காதில் விழவில்லையா? நான் இங்கேயேதான் இருப்பேன். சற்றுப் பொறுத்துக் கொள்ளுங்கள். கூட்டம் முடிந்ததும் உங்களோடு நானே வருகிறேன்” ராமச்சந்திர நாயுடு பணிவாகச் சொன்னார்.

“எங்களால் பொறுத்திருக்க முடியாது. வருகிறீரா இல்லையா? முடியாதென்றால் பலவந்தமாக இழுத்துச் செல்ல வேண்டி வரும்.”

தலைவர் மீண்டும் பொறுமையாகப் பேசினார்.

“அய்யா நீர் அனாவசியமாக ஒரு பெரிய மனிதரை அவமானப்படுத்திக் கொண்டிருக்கிறீர். அப்படி என்ன பிரமாதமான குற்றத்தை அவர் செய்துவிட்டார்? கூட்டம் முடிந்ததும் அவர்தான் உங்களோடு வருவதாகச் சொல்கிறாரே? எதற்காக இவ்வளவு ஆர்ப்பாட்டம் செய்கிறீர்கள்?”

“நாங்கள் எங்கள் கடமையைச் செய்கிறோம். உம்மிடம் உபதேசம் கேட்க வரவில்லை. உமது பிரசங்கத்தையெல்லாம் இந்தக் கூட்டத்திடம் வைத்துக் கொள்ளுங்கள் போதும். எங்களது கடமையில் அனாவசியமாகக் குறுக்கிட வேண்டாம்.”

அவர்கள் ராமச்சந்திர நாயுடுவை பலவந்தமாக இழுத்துக்கொண்டு போக, அந்தக் காட்சியைக் காணச் சகியாமல் மக்கள் மூலைக்கு மூலை எழுந்து போலீசாருக்கு எதிரான கோஷங்களை ஒலிக்க ஆரம்பித்தார்கள். கூட்டத்தில் கலவரம் அதிகரிக்க ஆரம்பிக்க, தலைவர் உரத்த குரலில் மக்களோடு பேசினார்.

“நீங்கள் எல்லோரும் அமைதியாக இருக்க வேண்டும். பீதியடையத் தேவையில்லை. நீங்கள் கலவரத்தில் இறங்கினால் அவர்கள் வந்த நோக்கம் எளிதில் நிறைவேறிவிடும். அவர்களது நோக்கம் பூர்த்தியாகக் கூடாது என்று நினைத்தால் நீங்கள் அமைதியாக உட்கார்ந்து கொள்ளுங்கள்” ராஜாஜி கவலையோடு பேசினார். ஏற்கனவே கும்பகோணம் கூட்டத்தில் எதிர்க்கட்சியினரால் ஏற்பட்ட தொல்லைக்குப் பின், போலீசாரால் இரண்டாவது முறையாக இப்படி ஒரு தொல்லை ஏற்படும் என அவர் நினைக்கவில்லை.

கூட்டம் இன்னும் அவர் சொல்லுக்கு கட்டுப்படவில்லை. ராமச்சந்திர நாயுடுவுக்கு அந்த ஊரில் அபிமானிகள் அதிகம். மக்களின் கலவரம் அதிகமானால் போலீசுக்கு அது சாதமாகிப் போகும். இதை சாக்கிட்டு துப்பாக்கிப் பிரயோகம் செய்வதற்குத் தயாராக ரிசர்வ் போலீஸ் படை சற்றுத் தள்ளி தயாராக நின்றிருப்பதும் அவர் கண்ணில் பட்டது. அது தெரியாமல் அவரது அபிமானிகள் தங்கள் மிராசுதாரின் கைதைக் கண்டித்து ஆர்ப்பாட்டம் செய்து கொண்டிருந்தனர். இதனால் இந்த இடம் இன்னொரு ஜாலியன்வாலாபாக் ஆகிவிடுமோ? அவர் கவலை அதிகரித்தது. கூட்டத்தில் ஒழுங்கு குறைய, அவர் மேடையிலிருந்து பேசிய பேச்சுக்கள் அந்த கூச்சலில் கரைந்து

போயிற்று. அவர் ஜனங்களை அமைதியாக இருக்குமாறு பேசிய பேச்சை கூட்டத்தில் ஒருவன் தவறாக எடுத்துக் கொண்டான்.

“எங்கள் எஜமானை போலீசார் வசம் ஒப்படைத்துவிட்டு நீங்கள் வெகு சம்பிரதாயமாகப் பேசிக் கொண்டிருக்கிறீர்களே! முதலில் அவரை விடுவித்துவிட்டு மறு ஜோலி பாருங்கள். இல்லாவிட்டால் நான் பொல்லாதவனாயிருப்பேன் சொல்லி விட்டேன்” ஆத்திரத்தோடு தலைவரைப் பார்த்து கத்தினான். அவன் ராமச்சந்திர நாயுடுவின் உண்மையான விசுவாசிதானா, இல்லை போலீசாரின் சூழ்ச்சியா இது என்று புரியவில்லை. அவன் தான் சொன்னதையே திரும்பத் திரும்பச் சொல்லிக் கொண்டிருந்தான்.

அப்போது சாமிநாதன், அடிவயிற்றிலிருந்து தம் சக்தியை எல்லாம் திரட்டி ‘மகாத்மா காந்திக்கு ஜே!’ என்று உரத்த குரலில் கத்த, கூட்டம் ஒரு வினாடி ஸ்தம்பித்தது. குரல் வந்த திசையைப் பார்த்தது. அவர் மீண்டும் மீண்டும் அதையே சொல்ல, கூட்டம் தானும் திருப்பிச் சொல்ல ஆரம்பித்தது.

மகாத்மாவுக்கு ஜே! பாரத மாதாவுக்கு ஜே! பலமுறை கோஷம் எழும்பிய சில நிமிடங்களில் அங்கே நிசப்தம் நிறைந்தது. அந்த அமைதியைப் பயன்படுத்திக்கொண்டு தலைவர் பேச ஆரம்பித்தார்.

“மஹா ஜனங்களே நீங்கள் ஜெயித்து விட்டீர்கள். எங்கே உங்கள் பொறுமையும், ஒழுங்கும், கட்டுப்பாடும் சீர்குலைந்து விடுமோ என்று கவலைப்பட்டேன். என் கவலையை நீங்கள் பொய்யாக்கி விட்டீர்கள். இந்த தேசத்தின் மானத்தையும், இந்த இயக்கத்தின் பெருமையையும் தென்னாட்டின் கீர்த்தியையும் பழுது படாமல் காப்பாற்றியதின் மூலம் இந்த திருத்தருப்பூண்டியின் பெயரை சரித்திரத்தில் பொறித்து விட்டீர்கள். மகாத்மாவின் பெயருக்கு கட்டுப்பட்டு அமைதி காத்ததன் மூலம் அனைவருக்கும் வழிகாட்டியாக மாறி விட்டீர்கள். இந்த ஒற்றுமையும் உறுதியும் வெகு சீக்கிரமே நமக்கு சுயராஜ்யம் பெற்றுத் தந்து விடுமோ என்ற

பயத்தில்தான் அவற்றைக் குலைத்துவிட அவர்கள் பிரயத்தனப் பட்டார்கள். அவர்களுக்கு மிகப் பெரிய தோல்வியை அளித்ததன் மூலம் நீங்கள் நூற்றுக்கு நூறு மதிப்பெண்கள் பெற்று சாதனை புரிந்து விட்டீர்கள்.

இங்கே ஒரு கனவான் ராமசந்திர நாயுடுவை விடுதலை பெறச் செய்துவிட்டு மறு காரியம் பார்க்கச் சொல்லி எனக்கு உத்தரவிட்டு இருக்கிறார். ஸ்ரீராமச்சந்திர நாயுடு மீது அவர் வைத்திருக்கும் அன்பை நான் மதிக்கிறேன். கூட்டம் முடிந்ததும் நானே காவல் நிலையத்திற்குச் சென்று அவரை விடுவிப்பதற்கு வேண்டிய ஏற்பாட்டையெல்லாம் செய்கிறேன் என உறுதி அளிக்கிறேன். நாளைக் காலை எட்டு மணிக்கு இதே இடத்தில் இன்னொரு கூட்டம் கூட்டலாமென உத்தேசித்திருக்கிறேன். எல்லா விவரமும் நாளை உங்களுக்கு அறிவிக்கப்படும்.” தலைவர் மேடையிலிருந்து இறங்க, ஜனங்கள் தமக்குள் பேசியபடி கலைந்து சென்றார்கள். அப்போது ஒரு மோட்டார் வாகனம் அங்கு வேகமாக வந்து நிற்க அதனுள்ளிருந்து சாவகாசமாய் இறங்கினார் ராமச்சந்திர நாயுடு. அனைவரது முகமும் அவரைக் கண்டு குப்பென மலர்ந்தது. தலைவரை வணங்கின மிராசுதார், மக்களுக்கும் ஒரு கும்பிடு போட்டார். அதற்குள் அவர் போலீசிடமிருந்து விடுபட்டு வருவார் என்று எதிர்பாராத மக்கள் மட்டுமல்ல தலைவரும் கூட வியந்தார்.

“ஆச்சர்யப்பட வேண்டாம். விசாரணை வேதாரண்யத்தில் நடப்பதாகக் கூறி வாய்தா போட்டு என்னை விட்டு விட்டார்கள். அவசர கோர்ட்டுக்கு அர்த்த ராத்திரியிலும் தீர்ப்பு என்று சும்மாவா சொன்னார்கள்?” அவர் மீண்டும் மோட்டாரில் ஏறிக்கொள்ள ஜனங்கள் அவர் வெளியில் வந்துவிட்ட சந்தோஷத்தோடு வீட்டுக்குப் போனார்கள்.

ராமச்சந்திர நாயுடு வெளியில் வந்து விட்டாலும் கூட அடுத்த நாள் காலைக் கூட்டம் நடத்தப்பட்டது.

“ராமச்சந்திர நாயுடுவைக் கைது செய்தும், உடனே விடுவித்தும் போலீசார் நடத்திய நாடகத்தின் நோக்கம் என்பது உங்களுக்குத்

தெளிவாகப் புரிந்திருக்கும் என்று எண்ணுகிறேன். ஆனால் அவர்கள் நோக்கம் நேற்று ஜெயிக்கவில்லை. உங்கள் மிராசுதாரை ஏன் கைது செய்தார்கள் என்று தெரியுமோ உங்களுக்கு?"

"ஏன்... ஏன்..."

"நாயுடுவை இந்திய தண்டனைச் சட்டம் 157 பிரிவின் கீழ் கைது செய்திருக்கிறார்கள். இது சட்ட விரோதமான கூட்டத்தை ஆதரிப்பவர்களை கைது செய்வதற்காக ஏற்படுத்தப்பட்ட சட்டம். அதாவது நாங்கள் சட்ட விரோதமான கூட்டமாம். எங்களுக்கு இருக்க இடம் கொடுத்து உண்ண உணவு கொடுத்தது குற்றமாம். நாங்கள் சத்தியாக்கிரகிகளா அல்லது சட்ட விரோத கூட்டமா? உங்கள் தீர்ப்பு என்ன?"

"சத்யாக்கிரகிகள்."

"உங்களது ஆதரவை நீங்கள் எப்படி அளிக்கப் போகிறீர்கள்?"

தலைவர் கேட்டதும் கூட்டத்தில் ஒருவர் எழுந்தார்.

"அய்யா உங்கள் நூறு பேருக்கும் உணவளிக்க எனக்கு வசதியில்லை. ஆனால் உங்களில் பத்து பேருக்கு என்னால் உணவளிக்க முடியும். தண்டனைச் சட்டம் 157ஐ நான் மீறத் தயார். வேண்டுமானால் அவர்கள் என்னையும் கைது செய்யட்டும்."

"அய்யா நானும் பத்து பேருக்கு உணவளிக்கத் தயார்."

"அய்யா நானும் உணவளிக்க விரும்புகிறேன்."

"என் வீட்டிலும் பத்து சத்தியாக்கிரகிகளின் பாதம் படவேண்டும்."

ஒவ்வொருவராய் எழுந்து உற்சாகமாக உறுதி அளித்தார்கள். கூட்டத்தின் நடுவே சீருடையின்றி மக்களோடு மக்களாக அமர்ந்திருந்த சி.ஐ.டி. போலீஸ்காரர்களின் முகம் இதைக் கேட்டு மாறியது. அங்கு எழும்பிய சம்பாஷணைகளை அவர்கள் குறித்துக் கொண்டார்கள்.

விருந்துக்கு அழைத்த ஊர்க்காரர்கள் வீடுகளுக்கெல்லாம் தொண்டர்களை பத்துப் பத்து பேராக பிரித்து அனுப்பி வைத்தார் தலைவர்.

அடுத்த நாள் அங்கிருந்து புறப்படும்போது போலீஸ்காரர்களை இன்னும் அதிகமாக சீண்டும்படியாகவே சம்பவங்கள் நடந்தன. நடக்கத் துவங்கிய அரை நாழிகைக்குள்ளாகவே கடைவீதியிலிருந்த ஒவ்வொரு கடைக்காரரும் தங்கள் பங்குக்கு தன் கடையிலிருந்து மிட்டாய்களும், பழங்களும் இனிப்பு வகைகளும் தட்டுத் தட்டாக விநியோகம் செய்த வண்ணமிருந்தனர். தண்டனைச் சட்டம் 157ஐ மீறியே தீருவது என்ற குறிக்கோளோடு செயல்பட்டனர். எங்கே எங்களைக் கைது செய் பார்ப்போம் என்று போலீசாருக்கு சவால் விடுவதுபோல் உபசாரத்தை அதிகரித்துக்கொண்டே போனார்கள். இளநீர்க் கடைக்காரர் ஒருவர் மலை மாதிரி இளநீர்க் காய்களை குவித்து வைத்துக்கொண்டு தொண்டர்களுக்கு அவர்கள் தாகம் தீரும் வரை காய்களை சீவிச்சீவிக் கொடுத்துக்கொண்டே இருந்தார். தொண்டர்களின் பின்னாலேயே வெயிலில் வாடிக் களைத்து வந்த போலீஸ்காரர்களும் தாகம் தாங்காமல் இளநீருக்கு கை நீட்டினார்கள்.

“மன்னிச்சுடுங்க சாமி. இவ்விடம் சட்ட விரோத கூட்டத்துக்கு மட்டும்தான் இளநீர் வெட்டிக் கொடுக்கப்படும். உங்களுக்கெல்லாம் கொடுத்தால் தென்னை மரங்கள் என்னோடு சண்டைக்கு வந்துடுமே நான் என்ன செய்யட்டும்?” அவன் குரலில் வெளிப்பட்ட நையாண்டியைத் தாங்க மாட்டாமல் அவர்கள் வேகமாக அங்கிருந்து நடையைக் கட்டினார்கள்.

தகட்டூர் தாண்டிய பிறகு பாதை மணற்பாங்காக மாறிக்கொண்டு வந்தது. தாழம்புதர்கள் அடர்ந்திருந்தன. கடல் பிராந்தியத்திற்கு அருகில் நெருங்கிவிட்டதை உப்புக்காற்று உணர்த்தியது. மணற்பாதை என்பதால் நடப்பது கடினமாக இருந்தது. வேகம் குறைந்து போயிற்று. தொண்டர்களுக்கே

இப்படி என்றால் போலீசுக்கு கேட்கவா வேண்டும். நடக்க முடியாமல் திணறினார்கள். ரெட்டை மாட்டு வண்டி ஒன்றில் தங்கள் சாமான்களை ஏற்றிக்கொண்டு வண்டிக்கு முன்னால் மெதுவாக நடந்து போய்க் கொண்டிருந்தார்கள். மணற் பிரதேசங்களில் அமைக்கப்பட்டிருந்த குடிசைகள் வித்யாசமாக இருந்தன. சுற்றுச்சுவர் என்று எதுவுமில்லாமல் கீற்றுக்கூரை, பருப்புத் தேங்காய் கூடுமாதிரி அப்படியே தரையில் கவிழ்த்து வைக்கப்பட்டிருந்தன. கூரையில் அங்கங்கே சிறு துவாரங்கள். வேண்டும்போது திறக்கவும், மூடவும் வசதியாக இருந்தது. புயலடித்தாலும் உயிருக்கு சேதம் ஏற்படாத வகையில் அமைந்திருந்த அந்த குடிசைகள் வியப்பை ஏற்படுத்தின. பார வண்டியோடு மணற் பாதையில் நடக்க முடியாமல் சாமான் வண்டியில் கட்டியிருந்த மாடுகள் சிரமப்பட தொண்டர்கள் மாற்றி மாற்றி வண்டியைப் பின்னாலிருந்து தள்ளிக்கொண்டு வந்தார்கள்.

ஓரிடத்தில் நான்கு பாதைகள் பிரிய, வழிகாட்டி மரத்தில் நேராகச் சென்ற பாதைதான் வேதாரண்யத்திற்குப் போகும் வழி எனக் குறிப்பிட்டிருந்தது.

வேதாரண்யத்திற்கு ஒன்றரை மைல் தூரத்திற்கு முன்பு ரஸ்தா ஓரமாக பந்தலமைத்து முகாம் அமைத்திருந்தார்கள். சுற்றிலும் சவுக்குக் காடுகள். தரையில் கால் வைக்க முடியாமல் வெயில் கொளுத்தியது. தரைக்காற்று வறண்டுபோய் அனலாக வீசியது. கடுமையான வேனல் காலம்.

வேதாரண்யத்திலிருந்து வந்திருந்த சில இளைஞர்கள் சந்தானத்தோடு பேசிக் கொண்டிருந்தார்கள். "சத்தியாக்கிரகத்தைப் பார்க்க வேதாரண்யத்தில், தமிழ்நாட்டின் பல மூலைகளிலிருந்து எல்லாம் மக்கள் ஆர்வமாகத் திரண்டிருக்கிறார்கள். இந்த முகாமிலேயே உங்கள் அனைவரையும் பார்த்துவிட வேண்டுமென்ற ஆர்வத்தோடு நாங்கள் வந்திருக்கிறோம்."

"வேதாரண்யத்தில் எப்படி இருக்கிறது நிலைமை?"

சந்தானத்திடம் பேசிவிட்டு வந்த இளைஞர்களைத் தொண்டர்கள் சிலர் அழைத்து விசாரித்தார்கள்.

“போலீஸ் தலைகள் அதிகமாகத் தெரிந்தாலும் மக்கள் உற்சாகமாகவே உங்களை வரவேற்கக் காத்திருக்கிறார்கள்.”

“போலீஸ்காரர்கள் எங்களை வேதாரண்யத்திற்குள் நுழைய விடுவார்களா? தடுத்து விடுவார்களா?”

“அவர்கள் என்ன செய்யப் போகிறார்கள் என்பது வெகு மர்மமாயிருக்கிறது. ஆனால் மக்கள் அனைவரும் உங்கள் பக்கம்தான்.”

அன்று மாலை ஐந்து மணிக்கு போஜனம் முடிந்ததும் தொண்டர்கள் தங்கள் குருக்ஷேத்திரம் நோக்கி உற்சாகமாக ஜெயகோஷத்தோடு கிளம்பினார்கள். நாளைய தினம் தங்கள் லட்சியம் நிறைவேறிவிடும். உப்புச் சட்டம் மீறப்பட்டுவிடும். நினைக்கும்போதே மனசு துள்ளியது.

ஆறு மணிக்கு வேதாரண்ய எல்லையில் வலது கால் வைத்த வினாடி அண்டம் கிடுகிடுக்கும் வகையில் இருபத்தியோரு குண்டுகள் முழங்கின. மங்கல ஆரத்திகளோடும், பூரண கும்பத்தோடும், மலர் மாலைகளோடும் சத்யாக்கிரகிகளை ஊர் மக்கள் வரவேற்க, ஆங்காங்கு நின்றிருந்த போலீசாரின் கண்கள் அவர்களை துளைத்து விடுவதுபோல் பார்த்தன.

——

18

அத்தியாயம்

நாங்கள் முப்பது கோடி ஜனங்களும்
நாய்களோ? பன்றிச் சேய்களோ?
நீங்கள் மட்டும் மனிதர்களோ? இது
நீதமோ? பிடிவாதமோ?
பாரதத்திடை அன்பு செலுத்துதல்
பாபமோ - மனஸ்தாபமோ?

ஊரின் நடுவே கோயில், அதைச் சுற்றி நான்கு தெருக்கள் என்று சிறிய ஊர்தான் வேதாரண்யம். அப்பரும், ஞானசம்பந்தரும் பதிகம் பாடி, திறவாத கதவைத் திறக்கச் செய்த திருமறைக்காட்டில்தான் நின்று கொண்டிருக்கிறோம் என்று நினைத்தபோது சற்றே உடம்பு சிலிர்த்தது கல்யாணத்திற்கு. ஆழமில்லாத கடல், நீராட வா வா என அழைத்தது.

அந்த ஊரின் பெரிய மனிதர் வேதரத்னம் பிள்ளை ஓடி ஓடி வேண்டிய வசதிகளைச் செய்ய, தன் பணியாட்களை ஏவிக் கொண்டிருந்தார். சத்திரங்களை எல்லாம் பூட்டி போலீஸ்காரர்கள் தங்கள் வசம் வைத்துக் கொண்டிருந்தாலும் கவலைப்படாது, மிகப்பெரிய மைதானம் ஒன்றை வாடகைக்கு எடுத்து கீற்றுக் கொட்டகை போட்டு தொண்டர்கள் தங்க ஜாகை தயார் செய்து வைத்திருந்தார்.

தலைவர், சந்தானத்தோடும் மற்றவர்களோடும் பேசுவதும் அவர்களுக்கு மாற்றி மாற்றி உத்தரவிடுவதுமாக இருந்தார். அவர் முகத்தில் நிறைய சிந்தனை ரேகைகள். இதுவரை ஏற்பட்ட சோதனைகளுக்கெல்லாம் பதிலடி கொடுத்தது பெரிய விஷயமில்லை. நாளைதான் உச்சக்கட்டமாக லட்சியம் முடிய வேண்டியிருக்கிறது. ஒருவேளை அதற்கு முன்பே தான் கைது செய்யப்பட்டாலும் படலாம் என்கிற எண்ணத்தோடு அவர் அடுத்தடுத்த திட்டங்கள் குறித்து யோசித்துக் கொண்டிருந்தார்.

அவரது ஆபீஸ் அறையில் காரிய நிர்வாகிகள் ஓய்வொழிச்சலின்றி கடிதங்கள் தட்டச்சு செய்வதும், அவற்றை உறையிலிட்டு மேல் விலாசங்கள் எழுதி தபால் பிரிவுக்கு தலைமையேற்றிருந்த தாணுவையரிடம் ஒப்படைப்பதுமாக இருந்தனர். படை நல்லபடியாக வேதாரண்யம் வந்து சேர்ந்துவிட்ட தகவலை அனைவருக்கும் அனுப்பிக் கொண்டிருந்தனர். உப்புச் சட்டத்தை மறுநாள் மீறப் போவதாக போலீசுக்கும் தகவல் கொடுத்தனுப்பினார். பிறகு தொண்டர்கள் அனைவரையும் வரச் சொன்னார்.

கடலில் இஷ்டம்போல நீராடிக் கொண்டிருந்த தொண்டர்கள் தலைவர் அழைத்ததும் ஸ்நானத்தை முடித்துக்கொண்டு அவசரமாக வந்தனர்.

"ஒரு வழியாய் உப்பள்ளுவதற்காக நாம் குறித்திருந்த முகூர்த்தம் வந்துவிட்டது. இன்னும் இருபது மணித்துளிகளே பாக்கி, இந்த நேரம் நான் சில விஷயங்களை உங்களோடு பேசித்தான் ஆக வேண்டும். ஒருவேளை நான் நாளையே கைது செய்யப்படலாம். கைதாவதில் எனக்கு எவ்விதத் தயக்கமும் இல்லையென்றாலும் ஒரு பிடி உப்பாவது அள்ளிய பிறகுதான் அவர்கள் என்னை நெருங்க வேண்டும் என்பதில் தீர்மானமாயிருக்கிறேன். அதன் பிறகு நான் கைது செய்யப்பட்டால் எனக்கடுத்த தலைமைப் பொறுப்பை சந்தானத்திற்கு அளித்திருக்கிறேன். அவருக்கும் நீங்கள் உங்கள் முழு ஒத்துழைப்பையும் அளித்து வெற்றிக்கு வித்திட

வேண்டும். சந்தானமும் கைதாகி விட்டால் அதற்கடுத்து தலைமைப் பொறுப்பை மட்டப்பாறை வெங்கட்ராமையர் ஏற்றுக்கொள்வார். உங்களில் ஒவ்வொருவரும் தலைமைப் பொறுப்பை ஏற்று சிறை செல்லும் வரை இந்த அறப்போர் நிற்காது தொடர்ந்துகொண்டே இருக்க வேண்டும். இன்று உப்புக்கு வரி விதிப்பவன், நாளை தாய்ப்பாலுக்கும் வரி விதிக்கக் கூடும். அதற்கு முன் அவன் தவறை நாம் அவனுக்கு உணர்த்தியே ஆக வேண்டும். உப்புச் சட்டத்தை அவன் வாபஸ் வாங்கும் வரை நாம் போராடிக்கொண்டே இருக்க வேண்டும். இதற்கு முக்கியமாக நமக்குத் தேவை அஞ்சா நெஞ்சம். உங்களில் அச்சப்படுகிறவர்கள் யாரேனும் இருந்தால், அவர்கள் இப்போதே கூட படையிலிருந்து விலகிக் கொள்ளலாம். நான் இதைச் சொல்வதற்கு காரணமிருக்கிறது. இங்கிருக்கிற இரண்டு இளவயது தொண்டர்களைப் பற்றி அவர்களது தகப்பனார்களிடமிருந்து எனக்குக் கடிதம் வந்திருக்கிறது."

கல்யாணம் திகைப்போடு தலைவரைப் பார்த்தான். "ஒரு பையனின் அப்பா தன் பிள்ளை இந்த படையில் சேர்ந்திருப்பது தனக்கு மட்டற்ற மகிழ்ச்சியையும், பெருமையையும் ஏற்படுத்தியிருப்பதாக எழுதியிருக்கிறார். மற்றொரு பையனின் அப்பா தன் பிள்ளையை நான் உடனடியாக ஊருக்கு அனுப்பிவிட வேண்டும் என்றும், அவனது தாயார் அபாயகரமான உடல் நிலையில் இருப்பதாகவும் எழுதியிருக்கிறார்."

யாரந்த தொண்டர்...? அனைவரும் வியப்போடு கேட்க, ராமகிருஷ்ணன் என்ற பெயர்கொண்ட இளைஞன் எழுந்தான். தலைவர் அவனைப் பார்த்தார்.

"நீ ஊருக்குச் செல்ல விரும்புகிறாயா?"

"இல்லை."

"உன் தாயாரின் உடல்நிலையைக் குறித்து உனக்குக் கவலை ஏதுமில்லையா?"

"என் அம்மா அடிக்கடி உடல் நலமற்று போவது புதிய விஷயமல்ல. என் அப்பாவுக்கு நான் இப்படையில் சேர்ந்தது

பிடிக்கவில்லை. என்னை ஊருக்கு வரவழைக்க அவர் செய்யும் உபாயம் இது. என் அன்னை இறந்தே போனாலும் சரி, உப்பு அள்ளாது நான் ஊர் திரும்ப மாட்டேன்."

தலைவர் புன்னகைத்தார். "நல்லது. உன் போன்ற அஞ்சா நெஞ்சர்கள்தான் இப்போது பாரத மாதாவுக்குத் தேவை. இன்றில்லா விட்டாலும் பிற்பாடு உன் வீரத்தையும், பெருமையையும் உன் தகப்பனார் உணர்ந்து கொள்வார். உன் அன்னைக்கு ஒன்றும் ஆகாது. நீ ஊர் திரும்பும் வரை மரணம் அவளை நெருங்காது. தொண்டர்கள் அனைவரும் அவளுக்காகப் பிரார்த்திப்பார்கள்."

கல்யாணம் ராமகிருஷ்ணனை மரியாதையோடு பார்த்தான்.

"இன்னொரு முக்கியமான விஷயம். இதுவரை வருகிற வழியெல்லாம் வகை வகையாய் விருந்துண்டு களைத்த உங்கள் வயிற்றுக்கு இன்று ஒரு நாள் கட்டாய ஓய்வளிக்க வேண்டியது அவசியமென நினைக்கிறேன். எனவே நீங்கள் அனைவரும் இன்று உபவாசமிருக்க வேண்டும். உங்கள் ஆரோக்யத்திற்கு இந்த உபவாசம் பயன்படும்."

தொண்டர்கள் சரி சரியெனத் தலையசைத்தாலும் திடீரென போடப்பட்ட உபவாச உத்தரவை அவர்கள் எதிர்பார்க்கவில்லை. முன்பின் உபவாசமிருந்து பழக்கமில்லாத சிலருக்கு நேரம் நகர்வது மிக சிரமமாயிருந்தது. தூக்கமும் வரவில்லை. தக்ளியில் நூல் நூற்கக் கூடத் தோன்றவில்லை. ஏதோ ஒரு வேலையில் ஈடுபட்டிருந்தவர்கள் பசியை மறந்திருந்தார்கள். சிலர் பசியை மறக்க, மறுதினம் நடக்கப்போவதைப் பற்றி தங்களுக்குள் பேசிக் கொண்டிருந்தார்கள்.

கல்யாணமும், டிவிஆரும், சாமிநாதனும், ராமகிருஷ்ணனிடம் சென்று அவனது மன உறுதியையும், தேசப்பற்றையும் பாராட்டினார்கள். தக்ளியில் நூல் நூற்றபடி பல்வேறு விஷயங்களையும் பரிமாறிக் கொண்டிருந்தார்கள். ராமகிருஷ்ணனுக்கும் சொந்த ஊர் மதுரை எனத் தெரிந்ததும் சாமிநாதன் சொல்லத் தெரியாத மகிழ்ச்சியடைந்தார்.

பேசிக் கொண்டிருக்கும்போதே தாணுவையர் அங்கு வந்தார்.

"ராமகிருஷ்ணனையும், கல்யாணத்தையும் தலைவர் வரச் சொல்றார்."

இருவரும் துள்ளியெழுந்து சென்றார்கள். ராமச்சந்திரனும், சாமிநாதனும் எதற்காக இருக்கும் என்ற ஆர்வத்தோடு அவர்கள் பின்னால் சென்றார்கள். தலைவரின் அறைக்கு வெளியில் நின்று பார்த்தார்கள்.

"திடகாத்திரமான சரீரம் கொண்ட ஒரு பத்துபேர் எனக்குத் தேவை. நாளை என்னோடு உப்பள்ள வருவதற்கு விருப்பம் தானே?"

"கடவுளே... என்ன கேள்வி இது? இதற்குத்தானே காத்திருக்கிறோம்." இருவரும் ஏக குரலில் பரவசப்பட்டார்கள்.

"அய்யா நாங்களும் உங்களோடு வர விருப்பப்படுகிறோம்." சாமிநாதனும், டி.வி. ராமச்சந்திரனும் தலைவரின் உத்தரவைக் கூடக் கேட்காமல் ஆர்வமாக உள்ளே போனார்கள்.

"உங்களோடு சேர்த்து பத்துபேர் ஆகிவிட்டது" தலைவர் புன்னகைத்தார்.

"நாம் எப்போது புறப்பட வேண்டும்?"

"நான் எப்போது அழைத்தாலும் வர வேண்டும். எனவே உறக்கத்திலும் விழிப்போடிருங்கள்."

தலைவர் அவர்களை அனுப்பினார். நால்வரும் முகமெல்லாம் பிரகாசிக்கத் திரும்பி வந்து தக்ளியைக் கையிலெடுத்தார்கள். எப்பேர்ப்பட்ட பாக்கியம்! படையில் இடம் பெற்றதே பெரிய அதிர்ஷ்டம் என்றால், தலைவருடன் சென்று உப்பள்ளப் போவதென்றால் அது பேரதிருஷ்டமாக அல்லவா இருக்கிறது! அவர்கள் மகிழ்ச்சியில் திக்குமுக்காடினார்கள்.

அன்றிரவு தலைவரோடு செல்ல வேண்டிய பத்துபேர் மட்டும் தனியிடத்தில் படுக்க வைக்கப்பட்டனர். சமுத்திர

சப்தம் கூட காற்றோடு காதில் வந்து வந்தே மாதரம் பாடியது. உறக்கமுமல்லாத, விழிப்புமல்லாத ஒரு நிலையில் கனவுத் திரையில் சமுத்திர அலைகளும், உப்பு வயல்களும் விரிந்தன.

நள்ளிரவு மூன்று மணிக்கு சந்தானம் வந்து பத்துபேரையும் எழுப்பி,

“காலைக் கடன்களை விரைவாக முடித்துவிட்டு வாருங்கள்” மெல்லிய குரலில் சொல்லிவிட்டுப் போனார்.

பத்து நிமிடத்தில் அவர்கள் பளிச்செனத் திரும்பி வந்தபோது, தயிரும், வாழைப்பழங்களும் தயாராக இருந்தது.

இதர தொண்டர்கள் எல்லாம் ஆழ்ந்த உறக்கத்தில் இருக்க சப்தமின்றி தலைவரின் பின்னால் நடந்தார்கள்.

உள்ளூர்வாசி ராஜகோபாலைய்யர் என்பவர் இருட்டில் வழிகாட்டி அழைத்துச் செல்ல, அவர்கள் நடந்து கொண்டிருந்தனர். விடிந்தபின் தனது மொத்த தொண்டர் படையோடு வந்து பகிரங்கமாய் உப்புச் சட்டத்தை அவர் மீறுவார் என்று நினைத்திருந்த போலீசாரின் எண்ணத்தில் உப்பைத் தூவிவிட்டு இருட்டிலேயே உப்பள்ளப் புறப்பட்டுவிட்ட தலைவரின் புத்தி கூர்மையையும், சாணக்கிய தந்திரத்தையும் வியக்காமல் இருக்க முடியவில்லை.

அகஸ்தியம் பள்ளி உப்பளத்தில் சத்தமின்றி கால் வைத்தார்கள்.

உப்புச் சேற்றில் கால் வைத்து இறங்கினார்கள். அடியில் சேறும் மேலே சற்று காய்ந்த உப்புமாக இருந்தது.

பாரத மாதாவுக்கு ஜே! தலைவர் முணுமுணுப்பது போல் அதிக சத்தமின்றி கூறினார்.

பாரத மாதாவுக்கு ஜே!

மகாத்மாவுக்கு ஜே!

தலைவர் ராஜாஜிக்கு ஜே! தணிந்த குரலில் சொல்லியபடி, அனைவரும் குனிந்து கைகள் கொண்ட மட்டும் உப்பள்ளினர். கண்ணிர் பீறிட்டது. இதற்குத்தானே...!

கல்யாணம் ஒரு உப்புக்கல்லை வாயில் போட்டுக் கொண்டான். உப்பு இனிக்குமா? இனித்தது.

தலைவர் உப்புக் கூடையோடு உப்பளத்திலிருந்து வெளியில் வர, அவரைப் பின்தொடர்ந்து மற்றவர்களும் வந்தனர்.

"இனி போலீஸ் வரட்டும். வந்து தாராளமாக கைது செய்யட்டும். தொடர்ந்து நம் தொண்டர்கள் மாற்றி மாற்றி உப்பள்ளி சட்டத்தை மீறிக் கொண்டேதான் இருப்பார்கள்." தலைவர் தன் மடியிலிருந்த உப்புக் கற்களை, வைரக் கற்களைப் பார்ப்பதுபோல் பொக்கிஷமாக நினைத்து விழி விரியப் பார்த்தார். பதினேழு நாட்களாக நடந்து வந்த களைப்பெல்லாம் மறைந்து புது சக்தியும், உற்சாகமும் தொற்றிக் கொண்டது. புதிதாய் பிறப்பெடுத்தாற் போலிருந்தது.

போலீஸ்காரர்கள் முகாமில் என்னைத் தேடிவிட்டு எல்லா உப்பளங்களுக்கும் சென்றுவிட்டு இங்கு வரும்வரை நாம் இங்கேயே காத்திருப்போம்" என்றார்.

அவர் சொன்னபடிதான் நடந்தது. போலீஸ் குழம்பித்தான் போயிற்று. போலீஸ் மட்டுமா? முகாமில் இருந்த தொண்டர்களே குழம்பித்தான் போனார்கள்.

காலை நாலு மணிக்கெல்லாம் எழுந்து தயாராகிவிட்ட தொண்டர்கள் இன்னும் சற்றுநேரத்தில் தலைவரோடு உப்பளத்திற்குச் செல்லப் போகிறோம் என்று சந்தோஷப்பட, தலைவர் மூன்று மணிக்கே பத்து தொண்டர்களோடு ரகசியமாய்க் கிளம்பிச் சென்றுவிட்டார் என்ற தகவல் தெரிந்ததும் தொண்டர்கள் வியப்போடு ஏமாற்றமும் அடைந்தார்கள். போலீசாரை ஏமாற்றத்தான் அவர் ரகசியமாய்ச் சென்றிருக்கக்கூடும் என்று பின்னர் சமாதானமடைந்தார்கள்.

இந்நேரம் அவர் உப்பள்ளி இருப்பார் என்று உற்சாகமாக உரையாடிக் கொண்டார்கள். முகாமிற்கு வெளியே காத்திருந்த போலீஸ்காரர்கள், தொண்டர்கள் இன்னும் கிளம்பாததைக் கருத்தில்கொண்டு தலைவரும் முகாமில்தான் இருக்கிறார்

என்ற முடிவோடு அவர் புறப்பட்டு வெளியே வரும்போது கைது செய்து விடலாம் என்ற திட்டத்தோடு காத்திருந்தார்கள். தலைவர் போலீசுக்கு எழுதிய கடிதத்தில் அன்று உப்புச் சட்டம் மீறப்படும் என்று மட்டுமே எழுதியிருந்தார். ஆனால் நேரம் குறிப்பிடப்படவில்லை. தலைவரின் சாணக்கிய மூளையை அறியாமல் முகாம் வாசலில் காத்திருந்த போலீசாரை நமுட்டுச் சிரிப்போடு பார்த்து தங்களுக்குள் நையாண்டி செய்து கொண்டிருந்தார்கள் தொண்டர்கள்.

ஏழு மணி சுமாருக்கு சந்தானம் மீதமிருந்த தொண்டர்களை பல பிரிவுகளாகப் பிரித்து பல பகுதிகளுக்கும் உப்பள்ளுவதற்கு அனுப்பினார்.

தலைவரின்றி தொண்டர்கள் பகுதி பகுதியாக கிளம்பிச் செல்லும்போதுதான் போலீசுக்குத் தாங்கள் ஏமாந்து விட்டது புரிந்தது. மின்னல் வேகத்தில் அவர்கள் கிளம்பிச் சென்றார்கள். ஒவ்வொரு உப்பளமாக அலைந்து திரிந்துவிட்டு அகஸ்தியம்பள்ளிக்கு அவர்கள் வந்து சேரும்போது பகல் ஒரு மணியாகியிருந்தது. அகஸ்தியம்பள்ளியில் ராஜாஜி உப்பள்ளுவார் என்பது அவர்களது ஊகத்திற்கு அப்பாற்பட்டதாயிருந்தது. ஊகங்களை உடைத்தெறிந்து விட்டு வெற்றியை அடைவதுதானே தலைமைப் பொறுப்பு வகிக்க வேண்டியவர்களின் தலையாய திறமை! திருச்சியிலிருந்து புறப்பட்டதிலிருந்து வேதாரண்யத்தில் ரகசியமாக உப்பள்ளியது வரை போலீசுக்கு தலைவர் கொடுத்த ஏமாற்றங்களை அவர்கள் இந்த ஜென்மத்தில் மறக்க மாட்டார்கள். எரிச்சலையும், கோபத்தையும் விட கூடுதலாய் தலைவர் மீது அவர்களது மரியாதை கூடியது என்றுதான் சொல்ல வேண்டும்.

அலைந்து களைத்து ஓய்ந்துபோய் அகஸ்தியம் பள்ளிக்கு போலீசார் வரும்போது, தலைவரும், அவரோடு வந்த பத்து தொண்டர்களும் விலைமதிப்பற்ற புதையலை எடுத்து விட்டாற்போல் மடி நிறைய உப்போடும், முகத்தில் பெருமையோடும் அமர்ந்திருந்தனர். விஷயம் கேள்விப்பட்டு

ஊர் மக்கள் எல்லாரும் அகஸ்தியம்பள்ளிக்கு திரண்டு வரத் துவங்கினர். அவர்களது ஜெயகோஷம் விண்ணைப் பிளந்தது. போலீசார் தங்களுக்குள் தீவிரமாக ஏதோ ஆலோசித்துக் கொண்டிருந்தனர். கல்யாணமும், மற்றவர்களும் தலைவரோடு சிறை செல்லத் தயாராக, உப்பள்ளிவிட்ட பெருமிதத்தோடு அவருக்கருகில் காத்திருந்தனர்.

சற்றுப் பொறுத்து போலீசார் தலைவரை நோக்கி வந்தார்கள்.

"நாங்கள் உங்களைக் கைது செய்கிறோம்" தலைவரிடம் கூறினார்கள்.

"ஆறு மணியிலிருந்து இந்த இடத்தில் உங்களுக்காகத்தான் காத்துக் கொண்டிருக்கிறேன். பாவம் நீங்கள்தான் தாமதமாக வந்திருக்கிறீர்கள்." தலைவர் விஷமச் சிரிப்போடு சொல்ல அவர்களது முகத்தில் எரிச்சல் படர்ந்தது.

ஜவான் ஒருவர் தலைவரின் கையில் விலங்கிட முயன்றான்.

"அவர்தான் உங்களோடு வருவதற்குத் தயாராக இருக்கிறாரே. எதற்கு விலங்கிடுகிறீர்கள்?"

மக்கள் கூச்சலிட, அவர்கள் தலைவரின் கையைப் பிடித்து இழுத்துச் சென்று மோட்டார் வாகனத்தில் ஏற்றினார்கள்.

"எங்களையும் கைது செய்யுங்கள்." ராமகிருஷ்ணனும், கல்யாணமும், மற்றவர்களும் போலீசின் பின்னால் ஓடினார்கள்.

தலைவரை மட்டும்தான் கைது செய்யச் சொல்லி எங்களுக்கு உத்தர விடப்பட்டிருக்கிறது.

போலீசார் தலைவரோடு புறப்பட்டார்கள். கல்யாணமும், மற்றவர்களும் திகைத்துப்போய் நின்றிருந்தார்கள். போலீசோடு தனியாகச் செல்லும் தலைவரைக் கவலையுடன் பார்த்தார்கள்.

——

19

அத்தியாயம்

ஒற்று மைவழி யொன்றே வழியென்பது
ஓர்ந்திட் டோம்நன்கு தேர்ந்திட்டோம்
மற்று நீங்கள் செய்யுங்கொடு மைக்கெல்லாம்
மலைவு றோம்சித்தம் கலைவுறோம்
சதையைத் துண்டுதுண் டாக்கினும் - உன்னெண்ணம்
சாயுமோ? ஜீவன் ஓயுமோ?
இதயத் துள்ளே இலங்கு மஹாபக்தி
ஏகுமோ? நெஞ்சம் வேகுமோ?

அகஸ்தியம்பள்ளி கோர்ட்டில் விசாரணை நடந்தது. போலீஸ் வேனுக்குப் பின்னாலேயே வந்த தொண்டர்கள் பத்துபேரும் கோர்ட் வாசலில் நின்றிருந்தார்கள். அதற்குள் சந்தானமும், பத்மநாபன், ராமச்சந்திரன் முதலியவர்களும் அங்கு வந்து சேர்ந்தார்கள். சப்மேஜிஸ்டிரேட் வழக்கை விசாரித்து தீர்ப்பை வாசித்தார்.

"உப்புச் சட்டத்தை மீறி உப்பள்ளிய திரு. சி. இராஜகோபாலாச்சாரி அவர்களுக்கு ஆறு மாத வெறுங்காவல் தண்டனை அளிக்கிறேன். ஏ வகுப்பு கைதியாக அவரை சிபாரிசு செய்கிறேன். திருச்சி சிறையில் அவரை வைத்திருக்க உத்தரவிடுகிறேன்."

நீதிபதி தீர்ப்பை வாசித்துவிட்டு எழுந்து செல்ல, போலீசார் தலைவரை மறுபடியும் மோட்டார் வாகனத்தில் ஏற்றி அழைத்துக்கொண்டு போனார்கள். மாலை நாலு மணி ரயிலில் அவர் அகஸ்தியம்பள்ளியிலிருந்து திருச்சிக்கு அழைத்துச் செல்லப்படுவார் என்கிற செய்தியோடு கோர்ட்டிலிருந்து சந்தானமும், மற்றவர்களும் கிளம்பினார்கள்.

"சந்தானம் கல்யாணத்தையும், மற்றவர்களையும் அழைத்தார். நீங்கள் பத்துபேரும் அகஸ்தியம்பள்ளி ரயிலடியிலேயே காத்திருந்து தலைவரோடு ரயிலில் ஏறி வேதாரண்யம் வந்ததும் இறங்கிக்கொண்டு விடுங்கள், சப் ஜெயிலிலிருந்து என்ன செய்தி கசிந்தாலும், உடனடியாய் எங்களிடம் வந்து கூற வேண்டும் என்ன...? நான் மற்ற தொண்டர்களை அழைத்துக்கொண்டு சரியாய் நாலு மணிக்கு வந்துவிடுகிறேன்."

அவர்கள் சந்தோஷமாக தலையசைத்தார்கள்.

சரியாக மாலை நாலு மணியை நெருங்கும்போது ராஜாஜியை அகஸ்தியம்பள்ளி ரயிலடிக்கு அழைத்து வந்தது போலீஸ். கல்யாணமும், மற்றவர்களும் முண்டியடித்துக்கொண்டு சென்று தலைவரை நெருங்கி நமஸ்கரித்தார்கள்.

"என்னைப் பற்றி யாரும் கவலைகொள்ள வேண்டாம். தொடர்ந்து சத்தியாக்கிரகத்தில் ஈடுபட வேண்டும்" தலைவர் சொல்லிவிட்டு ரயிலில் ஏறப்போன அதேநேரம் அவருக்கு கைலாகு கொடுத்து ரயிலில் ஏற்றிவிடும் உத்தேசத்துடன் ரயிலுக்குள்ளிருந்து ஒரு கரம் நீண்டது."

சுமாரான உருவமும், சுமாரான உயரமுமாயிருந்த அந்த வெள்ளைக்காரன் தன்னை ராஜாஜியிடம் அறிமுகப்படுத்திக் கொண்டான்.

"நான்தான் தாரன் ஐ.சி.எஸ்."

தலைவர் வியப்போடு அவனைப் பார்த்தார்.

"ஓ...! நீர்தான் தாரனோ...? உங்களை மிக பயங்கரமான பேர்வழியாக அல்லவா சித்தரித்து வைத்திருந்தேன். ஆனால் பார்த்தால் அப்படித் தெரியவில்லையே."

ராஜாஜி சொல்லியபடியே அவன் கையைப் பற்றிக்கொண்டு வண்டிக்குள் ஏறினார்.

"உங்கள் ஊகம் தவறு. நான் மிகவும் சாந்தமான பேர்வழிதான்."

"சுதேசியாகிய எங்களை எதிர்த்து எங்கள் ஜனங்களைக்கொண்டே முற்றுகையிடச் செய்த நீங்கள் ஒரு விஷயத்தை மட்டும் ஏனோ மறந்து விட்டீர்கள். நாங்கள் எங்கள் தேசத்தில்தான் இருக்கிறோம் என்பதுதான் அது. இந்த மண்ணின் பயிர்களையும், இந்த மண்ணின் காற்றையும், ஜலத்தையும், நெருப்பையும், உப்பையும் உபயோகித்துக்கொள்ளும் உரிமை எங்களுக்கு உண்டு என்பதையும் ஏன் மறந்து போனீர்கள்?"

ராஜாஜி கேட்க, தாரன் கோபப்படுவதற்கு பதில் புன்னகைத்தான்.

"வாஸ்தவம்தான் நாம் இருவருமே நம்மால் முடிந்தவரை பிரயாசையுடன் நல்லது கெட்டது இரண்டையும் செய்து பார்க்க முயன்றோம். உங்கள் கடமையை நீங்கள் செய்தீர்கள். என் கடமையை நான் செய்திருக்கிறேன். காலையிலிருந்து நீங்கள ஒன்றும் சாப்பிட்டிருக்க மாட்டீர்கள். காபியும், சிற்றுண்டியும் சொல்லியிருக்கிறேன். இப்போது வந்துவிடும். சாப்பிட்டுவிட்டு ஓய்வெடுங்கள்."

தலைவர் தாரனோடு பேசிக் கொண்டிருப்பதையும், அவன் அவருக்கு தருவித்துக் கொடுத்த சிற்றுண்டியை அவர் சாப்பிடுவதையும் ரயிலுக்கு வெளியிலிருந்து கண்ட தொண்டர்கள் வியந்துதான் போனார்கள். "சரிதான் தாரனுக்குக் கூட பண்பாடு இருக்கிறதே...!" தொண்டர் ஒருவர் கூறினார்.

"நாம் செய்தால் குற்றம். அதையே அவன் செய்தால் பண்பாடா...? சட்ட விரோதி ஒருவருக்கு அவன் மட்டும் எப்படி உணவளிக்கலாம்?"

மற்றொரு தொண்டர் ஒருவர் சத்தமாக போலீஸ்காரர் காதில் விழும்படி கேலியாகச் சொல்ல, அந்த போலீஸ் ஜவான் அசட்டு சிரிப்பு சிரித்தார்.

இதற்குள் முகாமிலிருந்த இதர தொண்டர்களும் வரிசையில் வந்து சேர ரயிலடியில் பெரும் சந்தடி ஏற்பட்டது. பந்தோபஸ்துக்காக ஏராளமான போலீசார் அங்கு குவிக்கப்பட்டிருந்தனர். உருவிய கத்தியும், துப்பாக்கியும் பாணாத் தடியுமாக அவர்கள் தண்டவாளத்தின் இருபுறமும் வரிசையாக நின்றிருந்தனர். கைதுசெய்து வைத்திருக்கும் தலைவரை எங்கே ஜனங்கள் விடுவித்து அழைத்துக்கொண்டு போய்விடப் போகிறார்களோ என்கிற பயத்தோடு அவர்கள் பாதுகாப்புப் பணியில் ஈடுபட்டிருந்தார்கள்.

ஜனங்கள் ரயில் மீது தொற்றிக்கொண்டும், சூழ்ந்து கொண்டுமிருந்ததால் பச்சைக்கொடி அசைத்தும் ரயில் புறப்பட முடியாமல் நின்றிருந்தது.

“கலைந்து செல்லுங்கள், வீண் குழப்பம் ஏற்படுத்த வேண்டாம். சிறையில் நான் உங்களை சந்திக்கிறேன்” தலைவர் கூட்டத்தை அமைதிப்படுத்த, ரயில் ஒரு வழியாய் கிளம்பிச் சென்றது.

அடுத்த தலைவராக சந்தானம் பொறுப்பேற்றுக் கொண்டார். தொண்டர்கள் அவரோடு முகாமிற்குத் திரும்பினார்கள்.

முதல் நாள் அள்ளிய உப்பு, ஈரம் உலர்வதற்காக வெயிலில் உலர்த்தப்பட்டிருந்தது. சிற்றுண்டி முடித்த பிறகு தொண்டர்களில் தேர்ந்தெடுக்கப்பட்ட கோஷ்டி ஒன்று அன்றைய தினம் உப்பள்ளுவதற்காக அனுப்பப்பட, எஞ்சியிருந்தவர்கள் முகாமில் நூல் நூற்றுக்கொண்டும், பத்திரிகைச் செய்தி வாசித்துக்கொண்டும், ராமாயண மகாபாரதம் படித்துக்கொண்டும் காலத்தைக் கழித்துக் கொண்டிருந்தனர்.

தொண்டர்கள் நூல் நூற்க தக்ளி தயாரித்துக் கொடுக்கும் கிருஷ்ணமூர்த்தி அய்யர் தன்னைச் சுற்றிலும் சிறு தொழிற்சாலையைப்

போல் மூங்கில் குச்சிகளைக் குவித்து வைத்துக்கொண்டு உட்கார்ந்திருந்தார். கல்யாணமும், டிவிஆரும் அவரருகில் வந்து அவர் தக்ளி செய்யும் அழகைப் பார்த்துக் கொண்டிருந்தார்கள். தக்ளி உடைய உடையப் புதிதாய் செய்து கொடுக்கும் பொறுப்பில் இருந்தார் அவர். மிக மிகப் பொறுமையானவர். தொண்டர்கள் எத்தனை தக்ளி தொலைத்தாலும், உடைத்தாலும், பொறுமையாக செய்து கொடுப்பார்.

மூங்கில் பட்டையைப் பிளந்து சீவி, அடிப்பாகம் தடிமனாகவும், மேல் பாகம் லேசாகவும் இருக்குமாறு செய்து ஒட்டைக் காலணாவை அடிப்பாகத்தில் கனத்திற்காக மாட்டி தக்ளிகள் செய்து கொடுத்துக் கொண்டிருந்தார்.

சில தக்ளியில் அடி கனத்திற்காக மாக்கல் துண்டுகளை உருண்டையாகத் தேய்த்து நடுவில் துளை போட்டு மாட்டிக் கொடுத்தார்.

“எங்களுக்கு காலணா தக்ளி வேண்டாம். மாக்கல் மாட்டிக் கொடுங்கோ. அதான் நன்னா சுத்தறது” தொண்டர்கள் மாக்கல் தக்ளியையே விரும்பிக் கேட்டார்கள்.

“காலணா காசை வேண்டிய மட்டும் இடுப்புல வெச்சுண்டு எப்போ வேணும்னாலும் தக்ளி பண்ணித் தரலாம். மாக்கல்லை இடுப்புல கட்டிண்டு அலைய முடியுமோ?” அவர் தன் சிரமத்தைக் கூறினாலும் கூட முடிந்தவரை கேட்பவர்களுக்கெல்லாம் அவர் மாக்கல் தக்ளியும் செய்துகொடுத்தார். இன்னும் சிலரிடம், “மாக்கல்லை விட காலணா தக்ளிக்கு மதிப்பு அதிகம் தெரியுமோ? அதுல காலணா இல்ல வைக்கறேன்” என்று அதன் பெருமையை எடுத்துச் சொல்லுவார். அப்படியும் தொண்டர்கள் என்னமோ மாக்கல்லுக்குதான் மதிப்பளித்தார்கள்.

ஏழு மணிக்கு உப்பள்ளச் சென்றவர்களில் சிலரைப் போலீஸ் கைது செய்திருக்க, மற்றவர்கள் வெற்றி முழக்கமிட்டபடி தாங்கள் அள்ளி வந்திருந்த உப்பை வெயிலில் குவித்து காய

வைத்தார்கள். யார் யாரை போலீஸ் கைது செய்தது என்ற விவரத்தை சந்தானத்திடம் தெரிவித்தார்கள்.

முகாமிற்கு வெளியில் தொண்டர்களைக் கண்காணிக்க சாதாரண உடையில் போலீசார் அதிக அளவில் நடமாடிக் கொண்டிருந்தனர். அவற்றை சட்டை செய்யாமல் தொண்டர்கள் வெளியே போவதும், வருவதுமாக இருந்தனர்.

அன்றிரவு சந்தானத்தின் தலைமையில் ஒரு ஆலோசனைக் கூட்டம் நடந்தது. மறுநாள் மூத்த தொண்டர் ஒருவரின் தலைமையில் கோடியக்கரையில் உப்பள்ள தொண்டர்களில் சிலரைத் தேர்ந்தெடுத்தார். மறுநாள் காலை இருட்டோடு அவர்கள் உப்பள்ளச் சென்றதும், மற்றவர்கள் நன்கு விடிந்ததும் அருகிலிருந்த வேதநதி குளத்தில் குளிப்பதற்காகச் சென்றனர். கல்யாணம் கோஷ்டிக்கு அன்று மாலைதான் உப்பள்ளும் பணி ஒதுக்கப்பட்டிருந்ததால் அவர்களும் வேதநதி குளத்திற்குக் குளிக்கப் போனார்கள். குளத்திற்கெதிரில் நாட்டுக்கோட்டைச் செட்டி ஒருவர் கோயில் கட்டிக் கொண்டிருந்ததால், குளக்கரையில் அதற்குத் தேவையான தூண்களுக்கு சிற்ப வேலை நடந்து கொண்டிருந்தது. மணற்பிரதேசத்தில் பாறைக் கற்களுக்கு வழியில்லாததால் அந்தக் கற்களெல்லாம் தூரதேசத்திலிருந்து வெகு சிரமப்பட்டு கொண்டுவருவதாகத் தெரிந்தது. கல்யாணம் சிற்ப வேலைகளை ஆர்வமாகப் பார்த்தான். வேலை முடிந்த தூண்களை தேர்வடக் கயிறுகளால் கட்டி வியர்வை வழிய பாட்டு பாடியபடி இழுத்துச் சென்று கொண்டிருந்தார்கள்.

தொண்டர்கள் இடைவிடாமல் குளித்ததில் குளம் கலங்கிப் போயிருந்தது.

காலையில் கோடியக்கரைக்கு உப்பள்ளச் சென்றவர்கள் உச்சி வெய்யிலில் அள்ளிய உப்போடு வாடி வதங்கி திரும்பி வந்தனர்.

“வழிகாட்டிய ஆளுக்கே வழி சரியாகத் தெரியவில்லை. போகும்போது அனாவசியமா மூணு மைல் கூடவே நடக்க வெச்சுட்டான்.” வந்ததுமே புகார் வாசித்தார்கள்.

“அங்கேயே தங்கிட்டு வெய்யில் தணிந்ததும் வந்திருக்கலாமே. கையில்தான் சாப்பாடு கட்டிக் கொடுத்திருக்கே” சந்தானம் கேட்டார்.

“நா எவ்ளவோ சொன்னேன். தங்கிட்டு சாயங்காலம் வரலாம்னு. கேட்டாத்தானே? முகாம்லயே போய் விழுந்துடணும்னு பிடிவாதமா புறப்பட்டு வந்தார்கள். வர வழில குடிக்க ஜலம் கூடக் கிடைக்கல. போக வர பதினேழு மைல் நடந்திருக்கோம், களைப்பு ஏற்படாம என்ன செய்யும்?” மூத்த தொண்டர் வருத்தத்தோடு கூறினார்.

“சரி சரி போய் சாப்ட்டுட்டு ஒய்வெடுங்கோ.”

சந்தானம் அவர்களை அனுப்பி வைத்தார். அதற்குப் பிறகு விளம்பரப் பொறுப்பேற்றுக் கொண்டிருந்த தொண்டர்களை அழைத்து மக்களுக்கு தெரியப்படுத்தப்பட வேண்டிய விளம்பரம் ஒன்றை உடனடியாக கொடுக்கும்படி சொல்லிவிட்டு அன்று மாலை அகஸ்தியம்பள்ளிக்கு உப்பள்ளச் செல்ல வேண்டிய தொண்டர்களை அழைத்து அவர்கள் செய்ய வேண்டிய விஷயங்களைச் சொல்லி அனுப்பினார்.

அன்று மாலை அகஸ்தியம்பள்ளியில் போலீஸ் பந்தோபஸ்தையும் மீறி உப்பள்ளிக்கொண்டு வரும்போது போலீசார் உப்பை பிடுங்க வர, தொண்டர்கள் அவர்கள் கையில் சிக்காமல் போக்குக் காட்டிவிட்டு உப்போடு தப்பித்து ஆசிரமம் வந்து சேர்ந்த நேரத்திற்கு, ஆசிரமத்திற்கு முன்னால் தெருக்களில் எல்லாம் மக்கள் கூடியிருந்தார்கள். உடம்பெல்லாம் சேறும் சகதியுமாக உப்பளத்திலிருந்து வந்தவர்கள் ஈர உப்பைக் காய வைப்பதற்காக குவித்து வைத்துவிட்டு வரும்போது, ஏற்கனவே காய்ந்த உப்பை தொண்டர்கள் சிலர் சிறு சிறு பொட்டலங்களாகக் கட்டிக் கொண்டிருந்தார்கள்.

சற்று நேரத்தில் சந்தானம் அங்கு வந்தார். பொட்டலம் கட்டிய உப்பை அவர் ஏலம் விட, ஜனங்கள் முண்டியடித்துக்கொண்டு பிரியமாக விலைக்கு வாங்கிக் கொண்டார்கள்.

வரியற்ற சத்தியாக்கிரக உப்பாயிற்றே! கட்டிய பொட்டலங்கள் எல்லாம் சீக்கிரமே விற்றுத் தீர்ந்தன.

அடுத்த நாள் பத்துபேர் கொண்ட தொண்டர்கள் குழு அகஸ்தியம்பள்ளிக்கு உப்பள்ளச் செல்ல அவர்கள் மறிக்கப்பட்டனர். அவர்களில் சிலரைப் போலீஸ் கைது செய்ய, ஒரு சிலர் அதையும் மீறி உப்பள்ளிக்கொண்டு வந்தார்கள்.

சத்யாக்கிரகிகளின் உப்பள்ளும் முயற்சி நாளுக்கு நாள் வெற்றிகரமாக நடப்பதைக் கண்டு, போலீஸ்காரர்கள் எரிச்சலடைந்தனர். எதிர்த்திட்டம் தீட்டும் முயற்சியில் அவர்கள் ஈடுபட்டனர். எப்படியாவது சத்தியாக்கிரகிகள் உப்பள்ளுவதைத் தடுத்துவிட வேண்டும் என்று கங்கணம் கட்டிக்கொண்டு செயல்பட்டனர்.

பருவத்திற்கு முன்னமே உப்பு சத்தியாக்கிரகம் துவங்கிவிட்டதால், உப்பள்ளுவது அவ்வளவு சுலபமாக இல்லை. காய்ந்தும் காயாத கடல்நீர் மேலே கனமாய்த் தங்கியிருக்க உப்பளக் குழிகளின் அடியில் அடை அடையாய் படிந்திருந்த உப்பை அள்ளுவதென்பது சாதாரண விஷயமில்லை. இடுப்பு வரை சேரும், சகதியுமாய் இருந்த உப்புக் குழியில் இறங்கி நின்றால் சற்றே தோல் எரியும். கரகரவென்ற உப்பை வெறும் கைகளால் அள்ளும்போது நகக்கண்களிலெல்லாம் அவை புகுந்துகொண்டு வலி ஏற்படுத்தும். தோல் கழன்று எரிச்சல் ஏற்படும்.

மறுநாள் தொண்டர்கள் பெருமளவில் அகஸ்தியம்பள்ளிக்கு உப்பள்ளுவதற்குச் சென்றார்கள். உப்புக் குழியில் இறங்கிய அடுத்த நிமிடம் தொண்டர்கள் சிலர் அய்யோ அம்மா என்று கத்தினார்கள்.

என்னாச்சு...? பதற்றத்தோடு மற்றவர்கள் ஓடிவந்தார்கள்.

உப்பளக் குழியில் சப்பாத்தி முட்களைக் கொட்டியிருந்தது. போலீஸ், கூடவே கடல் மண்ணையும் கொட்டி அவற்றை உபயோகிக்க முடியாமல் செய்திருந்தது.

——

20
அத்தியாயம்

என்று தணியும் இந்தச் சுதந்திர தாகம்?
என்று மடியும் எங்கள் அடிமையின் மோகம்?
என்றெம தன்னை கை விலங்குகள் போகும்?
என்றெம தின்னல்கள் தீர்ந்து பொய்யாகும்?
தஞ்சமடைந்த பின் கைவிடலாமோ?
தாயுந்தன் குழந்தையைத் தள்ளிடப் போமோ?

மண் கொட்டுகிறாயா கொட்டு! முட்களை நிரப்புகிறாயா நிரப்பு! நீ எத்தனை தடைகள் ஏற்படுத்தினாலும் உப்பள்ளுவது எங்கள் உரிமை!

அவர்கள் முள்ளும், மண்ணும் கொட்டப்பட்டிருந்த ஓரத்துப் பாத்திகளைக் கடந்து நடுப்பகுதிக்குச் சென்றார்கள். சப்பாத்தி முட்கள் கிழித்து கால்களில் இரத்தம் கசிந்தது. காயம்பட்ட இடத்தில் உப்புத் தண்ணீர் பட்டு நெருப்பு மாதிரி எரிந்தது. தொடையளவு உப்பு நீரில் இறங்கி மூட்டை மூட்டையாய் உப்பள்ளினார்கள்.

போலீஸ் ஜவான்கள் பாணாத் தடிகளுடன் தயாராக நின்றிருந்தார்கள்.

உப்பு மூட்டைகளோடு இரத்தம் கசியும் கால்களுடன் வெளியில் வந்த தொண்டர்கள்

புலியின் சீற்றத்தோடு ஜவான்களைப் பார்த்து, வந்தே மாதரம் என்று பெருங்குரலில் கோஷமிட, ஜவான்கள் கதிகலங்கிப் போனார்கள். ஏதோ ஒரு ஏழெட்டு பேர் வழக்கம்போல வந்திருப்பார்கள், உப்பைப் பிடுங்கிக்கொண்டு அவர்களை விரட்டிவிடலாம் என்று நினைத்தவர்கள் அதிக அளவில் ஆக்ரோஷமாக நின்றிருந்த தொண்டர்களைக் கண்டதும் மெதுவாக பூனை மாதிரி விலகிப் பின்வாங்கினார்கள். தொண்டர்கள் இன்னும் உற்சாகமாக கோஷமெழுப்பியபடி, முகாமிற்கு வந்தார்கள்.

இரத்தம் பெருக்கெடுக்க வந்த தொண்டர்களைக் கண்டதும் முகாமிலிருந்த தொண்டர்கள் பதறிப்போய் அவர்கள் கால்களைத் துடைத்து மருந்திட்டு முதலுதவி செய்தார்கள். அவர்கள் கொண்டுவந்த உப்பை வெய்யிலில் கொட்டினார்கள். அவர்களுக்கு மாற்றுடைகள் எடுத்துக் கொடுத்து சேறும், சகதியுமாக இருந்த ஈர உடைகளைத் துவைத்து உலர்த்தினார்கள்.

போஜன மணி அடித்ததும் சாப்பிட உட்கார்ந்த தொண்டர்களிடம் வேகமாக வந்த சந்தானம், 'உணவை வெகு சீக்கிரம் முடித்துக்கொள்ளப் பாருங்கள்' என்று உத்தரவிட்டுச் செல்ல, தொண்டர்கள் புருவம் சுருங்க ஒருவரை ஒருவர் பார்த்துக் கொண்டார்கள்.

"என்னவாம்?"

"ஏதானம் காரணமில்லாம சொல்வாரா?"

தொண்டர்கள் விரைவாக உணவை அள்ளிப் போட்டுக்கொண்டு தொண்டையடைக்க மாற்றி மாற்றி விக்கித் தள்ளினார்கள்.

அதேநேரம் ஆசிரம வாசலில் போலீஸ்காரர்கள் குவிந்தார்கள். அதிகாரி ஒருவர் சந்தானத்தை அழைத்துப் பேசினார்.

"நாங்கள் ஆசிரமத்தை சோதனை போட வேண்டும்."

"தாராளமாகப் போட்டுக் கொள்ளுங்கள். ஆனால் தொண்டர்கள் சாப்பிட்டுக் கொண்டிருக்கிறார்கள். அதன் பிறகு உங்கள் வேலையைச் செய்யுங்கள்."

“எவ்வளவு நேரமெடுக்கும்?”

“ஒருமணி நேரம் ஆகலாம்” சந்தானம் சொல்ல, அவர்கள் சரி ஒரு மணிநேரம் கழித்து வருகிறோம் என்றபடி நடந்தார்கள். சந்தானம் வெகு வேகமாக உள்ளே வந்தார். அதற்குள் தொண்டர்கள் சாப்பிட்டு முடித்திருந்தார்கள்.

அரைமணி நேரத்திற்குள் நாம் கொண்டு வந்து காய வைத்திருக்கும் உப்பையெல்லாம் ஒரு பெரிய கூடையில் போட்டு, நம் ஜாகைக்கு நடுவில் வைக்க வேண்டும். போலீசார் ஆசிரமத்தை சோதனை போட்டு நாம் கொண்டு வந்திருக்கும் உப்பைக் கைப்பற்றிச் செல்ல வந்திருக்கிறார்கள். ஒரு சிறிய உப்புக்கல் கூட அவர்கள் வசம் போகாமல் நாம் பாதுகாத்தாக வேண்டும்.

சந்தானம் சொல்ல, தொண்டர்கள் வேகமாய் செயல்பட்டார்கள். நாலைந்து கூடைகளில், காய வைக்கப்பட்ட உப்பு நிரப்பப்பட்டது. ஜாகையின் நடுவில் கூடைகளை வைத்து அதைச் சுற்றி பல வரிசைகளில் தொண்டர்கள் நெருக்கமாய் கைகோர்த்து அரணமைத்தார்கள்.

சோதனை போட உள்ளே வந்த போலீஸ் தொண்டர்களின் வளையங்களுக்கு நடுவில் வைக்கப்பட்டிருந்த உப்புக் கூடைகளைக் கண்டதும் சற்றே மிரண்டுபோனது. இப்படி ஒரு பாதுகாப்பு வளையத்தை அவர்கள் எதிர்பார்க்கவில்லை என்பது அவர்கள் முகத்தில் தெரிந்தது.

“உங்களுக்கு அவகாசம் கொடுத்தது பிசகென்று தோன்றுகிறது. நீங்கள் செய்வது நியாயமா? மரியாதையாக உப்புக் கூடைகளை எங்களிடம் ஒப்படைத்து விட்டீர்களானால் நல்லது.”

“ஒப்படைக்க முடியாது” தொண்டர்கள் ஒரே குரலில் கத்தினார்கள். ஜவான்கள் இரண்டொருவர் தொண்டர்களைப் பிளந்துகொண்டு உள்ளே செல்ல முயற்சிக்க, தொண்டர்களது வலிமையான பிணைப்பால் அவர்களது முயற்சி ஜெயமாகவில்லை.

உப்பை ஒட்டியிருந்த உள் வட்டத்தில் ராஜூவும், ராமச்சந்திரனும் இன்னும் சிலரும் அமர்ந்திருக்க, ஐந்தாவது வெளி அடுக்கில் கல்யாணமும், சாமிநாதனும், ராமகிருஷ்ணனும், இன்னும் சிலரும் அமர்ந்திருந்தார்கள். சென்னையிலிருந்து இரண்டு நாள் முன்புதான் உப்புசத்தியாக்கிரகத்தில் கலந்துகொள்ள வந்திருந்த ருக்மணி லஷ்மிபதியும், சுப்ரமணியமும் கூட இந்த மனித வளையத்தில் கற்சிலை மாதிரி இறுக்கமாய் அமர்ந்திருந்தார்கள். போலீசார் முதலில் அனைவரையும் உடனே கலைந்து போகச் சொல்லி எச்சரித்தார்கள். தொண்டர்கள் அதை சட்டையே செய்யாது போக போலீசார் ஒரு தீர்மானத்திற்கு வந்தார்கள்.

நாலைந்து பேராகச் சேர்ந்துகொண்டு வெளிவட்டத்தில் அமர்ந்திருந்த தொண்டர்களைப் பிடித்து இழுத்து வளையத்தைப் பிளக்கும் பணியில் ஈடுபட்டார்கள். ஆனால் அது அவ்வளவு சுலபமாக இல்லை. தொண்டர்களின் வைராக்கியமும், வலிமையும் அளவிட முடியாததாக இருந்தது.

போலீசார், ருக்மணி லஷ்மிபதியின் கால்களைப் பிடித்து தரதரவென இழுத்துச் சென்றனர். ஒரு பெண் என்றும் பாராமல் போலீசார் செய்த அக்கிரமம் தொண்டர்களை ஆக்ரோஷப்படுத்தியது. உப்புக்கு அருகிலிருந்து ராஜூ உரத்த குரலில் 'வந்தே மாதரம்' என்று அலற, அது பல்முனையிலிருந்து பல குரல்களாக எதிரொலித்தது.

அந்த கோஷம் வெறியையும், ஆத்திரத்தையும் கிளப்ப, போலீசார் சிலர் புளியமிளாறு கொண்டு வெறித்தனமாகத் தொண்டர்களை விளாச ஆரம்பித்தனர். வேறு சில ஜவான்கள் உருட்டுத் தடிகொண்டு தொண்டர்களின் முதுகிலும், கால்களிலும் நையப் புடைக்க ஆரம்பித்தார்கள். புளியமிளாறின் விளாசலில் தோல் உரிந்து எரிய ஆரம்பித்தாலும் தொண்டர்கள் 'அய்யோ' என்று அலறாமல் 'வந்தே மாதரம்' என்று மட்டுமே கத்தினார்கள்.

அடிக்கு மேல் அடி விழ அம்மியும் நகரும் என்பதுபோல் வலி அதிகரிக்க அதிகரிக்க, முதல் இரண்டு வளையங்களிலும்

தொண்டர்களின் பிடி மெல்ல மெல்ல தளர்ந்தது. பீமசேனன் மாதிரி இருந்த ஒரு தொண்டரை பலவந்தமாக இழுத்துச் சென்று வெளியில் வீசினார்கள். இறுக்கமாய்ப் பிணைத்துக் கொண்டிருந்த அவர்களது கை விரல்களின் மீது தடியால் அடிக்க விரல் முட்டிகளில் வலி தாங்காமல் அவர்கள் கைகளை விடுவிக்க ஒவ்வொருவராக இழுத்துச்சென்று வெளியேற்றினார்கள். ஒருமுறை வெளியேற்றப்பட்டவர்கள் மீண்டும் உள்ளே செல்ல வேண்டாமென சந்தானம் ஒரு தர்ம விதியைக் கூறியதால், வெளியேற்றப்பட்ட தொண்டர்கள் வெளியிலேயே நின்று உள்ளே நடந்த அக்ரமங்களைப் பார்த்துக் கொண்டிருந்தார்கள்.

முதல் இரண்டு வளையம் ஒரு வழியாய் உடைந்தது. கல்யாணமும், சாமிநாதனும் கைகளிலும் தொடையிலும் கடுமையான காயத்தோடு வெளியேற்றப்பட்டார்கள். முதல் வரிசையிலிருந்தவர்கள் உப்பின் மீது குப்புறப்படுத்துக்கொள்ள, அதற்கடுத்த வரிசையில் இருந்தவர்கள் அவர்களை மூடி மறைத்தாற்போல் சாய்ந்துகொண்டு இன்னும் வலிமையான சுவர் எழுப்பினார்கள். உப்பின் மீது படுத்திருந்தவர்கள் சரியான காற்றோட்டம் கிடைக்காமல் தவித்தாலும் அதை அவர்கள் பெரிதுபடுத்தவில்லை. அவர்கள் கவனம் முழுவதும் உப்பின் மீதே இருந்தது. நேரமாக ஆக போலீசாரின் அடிதடி அதிகரிக்க, உள்ளே படுத்திருந்தவர்களின் பிரக்ஞை குறைந்துகொண்டே வந்ததை இதர தொண்டர்களும் உணர முடியாமல் போயிற்று. கடைசி இரு வரிசையைக் கலைப்பது அவ்வளவு சுலபமாக இல்லை. ராஜு தன் வாயில் இரண்டு பிடி உப்பை அடக்கிக்கொண்டு, கைகளிலும் உப்பை இறுக்கி பிடித்தபடி பிடிவாதமாய் படுத்திருந்தான். அவனுக்கு இருபுறமும் இஸ்லாமியத் தொண்டர்கள் முழங்கைகளில் ரத்தம் கசிய அசைவற்று படுத்திருந்தார்கள். புளியமிளாறும், உருட்டுத் தடியும் மாறி மாறி தாக்கியதில் அங்கே கூச்சலும், குழப்பமும் அதிகரித்தது. வெளியிலிருந்த மக்களும், தொண்டர்களும் பதறினார்கள். வேதபுரீஸ்வரரை மனதில் தியானித்து போலீசாரின் அக்கிரமங்களைச் சொல்லி புலம்பினார்கள்.

ஒரு வழியாக உப்பை ஒட்டியிருந்த முதல் வரிசையை போலீசார் நெருங்கி தடியடிப் பிரயோகம் செய்ய, வெளியில் நின்றிருந்த கல்யாணமும், சாமிநாதனும் அலறினார்கள். இஸ்லாமியத் தொண்டர்கள் மண்டை உடைந்து இரத்தம் வழிய வலி தாளாமல் வந்தே மாதரம் என அலறினார்கள். ராஜு அசைவற்றுக் கிடப்பதைப் பார்த்துப் பதறினார்கள். இஸ்லாமியத் தொண்டர்களை இரத்தம் சொட்டச் சொட்ட இழுத்துக்கொண்டு வந்து வெளியில் போட்டது போலீஸ். ராஜு பிடிவாதமாகப் படுத்துக்கிடக்க மீண்டும் அவனைத் தடியாலடிக்க, வெளியிலிருந்தவர்கள் துடித்தார்கள்.

ராஜு போதும் வந்துவிடு என வெளியிலிருந்து குரல் கொடுத்தார்கள். அன்றைய போராட்டத்தின் தலைவியாயிருந்த ருக்மிணி லஷ்மிபதி அம்மாள் வெளியிலிருந்து ராஜுவுக்கு ஆணையிட்டுக் கூற கடைசியாக மயக்க நிலையில் கையிலிருந்த உப்பை, கையை விரித்துக் கீழே போட்டான் அவன். குற்றுயிரும் குலையுயிருமாகத் தொண்டர்களை இழுத்து வந்து போட்ட போலீஸ் உப்புக் கூடைகளை அபகரித்துச் சென்றது. ராஜுவின் விலாவிலும், இடுப்பிலும் லேசாக எலும்பு முறிந்திருந்தது. போலீசாரை எதிர்த்து மக்களும் தொண்டர்களும் கோஷமிட உடனடியாக அங்கே மருத்துவர்களை வரவழைத்தார்கள் போலீஸ் அதிகாரிகள்.

களேபரங்கள் ஓய்ந்து முகாமில் அமைதி திரும்ப நீண்ட நேரமாயிற்று. ராஜுவும் இன்னும் சிலரும், இஸ்லாமியத் தொண்டர்கள் இருவரும் வலியினால் முனகிக்கொண்டிருக்க, அவர்களை அவசர சிகிச்சைக்காக திருச்சியில் டாக்டர் ராஜனின் வைத்திய சாலைக்கு அனுப்பி வைத்த சந்தானம் தொண்டர்களின் வீரத்திற்கு தலைவணங்கிப் பாராட்டினார். யுத்தம் மேலும் வலுக்கும் என்று கூறியவர், காயமடைந்தவர்கள் விருப்பப்பட்டால் தங்கள் ஊருக்குத் திரும்பிச் செல்லலாம் என்றார். ஆனால் ஒருவரும் அதற்கு சம்மதிக்கவில்லை.

அடுத்த நாள் யார் யார் எங்கெங்கு போய் உப்பள்ள வேண்டும் என்பது குறித்து அவசர ஆலோசனையும் அன்று நடந்தது.

சந்தானம் தொண்டர்களைத் தேர்ந்தெடுத்து அவர்கள் செய்ய வேண்டியவை குறித்தும் விவரமாகச் சொன்னார். அடுத்த நாள் சந்தானமும் கைது செய்யப்பட அடுத்து தலைமைப் பொறுப்பை ஜி. ராமச்சந்திரன் ஏற்றுக்கொண்டார்.

அதற்கு மறுநாள் ஆசிரமத்தின் முன்வாசலில் குவிந்த போலீசார், தொண்டர்கள் வெளியே போகாத வகையில் காவலை பலப்படுத்த, தொண்டர்கள் திகைத்தார்கள். அப்போதைய தலைவரிடம் வந்து விஷயத்தைச் சொல்ல,

“முன்வாசலில்தானே காவலிருக்கிறது? பின்வாசல் வழியே செல்லுங்கள்” என்றார் அவர்.

தொண்டர்கள் உடனே பின்வாசல் வழியே வெளியேறிச் சென்றார்கள். அது வெறும் கீற்றுக்கொட்டகை என்பதால், ஒரு வாசல் மட்டுமே இருப்பதாக நினைத்திருந்த போலீசார், பின்புறமும் வாசல் ஒன்றிருப்பதையும், அதன் வழியே தொண்டர்கள் போய்விட்டதையும் தாமதமாக அறிந்து, உடனே பின்வாசலிலும் காவலுக்கு போலீசாரை நிறுத்தினார்கள்.

தொண்டர்கள் சிறுநீர் கழிக்கச் செல்ல வேண்டுமென்றாலும் கூட, தலைவரின் அனுமதிக் கடிதத்தோடு வந்தால்தான் வெளியே விடுவோம் என்று வம்பு பண்ணினார்கள். தொண்டர்கள் நொந்துபோன சமயத்தில் தலைவர் ராமச்சந்திரன் மற்றொரு உத்தரவிட்டார்.

“ஒரு முகாமிற்கு இரண்டு வாசல்கள்தான் இருக்கவேண்டுமா என்ன? ஆளுக்கொரு வாசல் ஏற்படுத்திக் கொள்ளுங்களேன்.”

அதெப்படி...? தொண்டர் ஒருவர் புரியாமல் விழிக்க, மற்ற சிலர் புரிந்துகொண்டு நகைத்தார்கள்.

முகாமின் பக்கவாட்டுப் பகுதிகளிலிருந்த கீற்றுகளை எல்லாம் ஆங்காங்கு அகற்றி வழி ஏற்படுத்திக்கொண்டு சாவகாசமாய் வெளியே போவதும், வருவதுமாக இருந்தார்கள்.

போலீஸ் மலைத்தது. ஒரு வாசல், இரு வாசல் என்றால் காவலுக்கு ஆள் நிறுத்தலாம். பல வாசல் என்றால் என்ன செய்யும்? முகாமைச் சுற்றிலும் நிறைய போலீசாரை நிறுத்தி கெடுபிடி செய்ய ஆரம்பித்தார்கள்.

கூட்டம் கூட்டக் கூடாது, ஐந்துபேர் ஒன்றாகச் சேர்ந்து செல்லக் கூடாது என்று புதுசு புதுசாய் சட்டம் போட்டார்கள்.

இதற்கு நடுவில் கோடை மழை வேறு தன் பங்குக்கு உபத்திரவம் செய்ய, முகாம் முழுவதும் கூரையின் வழியே ஒழுக ஆரம்பித்தது. தலைவர் ராமச்சந்திரன் அவசரமாக நாலைந்து குழுக்களாகத் தொண்டர்களைப் பிரித்து நாலைந்து முகாம்களுக்கு அனுப்பினார். முகாம்களுக்கு இடம் கொடுத்து உதவிய வேதரத்னம் பிள்ளையை போலீஸ் நெருக்கியது. தொண்டர்கள் சமைக்க முடியாமல், சாப்பிட முடியாமல் திண்டாடினார்கள். பல குழுக்களாகப் பிரிந்து சென்றார்கள், பசியில் தவித்தார்கள்.

கீழாம்பூர் சிவராமன் தொண்டர்களுக்கு உற்சாகமூட்டும் வகையில் பேசினார்.

“மாட்லியோட ரைஸ் ஆஃப் தி டட்ச் ரிபப்ளிக்'னு ஒரு புஸ்தகம். டச்சுக் குடியரசு உதயமான வரலாறு. ஹாலந்து நாட்டின் மீது ஸ்பெயின் அரசு ஆதிக்கம் கொண்டிருந்த காலத்தில் ஹாலந்தில் ஒரு நகரத்தில் டச்சு சுதந்திரப் போராளிகள் தங்கியிருந்த கோட்டையை ஸ்பானிஷ் படை முற்றுகையிட்டதாம். போராளிகளின் தலைவர் தன் படைகளுக்கு உற்சாகமூட்டி பேசினது என்ன தெரியுமா?”

“இந்த முற்றுகை நிமித்தமாக வெளியிலிருந்து உணவுப்பொருள் வருவது தடைபடுமாயினும், நாம் பணிய மாட்டோம். இடது கைச் சதையை உணவாகக் கடித்துக்கொண்டு, வலது கையால் துப்பாக்கி பிடித்து சுடுவோம்! அப்டின்னாராம்.

நம்முடைய இந்த இக்கட்டான நேரத்தில் நாமும் இந்த வார்த்தைகளைத்தான் பின்பற்ற வேண்டும். நாம் சோர்ந்து

போகலாகாது. நமது தலைவர்கள் எதற்கும் அஞ்சுவதில்லை. மகாத்மா காந்தி உண்ணா விரதத்திலேயே தன் வாழ்நாளில் பாதியைக் கழித்து விட்டார். அவர் ஒவ்வொரு முறை உண்ணாவிரதம் அமரும்போதும் வெள்ளைக்காரன் நடுங்கறான். தன் கோரிக்கைகள் நிறைவேறும் வரையில் அவர் தன் உறுதியிலிருந்து மாறுவதில்லை. அதில் சிறிதளவாவது நாம் உறுதியாக இருக்க வேண்டாமா?"

"அந்தப் பேச்சில் தொண்டர்கள் புத்துணர்ச்சி பெற்றார்கள். டச்சுப் போராளிகளுக்கு நாங்களும் குறைந்தவர்கள் அல்ல என்றபடி எழுந்து வெளியில் சென்றார்கள். வீதியில் அவர்கள் செல்லும்போது தேர்முட்டி, தேர்முட்டி என்று தொண்டர்களின் காதுபட சுப்பையா சொல்லிவிட்டுப் போக தொண்டர்கள் தேர்முட்டிக்குச் சென்றார்கள். அங்கும் போலீஸ் தலைகள்தான். தொண்டர்கள் தேர்முட்டின் படிகளில் வரிசையாக உட்கார, அவர்களைச் சுற்றி போலீஸ் முதுகைக் காட்டியபடி காவலுக்கு நின்றது. தேருக்குப் பின்புறம் கயிறு கட்டி உணவு மூட்டைகள் மெல்ல மெல்ல மேலே ஏற்றப்பட்டு சமிக்ஞைகள் செய்யப்பட, போலீசாரின் காவலிலேயே தொண்டர்கள் ஒவ்வொருவராக பின்னால் போய் போஜனத்தை முடித்துக்கொண்டு வந்து அமர்ந்தனர். அனைவரும் போஜனம் முடித்ததும், தொண்டர்கள் அங்கிருந்து கிளம்பினார்கள். அவர்கள் எதற்கு அங்கே வந்தார்கள்? ஏன் புறப்பட்டு விட்டார்கள்? என்று புரியாமல் போலீஸ் கிளம்பியது. இருந்தாலும் ஐந்துபேருக்கு மேல் சேர்ந்து சென்றவர்களைக் கைது செய்துகொண்டு சென்றது. தொண்டர்கள் உடனடியாக இரண்டிரண்டு பேராக அவர்களுக்கு ஒதுக்கப்பட்ட முகாமிற்குச் சென்றார்கள்."

அடுத்த நாள் புதிய தலைவர் ராமச்சந்திரனும், கைது செய்யப்பட்டதாக தகவல் வர, தொண்டர்கள் கவலையடைந்தாலும் உப்பள்ளி வருவதை நிறுத்தவில்லை. அப்படி உப்பள்ளச் சென்ற ஒரு நாள் கீழாம்பூர் சிவராமனை ஒரு போலீஸ்காரர் பின்புறமாய் ஓடிச்சென்று தன் தடிக்கம்பால் அவர் மார்பில் குறுக்காகப் பிடித்து அழுத்த, சிவராமன் அந்த திடீர்த் தாக்குதலை எதிர்பாராமல்

என்ன செய்வதெனப் புரியாமல் திகைத்தார். தூரத்திலிருந்து இதைப் பார்த்த கல்யாணம் அவரை நோக்கி ஓடி வருவதற்குள் எதிரே வந்த ஒருவர் போலீஸ்காரரை நோக்கி, குச்சியை எடுடா மடையா அந்தப் பையன் மூச்சுத் திணறி செத்துகித்துப் போகப் போறான்" என்று கத்தினார்.

"இதைச் சொல்ல நீர் யார்?"

"நானா... நான்தான் வேதாரண்யம் டெபுடி கலெக்டர் பொன்னுச்சாமி! என்னைத் தெரியாதா உனக்கு?"

"அய்யா... நீங்களா...? போலீஸ்காரன் பதறியபடி சிவராமனை விட்டு விட, அந்த மனிதர் சிவராமனைக் கைத்தாங்கலாக அழைத்துச் சென்று முகாமில் விட்டு விட்டுப் போனார். அந்த வலியிலோ, என்னவோ அன்று மாலை சிவராமனுக்கு உடம்பு நெருப்பாய்க் கொதித்தது. அவருடைய நண்பர் ஒருவர் அவரை கவனித்துக்கொண்டார். மறுநாள் ஜுரம் விட்டதும், அந்த டெபுடி கலெக்டர் ஒரு போலீஸ்காரரை வாரண்ட்டோடு அனுப்பி இருந்தார். அவர்கள் சிவராமனைக் கைது செய்து அழைத்துச் சென்றதும் அனைவரும் திகைத்தார்கள். இப்படி ஒரு திருப்பம் வரும் என யாரும் எதிர்பார்க்கவில்லை."

நீதிபதி சிவராமனுக்கு ஒரு வருடச் சிறை வாசமும், 200 ரூபாய் அபராதமும் அளித்திருப்பதாகத் தகவல் வந்ததும் கல்யாணத்தின் மனசு கவலையடைந்தது. ஜி. ராமச்சந்திரனைத் தொடர்ந்து ருக்மிணி லஷ்மிபதி, சுப்ரமணியம், வேதரத்தினம்பிள்ளை என்று எல்லா தலைவர்களும் வரிசையாய்க் கைது செய்யப்பட்டு ஆறு மாதம், ஒரு வருடம் என்ற தண்டனையோடு சிறையிலடைக்கப்பட்டார்கள். தலைவர்கள் புதுசு புதுசாய்த் தோன்றிக் கொண்டேயிருந்தார்கள். தொண்டர்களையும் கூட்டம் கூட்டமாகக் கைது செய்து, அழைத்துப் போய் தொண்டர்களின் எண்ணிக்கையைக் குறைத்து தலைவர்களை செயலிழக்க வைக்கும் முயற்சியில் ஈடுபட்டது போலீஸ். ஆனால் அதிலும் போலீசாருக்குத் தோல்விதான்.

பத்து தொண்டர்கள் கைது செய்யப்பட்டால், இருபது தொண்டர்கள் படையில் புதிதாய்ச் சேர்ந்து சத்தியாக்கிரகத்தில் ஈடுபட்டார்கள். இதற்கு நடுவில் காந்தியும் கைது செய்யப்பட்டு விட்டதாகத் தெரியவும், தமிழகம் முழுவதும் மக்கள் ஆர்ப்பாட்டத்தில் ஈடுபடத் துவங்கினார்கள்.

ஒரு கட்டத்தில் தொண்டர்கள் எல்லாம் பாதரசத் துளிகளாய் மூலைக்கு மூலை பிரிய, வழிகாட்ட ஆளின்றித் தலைவர்கள் எல்லோரும் கைது செய்யப்பட்டார்கள். முகாம்கள் போலீசால் கலைக்கப்பட்டன. கண்ணில் பட்ட தொண்டர்களை எல்லாம் சகட்டு மேனிக்குக் கைது செய்து திருச்சி சிறைக்கு அனுப்பிக்கொண்டே இருந்தார்கள்.

ராமகிருஷ்ணனும், சாமிநாதனும், டி.வி. ராமச்சந்திரய்யரும் கூட, மே மாதம் இருபத்தி ஒன்பதாம் தேதி கைது செய்யப்பட, தனித்து நின்றான் கல்யாணராமன். ராமகிருஷ்ணனுக்கு ஆறு மாதச் சிறைவாசமும், டிவிஆருக்கும், சாமிநாதனுக்கும் தலா ஓராண்டு சிறைவாசமும் அளிக்கப்பட்டிருந்தது. தன்னை மட்டும் ஏன் போலீஸ் கைது செய்யாமல் விட்டு விட்டது என்று வருந்தினான் அவன்.

——

21

அத்தியாயம்

மேலோர்கள் வெஞ்சிறையில் வீழ்ந்து கிடப்பதுவும்
நூலோர்கள் செக்கடியில் நோவதுவுங் காண்கிலையோ?
எண்ணற்ற நல்லோர் இதயம் புழுங்கியிரு
கண்ணற்ற சேய்போற் கலங்குவதுங் காண்கிலையோ?
எந்தாய் நீதந்த இயற்பொருளெ லாமிழந்து
நொந்தார்க்கு நீயன்றி நோவழிப்பார் யாருளரோ?

ஒரு மாத காலமாய் வேதாரண்யத்தில் நிகழ்ந்துகொண்டிருந்த தர்மயுத்தம், வழிகாட்ட யாருமின்றி பிசுபிசுத்து ஓய்ந்தது என்றுதான் சொல்ல வேண்டும். வேதபுரீஸ்வரர் ஆலயத்தில் கண்மூடி அமர்ந்திருந்த கல்யாணத்தின் முகத்தில் வேதனை குடிகொண்டிருந்தது.

எத்தனை எத்தனை வியூகங்கள். போலீசாரின் திட்டங்களை அறிந்து அதற்கு பதிலடியாய் தலைவர்கள் புதுப்புது உக்திகளை பிரயோகிப்பதும், பதிலுக்கு போலீசார், மாற்று வியூகம் அமைப்பதுமாய் எத்தனை போராட்டங்கள். எவ்வளவு ரணங்கள். ஆனால் தர்மம் ஜெயித்திருக்கிறதா...? கல்யாணராமன் வேதபுரீஸ்வரரை நோக்கி மௌனமாய்க் கேட்டான்.

நீ எல்லாவற்றிற்கும் வெறும் சாட்சியாக மட்டும்தான் அமர்ந்திருந்தாயா? தர்மத்தின் பக்கம்

நிற்கவில்லையா? வெள்ளை அரசாங்கம் என்ற ஆயிரம் தலை அசுரனுக்கு சத்தியாக்கிரகிகளைக் காவு கொடுத்துவிட்டாயே இத்தனை பெரிய அறப்போர் தோற்றுவிட்டது என்றால், அது உனக்கல்லவா சோதனை? தர்மத்தை ஜெயிக்க வைக்க வேண்டிய நீயே சும்மா இருந்துவிட்டால் சத்தியம் என்னதான் செய்யும்? எத்தனை தலைவர்கள்! அத்தனைபேரும் சிறையில் அல்லவா இருக்கிறார்கள். சத்தியத்தை அசத்தியத்தால் சிறையிலடைக்க முடியும் என்றால், அசத்தியத்தை சம்ஹாரம் பண்ண உன்னால் முடியாதா? அல்லது உன்னையும் அவர்கள் சிறைப்பிடித்து விட்டார்களா...? இனி நான் என்ன செய்ய வேண்டும்? இங்கேயே இருந்து ஒற்றை ஆளாக உப்பள்ளுவதா... அல்லது ஊருக்குத் திரும்புவதா? நான் என்ன செய்யட்டும்?

கல்யாணம் குழப்பத்தோடு அமர்ந்திருக்க தபால்காரர் ஒருவர் அவனிடம் வந்தார்.

“நீ சத்தியாக்கிரக தொண்டன்தானே அப்பா?”

“ஆம்... என்ன விஷயம்?”

“சத்தியாக்கிரகிகளின் முகாம் என்று விலாசமிட்டு சில கடிதங்கள் வந்திருக்கிறது. ஆனால் முகாம் கலைத்துப் போடப்பட்டிருக்கிறது. ஆட்கள் யாரும் அங்கில்லை. தொண்டர்கள் எங்கெங்கு ஒளிந்திருக்கிறார்கள் என்று தெரியவில்லை. கடிதங்களை எல்லாம் என்ன செய்வதென்று புரியவில்லை.”

“கடிதங்களை நான் பெற்றுக்கொள்ளலாமா? என்னால் முடிந்த வரை திருச்சி சிறையில் இருப்பவர்களிடம் அவற்றை சேர்ப்பித்து விடுகிறேன்.”

தபால்காரர் பத்துப் பதினைந்து தபால் உறைகளை அவனிடம் கொடுத்துவிட்டுப் போனார். கல்யாணராமன் ஒவ்வொன்றாகப் பார்த்தான். அவன் பெயருக்கு ஒரு கடிதம் வந்திருந்தது. அப்பாவின் கையெழுத்தைப் பார்த்ததும் அவசரமாகப் பிரித்து வாசித்தான்.

“நீ என்ன செய்கிறாய்? எப்படி இருக்கிறாய்? எங்கே இருக்கிறாய்? தலைவர்கள் எல்லோரும் கைது செய்யப்பட்டு

விட்டதாக அறியும்போது கவலையாக இருக்கிறது. உன்னையும் கைது செய்து விட்டார்களோ என்று உன் அம்மா அழுது புலம்புகிறாள். பத்திரிகையில் வரும் செய்திகளை வாசித்து பதறிப் போகிறாள். நான் எவ்வளவு ஆறுதல் சொன்னாலும் சமாதானமடைய மறுக்கிறாள். ஒன்றரை மாதமாகிறது நீ வீட்டை விட்டுக் கிளம்பி. உன்னால் முடிந்த வரை அறப்போர் செய்துவிட்டாய். போதும் என்று தோன்றுகிறது. உடனடியாக ஊருக்குப் புறப்பட்டு வரவும். வீட்டுக் கடமைகளையும் நாம்தான் பார்க்க வேண்டும். கையில் பணமிருக்கிறதா? இல்லாவிட்டால் கீழ்க்கண்ட விலாசத்தில் இருக்கும் என் பால்ய நண்பரிடம் சென்று என் பெயரைச் சொல்லி இந்த கடிதத்தையும் காட்டி, ரயில் சீட்டுக்கான காசைப் பெற்றுக்கொண்டு புறப்படவும்."

கடிதம் எழுதி பத்து நாளுக்கு மேல் ஆகிறதென்று தேதியில் தெரிந்தது.

சாமிநாதனுக்கும், ராமச்சந்திரனுக்கும் கூட கடிதங்கள் வந்திருந்தன. ஏதாவது அவசரச் செய்திகள் இருக்குமோ...? அவர்கள் மீது கொண்டிருந்த நட்பாலும், அக்கறையாலும் கல்யாணராமன் அந்த கடிதங்களைப் பிரித்துப் படித்தான்.

ராமச்சந்திரனுக்கு ஆண் குழந்தை பிறந்திருப்பதாகக் கடிதத்தில் எழுதியிருந்தது. தாயும் சேயும் நலம் எனவும் தெரிவித்திருந்தது.

சாமிநாதனின் மகள் அவருக்குக் கடிதம் எழுதியிருந்தாள். அவர் எப்போது ஊருக்கு வருவார் என்று விசாரித்திருந்தாள்.

கல்யாணராமன் கையிலிருந்த பணத்தை எடுத்து எண்ணினான். பெரிதாய் செலவு ஏதும் செய்யவில்லை என்பதால், காசு தேவையான அளவுக்கு இருந்தது. திருச்சியிலிருந்து புறப்படும்போதே தொண்டர்கள் தங்கள் கையில் வைத்திருக்கும் கைக்காசை எல்லாம் வாங்கி கணக்கெழுதிக்கொண்டு மொத்த பணத்தையும் பத்திரமாக வைத்துவிட்டார் தலைவர். கல்யாணம் படையில் சேர்ந்த சமயம் அவனிடமிருந்தும் காசை வாங்கிக்கொண்டு வரவு வைத்தார்கள். தலைவரைக் கைது செய்த

பிறகு, சந்தானம் தொண்டர்களிடமிருந்து வாங்கி வைத்திருந்த பணத்தை எல்லாம் அவரவர்களிடமே திருப்பிக் கொடுத்துவிட்டார். ஏலத்தில் வாங்கிக்கொண்ட கைக்கடிகாரத்திற்கும், உப்புப் பொட்டலத்திற்குமான காசை மட்டும் கழித்துக்கொண்டு அவனது பணத்தைத் திருப்பிக் கொடுத்திருந்தார்.

கல்யாணராமன் ரயிலடிக்கு வந்து திருச்சிக்கு பயணச் சீட்டு வாங்கிக்கொண்டு ரயிலில் ஏறினான்.

திருச்சியில் இறங்கியதும் நேராக சிறைச்சாலைக்குச் சென்றான்.

நண்பர்கள் மெலிந்து வாடிப்போயிருந்தார்கள். கல்லுடைப்பது, செக்காட்டுவது என்று கடுமையான பணிகள் செய்து அவர்களது கரங்கள் காய்த்துப் போயிருந்தன. கடிதத்தையே குழந்தை மாதிரி முகத்தோடு சேர்த்து வைத்துக்கொண்டு பரவசப்பட்டார் ராமச்சந்திரன். கர்ப்பரட்சகாம்பிகை கைவிடவில்லை என்று மகிழ்ந்தார்.

"உங்கள் துணையின்றி ஓராண்டு காலம் உங்கள் பெண்ணால் தனித்திருக்க முடியுமா?" சாமிநாதனிடம் கவலையோடு கேட்டான்.

சாமிநாதன் பெருமூச்சு விட்டார். "தெய்வம் அவளுக்குத் துணையிருக்கும். நம்மால் வேறென்ன செய்ய முடியும்?"

"அவளுக்கு விவரமாக கடிதமாவது எழுதிக் கொடுங்களேன். தபாலில் சேர்த்துவிட்டுப் போகிறேன். அவன் தான் வாங்கி வந்திருந்த கடித உறையைக் கொடுத்தான்." அவர் கடிதம் எழுதுவதற்குள் சிறையிலிருந்த இதர தொண்டர்களையும் சந்தித்து கடிதங்களைக் கொடுத்து ஆறுதல் சொன்னான்.

அன்று மாலை ரயிலில் அவன் ஊருக்குப் புறப்பட்டான்.

பயற்றுநாதர் கோயிலில் உஷத்கால பூஜைக்கான மணியடிக்கும்போது கல்யாணம் ஊருக்குள் நுழைந்தான். போகும்போது இருந்த குறுகுறுப்பும், பதற்றமும் வரும்போது இல்லை. யுத்த முனையிலிருந்து திரும்பி வரும் ராணுவ வீரன் மாதிரி நெஞ்சு நிமிர்த்தி நடந்து வந்தான்.

“அடடே கல்யாணமா...! வாடாப்பா... சத்தியாக்கிரகமெல்லாம் முடிஞ்சுதா...? பெரிய மனுஷனாய்ட்ட போ!”

கோலம் போட்டுக் கொண்டிருந்த மாமிகள் வரவேற்றார்கள்.

“உப்பு வரியை வெள்ளைக்காரன் நீக்கிடுவானாடா...?”

கல்யாணம் சிரித்தான். “நீக்கிடுவான் பாருங்கோ” என்றான்.

“காந்தி முதற்கொண்டு எல்லா தலைவர்களையும் கைது பண்ணிட்டானாமே கட்டேல போறவன். நம்ம வீட்டுக்குள்ள வந்து உக்காந்துண்டு நம்ம வீட்டு சாமானை நமக்கே விக்கறா மாதிரி இல்ல இருக்கு இந்த வெள்ளக்காரா பண்றது!”

“நீங்கள்ளாம் இப்படியே ஒரே குரல்ல ஒத்துமையா குரல் கொடுத்தா, சீக்கிரமே அந்த பறங்கிப் பயல்களை நாட்டை விட்டே விரட்டிடலாம் பாட்டி...”

கல்யாணம் வீடு நோக்கி நடந்தான்.

பத்திரிகை படித்துக்கொண்டிருந்த அப்பா அவனைப் பார்த்ததும் முகம் மலர எழுந்து வந்தார். உள்ளே இருந்தவர்களுக்கும் குரல் கொடுத்தார். அரை நிமிடத்தில் மொத்த குடும்பமும் வாசலில் இருந்தது.

அம்மா அவசரமாக ஆரத்தி கரைத்துக்கொண்டு வந்து சுற்றிக் கொட்டினாள்.

“என்னடா இப்படி இளைச்சு கறுத்துப் போய்ட்ட?” பாசம் மேலிட கேட்டாள்.

“இளைச்சிருக்கேனா...? ஊர் ஊரா மூணுவேளையும் மூக்குப் பிடிக்க சாப்பிட்டு ஒரு சுற்று ஊதிப்போய் வந்திருக்கேன்னு சொல்லு.”

“கையெல்லாம் என்னடா இப்படி காயமா இருக்கு. போலீஸ்காரா உன்னை அடிச்சாளான்ன?”

அம்மா அவன் புறங்கை காயங்களைப் பார்த்துவிட்டு அழ ஆரம்பித்தாள்.

"இது காயமில்லம்மா. ஒரு சரித்திரத்தோட தழும்பு."

"அடேயப்பா, பெரிய மனுஷனாட்டம் பேச்சைப் பாரேன்."

"சரி சரி... நீ வாடா கண்ணா. பத்து நாளா நீ வருவ வருவன்னு தினமும் அப்பம் பண்ணிவெச்சு காத்துண்ருக்கேன். உன்னைத் தவிர எல்லாரும் சாப்ட்டுட்டு ஏப்பம் விடுவா. இன்னிக்கு யாருக்கும் கிடையாது நோக்கு மட்டும்தான்!" அம்மா அவனை இழுத்துக்கொண்டு உள்ளே போனாள். ஊஞ்சலில் அவனை உட்கார வைத்து வெண்கல உருளி நிறைய நெய்யப்பம் கொண்டுவந்து அவன் மடியில் வைத்தாள்.

கல்யாணம் ஆசையோடு கை நிறைய அப்பத்தை அள்ளி வாய்க்குக் கொண்டு போனவன் சட்டென முகம் மாறி, சாப்பிடாமல் உருளியிலேயே போட்டான்.

"ஏண்டா கண்ணா...?"

"இல்லம்மா... என் சிநேகிதாள்ளாம் அங்கே சிறையில் கல்லுடைக்கறதும், செக்கிழுக்கறதுமா கஷ்டப்பட்டுண்டு இருக்கா. எல்லாரும் விடுதலையாக ஒரு வருஷமாகும். அதுக்கப்புறம் வடை பாயசத்தோட இந்த அப்பத்தையும் சாப்பிடறேன்."

வீடு அவனை வியப்போடு பார்த்தது. அஹிம்சை என்பது உயிர்களை மதித்தல், நேசித்தல், உள்ளுக்குள் இருக்கும் அன்பு, அக்கறை, பாசம், அனைத்தையும் உண்மையாகப் பகிர்வது. இந்த ஒன்றரை மாத யாத்திரை அவனுக்கு நிறைய உண்மைகளைக் கற்றுக் கொடுத்திருந்தது. உண்மை என்பது அனுபவ ரீதியாக உணர்வது. எத்தனை விதமான ஊர்! எத்தனை விதமான மனிதர்கள்! எத்தனை விதமான சந்தோஷங்கள், துயரங்கள்! கடவுளின் படைப்பில்தான் எத்தனை ஆச்சர்யங்கள்!

அவனது நினைப்பு பூராவும் சிறையில்தான் இருந்தது. ஆசை ஆசையாய் அம்மா சமைத்துப் போட்ட உணவு துளியும் இறங்கவில்லை.

அப்பா அவனை இயல்புக்கு கொண்டு வர ஏதேதோ விஷயங்கள் சொன்னார். நிச்சயதார்த்தத்தில் நடந்த சுவாரசியமான விஷயங்களை எல்லாம் எல்லோரும் மாற்றி மாற்றி கூறினார்கள்.

அவன் வந்துவிட்ட செய்தி தெரிந்ததும் பெண்ணின் அப்பாவும், அம்மாவும் கூடைகூடையாய்ப் பழங்களோடு வந்து அவனைப் பார்த்து குசலம் விசாரித்தார்கள்.

"மாப்ள பொண்ணைப் பார்க்க வேண்டாமா? ஆத்துக்கு கூட்டிண்டு வாங்கோளேன்." சொல்லிவிட்டுப் போனார்கள்.

ஊரும் வீடும் அவனைச் சுற்றியமர்ந்துகொண்டு சத்தியாக்கிரக விஷயங்களை ஆர்வமாய்க் கேட்டது. புறப்பட்டது முதல் ஊர்திரும்பியது வரை ஒன்றுவிடாமல் அவன் சுவாரசியமாய்ச் சொல்லச் சொல்ல, மொத்த ஊரும் பிரம்மித்து வியந்தது. அவன் அந்த ஊருக்கே பெருமை சேர்த்து விட்டான் என்று பெருமைப்பட்டுக் கொண்டது.

அடுத்து வந்த ஞாயிற்றுக்கிழமையன்று அவனை அழைத்துக்கொண்டு பெண் வீட்டுக்குப் போனார்கள். திண்ணையில் உட்கார்ந்து பல்லாங்குழி ஆடிக்கொண்டிருந்த சிறுமியை அவசர அவசரமாய் உள்ளே அழைத்துக்கொண்டு போனார்கள். அவள்தான் பெண் என்பது புரிந்து போயிற்று. குழந்தைத்தனம் மாறாத முகம். பட்டுப்பாவாடையும், பட்டுச் சொக்காயும் போட்டு காசுமாலையும், ஒட்டியாணமும், தாழம்பூ ஜடையும், கைகளில் வங்கியும், தங்க வளையல்களுக்கு நடுவே கலகலத்த கண்ணாடி வளையல்களுமாய் அலங்கரித்த பொம்மை மாதிரி அவளைக் கொண்டுவந்து நிறுத்தினார்கள்.

வெட்கம் மேலிட நமஸ்கரித்து எழுந்து நின்றது அந்தக் குழந்தை.

"பாட்டு பாடறயா...?"

அவளை விட கனமான வீணையை எடுத்துக் கொடுத்தாள் அவள் பாட்டி.

பாரதியார் பாட்டொன்றை அட்சர சுத்தமாய் பாடி முடித்தவளை அம்மா நெற்றி வழித்துக் கொஞ்சினாள். "என்னமா பாடறது!" என்று பூரித்தாள்.

“மாப்ளதான் வந்தாச்சே, முகூர்த்த தேதியைக் குறிச்சுடலாமே...” பெண்ணின் தாத்தா பஞ்சாங்கம் எடுத்து வந்தார்.

கல்யாணம் தயக்கத்தோடு அப்பாவைப் பார்த்தான்.

“அப்பா ஒரு நிமிஷம் அப்டி வரேளா?” சின்ன குரலில் அவரை அழைத்துவிட்டு வாசல்பக்கம் எழுந்து போனான்.

“என்னடா... என்ன விஷயம்?”

“உங்ககிட்ட ஒரு சின்ன வேண்டுகோள்.”

“என்ன வேண்டுகோள்.”

“எனக்கு ரொம்ப ரொம்ப வேண்டியவா சிலபேர் ஜெயில்ல இருக்கான்னு சொன்னேனே.”

“ஆமா... அதுக்கென்ன இப்போ?”

“அவாள்ளாம் என் கல்யாணத்துக்கு வந்திருந்து, என்னை ஆசீர்வாதம் பண்ணிட்டு போகணும்னு ஆசைப்படறேன்.”

“அதெப்படிடா...? ஜெயில்ல இருக்கறவாளை எப்படி அனுப்பி வைப்பா கல்யாணத்துக்கு?”

“மாட்டா. ஆனா வேற ஒரு வழி இருக்குப்பா.”

“என்ன வழி...?”

“அவா விடுதலையாகி வந்த பிறகு முகூர்த்த தேதியை வெச்சுக்கலாமே...?”

அப்பா திகைத்தார். சட்டென அவன் இப்படி கேட்டதும் என்ன பதில் சொல்வதென்று புரியாமல் தடுமாறினார். சரி என்று சொன்னால் ஒரு வருடம் கல்யாணம் தள்ளிப்போகும். வேண்டாம் என்று சொன்னால் சத்யாக்கிரகிகளை மதிக்கவில்லை என்றாகும்.

குழம்பினார் அவர்.

———

22

அத்தியாயம்

உயிர்களெலாம் தெய்வமன்றி பிறவொன் றில்லை;
ஊர்வனவும் பறப்பனவும் நேரே தெய்வம்
பார்க்கின்ற பொருளெல்லாம் தெய்வம் கண்டீர்;
வெயிலளிக்கும் இரவி, மதி, விண்மீன், மேகம்
மேலுமிங்கு பலபலவாம் தோற்றங் கொண்டே
இயலுகின்ற ஜடப்பொருள்கள் அனைத்தும் தெய்வம்
எழுதுகோல் தெய்வமிந்த எழுத்தும் தெய்வம்

"நா உங்களை தர்ம சங்கடப்படுத்திட்டேனாப்பா?" அவரது முகபாவத்தைப் புரிந்துகொண்டு கேட்டான் அவன்.

"தர்மசங்கடம்தான். உன் ஆசையிலும் தப்பில்ல. நீ சொல்ற சத்யாக்கிரகிகள் மேல எனக்கும் அன்பும், மரியாதையும் இருக்கு. அவா ஆசிர்வாதம் உனக்கு கிடைக்க வேண்டியது அவசியம்தான். ஆனா பெண் வீடு நம்மை ரொம்ப நம்பியிருக்கு. நீ ஊரை விட்டுச் சொல்லாம, கொள்ளாம கிளம்பிட்டன்னு தெரிஞ்சும் அவங்க துளிக்கூட பயப்படல. கவலையும் படலை. சின்னக் குழந்தையா என்ன, ஏதாவது அவசர ஜோலியா போயிருப்பான். நாம நிச்சயதார்த்தத்தை குறிச்சபடி நடத்துவோம்னு சொன்ன நல்லவா. நீ சத்யாக்கிரக படையோட போயிருக்கன்னு

தெரிஞ்சதும் அவ்ளோ பெருமைப்பட்டது அந்தக் குடும்பம். தன் பெண் அதிர்ஷ்டசாலின்னு சொல்லிண்டா. ஏற்கனவே ஒண்ணறை மாசம் தள்ளிப் போய்டுத்து. இன்னும் ஒரு வருஷம் தள்ளி வெச்சுப்போம்னா அவா மனசு தாங்குமான்னு தெரியல."

"நா வேணா கேட்கட்டுமாப்பா..."

"நீங்க கவலையே படவேண்டாம். மாப்ளயோட ஆசை ரொம்ப நியாயமானது. அவர் ஆசைப்படியே நடக்கட்டுமே."

பின்னால் குரல் கேட்க, சட்டென திரும்பினார்கள். பெண்ணின் தந்தை புன்னகையோடு நின்றிருந்தார். கல்யாணம் நெகிழ்ந்து போனான். அவனையறியாமல் கை குவித்து நன்றி சொன்னாள்.

புறப்படும்போது தயங்கித் தயங்கி மாமனாரிடம் ஒரு பொட்டலத்தை நீட்டினான்.

"என்ன இது...?"

"திருச்சியில் உங்க பெண்ணுக்காக வளையலும், மாட்டலும் வாங்கினேன்."

"அது சரி...! அடேயப்பா. அழகாத்தான் இருக்கு..." அவர் சந்தோஷிக்க அவன் வெட்கத்தில் நெளிந்தான்.

"ஏண்டா படவா இப்பவே பெண்டாட்டிக்கு வாங்கிக் கொடுத்து மாமியார் மாட்டுப் பெண் சண்டைக்கு வழி காட்டறயா...?"

அத்தை கிண்டலடித்தாள்.

தன் விருப்பத்தை இந்த அளவுக்கு அவர்கள் புரிந்துகொண்டு மதிப்பளிப்பார்கள் என்று அவன் நினைக்கவில்லை. அதனாலேயே அவர்கள் மீது மரியாதை கூடியது.

வாரம் ஒரு கடிதமாவது சாமிநாதனுக்கு எழுதினான். அவரும் பதில் போட்டார். அப்பாவை அழைத்துக்கொண்டு ஒருமுறை மதுரைக்கு போய் அவர் பெண்ணைப் பார்த்தான். அக்கம்பக்கத்து வீடுகளில் வேலை செய்துகொண்டு, ஜீவனம் நடத்திக் கொண்டிருந்தவளைப் பார்க்கவே பரிதாபமாக இருந்தது.

"உன் அப்பா விடுதலையாகி வரும்வரை எங்களோடு வந்து இருக்கிறாயா அம்மா?"

"பரவாயில்லை மாமா. நான் சந்தோஷமாகவே இருக்கிறேன். எதற்கு உங்களுக்கு தொந்தரவு?"

"அதெப்படியம்மா? உன்னைப் பார்க்கும் வரை எதுவும் தோன்றவில்லை. ஆனால் இப்போது உன்னைத் தனித்து விட்டு விட்டுப் போனால் மனது துன்பப்படும் என்று தோன்றுகிறது. என்னையும் உன் தகப்பனாக எண்ணிக்கொள். புறப்படு. கல்யாணராமனின் கல்யாணத்திற்கு உன் அப்பா வருவார். அவர் வந்த பிறகு அவரோடு நீ கிளம்பி வரலாம். அதுவரை எங்களோடு தயக்கமின்றி வந்து இரு."

அப்பா வற்புறுத்தி அந்தப் பெண்ணை அழைத்துக்கொண்டு புறப்பட்டபோது கல்யாணராமனின் மனம் நிறைந்திருந்தது.

சாமிநாதன் ஆயிரம் நன்றி சொல்லி நெகிழ்வோடு கடிதம் எழுதினார். இந்த உதவிக்கு கைம்மாறு செய்ய நான் இன்னும் எத்தனை பிறவிகள் எடுக்க வேண்டுமோ என உருகியிருந்தார்.

மீனாட்சி என்ற பெயரை மிகப்பொருத்தமாகத்தான் பொண்ணுக்கு வைத்திருந்தார் சாமிநாதன். தோளில் கிளி மட்டும்தான் இல்லை. அத்தனை லட்சணம், அத்தனை கம்பீரம், அத்தனை பொறுமை. வந்த ஒரு வாரத்திலேயே வீட்டின் அத்தனை வேலைகளையும் இழுத்துப் போட்டுக் கொண்டு செய்தாள். யாருக்கு என்ன பிடிக்கும். எதை எங்கே வைக்க வேண்டும் என்பதிலிருந்து அத்தனையும் அத்துப்படி, அரிசி பருப்பு புடைப்பதிலிருந்து ராத்திரி கொல்லைக் கதவைத் தாழிடுவது வரை பார்த்துப் பார்த்துச் செய்தாள்.

"உன்னை இப்படி வேலை செய்யவா இங்கே அழைத்து வந்தேன்? உன்னை நாங்கள் கொடுமை படுத்துவதாக ஊரார் பழிபோடப் போகிறார்கள். வீட்டில் ஏற்கனவே இரண்டு வேலைக்காரர்கள் இருக்கும்போது, நீ எதற்கம்மா இப்படி ஓயாமல் உழைத்துக் கொண்டிருக்கிறாய்?"

அப்பா அவளைச் சும்மா இருக்கும்படி கெஞ்சினார். "உங்களை என் அப்பான்னு நினைச்சுண்டுதான் இங்க வந்தேன். பொறந்த வீட்ல ஒரு பெண் வேலை செய்ய மாட்டாளா? தவிர எனக்கு ஒரு நிமிஷம் கூட ஓய்ந்து உட்காரப் பிடிக்காது. எறும்பு மாதிரி சதா ஓடிண்டே இருக்கணும். சும்மா உட்காருன்னு சொன்னா எனக்கு பித்துப் பிடிச்சுடும். பரவால்லயா உங்களுக்கு...?"

"வேண்டாம் தாயே. உன் சந்தோஷம் எதுவோ நீ அதையே செய்" அப்பா விட்டு விட்டார். அம்மாவின் வலது கையானாள் அவள். அம்மாவுக்கு எல்லார் பெயரும் மறந்துவிட்டது. சதா சர்வகாலமும் அவளையே அழைப்பது வழக்கமாகி விட்டது. மீனாட்சி இன்னிக்கு என்ன சமைக்கட்டும்? மீனாட்சி இந்தப் புடவை எப்படி இருக்கு? மீனாட்சி வாசல்ல யாருன்னு பாரு? மீனாட்சி இந்த வளையலை அலமாரில வெச்சுட்டு என்னோட பழைய வளையலை எடுத்துக் கொடேன்."

தொட்டதற்கெல்லாம் மீனாட்சியின் பெயரை உச்சரிக்காவிட்டால், தலை வெடித்துவிடும் அவளுக்கு. மீனாட்சியின் மீது அப்படி ஒரு பிடிப்பும், அன்பும் ஏற்பட்டு விட்டது. சொந்தப் பெண் கூட ரெண்டாம் பட்சம் என்னுமளவுக்கு மீனாட்சி அவளது உயிராகி விட்டாள்.

ஒரு சில மாதங்களில் ஊர்க்காரர்களுக்கு கூட மீனாட்சி செல்லப் பெண் ஆகிவிட்டாள். அத்தனை அன்பு, அத்தனை உபகாரம். யார் வீட்டில் விசேஷம் என்றாலும் மாடு மாதிரி வேலைகளை இழுத்துப் போட்டுக்கொண்டு செய்வாள். பணம் கொடுத்தால் புன்னகையோடு மறுத்து விடுவாள். "காசுக்குதான் வேலை செய்யணும்னா நா மதுரைலயே இருந்திருப்பேனே. எனக்கு மனுஷா வேணும். மனுஷாளோட சிநேகம் வேணும். அன்பு வேணும். முடிஞ்சா அதை வாரி வாரிக் கொடுங்கோ. என் மனசு நிறைய வாங்கிக்கறேன்."

இந்தக் காலத்துல இப்படியும் ஒரு பெண்ணா? பிழைக்கத் தெரியாதவளா இருக்கயே...! என்னமோ நன்னாருடி கொழந்த...! வியப்போடு வாழ்த்துவார்கள்.

வேண்டிய மட்டும் அன்பைக் கொடுத்ததிலும், பெற்றுக்கொண்டதிலும் அவள் முகத்தின் அழகும், ஒளியும் பல மடங்கு கூடியிருந்தது. சரியாக ஒன்பதாவது மாதத்தில் காந்தி - இர்வின் ஒப்பந்தம் ஏற்பட்ட பிறகு, அரசாங்கம் சத்யாக்கிரகிகளை விடுதலை செய்து உத்தரவிட்டது. வேலூர் சிறையிலிருந்து விடுதலையாகி வெளியே வந்த சாமிநாதன் நேராக பயற்றூருக்கு வந்தார், பெண்ணின் பொலிவைக் கண்டு மலைத்துத்தான் போய்விட்டார். அந்த ஊர் தன் பெண்ணிடம் காட்டிய அன்பில் நெக்குருகிப் போனார்.

அவர்களது விடுதலை விஷயம் நாளிதழ் மூலம் தெரிந்ததும், இரு குடும்பமும் கலந்து பேசி மறு மாதமே கல்யாண தேதியை நிச்சயித்தார்கள். ராமகிருஷ்ணனும், ராமச்சந்திரனும் கூட ஒரு வாரம் முன்பே கல்யாணத்திற்கு வந்திருந்தார்கள். நான்கு சத்யாக்கிரகிகளை ஒருசேரக் கண்ட மகிழ்ச்சியில் ஊர்க்காரர்கள் பொதுக் கூட்டம் ஒன்று நடத்தி, நான்கு பேரையும் ஒரே மேடையில் கௌரவித்து பாராட்டினார்கள்.

அன்றிரவு சாமிநாதனுடன், தென்னந்தோப்பில் நடந்தபடி பேசிக்கொண்டிருந்த போது சாமிநாதன் ஏதோ சொல்ல விரும்புவதுபோல் அவனைப் பார்த்தார்.

“என்ன...?”

“ஒண்ணுல்ல... நாங்க கைதானதுக்குப் பிறகு வேதாரண்யத்துல என்ன நடந்தது?”

“எல்லா தலைவர்களும் கைது செய்யப்பட்ட பிறகு வழிகாட்ட ஆளில்லாம மீதியிருந்த தொண்டர்கள் தவித்ததுதான் மிச்சம். சத்யாக்கிரகிகளுக்கு எப்படியோ உணவளிச்சு, ஆதரவளித்து, திட்டங்கள் போட்டுக் கொடுத்த வேதரத்தினம் பிள்ளையோட உப்பளங்கள், வீடுகள், பத்திரங்கள் எல்லாத்தையும் போலீஸ் பறிமுதல் செய்துவிட்டது. உன் பிள்ளையை மன்னிப்பு கேட்கச் சொல் சொத்துக்களைக் கொடுத்துடறோம். உங்க மகனையும் விடுதலை செய்து மேலும் சலுகைகளும் அளிக்கறோம்னு

அவரோட தகப்பனார்கிட்ட போலீஸ் கெடுபிடி செய்துதாம். 'அவன் மன்னிப்பு கேட்டுக்கொண்டு சிறையிலிருந்து வெளியே வருவதைக் காட்டிலும் அவன் சிறையிலேயே தலை நிமிர்ந்து இருக்கட்டும். உங்களால் எங்களது சொத்துக்களை மட்டும்தான் பறிமுதல் செய்ய முடியும். எங்கள் தேசபக்தியை ஒன்றும் செய்ய முடியாது' என்றாராம்.

எப்பேர்ப்பட்ட மனிதர்கள்! இவர்களால் வெள்ளை அரசாங்கம் சிறிதளவாவது ஆட்டம் கண்டுதான் இருக்கிறது. வெளிப்படையாக இல்லாவிட்டாலும் மறைமுகமாவது சத்தியாக்கிரகிகள் மீது அவர்கள் மரியாதை வைத்திருக்கிறார்கள் என்பது உண்மை.

"அதுசரி! நீங்க விடுதலையாகி இருபது நாளாறது. உடனே மீனாட்சியைப் பார்க்க இங்க வந்துடுவேள்னு நினைச்சேன். எங்க போயிருந்தேள்? ஜெயிலை விட்டு வருவதற்கு மனசில்லையா? மகாத்மா, இர்வின் பிரபுவோட சமரச ஒப்பந்தம் போட்டதும் உங்களை எல்லாம் விட்டுடப் போறான்னு தெரிஞ்சதும் மீனாட்சிக்கு எவ்ளோ சந்தோஷம் தெரியுமா?"

"உனக்கு சந்தோஷமா?"

"ஏன்? எனக்கும் சந்தோஷம்தான்."

"ஆனா வடக்கே நிறைய இளைஞர்கள் இந்த ஒப்பந்தத்தை எதிர்க்கறா தெரியுமோ?"

"ஏன்...?"

"இருபத்தாறு வயசு இளம் சிங்கம் பகத்சிங்கை சரியா ஆறு நாள் முன்னாடி இதே நேரத்துக்குதான் லாகூர் மத்திய சிறையில் தூக்குல போட்டதாவது தெரியுமா...?"

"பேப்பர்ல படிச்சேன். மனசு பதறிப்போய்டுத்து. அந்த இளைஞர்களைக் காப்பாத்த யாருமே இல்லையா இங்கேன்னு கண்ணு கலங்கிடுத்து."

"விடுதலையானதும் நிறைய பேர் டெல்லிக்கு போய் பகத்சிங் விடுதலைக்காக குரல் கொடுக்கணும்னு திட்டம் போட்டிருந்தா.

எனக்கும் போகணும்னு தோணித்து போயிருந்தேன். நேருஜி, மாளவியா, பட்டேல்னு எல்லாருமே காந்திஜி கிட்ட கெஞ்சியிருக்கா எப்படியாவது இதைத் தடுத்து நிறுத்தச் சொல்லி. நாங்களும் கூட பகத்சிங் விடுதலைக்காக உதவும்படி ஒரு கடிதம் எழுதி எல்லாரும் கையெழுத்து போட்டு மகாத்மாவுக்குக் கொடுத்தனுப்பினோம். டெல்லியில் அவர் தங்கியிருந்த வீட்டுக்கு முன்னாடி ஆயிரக்கணக்கான இளைஞர்கள், பகத்சிங்குக்காக மௌனமா பிரார்த்தனை பண்ணிண்டு இருந்தா. மகாத்மா ஏதாவது செய்வார்னு நம்பிக்கையோட இருந்தா... தண்டனை மறுநாளுக்கு மறுநாள். அதிகாலையில் நேருஜியும், மாளவியாவும் காந்திஜியைப் பார்க்க அவசரமா வந்தா. காந்திஜி அன்னிக்கு மௌன விரதம். மாளவியா காந்திஜிகிட்ட சொன்னாராம். நீங்களும், பட்டேலும், நேருவும், நானும் கையெழுத்து போட்டு உடனே இங்கிலாந்துக்கு தந்தி கொடுக்கலாம், கவர்னர் ஜெனரலைப் பார்த்து தூக்கு தண்டனையை நிறுத்தி வைக்கும்படி கோரலாம் வாருங்கள்னு கெஞ்சினாராம்."

உடனே மகாத்மா ஒரு பேப்பரில், நான் செய்யக் கூடியதை எல்லாம் முன்பே செய்துவிட்டேன். இனிமேல் ஒன்றுமில்லை ஆண்டவன் விட்ட வழின்னு எழுதி காட்டினாராம். அதைப் படிச்ச நேருஜி கோபத்தோட மகாத்மாவைப் பார்த்து, "நல்லது பாபுஜி இந்த நாட்டின் எண்ணற்ற இளம் மலர்கள் மண்ணில் உதிரட்டும். பகத்சிங்குகள் தூக்கு மேடைக்கு அழைத்துச் செல்லப்படும் வேளையில் நீங்கள் முற்றும் துறந்த புத்தரைப்போல சம்மணமிட்டு அமர்ந்து ராட்டையில் நூல் நூற்றுக்கொண்டே இருங்கள். வைசிராய் இர்வினோடு நீங்கள் கையெழுத்திட்ட ஒப்பந்தத்தை ஒரு வாரம் தள்ளிப் போட்டிருந்தால் பகத்சிங்கின் இரத்தத்தாலேயே அந்த ஒப்பந்தத்தில் பெருமையாக கையெழுத்திட்டிருக்கலாமே என்று குமுறித் தீர்த்து விட்டாராம்.

இது தெரிஞ்சதும் இளைஞர்கள் எல்லாரும் காந்திஜிக்கு எதிரா கோஷம் போட ஆரம்பிச்சுட்டா. புது மாப்பிள்ளை போல மிடுக்கா நடந்துபோய் தூக்குக் கயிறை முத்தமிட்டானாம் பகத்சிங்கும், அவன் நண்பர்களும். அன்னிக்கு முழுக்க என் பிள்ளை

செத்துப் போய்ட்டாப்போல டெல்லில உட்கார்ந்து அழுதுண்டு இருந்தேன். எப்பேர்ப்பட்ட வீரன் அவன். தீவிரவாதம், தேச விடுதலைக்கு அவன் தேர்ந்தெடுத்த பாதை. அதுக்கும் ஒரு வீரம் வேணுமே. நா விடுதலையான சந்தோஷமும், அவனோட சேர்ந்து தூக்குல தொங்கிட்டா மாதிரி இருந்தது எனக்கு."

அவர் வேதனையோடு நிறுத்த, கல்யாணராமன் கலங்கின கண்களைத் துடைத்துக்கொண்டான்.

அப்புறம் அவர் ஏதோ சொல்ல வந்து சட்டென நிறுத்தினார்.

என்ன என்றதற்கு ஒன்றுமில்லை என்றார்.

"ஏதோ சொல்ல நினைக்கறாப்போல தோண்றது."

"அது... மீனாட்சியைப் பத்தி..."

"மீனாட்சிக்கென்ன...?"

"அவம்மாவைப் பற்றி..."

"புரியலையே..."

"அவம்மா வேற மதம்னு இங்க எல்லார்க்கும் தெரியுமா...?"

"அது பற்றி பேச்சே வரல. யாருக்கும் அது பத்தின சந்தேகம் இருந்தாதானே பேச...?"

"அது சரியில்லையே கல்யாணம். அவம்மா இஸ்லாமியப் பெண்ணுன்னு தெரிஞ்சா அது இந்த அக்ரஹாரத்துல குழப்பத்தை ஏற்படுத்திடாதா? உண்மை தெரிஞ்சா அவகிட்ட இதே மாதிரி அன்பு காட்டுவாளா? அவளை வீட்டுக்குள்ள ஏத்துக்குவாளா? உங்க வீட்லயே கூட அதை எப்படி எடுத்துப்பா...?"

"மதத்தைக் கண்டுபிடிச்சது மனுஷன்தானே? தான் கண்டுபிடிச்சதை அவன்தானே மதிச்சாகணும்? மதிச்சுட்டு போறான். அதைப்பத்தி நமக்கென்ன?"

"வேதாந்தம் பேசி சமாதானப்படுத்திக்க முடியாது கல்யாணம். உண்மை தெரிஞ்சா இதே அன்பு அவளுக்கு கிடைக்குமான்னு தெரியலை."

"நா ஒண்ணு கேக்கட்டுமா?"

"என்ன...?"

"ஒரு இஸ்லாமியப் பெண்ணைக் கல்யாணம் செய்துகொண்டது தப்புன்னு உங்களுக்கு தோண்றதா?"

"இல்ல."

"அப்புறம் என்ன? நீங்க தவறு செய்யாதபோது நீங்க யாருக்குப் பயப்படணும்? எதை நினைத்து கவலைப்படணும்? ஒருத்தரோட அன்பு உண்மையானதுதான்னா அது எதைக் கண்டும் மாறாது. அப்படி மாறினா, அந்த அன்பு கிடைக்கலையேன்னு எதுக்கு கவலைப்படணும்? என்னைப் பொறுத்தவரை நானும், நீங்களும் ஒரே மதம். ஒரே ஜாதிதான். இந்திய மதம். சத்யாக்கிரக ஜாதி. இதுக்கு மேல எதைப் பற்றியும் நீங்க குழப்பிக்க வேண்டாம் சரியா...?"

"நீ சொல்லிட்ட. ஆனா மனுஷாளோட யதார்த்த குணம் வேற. இந்த லோகத்தை அனுசரிச்சு வாழ்ந்துதானே ஆகணும்? விலகிப்போய்ட முடியாதே."

"ஒரு விஷயத்தை நீங்க மறந்தே போய்ட்டேள்."

"என்ன...?"

"இந்த ஒன்பது மாசமா இந்த ஊர்ல யாரும் மீனாட்சிகிட்ட அவம்மாவைப் பத்தியோ, உங்க குடும்பத்தைப் பத்தியோ எந்த வம்பும் கேட்டது கிடையாது. இனிமேலும் கேக்க மாட்டா. நீங்களா எதையாவது நினைச்சு கவலையைத் தூக்கி தோள்மேல போட்டுக்க வேண்டாம்."

அவர் மௌனமாய் நடந்தார்.

ஐந்து நாள் கல்யாணம் அமர்க்களமாக நடந்தது. தங்கள் வீட்டுத் திருமணம் போல ஊர் மொத்தமும் கூடி சந்தோஷமாய் நடத்திக் கொடுத்தது. நாலைந்து வீதிகளுக்கு பந்தல் போட்டு, பந்தி உபசாரம் நடந்தது. ஐந்து நாளும் ஊர் முழுவதும்

கல்யாண சாப்பாடுதான் மூன்று வேளையும் சாப்பிட்டது. இதுபோல் ஒரு கல்யாணம் இதுவரை அங்கு நடந்ததில்லை என்று ஊரார் மெச்சினார்கள். கல்யாணப் பெண் மதுரம் விளையாட்டு பாதி, வெட்கம் பாதி என்று ஒன்பது முழப் புடவையில் மரப்பாச்சியாட்டம் இருந்தாள். உச்சந்தலையில் ராக்குடி, ஜடையில் நாலு பில்லைகள், நெற்றிச்சுட்டி, காதில் ஜிமிக்கி, மாட்டல் கழுத்தில் விதவிதமாய் ஹாரங்கள், வயிறு வரை தொங்கிய காசுமாலை, இடுப்பில் ஒட்டியாணம், இரண்டு கைகளிலும் முழங்கை வரை வளையல், மருதாணி விரல்களில் மோதிரங்கள், காலில் சப்தமிட்ட கொலுசுகள் என்று அவளை விட அதிக எடையில் ஆபரணங்கள் அணிந்திருந்ததைப் பார்க்க பாவமாக இருந்தது. மணமேடையில் அடிக்கடி நிமிர்ந்து குழந்தைத்தனமாக விழி விரித்து வேடிக்கை பார்த்தவளை அவள் அம்மாவும், பாட்டியும் வலுக்கட்டாயமாய்த் தலையை அவ்வப்போது அழுத்தி குனியச் செய்து கொண்டிருந்தார்கள்.

நலங்கின் போது குழந்தையாகவே மாறிவிட்டாள். அப்பளங்களை அவன் தலையில் படீர் படீர் என்று சந்தோஷமாக உடைத்தாள். உட்புறம் சலங்கை குலுங்கிய வெண்கலத் தேங்காயைக் காதில் வைத்து குலுக்கி குலுக்கி பார்த்தாள்.

“தேங்காயை உருட்டி விடுடி மாப்பிள்ளைகிட்ட” மாமி ஒருத்தி சிரித்தாள்.

“இந்த உருண்டைத் தேங்காய் எனக்கு வேணும்.”

“உனக்கேதான். நீ உருட்டு முதல்ல.”

“தினம் நா இவனோட தேங்கா உருட்டி விளையாடத்தான் இதை வாங்கினயாம்மா!”

அத்தனை பேரும் பக்கென்று சிரித்தார்கள்.

“அவன் இவன்னு எல்லாம் சொல்லப்படாது. அவர் உன் ஆமடையானாக்கும்.”

“ஆமடையான்னா யாரு...?”

“கேள்வி மேல கேள்வி கேக்கறதைப் பாரேன் அதிகப்பிரசங்கி. வாய மூடிண்டு அதை உருட்டறயா இல்லையா?”

கல்யாணம் சிரிப்பை அடக்கிக்கொண்டு அவளைப் பார்த்தான். இந்தக் குழந்தையோடா குடித்தனம் பண்ண வேண்டும்? என்று சங்கடப்பட்டான்.

“உப்பு தரேன், அரிசி தாங்கோன்னு கேளு” பாட்டி அடுத்த விளையாட்டை ஆரம்பித்தாள். ஒரு பிடி உப்பை அவள் கையில் கொடுத்து கேட்கச் சொன்னாள்.

“உப்பு தராட்டா அவன் அரிசி தரமாட்டானா?”

“அவன்னு சொல்லப்படாதுடி...”

“சரி. உப்பு தராட்டா இந்த ஆமடையான் அரிசி தர மாட்டாரா...?”

கூட்டம் விழுந்து விழுந்து சிரிக்க கல்யாணத்திற்கும் சிரிப்பு வந்தது.

“தேவலையே பொண்ணு துறுதுறுன்னுதான் இருக்கு. கல்யாணம் ஜாக்ரதையா இருந்துக்கோடா...”

“கேளு, உப்பு தரேன் அரிசி தாங்கோன்னு கேளு.”

“உப்பு தரேன், அரிசி தரயா ஆமடையான்?”

கல்யாணம் பக்கென சிரித்தான்.

“உப்பு எங்கிட்டயே வேண்டியது இருக்கு. இந்தா அரிசி. நீயே ரெண்டையும் வெச்சுக்கோ.”

“அதானே? வேதாரண்யத்துல ஏகப்பட்ட உப்பள்ளிண்டு வந்தவனுக்கு எதுக்கு இந்த உப்பு?”

“நேக்கு இந்த விளையாட்டு பிடிக்கல. பல்லாங்குழி ஆடணும். இல்லாட்டா ஒளிஞ்சு விளையாடணும்.”

“அதெல்லாம் படாது. நீ ரொம்ப அதிகப் பிரசங்கியாய்ட்ட அடக்கம் வேண்டாம் கொஞ்சமானம்?”

“குழந்தைதானே விடுங்கோ. அவ இஷ்டப்படியே ஒளிஞ்சு விளையாடினா போச்சு.”

அப்பா மாட்டுப் பெண்ணுக்கு பரிந்துகொண்டு வந்தார்.

"நன்னார்க்கு. நலங்குல ஒளிஞ்சு விளையாட்டா? சரிதான்."

"நலங்குன்னா தேங்காயை உருட்டி. அப்பளாத்தை உடைச்சு அரிசி தா உப்பு தரேன்னு ஒரே மாதிரி விளையாட்டைதான் விளையாடணுமா? நம்மாத்து கல்யாணத்துல சம்பிரதாயத்தை மாத்துவோமே. எல்லாருமே ஒளிஞ்சு விளையாடுவோம். எழுந்திருங்கோ." அப்பா விளையாட்டுக்குத் தயாரானார்.

"நா வரலப்பா..."

"வராதவாள்ளாம் ஒதுங்கி உட்கார்ந்து வேடிக்கை பாருங்கோ. அப்பா விளையாடத் தயாரானவர்களை இரண்டு எதிரெதிர் அணியாகப் பிரித்தார்.

மிகப்பெரிய வீடு, தெருவடைத்த பந்தல். ஒளிவதற்கு ஏராளமான இடங்கள். விளையாட்டு துவங்கியது. ஒரு அணி ஒளிந்துகொள்ள மற்றோர் அணி தேடியது. பெரியவர்கள் எல்லோரும் குழந்தைகளானார்கள். வியர்க்க விறுவிறுக்க ஒளிந்து விளையாடினார்கள். கூச்சப்பட்டு ஒதுங்கியவர்கள் கூட நேரமாக ஆக ஆர்வமாக விளையாட்டில் சேர்ந்து கொண்டார்கள்.

கல்யாணத்தின் அப்பாவும், சாமிநாதனும் ஒருமுறை ஒரே இடத்தில் ஒளிந்து கொண்டார்கள். அவர்களைக் கண்டுபிடிக்க தாமதமாயிற்று."

"மீனாட்சிக்கு எப்போ கல்யாணம்? அவ கல்யாணத்தையும் இதே மாதிரி பொடி பொடிச்சுடணும்." அப்பா சாமிநாதனிடம் கேட்டார். அவர் என்ன பதில் சொல்வதெனப் புரியாமல் திகைத்தார்.

"அவளுக்கு வயசாறதே. வரன் எதுவும் பார்க்கலையா?"

"பார்க்கணும். ஒண்ணும் சரியா வரல. பார்த்துண்டே இருக்கேன்."

"பிராமணப் பையனா பார்க்கப்போறேளா, முஸ்லீம் பையனா தேடறேளா...?" அப்பா கேட்டதும் சாமிநாதன் அதிர்ந்துபோனார். வாயடைத்துப் போய் சிலையாய் நின்றார்.

——

23

அத்தியாயம்

தீயினைக்கும்பிடும் பார்ப்பார் - நித்தம்
திக்கை வணங்கும் துருக்கர்
யாரும் பணிந்திடும் தெய்வம் - பொருள்
யாவினும் நின்றிடும் தெய்வம்
பாருக்குள்ளே தெய்வம் ஒன்று
எண்ணங்கள் செய்கைக ளெல்லா - மிங்கு
யாவர்க்கும் ஒன்றெனல் காணீர்.

சாமிநாதன் அவரையே பார்த்தார். திடீரென இப்படி ஒரு கேள்வி அவரிடமிருந்து வெளிப்படுமென எதிர்பாராதவராக மௌனமாக நின்றார்.

"நீங்க எந்த தப்பும் பண்ணிடலையே" ராஜாராமன் புன்னகையோடு கேட்டதும், சாமிநாதன் வியந்தார். இதே கேள்வியைத்தான் நாலு நாள் முன்பு கல்யாணம் கேட்டான். அப்பாவும் பிள்ளையும் சுபாவத்தில் ஒன்றுதான் என்கிறார்களா?"

"நா தப்பு செய்யல... ஆனாலும்... பிராமணன் பிராமணனைத்தான் கல்யாணம் பண்ணிப்பான்ற விதியை மீறியிருக்கேன் இல்லையா? அதை தப்புன்னு நினைக்கறவா இருப்பா இல்லையா? உங்களுக்கு இந்த விஷயம் எப்படி தெரிஞ்சுது?"

“ஒன்பது மாசமா ஒரு பொண்ணு எங்காத்துல இருக்கா. தன் அம்மாவைப் பத்தி அந்த குழந்தைதான் எங்ககிட்ட சொல்லித்து. அந்த க்ஷணம் எம்பொண்டாட்டி அதுகிட்ட ஒரு சத்தியம் வாங்கிண்டா. தன்கிட்ட சொன்னா மாதிரி வேற யார்கிட்டயும் அதைச் சொல்லப்படாதுன்னு. இந்த உலகத்துல ரெண்டே மதம்தான். நல்லவா கெட்டவா. அஹிம்சையைக் கடைபிடிச்சு, யாருக்கும் உபத்திரவம் பண்ணாம மத்தவாளோட அந்தரங்கத்துல தலையிட்டு காயப்படுத்தாம வாழறவா, அப்படி வாழத் தெரியாதவான்னு ரெண்டே மதம்தான். மத்த மதமெல்லாம் மனுஷா தன் சௌகர்யத்துக்காக ஏற்படுத்தினது. இறைமையை பரிபூரணமா அறிந்தவன் மதங்களுக்கெல்லாம் அப்பாற்பட்டவன். இந்த ஒரு வருஷமா மீனாட்சி எங்க குழந்தையாதான் இங்க இருந்திருக்கா. என் பொண்ணுக்கும், அவளுக்கும் எந்த வித்தியாசமும் எங்களுக்குத் தெரியல.

அன்புக்கு இணையானதா அன்பு மட்டும்தான் இருக்க முடியும். அன்பு செலுத்தறவாகிட்ட பணத்தைக் கொடுக்கறதுக்கு மேல ஒரு படி உசத்தியானது அன்பைக் கொடுக்கறது. உங்க பொண்ணு தன் அன்பால இந்த ஊரை வளைச்சு போட்டு வெச்சிருக்கா. உண்மையை ஏத்துக்கற பக்குவம் இங்க எத்தனை பேருக்கு இருக்குன்னு தெரியாதே. அதனாலதான் சொல்ல வேண்டாம்னு சொல்லியிருக்கோம். மத்தபடி அது தப்புன்னு நினைச்செல்லாம் மறைக்கலை. நானே அந்த உண்மையை எப்படி எடுத்துப்பேனோங்கற சந்தேகத்துலதான் கல்யாணம் என்கிட்ட எதுவுமே சொல்லலை போல்ருக்கு. ஆனா மீனாட்சி இங்க வந்த மறுநாளே எல்லாத்தையும் சொல்லிட்டா. ஒரு சின்ன ஆச்சர்யம் ஏற்பட்டதே தவிர எனக்கு வேற எதுவும் தப்பா தோணல. சொல்லப்போனா அதுக்கப்பறம்தான் மீனாட்சி மேல எங்களுக்கு இன்னும் அன்பு அதிகமாச்சு. இப்படி ஒரு குழந்தையைப் பெறணும்னா உங்க பூர்வபுண்ய ஸ்தானம் பலமா இருக்கணும்னுதான் சொல்லுவேன்.”

சாமிநாதன் கண்கலங்க நின்றிருந்தார். “என் பொண்ணோட பூர்வபுண்ய பலன்தான் அவ உங்க கூடல்லாம் ஒன்பது மாசம் இருந்திருக்கா. வேறென்ன சொல்றது நான்...?”

“எதுவும் சொல்ல வேண்டாம். இதைப்பத்தி நீங்க இங்க யார்கிட்டயும் எதுவும் பேச வேண்டாம்னுதான் சொல்றேன். நம்ம விளையாட்டு என்ன ஆச்சு? நம்மளை எல்லாரும் மறந்துட்டாளா என்ன...?”

ராஜாராமன் மறைவிடத்திலிருந்து மெல்ல எட்டிப் பார்த்தார்.

“என் ஆமடையானக் காணலை. எங்க ஒளிஞ்சுண்டுருக்கார்...? யாரானம் சொல்லுங்கோ.”

மதுரம் கூடத்தில் நின்று கத்த, சிரிப்பு வந்து சத்தமாய் சிரித்து விட்டார்.

“அய்... மாமாவைப் பார்த்துட்டேன். ரெண்டு மாமா அங்க இருக்கா. வெளில வாங்கோ தோத்தாச்சு நீங்க...”

சிரித்தபடி வெளியில் வந்தார்கள்.

இரவுப் பந்திக்கு இலை போடும் வரை மாற்றி மாற்றி விளையாட்டு நடந்தது. பெரியவர்கள் ஒவ்வொருவராய் ஓய்வெடுக்க, சிறுவர்கள் மட்டும் விளையாடினார்கள். பிறகு அவர்களும் ஓய்ந்தார்கள். கல்யாணப் பெண் தாயின் மடியில் சுருண்டு படுத்து தூங்கிப் போயிற்று.

கல்யாணம் முடிந்த மறுநாள் புறப்படத் தயாரானார் சாமிநாதன்.

“நீங்க போறதானா போய்ட்டுவாங்கோ. மீனாட்சியைக் கூட்டிண்டு போகணும்னு அடம் பிடிக்காதீங்கோ. அவளை அனுப்பிட்டு என்னால இருக்க முடியாது.” கல்யாணத்தின் அம்மா மீனாட்சியை அனுப்ப சம்மதிக்கவேயில்லை.

“அது சரி... இத்தனை நாள் அவளைக் காபந்து பண்ணினது போறாதா? உங்களுக்கெதுக்கு சிரமம்?”

“நா நிஜமாதான் சொல்றேன்.” மீனாட்சியை அழைச்சுண்டு போயாகணுமா? “மீனாட்சி, நீ அப்பாவோட போய்டுவயான்ன?” கண்கலங்க கேட்டாள்.

“இங்கேர்ந்து போறதுக்கு எனக்கும் மனசு வரலைதான். ஆனா அப்பாவைத் தனியா விட்டுட்டு இங்கயே இருந்துட முடியாதே. நா என்ன செய்யட்டும்?”

“மதுரைல நீங்க இருக்கறது சொந்த வீடா குடக்கூலிக்கா?”

“குடக்கூலிதான்.”

“மதுரையில்தான் நீங்க இருந்தாகணுமா? இங்க குடிபெயர்ந்து வந்துடப்படாதா?”

“உங்க மனசு புரியறது. மீனாட்சி வேணா இன்னும் ஒரு மாசம் இங்க இருக்கட்டும். நா அப்புறம் வந்து கூட்டிண்டு போறேன்.”

அம்மா அப்போதைக்கு சமாதானமானாள். சாமிநாதன் கல்யாணத்திடம் தனிமையில் பேசினார்.

“நீ உங்கப்பாவை மிஞ்சற. உங்கப்பா உன்னை மிஞ்சறார். உங்க அன்பு என்னைக் கொல்றது. எப்படிப்பட்ட மனுஷா நீங்கள்ளாம்! உன் பெண்டாட்டி ஒரு குழந்தை. இன்னும் பால்ய மனசோடயே இருக்கா. அவளை நீ நன்னா வெச்சுக்கணும். ரெண்டுபேரும் சந்தோஷமா இருக்கணும். முடியறப்போ மதுரைக்கு வா. நா மீனாட்சிக்கு வரன் பார்த்துட்டு ஒரு மாசம் கழிச்சு வந்து அவளைக் கூட்டிண்டு போறேன். அவளுக்கு நல்ல புருஷனா கிடைக்கணும்னு நீ பிரார்த்தனை பண்ணிக்கோ.”

“கண்டிப்பா. அப்பா வரார் அவரும் உங்ககிட்ட ஏதோ பேசணும்னார்.”

கல்யாணம் அப்பாவைப் பார்த்ததும் எழுந்து நின்றான்.

“வாங்கோ சாமிநாதன். போயிண்டே பேசுவோம்.”

ராஜாராமன் அவரை அழைத்துக்கொண்டு தோப்பு பக்கமாகச் சென்றார்.

“மீனாட்சிக்கு வரன் ஏதாவது யோசிச்சு வெச்சிருக்கேளா...?”

“எங்க மதங்கள்தான் அவ கல்யாணத்துக்கு குறுக்கே நிக்கறது. உண்மையை ஏத்துண்டு அவளைக் கல்யாணம் பண்ணிக்க யார் வரானோ அவன்தான் மாப்ள. மத்தபடி நா எதுவும் யோசிச்சு வெக்கல.”

“உங்க மனைவியை எப்படி உங்களுக்கு பழக்கமாச்சு...?”

“அவளும் என்னை மாதிரி தேச விடுதலையில் ஈடுபட்டிருந்தா. ஒரு சமயம் ஒரு போராட்டத்துல இருக்கும் போதுதான் அவளைப் பார்த்தேன். போலீஸ்காரா மூர்க்கத்தனமா தாக்கினதுல அவளுக்கு நல்ல காயம். நான்தான் முதலுதவி செய்து அவ வீட்ல கொண்டு விட்டேன். ஆனா ஒரு இஸ்லாமியப் பெண். இப்படி வீட்டுக்கு அடங்காம இஷ்டத்துக்கு வெளில போய் போராடிட்டு வரலாமான்னு அவளோட உறவுகள் அவளை ரொம்பவே தப்பா பேசினதுல மனசு ஒடிஞ்சு போயிருந்தா. தேசத் தொண்டுங்கற விஷயம்தான் நாங்க ஒண்ணு சேரக் காரணமா இருந்தது. மத்தபடி வேற எதைப்பத்தியும் நானும் யோசிக்கல. அவளும் யோசிக்கல. கல்யாணம் பண்ணிண்டா ரெண்டுபேரும் சேர்ந்து இதைச் செய்ய எந்த தடையுமில்லையே. அதைத்தான் நாங்க செய்தோம். ரெண்டு ஆண் குழந்தைகள் பிறந்தது. அதையும் தேசத்துக்குதான் பலி கொடுத்தோம்.

அதுக்கப்புறம் அவ ரொம்ப மனசொடிஞ்சு போய்ட்டா. ரெண்டை பறிகொடுத்ததால மீனாட்சியை இமைக்குள்ள வெச்சு பாதுகாத்தா. இத்தனாம் அன்பும், அனுசரணையும் மீனாட்சிக்கு எங்கேர்ந்து வந்துது? எல்லாம் அவம்மா கொடுத்துட்டு போன சீதனம். ஒரு பிராமணனைக் கல்யாணம் பண்ணிண்ட காரணத்தால நம்ம சாஸ்திரம், சம்பிரதாயம் எல்லாத்துக்கும் அர்த்தங்களைக் கேட்டுக் கேட்டு தெரிஞ்சுண்டா. ஒரு பெண்ணுக்கு அவளோட புருஷனும், அவன் வணங்கற தெய்வமும்தான் குலதெய்வம்னு சொல்லுவா, கோவிலுக்குப் போக அவளுக்கு பயம். அதனால வீட்டுல சாமி படங்களை வெச்சு வழிபாடு பண்ணுவா. மீனாட்சியை கிட்டத்தட்ட ஒரு பிராமணப் பெண்ணாதான் வளர்த்தா, அவம்மாவோட நினைவுநாள் அன்னிக்கு மட்டும் பர்தா மாட்டிண்டு தர்க்காக்கு போவா. ஒரு கட்டத்துல அவளுக்கு நா சாமி, எனக்கு அவ சாமின்னு ஆய்ட்டோம். சேர்ந்திருந்த ரெண்டு குடும்பமும் மறுபடியும் பிரிஞ்சு போகற நிலை வந்தது. அதுக்கு காரணம் அவளோட மரணம். அவ குடும்பம் இஸ்லாமிய முறைப்படிதான் அவளை அடக்கம் பண்ணணும்னு ஒற்றைக்கால்ல நின்னுது, ஆனா மீனாட்சியோட கடைசி ஆசை

ஹிந்து தர்மப்படி என் கையால அவளுக்கு கொள்ளி வைத்து கர்மா பண்ணணுங்கறது. அவளோட கூடப்பிறந்தவாள்ளாம் இதைக் கேட்டுட்டு கோபத்தோட கிளம்பிபோய்ட்டா."

சாமிநாதன் பெருமூச்சோடு நிறுத்தினார்.

ராஜாராமன், அவருக்கு ஆறுதல் சொல்வதுபோல் அவர் தோளில் கரம் வைத்து லேசாய் அழுத்தினார்.

"பகவானோட லீலைகளை மனுஷ்யாளால புரிஞ்சுக்க முடியாது சாமிநாதன். யாரை யாரோட சேர்க்கணும்னு அவன்தானே முடிவு பண்றான். அந்த முடிவு தன் மனசுப்படி இருந்துட்டா சந்தோஷப்படறதும், தன் விருப்பத்துக்கு விரோதமா இருந்துட்டா கோபப்படவும் மட்டும்தான் மனுஷனால முடியும். அவனன்றி அணுவும் அசையாதுன்னு வியாக்கியானம் பண்ணுவோம். ஆனா நடைமுறையில் நாமதான் எல்லாத்தையும் செய்யறோம்னு கர்வப்பட்டுப்போம். எது எப்படியோ மீனாட்சி நல்ல குழந்தை. அவளுக்கு நல்ல மனுஷன் புருஷனா அமையணும். மீனாட்சியோட ஜாதகம் ஏதாவது கணிச்சு வெச்சிருக்கா?"

"ஜாதகம் இருக்கு. ஆனா அதால ஒரு பிரயோஜனமும் இல்ல. கலப்பு மதத்துல பிறந்த பிறப்பை அங்கீகரிக்கற அளவுக்கு யாருக்கும் இங்க தைரியம் இல்லை."

"அப்படி சொல்லிட முடியாது. இன்னும் எத்தனையோ குடும்பத்துல இந்த மாதிரி சில சிக்கல்கள் இருக்கக்கூடும். என் நண்பர் ஒருவர் சுத்த பிராமணன்தான். ஐ.சி.எஸ் அதிகாரியா இப்பொ லாகூர்ல பணியாற்றிக் கொண்டிருக்கான். ஒரு பிரிட்டிஷ்காரியைத்தான் கல்யாணம் பண்ணிண்டான். பழக்கதோஷம், ஒருத்தரை ஒருத்தர் பிடிச்சுப் போய்டுத்து. ஊர்ப்பக்கம் தலைகாட்ட முடியல. பெத்தவா மூஞ்சிலயே முழிக்காதேன்னுட்டா. அப்பறம்தான் லாகூர்க்கு மாற்றல் வாங்கிண்டு போய்ட்டான். அவனுக்கு ரெண்டு பிள்ளையும், ஒரு பெண்ணும் பிறந்தது. பெரிய பிள்ளையும் அப்பா வழில லண்டன்ல படிக்கும்போது அங்கயே ஒரு பெண்ணைக்

கல்யாணம் பண்ணிண்டு லண்டன் வாசியாவே ஆய்ட்டான். ரெண்டவாது பிள்ளைக்கு ஒரு பிராமண பெண்ணைக் கல்யாணம் பண்ணி வைக்கணும்னு ஆசைப்படறான். இதுவரை ஒரு வரனும் தகையல. கல்யாணத்தோட கல்யாண அழைப்பிதழை அவனுக்கு அனுப்பியிருந்தேன். வாழ்த்துக் கடிதம் எழுதி, பணமும் கொஞ்சம் அனுப்பியிருந்தான். கூடவே இன்னோரு கடுதாசியும் எழுதியிருந்தான். ரெண்டாவது பிள்ளைக்கு ஒரு பெண் பார்த்து தரக் கூடாதா என்று. எனக்கு மீனாட்சியோட ஞாபகம்தான் வந்தது. உங்களுக்கு ஆட்சேபணை ஏதும் இல்லைன்னா…"

"நிச்சயமா எந்த ஆட்சேபணையும் இல்ல. கடவுளா பார்த்துதான் மீனாட்சியை உங்காத்துல இருக்க வெச்சிருக்கார். உங்க மூலம் அவளுக்கு நல்லது நடக்கணும்னுதான் எல்லா விளையாட்டும் விளையாடிண்டு இருக்கான். திருச்சில கல்யாணத்தை சந்திச்சதுலேர்ந்து இதோ இந்த நிமிடம் வரை நடந்த சம்பவம் எல்லாமே காரணத்தோடதான் நடந்திருக்கு."

சாமிநாதன் சந்தோஷமாகச் சொன்னார்.

"அப்படின்னா ஒரு காரியம் பண்ணுவோம். நாம ரெண்டுபேருமே மீனாட்சியையும் கூட்டிண்டு லாகூர்க்கு போவோம். நல்ல காரியத்தைத் தள்ளிப் போடவே வேண்டாம். அவனுக்கு கடுதாசி எழுதிடறேன். பதில் வந்ததும் நாம கிளம்பிடலாம்."

"உங்க இஷ்டம்."

"கடுதாசி கூட காலதாமதமாகும். நா தந்தியே அனுப்பிடறேன்." ராஜாராமன் வீட்டுக்கு வரும் வழியிலேயே தந்தி ஆபீசில் நுழைந்தார்.

சரியாக மூன்றாவது நாளே லாகூர் நண்பரிடமிருந்து தந்தி வந்தது. நானே குடும்பத்தோடு அங்கு வருகிறேன். கடவுள் அருளால் எல்லாம் நல்லபடியாக முடியும் என்று நம்புகிறேன்.

மொத்த குடும்பமும் குதூகலித்தது.

“பிடிச்சாலும் நன்னா புளியங்கொம்பாதான் பிடிச்சிருக்கேள்.” அம்மா மீனாட்சியை முத்தமிட்டபடி, புருஷனைப் பாராட்டினாள். பிள்ளைகளும், பெண்ணும் மாற்றி மாற்றி மீனாட்சியை கேலி செய்ய, அவள் வெட்கப் புன்னகையப் படரவிட்டாள். விஷயம் நல்லபடியா முடியற வரை ஊர்ல ஒருத்தர்கிட்டயும் இந்த விஷயத்தைப் பத்தி மூச்சு விட வேண்டாம் சரியா? என் தங்கைககளுக்குக் கூடத் தெரிய வேண்டாம். கல்யாணத்தை வாழ்த்திட்டுப் போக வந்திருக்கான்னே எல்லார்ட்டயும் சொல்லிக்கோங்கோ. புரிந்ததா?”

ராஜாராமன் சொல்ல, எல்லோரும் தலையாட்டினார்கள். “நல்ல காலம் எம்பொண்டாட்டி இங்க இல்லை. இல்லாட்டா எதை சொல்லப்படாது, ஏன் சொல்லப்படாதுன்னு வெகுளித்தனமா ஆயிரம் கேள்விகள் கேட்டு கனகாரியமா நச்சரிச்சிருப்பா” கல்யாணம் சொன்னதும் மற்றவர்கள் சிரித்தார்கள்.

“அவ குழந்தைடா, கொஞ்ச காலமானா தானா எல்லாம் தெரிஞ்சுண்டு போறா. எப்பவும் இப்படியே இருந்துடப் போறாளாக்கும்.” அம்மா மாட்டுப் பெண்ணுக்கு வக்காலத்து வாங்கினாள். கல்யாணம் முடிந்த கையோடு மதுரத்தை அவளது பெற்றோர் அழைத்துச் சென்றிருந்தனர். இனி திரண்டகுளி முடிந்ததும்தான் கொண்டு வந்து விடுவார்கள். அந்த வரைக்கும் படிப்பதற்கு நேரம் கிடைத்ததே என்று கல்யாணம் நிம்மதியானான். ஆனாலும் கூட மதுரத்தின் வெகுளித்தனமும், குழந்தை முகமும் அவனுக்கு பிடித்துதான் போயிற்று. அவளது பேச்சும், நடையும், ஓட்டமும் சிரிக்க வைத்தது. அம்மா அப்பா சொல்லிக் கொடுத்தபடி ஊருக்குப் புறப்படுவதற்கு முன்பு வந்து அவனை நமஸ்கரித்தவள். எழுந்ததும் முதல் காரியமாக அவனிடம் கையை நீட்டினாள்.

“என்ன வேணும்?”

“எங்காத்துலல்லாம் நமஸ்காரம் பண்ணினா பெரியவாள்ளாம் பணம் கொடுப்பா.”

“இது அந்த நமஸ்காரமில்லடி. போய்ட்டு வரேன்னு சொல்லிக்கறதுக்கு பண்ணச் சொல்லியிருப்பா.”

“எதுக்கானா என்ன? நமஸ்காரம் பண்ணியிருக்கேனோல்யோ? நீ ஏதானம் தந்துதான் ஆகணும்.”

கல்யாணம் தன் சட்டைப்பையிலிருந்து ஒரு ரூபாய் எடுத்துக் கொடுத்தான்.

“ஒரு ரூபாய்க்கு என்ன கிடைக்கும் கடையில்?” அடுத்த கேள்வியை வீசினாள்.

“நீ என்ன வேணாலும் வாங்கிக்கோ.”

“எங்கம்மாக்கு ஏதாவது வேணும்னா எங்கப்பாதான் வாங்கிக் கொடுப்பார். நீ என் ஆமடையான்ங்கறா. என்னையே போய் வாங்கிக்கோன்றயே...!”

கல்யாணம் அடக்க முடியாமல் சிரித்து விட்டான். பெருமிதம் தாங்காமல் பெரியவர்கள் குழந்தைகளைக் கொஞ்சி முத்தமிடுவதுபோல அவளை கட்டிக்கொண்டு அவளது குண்டு கன்னத்தில் முத்தமிட்டான்.

மதுரம் ‘அய்யே!’ என்று கன்னத்தைத் துடைத்துக்கொண்டு நாணத்தோடு ஓடியே போய் விட்டாள்.

◈◈◈

ராஜாராமனின் லாகூர் நண்பர் ஐந்தாவது நாள் பயற்றூரில் வந்து இறங்கினார். அவரது மனைவியை ஊரே அதிசயமாகப் பார்த்தது. ஒன்பது முழம் பட்டுப்புடவையும், கொண்டையிட்டிருந்த முடியில் மல்லிகைச் சரமுமாய் ஒரு வெள்ளைக்காரி ஊரில் வந்து இறங்கினால் வேடிக்கை பார்க்காமல் என்ன செய்யும்? ஒரு யானையே நுழைகிற அளவுக்கு ஒவ்வொரு வாயும் பிளந்து கொண்டது.

“நன்னாத்தான் இருக்கு போ...!” ஒரு பாட்டி மோவாயில் இடித்துக் கொண்டாள்.

“பாட்டி, வெள்ளைக்காரி உன்னாட்டம் புடவை கட்டிண்ருக்கா. நீ அவாளாட்டம் கவுன் மாட்டிக்கறயா?” ஒரு வாண்டு பாட்டியை வம்புக்கிழுத்தது.

“போடா பைத்தாரா...!” பாட்டி கையை ஓங்கினாள்.

“யாராத்துக்கு வந்திருக்கா...?”

“நம்ம ராஜாராமனாத்துக்குதான். கல்யாணத்தோட கல்யாணத்தை விசாரிக்க வந்திருக்கா.”

“என்னமா கட்டிண்ருக்கா பாத்தயோ மடிசார் புடவை?”

“வாடா சம்பத்...” ராஜாராமன் நண்பனை வரவேற்று அழைத்துச் சென்றார். பழங்கதைகளை சற்றுநேரம் மனசு விட்டுப் பேசிக் கொண்டிருந்தார்கள் நண்பர்கள் இருவரும்.

“எதுக்குடா சம்பத் பாவம் உன் பெண்டாட்டியை இப்டியெல்லாம் கஷ்டப்படுத்தற? சாதாரணமா அவா போட்டுக்கற உடையிலயே கூட்டிண்டு வந்திருக்கலாமே.”

“அவளுக்கு ரொம்ப நாளா ஆசை. லாகூர்ல யார் மடிசார் புடவை கட்டிவிடறதுக்கு இருக்கா? திருவாரூர்ல தெரிஞ்சவா இருந்தா. கட்டிவிடச் சொன்னேன். அப்பறம் இதுதான் என் பிள்ளை ராம்னாத்.”

பையனை அறிமுகப்படுத்தினார். பையன் படு அழகாக இருந்தான். நன்கு தமிழ் பேசினான். டாக்டருக்கு படிப்பதாகச் சொன்னான். மீனாட்சியை விட மிஞ்சிப்போனால் மூன்று வயது பெரியவனாக இருந்தான்.

“பெண்ணைப் பார்க்கலாமா?”

“இதோ... வரச்சொல்றேன்.” ராஜாராமன் உள்ளறைக் கதவருகில் நின்றிருந்த மனைவிக்கு கண்ணால் உத்தரவிட்டார்.

பச்சைப் பட்டுப்புடவையில் மீனாட்சியைப் பார்த்ததும், ஒரு க்ஷணம் கிறங்கிப் போனான் ராம்னாத். இப்படி ஒரு அழகா...? அவனால் கண்களை எடுக்க முடியவில்லை. கல்யாணத்தின்

தாயார் அபயம் தன் நகைகளையெல்லாம் போட்டு அழகுக்கு அழகு சேர்த்திருந்தாள். தனக்காகவே இந்தக் கிளி இத்தனை காலம் இணை கிடைக்காமல் காத்திருந்ததா?

“என்னடா...? ஐ.சி.எஸ் அப்பா பிள்ளையின் தோளைத் தட்டி பெண் எப்படி என்று ஜாடையாகக் கேட்டதும், வெட்கம் வந்தது அவனுக்கு. மனசில் நினைத்ததையெல்லாம் அப்பாவிடம் சொல்லிவிட முடியாதே! இளம் புன்னகையுடன் தலை குனிந்துகொண்டான். அந்த புன்னகையும், வெட்கமும் அவன் சம்மதத்தை மௌனமாய் உணர்த்தியது.”

“சகோத்திரம் இல்லை. அந்த வரை பார்த்தா போதும். ஜாதகத்தை வெச்சு ஆராய்ச்சி எல்லாம் பண்ணிண்ருக்க வேண்டாம்னு தோண்றது. பிள்ளைக்கு பெண்ணைப் பிடிச்சிருக்கு. பெண்ணிடமும் கேட்டுக்கோங்கோ, மத்தபடி பகவானோட கிருபையை தியானிச்சுண்டு நல்ல காரியத்தை நாள் தள்ளிபோடாம நடத்திடலாம். என்ன சொல்ற ராஜாராமா?”

பிள்ளையின் அப்பா நண்பனிடம் கேட்டார்.

“நா என்ன சொல்றது. சாமிநாதன் நீங்க சொல்லுங்கோ.”

“சாமிநாதன் கை கூப்பினார். என் பொண்ணுக்கு கடவுளா பார்த்துதான் இந்த வரனை அனுப்பி வைச்சிருக்கார், அதுக்கப்பறம் நா என்ன சொல்ல. பெரியவா நீங்கள்ளாம் என்ன சொல்றேளோ அதன்படி.”

ராஜாராமன் பஞ்சாங்கத்தை எடுத்து வந்தார்.

“முகூர்த்த நாள் எந்த மாசத்துல பார்க்கட்டும்?”

“நாங்க ஒரு மாச விடுப்பில் வந்திருக்கோம். அதுக்குள்ள நல்ல முகூர்த்தம் இருந்தா கல்யாணத்தை நடத்தி பெண்ணைக் கையோட கூட்டிண்டே போய்டுவோம்.”

ராஜாராமன் அடுத்த முகூர்த்தம் எப்போது என்று பார்த்தார். அன்றிலிருந்து இருபதாவது நாள் ஒரு முகூர்த்தமிருந்தது.

"இந்த நாள்ள முகூர்த்தம் வெச்சுக்கலாமான்னு பயற்றுநாதன் சந்நிதியில் பூக்கட்டி போட்டு பார்த்துடுவோம்."

"பேஷா... அதுக்கு முன்னாடி தாம்பூலத்தை மாத்திக்கறோம். சம்பத் தன் பிரிட்டிஷ் மனைவியிடம் ஆங்கிலத்தில் தாங்கள் பேசியதையெல்லாம் மொழிபெயர்த்து சொன்னார். அவள் முகம் மலரக் கேட்டுக் கொண்டிருந்தாள். பெண் மிக மிக அழகாக இருப்பதாகச் சொன்னவள் ராம்னாத்திற்கு ஏற்ற பெண் என்றும் சொல்லி சிரித்தாள்."

தாம்பூலத்தட்டில் வெற்றிலை சீவல் பழங்களோடு காஷ்மீரப் பட்டுப்புடவையும், கெம்புக்கல் பதித்த அழகான அட்டிகையும், வளையலும், தோடுகளும் வைத்து சாமிநாதனிடம் நீட்டினார்கள். கைநடுங்க அதை வாங்கிக்கொண்ட சாமிநாதன் தட்டை ராஜாராமனிடம் கொடுத்து அவர் காலைத் தொட்டு வணங்கப் போனார்...

"அடடே... என்ன இது...?" பதறியபடி தடுத்தார். கல்யாணத்தின் திருமணத்தைத் தொடர்ந்து இந்த பெண் பார்க்கும் வைபவம் காதும் காதும் வைத்தாற்போல் நடந்ததால் ஊரில் யாருக்கும் எவ்வித சந்தேகமும் ஏற்படவில்லை.

மறுநாள் பயற்றுநாதர் சந்நிதியில் அபிஷேக ஆராதனைகளை முடித்த கையோடு அர்ச்சகரிடம் பூக்களைப் பொட்டலம் கட்டி கொடுத்தார்கள்.

"ஒரு நல்ல காரியத்துக்காக பூக்கட்டி போடறோம். ஸ்வாமிகிட்ட வெச்சு எடுத்துக் கொடுங்கோ."

கோவிலில் விளையாடிக் கொண்டிருந்த ஒரு குழந்தையை அருகில் அழைத்து, பூ ஒன்றை எடுக்கச் சொன்னார்கள். குழந்தை எடுத்த பூவைக் கண்டதும் அனைவரது முகமும் மலர்ந்தது.

"ஸ்வாமி உத்தரவு கொடுத்துட்டான்." சந்தோஷமாக பிரகாரம் சுற்றிவிட்டு வீட்டுக்கு வந்தார்கள்.

“நா என்ன செய்யணும்னு எதுவுமே அவா சொல்லலையே” சாமிநாதன் ரகசியமாக ராஜாராமனிடம் கேட்டார்.

“அவா எதுக்கு சொல்லணும். உங்களால என்ன முடியுமோ அவ்ளோதானே செய்யப் போறேள்? அவர் கேக்கறதை எல்லாம் குடுத்துட முடியுமா?”

“இருந்தாலும்...”

“இதோ பாருங்கோ சாமிநாதன். இது மனுஷா நிச்சயிக்கற கல்யாணமில்ல. தெய்வம் நிச்சயிச்ச கல்யாணம். இதுல லௌகீகத்தை பிரதானமாக்க வேண்டாம்ங்கறது என் எண்ணம். என் சிநேகிதனுக்கும் அதுல இஷ்டமில்லை. பொண்ணுக்கு ஆசையா செய்ங்கோ. ஒரு மஞ்சக்கிழங்கைக் கொடுத்தாலும் அது உசத்திதான்.”

சாமிநாதன் மீனாட்சியின் அதிர்ஷ்டத்தை எண்ணி சிலிர்த்துப் போனார். இத்தனை காலம் அவள் காத்திருந்தது வீண் போகவில்லை என்று தோன்றியது.

மதுரைக்கு கிளம்புவதற்கு முன் ஊரில் அனைவரிடமும் விடைபெற்றுக் கொண்டாள் மீனாட்சி.

அப்பாவும், அவளும் புறப்பட்டுச் சென்ற ஒரு வாரம் கழித்து, ராஜாராமனும் மதுரைக்கு குடும்பத்தோடு கிளம்ப, அவர்களோடு லாகூர் நண்பரும் கிளம்பிவிட்டார். க்ஷேத்திராடனம் என்று ஊரில் அனைவரிடமும் சொல்லி வைத்தார்.

ஜவுளி வாங்குவதும், நகை வாங்குவதுமாய் ஒரு வாரம் பறந்தது. சீர் பட்சணங்கள் அபயத்தின் கண்பார்வையிலேயே நடந்தது. நெய் மணமும், வெண்ணை மணமும் ஒன்றோடொன்று போட்டி போட்டன. பருப்புத் தேங்காயிலேயே நாலைந்து வகை. லட்டு, மைசூர்பாகு, ஜிலேபி, பாதுஷா, பாம்பேகாஜா, பால் திரட்டுப்பால் என்று இனிப்புகள் வேறு அமர்க்களப்பட்டது.

கல்யாணம் அமோகமாக நடந்தது. மீனாட்சியின் தாய்வழி உறவுகளை அழைத்திருந்தும் ஒருவர்கூட திருமணத்திற்கு

வரவில்லை. மீண்டும் ஒரு அந்தணர் மகனையே மகளுக்கு அவர் மணமுடித்து விட்டார் என்று ஆத்திரத்தில் இருந்தார்கள் அவர்கள்.

அதே நேரம் ராஜாராமனின் மொத்த உறவுகளும் அவரது சம்பந்திகள் உட்பட அனைவரும் வந்திருந்தார்கள். பையன் கொடுத்து வைத்தவன் என்று ஒருமனதாக அவர்கள் சொன்னபோது, மீனாட்சியின் மீது அவர்கள் கொண்டிருந்த அன்பு புரிந்தது.

"மதுரத்தை அழச்சுண்டு வரலையா?" தன் மாமனாரிடம் தயங்கித் தயங்கி கேட்டான் அவன்.

"அவளுக்கு ஸ்கூல்ல பரீட்சை நடந்துண்ருக்கு. வரேன்னுதான் அடம்பிடிச்சா, பரீட்சையாச்சேன்னு கூட்டிண்டு வரல."

அவனுக்கு சற்றே ஏமாற்றமாக இருந்தது. துறுதுறுவென்று அவள் முகத்தைக் காணவும் படபடவென அவள் பேச்சைக் கேட்பதற்கும் ஆவலாக இருந்தது.

மூன்று நாள் கல்யாண வைபவம் ஓய்ந்து மீனாட்சி லாகூருக்கு கிளம்பியபோது சாமிநாதனை விட அதிகம் அழுதது அபயம்தான்.

"விசேஷம்னா கடுதாசி போடுங்கோ. சீமந்தம் முடிஞ்சு தலைப்பிரசவத்தை நாங்களே பார்த்துக்கறோம். அவளுக்கு தாயில்லைன்னு நினைச்சுக்க வேண்டாம், நாங்க இருக்கோம். சம்பந்தியிடம் ஆத்மார்த்தமாகச் சொல்லி வழியனுப்பி வைத்தாள்."

———

24

அத்தியாயம்

> பெண்ணி லரசியவள் பெரிய எழிலுடையாள்
> கண்ணுள் மணியெனக்குக் காதல் ரதியவள்
> பண்ணி லினிய சுவை பரந்த மொழியினாள்
> உண்ணு மிதழமுது ஊற்றினள் கண்ணம்மா
> பீடத்திலேறிக் கொண்டாள் – மனப்
> பீடத்தி லேறிக் கொண்டாள்.

கல்யாணத்தின் திருமணம், மீனாட்சியின் திருமணம் முடிந்த கையோடு, கடைசி பெண் பாலாம்பாவின் திரண்டகுளி கல்யாணம் வந்தது. அது முடிந்து ரகுராமனின் மனைவிக்கு சீமந்தம் என மாற்றி மாற்றி வீட்டில் நல்ல விசேஷங்கள் தடபுடலாக நடக்க, எல்லாம் முடிந்த பிறகு ஒரு நல்ல நாள் பார்த்து பாலாம்பாவை புகுந்த வீட்டில் சீர் வரிசைகளோடு கொண்டுபோய் விட்டுவிட்டு வந்தார்கள். அடுத்த ரெண்டு மாசத்தில் ரகுவுக்கு ஆண் குழந்தை பிறக்க, அபயத்திற்கு வேலை சரியாக இருந்தது.

இதற்கு நடுவில் கல்யாணத்தின் பள்ளிப்படிப்பு முடிந்து கல்லூரியில் கால் வைத்த ஆறாம் மாதம் அவனுக்கு ரெவின்யூ இலாகாவில் வேலை கிடைத்தது. அப்பாவின் தொந்தரவு தாங்காமல்

எழுதிய பரீட்சையில் தேர்ச்சி பெற்று இப்படி வீடு தேடி வேலை வந்து சேரும் என அவன் நினைக்கவில்லை.

வேலையில் சேரத்தான் வேண்டுமா என யோசித்தான்.

"அரசாங்க வேலைடா. அதைப்போய் வேண்டாம்னுவாளா...?" அம்மா அங்கலாய்த்தாள்.

"நா ஐ.சி.எஸ் பாஸ் பண்ணி பெரிய கலெக்டரா ஆகணும்னு நினைச்சா, இப்படி ஜூனியர் கிளார்க்கா சேரச் சொல்றேளே நியாயமா...?"

"அதுக்கென்னடா கிளார்க் வேலைல முதல்ல சேரு. அப்புறம் ஐ.சி.எஸ் ஆகப்படாதா என்ன?"

"அதுக்கு முதல்ல ஒரு பட்டம் வாங்கணும். நா அதையே இன்னும் வாங்கின பாடில்ல. முதல்ல படிப்பையாவது முடிக்கறேனே...?"

ராஜாராமன் சம்பந்தியோடு பேசினார். இரண்டு குடும்பமும் கூடி யோசித்தது.

"பட்டப்படிப்பு முடிய நான்கு வருடம், அதற்குப் பிறகு ஐ.சி. எஸ் தேர்வு எழுதினாலும் கூட அது அவ்வளவு சுலபமல்ல தேர்ச்சியாவதற்கு. ஒருவேளை தேர்ச்சியாகவில்லை என்றால், அதன் பிறகு இந்த வேலையும் கைநழுவிப் போய்விட்டது என்ற நிலை ஏற்படும். அரைக்காசானாலும் அரசாங்க ஊழியம். அதுவும் ரெவின்யூ துறையில் வேலைக்கு நியமன ஆணை வந்திருப்பது பெரிய விஷயம். அதை எதற்கு இழக்க வேண்டும்? அதிலேயே மெல்ல மெல்ல உயர்வதற்கு வாய்ப்புகள் இருக்கிறது. இருப்பதை விட்டுவிட்டு பறப்பது தேவைதானா?" இரண்டு அப்பாக்களும் ரொம்ப யோசித்து அரசாங்க வேலை வேண்டாம் என்று சொல்லாமல், உடனே போய் சேர்வதுதான் புத்திசாலித்தனம் என்றார்கள்.

"ஏன் மாமா... என் மாப்ளயும் என்னாட்டம் ஐ.சி.எஸ்னு சொல்லிக்க உங்களுக்கு ஆசையில்லையா...?" அவரைத் தாஜா செய்து பார்த்தான்.

“என்ன பொல்லாத ஐ.சி.எஸ்? வெள்ளைக்காரனுக்கு கொத்தடிமை ஊழியம் செய்யணும்.”

“கிளார்க் வேலை மட்டும் ராஜ உத்யோகமா?” அவனுக்குக் கீழதானே நானும் ஊழியம் பண்ணியாகணும்.

“இப்பல்லாம் முன்ன மாதிரி இல்லைடா கல்யாணம். போட்டி ஜாஸ்தியாய்டுத்து. எத்தனையோ நூறுபேர் எழுதினதுல உனக்கு ஒரு வேலை வந்திருக்கு. அதை எதுக்கு நழுவ விடணும். நீ முதல்ல இந்த உத்யோகத்துல சேரு. வேற எதைப் பத்தியும் இப்போதைக்கு யோசிக்க வேண்டாம்.”

அப்பா தீர்மானமாகச் சொல்லிவிட்டார்.

அந்த ஒரு விஷயத்தில்தான் அப்பாவின் முடிவு அவனுக்கு வருத்தத்தையும், ஏமாற்றத்தையும் அளித்தது. வாழ்க்கை என்பது அவர்களைப் பொறுத்தவரை பரமபத விளையாட்டுதான். குருட்டு அதிர்ஷ்டத்தில் நம்பிக்கையில்லை. அதே நேரம் ஒவ்வொரு கட்டமாய் கடந்து போகும்போது ஏணியும் எதிர்ப்படும், பாம்பும் காலைவாரக் காத்திருக்கும். பள்ளிப் படிப்பு முடித்த கையோடு கிடைத்திருக்கும் அரசாங்க உத்யோகம் கடைசி வரை காசுக்கு சிரமமின்றி அவனைக் காப்பாற்றும் என்று ஒரு சராசரி தகப்பனாக சிந்தித்தாரே தவிர, அவனால் ஐ.சி.எஸ் ஆக முடியும் என்று நம்பிக்கையோடு அவனை ஊக்கப்படுத்த அவரால் முடியவில்லை.

மனசுக்குள் சிறகு விரித்திருந்த ஐ.சி.எஸ் ஆசையை மூட்டை கட்டி அடி மனசில் போட்டுவிட்டு தாலுகா ஆபீசில் குமாஸ்தாவாகப் பணியில் சேர்ந்தான்.

பெரிய பெரிய மேஜைகள். அது முழுக்க கோப்புகள். முனை கிழிந்த பழுப்பு நிற காகிதங்கள் என்று அந்த அலுவலகம் அவனுக்கு வித்யாசமாக இருந்தது. இனி வாழ்நாள் முழுக்க இங்குதான் என்று நினைத்தபோது ஆயாசம் ஏற்பட்டது.

தன் ஆதங்கத்தை கடிதம் மூலம் சாமிநாதனிடம் பகிர்ந்துகொண்டான். அவர் ஆறுதலாக கடிதம் எழுதியிருந்தார்.

“உன் வருத்தம் புரிகிறது. உன் படிப்பு முடங்கிவிட்டதில் எனக்கும் வருத்தம்தான். கிடைக்குமா, கிடைக்காதா என்கிற உத்தரவாதமில்லாத ஒன்றிற்காக கிடைத்ததைக் கோட்டை விட்டுவிட வேண்டாம் என்று நினைத்திருப்பார் உன் தந்தை. எனக்கென்னவோ தவறு உன்னிடம்தான் என்று தோன்றுகிறது. கண்டிப்பா ஐ.சி.எஸ்.தான் ஆக வேண்டும் என்கிற அசைக்க முடியாத உறுதி உனக்கு இருந்திருந்தால், குமாஸ்தா வேலைக்கான பரீட்சையை நீ எழுதியிருக்கக் கூடாது. அதை நீ எழுதியதால்தான் எல்லா குழப்பமும், போனது போகட்டும். நாம் எதிர்பாராத விஷயங்களும் நடப்பவைதான் வாழ்க்கை. நமக்கு பிடித்த விஷயங்களைச் செய்யும்போது கஷ்டங்கள் ஏற்பட்டால் கூட நாம் பொருட்படுத்துவதில்லை. சத்தியாக்கிரகத்தில் எல்லா இடர்களையும் இன்பமாக ஏற்றுக்கொண்டோம். எனவே இந்த வேலையைப் பிடித்தமானதாக நினைத்துக்கொண்டு மகிழ்ச்சியோடு செய். ஆயாசம் ஏற்படாது. எல்லோருக்கு எதிரிலும் ஒரு பெரிய மலை இருக்கிறது. அதன் உயரத்தில் ஏறுவதும், அடிவாரமே சுகமென்று வீழ்ந்து கிடப்பதும் அவரவர் இஷ்டம். முயற்சி எடுப்பவன் உச்சியில் இருப்பான். நீ எடுத்த எடுப்பில் உச்சிக்கு போக வேண்டும் என்று ஐ.சி.எஸ் என்ற விமான பயணத்தைத் தேர்ந்தெடுக்க விரும்பினாய். ஆனால் அடிவாரத்திலிருந்து மெல்ல மெல்ல ஏறி வா என்கிறது விதி. ஆனாலும் சிகரங்கள் அடைய முடியாதவை அல்ல. என் அன்பும், ஆசியும் உனக்கு எப்போதும் உண்டு.”

கல்யாணம் கடிதத்தை கண்ணில் ஒற்றிக்கொண்டான். அடுத்த நாள் கோயிலுக்குப் போவதுபோல் ஒரு உயர்ந்த மனநிலையில் அலுவலகத்திற்குக் கிளம்பினான். தூசியும் தும்புமாக இருந்த தன் மேஜையைத் துடைத்து சுத்தம் செய்தான். கோப்புகளை அலமாரியில் வரிசையாக அடுக்கினான். டேபிளின் ஓரத்தில் சிறிய பயற்றுநாதர் படத்தையும், அம்பாளின் படத்தையும் வைத்து அதன் மீது செம்பருத்தி பூக்களையும் வைத்தான். சின்ன ஊதுபத்தி ஸ்டாண்டில் வாசனை அகர்பத்திகளை கொளுத்தி வைத்தான்.

சக ஊழியர்கள் அவன் மேஜையையும், அதன் சுத்தத்தையும், பூ வைத்த படங்களையும் ஒரு வினாடி வியப்போடு பார்த்தார்கள். ஊதுபத்தி வாசத்தை நுகர்ந்தார்கள். ஏதோ ஒரு நல்ல அதிர்வு அந்த இடத்தில் நிரம்பியிருப்பதை உணர்ந்தார்கள். அந்த அதிர்வு அவர்களுக்குப் பிடித்திருந்தது. சுத்தமே நல்ல அதிர்வுதான் என்பது புரிய உடனடியாக தங்கள் மேஜையையும் சுத்தப்படுத்தினார்கள். மறுநாள் எல்லாரது மேஜையிலும் அவரவர் இஷ்ட தெய்வங்கள் வந்து இடம் பிடித்துக் கொண்டார்கள்.

சாமிநாதனின் புண்யத்தில் அலுவலகம் சந்தோஷத்திற்குரிய இடமாக மாறிற்று. நந்தவனத்தில் பூக்களைப் பார்ப்பதுபோல கோப்புகளைப் பார்த்து நடவடிக்கை எடுத்தான். பதவி உயர்வுக்கான வழிகளிலும் கவனம் செலுத்தினான்.

திரும்பிப் பார்ப்பதற்குள் மூன்று வருடங்கள் ஓடியே போயிருந்தன. ரகுவின் மனைவிக்கும், பாலாம்பாவிற்கும் அடுத்தடுத்து பிரசவம் பார்த்து பிள்ளை வளர்ப்பதிலேயே அம்மாவின் பொழுது போய்க்கொண்டிருந்தது. கல்யாணமாகி முதல் இரண்டு வருடம் எந்த விசேஷமும் இல்லாதிருந்த மீனாட்சியிடமிருந்து நாள் தள்ளிப் போயிருப்பதாக நல்ல செய்தி வந்த அதே நேரத்தில்தான் மதுரம் பெரிய மனுஷியாகிவிட்டாள் என்ற நல்ல செய்தியும் வந்தது. அம்மா ரெட்டை சந்தோஷத்தோடு திரண்டகுளி கல்யாணத்திற்குத் தயாராகி விட்டாள்.

ஆச்சர்யமாக இருந்தது கல்யாணத்திற்கு. புதிதாய்ப் பிறந்த கன்றுக்குட்டி மாதிரி துள்ளிக்கொண்டிருந்த மதுரமா இவள்! என்னாயிற்று இவளுக்கு? இத்தனை பதவிசும், நாணமும் எங்கேயிருந்து வந்தது? அழகும், மந்தஹாசமும் ஏகத்துக்குக் கூடிப்போயிருந்தது. ஒரு பூ மலர்ந்துவிட்டால் இத்தனை அழகா...? வியப்பு ஏற்பட்ட அதே நேரம் அந்த அழகு அவனுக்கே உரியது என்ற சந்தோஷமும் ஏற்பட்டது.

ஊர் முழுக்க புட்டு விநியோகித்து நலங்குக்கு அழைத்துவிட்டு வந்தார்கள். மதுரத்திடம் தனித்து ஒரு வார்த்தை கூடப் பேச முடியவில்லை அவனால்.

கொண்டாட்டங்களெல்லாம் முடிந்து ஊருக்குப் புறப்பட்டார்கள். நல்ல நாள் பார்த்து மதுரத்தைக் கொண்டு விடுவதாக அவள் வீட்டினர் கூறியதும், சற்றே ஏமாற்றமாயிற்று. தங்களோடே அவளையும் அனுப்பி விடுவார்கள் என்று அவன் எதிர்பார்த்திருந்தான். புறப்படுகிற வரை மதுரம் அவனிடம் ஒரு வார்த்தை கூடப் பேசவில்லை. அவனை ஏறிட்டுக் பார்க்கக் கூட அவள் வெட்கப்பட்டது ஆச்சர்யமாயிருந்தது. இந்த மூன்று வருடத்தில் அவளது பெற்றோர் அவளை அந்த அளவுக்கு கட்டுப்படுத்தி குடும்பப் பெண்ணுக்குரிய லட்சணங்களை எல்லாம் அவளிடம் குடியேற்றி இருந்தார்கள். கல்யாணத்திற்குதான் என்னவோ ஒரு குழந்தை தொலைந்துவிட்டாற்போல் வருத்தமேற்பட்டது.

அப்பா பூட்டைத் திறக்க, ரேழியில் தபால்காரர் போட்டுவிட்டுப் போயிருந்த கடிதங்களை எடுத்தான். மீனாட்சியிடமிருந்து வந்திருந்த கடிதத்தை அம்மாவிடம் கொடுத்தான். முகம் மலர கடிதத்தைப் பார்த்தாள் அவள்.

“சந்தோஷமாயிருக்கிறேன் அம்மா. கணவர் உட்பட அனைவரும் என்னிடம் அன்பாயிருக்கிறார்கள். நாங்கள் இப்போது சொந்த வீட்டிற்குக் குடிபெயர்ந்து விட்டோம். அரண்மனை மாதிரி இருக்கிறது வீடு. சற்று தூரத்தில் பிரவாகமாய் ஓடும் சிந்து நதியின் இரைச்சல் சங்கீதமாய்க் கேட்கிறது. வேதம் பிறந்த புண்ணிய நதியின் கரையோரம் வாழ்கிறோம் என்று நினைக்கையில் மனது சிலிர்க்கிறது. அந்த நதியோரம் இன்னமும் குடில்கள் அமைத்துக்கொண்டு மகரிஷிகள் வேதம் சொல்வது போலவே தோன்றுகிறது. ஹிந்துக்களின் நாகரீகம் இங்கிருந்தல்லவா வேர்விட்டுத் தழைத்து பரவியது. இப்படியொரு இடத்தில் வசிப்போம் என்று நான் கனவிலும் எண்ணியதில்லை. இந்த வாழ்வும், மகிழ்ச்சியும் நீங்கள் எனக்குப் போட்ட பிச்சை. உங்கள் அன்பு இல்லாவிட்டால் இதெல்லாம் கிடைத்திருக்குமா? உங்கள் தாயன்புக்கு ஈடாக நான் எதைத் தரப்போகிறேன்? உங்கள் அன்புக்கு நிகராக அன்பைப் பொழிய

இன்னும் எத்தனை ஜென்மங்கள் நான் எடுக்க வேண்டும்? ஒவ்வொரு க்ஷணமும் உங்களை நமஸ்கரித்தபடிதான் வாழ்ந்து கொண்டிருக்கிறேன். அடுத்த மாதம் என்னுடைய சீமந்தம் நடக்க இருக்கிறது. நீங்கள் அனைவரும் வந்து நடத்திக் கொடுப்பதோடு, இந்த சிந்து நதியின் அழகை அனுபவித்தபடி என்னோடு பத்து நாளாவது தங்கிச் சென்றால் மிகவும் மகிழ்வேன்."

அம்மா அடுத்த க்ஷணம் லாகூருக்குச் செல்வதற்கு அப்பாவை நச்சரிக்கத் தொடங்கினாள்.

"போலாம்." அப்பா சம்மதித்தார்.

அவர்கள் இருவரும் மட்டும் சென்று வருவதென முடிவாயிற்று.

சாமிநாதனுக்கும் சேர்த்து டிக்கெட் எடுத்து வைத்தார்.

ஒரு புதன்கிழமையன்று மதுரம் வந்து சேர்ந்தாள். வீட்டில் விருந்து தடபுடல் பட்டது. பூக்களும், பழங்களும் கூடை கூடையாய் வந்து இறங்கியது. அடுப்படியில் வெல்லப்பாகும், சர்க்கரைப்பாகுமாய் நெய்வாசத்தோடு வாசல் வரை மணம் வீசிற்று. அண்ணா, கல்யாணராமனை அடிக்கடி கேலி செய்தபடி மன்னியை ஓரப் பார்வையில் பார்த்துக் கொண்டிருந்தான். அவள் முகமெல்லாம் சிவக்க வெட்கப்பட்டுக் கொண்டிருந்தாள்.

சாஸ்திரிகள் ஹோமம் வளர்த்து மந்திரங்களைச் சொல்ல, எதிரே கல்யாணமும், மதுரமும் கல்யாண கோலத்தில் அமர்ந்து கொண்டிருந்தார்கள். எல்லா சம்பிரதாயங்களும் முடிந்த பிறகு, இருவரையும் முதலிரவு அறைக்குள் அனுப்பிவிட்டு பெண்கள் கதவுக்கு வெளியே நின்றுகொண்டு கேலிப் பாட்டுகளை பாடினார்கள்.

தேக்குக் கட்டில் முழுவதும் பூப்பந்தல் போட்டு புது மெத்தையும், தலையணைகளும் போடப்பட்டிருந்தது. அருகே உள்ள மேஜை மீது பாலும், பழங்களும், இனிப்புகளும் வைத்திருந்தது.

கல்யாணம் மதுரத்தைப் பார்த்தான். ஒன்பது கெஜம் மடிசார் புடவையில் நெற்றியெல்லாம் முத்து முத்தாய் வியர்க்க, என்ன

செய்வதெனப் புரியாதவளாய் பயமும், படபடப்புமாய் கட்டிலின் ஓரமாய் மல்லிகைச் சரத்தைப் பிடித்தபடி நின்றிருந்தாள்.

கல்யாணத்திற்கே கூட படபடப்பாகத்தான் இருந்தது. இதுநாள் வரை மதுரத்தின் வரவை எதிர்பார்த்து காத்திருந்தவனுக்கு அவளோடு தனித்திருக்கும் அந்த இரவை எப்படி கழிப்பதெனப் புரியாமல் வியர்த்தது.

“உட்காரேன்” மெல்ல வாய் திறந்து முனகினான். தன் குரல் அவனுக்கே வேடிக்கையாக இருந்தது.

அவன் இரண்டு, மூன்றுமுறை சொன்னதும்தான் மதுரம் மல்லிகைச் சரத்தை விட்டுவிட்டு அவனருகில் வந்தாள்.

“அம்மா நமஸ்காரம் பண்ணச் சொன்னா” என்றபடி சட்டென அவனை நமஸ்கரித்தாள்.

“அம்மா இன்னும் என்னல்லாம் சொன்னா?” அவளையே விழுங்கிவிடுவது போல் பார்த்தபடி கேட்டான்.

“ஆம்படையான் சொன்னபடி கேட்கணும். அவர் மனசு கோணாம நடந்துக்கணும்னா.”

“அப்புறம்...?”

“அவர் தூங்கினப்பறம்தான் நீ தூங்கணும். காலம்பற ஜன்னல் கதவை நாங்க லேசா ரெண்டு தரம் தட்டினதும் நீ உடனே எழுந்துண்டுடனும். மெத்தைக்கு அடியில் மாற்றுப் புடவை இருக்கும் அதை சுத்திண்டு வெளில வரணும்னா.”

கல்யாணம் அவளையே பார்த்தான். குறும்புத்தனம் குறைந்திருந்ததே தவிர, குழந்தைத்தனம் காணாமல் போய்விடவில்லை என்ற ஆறுதலேற்பட்டது. திரண்டகுளி ஆகிவிட்டது என்ற ஒரே காரணத்திற்காக ஒரு குழந்தையை முதலிரவுக்கு அனுப்பி வைத்திருக்கும் பெரியவர்களின் செயல் அவனுக்கு கஷ்டமாக இருந்தது. தன் அங்கவஸ்திரத்தால் மெல்ல அவளது நெற்றி வியர்வையை ஒற்றி எடுத்தான்.

“என்னைப் பார்த்தா உனக்கு பயம்மார்க்கா மதுரம். ஏன் இப்படி வேர்க்கறது?”

“தெனம் எங்க அத்தையோடதான் நா படுத்துப்பேன். இன்னிக்கு ஏன் இங்க விட்டுட்டு போய்ட்டா? எதுக்கு கட்டில்ல இவ்ளோ மல்லிகைப் பூ? புருஷாளோட பேசப்படாதுன்னு சொல்லுவா. உங்களோட மட்டும் பேசலாமா?”

“பேசலாம். நா உன்னோட புருஷன். உனக்கு தாலி கட்டியிருக்கேன். உங்கப்பாவுக்கு எப்படி உங்கம்மாவோ, அதே மாதிரி எனக்கு நீ புரிஞ்சுதா?”

“ம்... நீங்க சொல்றபடி கேக்கணும்னாளே. நீங்க என்ன சொல்லப்போறேள்? நா என்ன செய்யணும்?”

“ஒண்ணும் செய்ய வேண்டாம். இப்படி கிட்ட வா.” அவள் உடனே கீழ்ப்படிந்தாள்.”

“என் மடில படுத்துக்கோ.”

“அவள் தயக்கமும், வெட்கமுமாக அவனைப் பார்த்தாள். அவன் மெல்ல அவளைத் தன் மடியில் சாய்த்துக்கொண்டான். அவள் கேசத்தை வருடியபடி தூங்கு என்றான். ஒரு குழந்தையைத் தட்டுவதுபோல் தட்டிக் கொடுத்தான். அவள் சட்டென எழுந்து உட்கார்ந்தாள். பாட்டி எங்கிட்ட சொன்னா பத்தாம் மாசம் அவளைக் கொள்ளுப் பாட்டியாக்கணும்னு உங்ககிட்ட சொல்லச் சொன்னா. உங்களுக்கு மாய மந்திரம் எல்லாம் பண்ணத் தெரியுமான்ன?”

கல்யாணம் வயிற்றைப் பிடித்துக்கொண்டு சிரித்தான். “நல்லகாலம் நீ நிஜமாவே பெரிய மனுஷியாய்ட்டயோன்னு பயந்துண்ருந்தேன். அப்படியேதான் இருக்க.”

“இந்த பெரியவாளோட பேச்செல்லாம் நேக்கு புரியவேல்ல.”

“நீ பெரியவளானா புரிஞ்சுட்டு போறது.”

“நாந்தான் பெரியவளாய்ட்டேனே?”

"உன் உடம்புதானே பெரியவளாகியிருக்கு, மனசும் ஆனாத்தான் இதெல்லாம் புரியும்."

"மனசு எப்போ ஆகும்?"

கல்யாணம் அவளை புன் சிரிப்போடு பார்த்தான். மெல்ல அவள் நெற்றியில் முத்தமிட்டான்.

"அது ஆகறப்போ ஆகட்டும். நாம படுத்துக்கலாமா?"

"ம்... நா எங்க படுத்துக்கட்டும்?"

"ஏன் கட்டில்லதான்."

"கட்டில்ல நீங்க படுத்துக்க மாட்டேளா?"

"நானும்தான்."

"ரெண்டுபேருமா...?" அவள் சற்றே திகைத்தாள்.

"இனிமே நாம ரெண்டுபேரும் ஒரே கட்டில்லதான் படுக்கணும்."

அவன் சொல்ல, அவள் தயக்கத்தோடு படுத்துக் கொண்டாள். கல்யாணம் சிம்னி விளக்கை ஊதி அணைத்தான்.

——

25

அத்தியாயம்

தெய்வம் பல பல சொல்லி - பகைத்
தீயை வளர்ப்பவர் மூடர்
உய்வ தனைத்திலும் ஒன்றாய் எங்கும்
ஓர் பொரு ளானது தெய்வம்
வெள்ளை நிறத்தொரு பூனை - எங்கள்
வீட்டில் வளருது கண்டீர்
பிள்ளைகள் பெற்றதப் பூனை - அவை
பேருக் கொருநிற மாகும்
இந்த நிறம்சிறி தென்றும் - இஃது
ஏற்ற மென்றும் சொல்லலாமோ?

ஒரு வாரம் ஓடிப்போயிருந்தது. அம்மா மீனாட்சியைப் பார்க்கத் தயாராகிக் கொண்டிருந்தாள். மாவடுவிலிருந்து, அரிசி அப்பளம் வரை ஒவ்வொரு நாள் ஒவ்வொன்று பண்ணி எடுத்து வைத்துக்கொண்டாள். சாமிநாதனை நேராக மதராஸுக்குப் போய்விடச் சொல்லியாயிற்று. இத்தனாம் தேதி புறப்பட்டு வருகிறோம் என்று மீனாட்சிக்கு கடிதமும் எழுதிப் போட்டாயிற்று.

கல்யாணத்தின் அத்தையை பதினைந்து நாள் மதுரத்துக்கு துணையாய் இருப்பதற்கு வரச் சொல்லியிருந்தது.

புறப்படுவதற்கு சரியாக ஒரு வாரம் முன்பு ராஜாராமன் குளிர் ஜுரம் என்று படுத்தவர்தான். உடம்பு அப்படி காய்ந்தது. தூக்கித் தூக்கிப் போட்டது. தலையே தூக்க முடியவில்லை. அபயம் பயந்துபோனாள். குலதெய்வத்திற்கு முடிந்து வைத்தாள். டாக்டரிடம் காட்டியதில் அவர் அந்த ஜுரத்திற்கு டைபாய்டு என்று பெயரிட்டார். பதினைந்து நாள் எங்கும் நகரக்கூடாதென்று கட்டளையிட்டார். வேறு வழியின்றி சாமிநாதனுக்கு தந்தியடித்தான் கல்யாணம். அவர் உடனே புறப்பட்டு பயற்றூர் வந்தார். கிழித்த நாராய்ப் படுத்திருந்த ராஜாராமனைக் கண்டதும் கண் கலங்கினார்.

"மீனாட்சிக்காக நிறைய சாமான் வாங்கி வெச்சிருக்கு. நாங்க வராட்டா என்ன நீங்க போய்ட்டு வாங்கோ." அப்பா டிக்கெட்டை எடுத்துக் கொடுத்தார்.

அம்மா கொடுத்த சாமான்களோடு அவர் மறுநாள் கிளம்பிச் சென்றார். பிரசவம் முடியும்வரை அங்கேயே இருக்கப் போவதாகச் சொன்னார்.

ஒரு மாதமாயிற்று அப்பா பழையபடி எழுந்து நடமாட. அதற்குள் அம்மா பட்டபாடும், பயந்த பயமும் கொஞ்ச நஞ்சமல்ல.

இந்த ஒரு மாதத்தில் மதுரமும், ரகுவின் மனைவியும்தான் அடுக்களை காரியங்களைப் பார்த்துக் கொண்டார்கள். அப்பாவுக்கு வேண்டியதை மட்டும் அம்மா சமைத்துக் கொண்டாள்.

"என்னடா உன் பெண்டாட்டி நன்னா சமைக்கறாளா?" அப்பா ஆப்பிளைக் கடித்தபடி கேட்டார்.

"உன் பெண்டாட்டிய விட நன்னா சமைக்கறாப்பா...!"

"பாத்தயாடி கொழுப்பை...!" அப்பா சிரித்தார்.

அன்றிரவு பால் டம்ளரோடு வந்த மதுரம், கூடவே ஒரு கிண்ணத்தில் எதையோ கொண்டு வந்து அவனிடம் நீட்டினாள்.

"என்ன இது...?"

"தேங்கா பர்பி..."

"திடீர்னு என்ன...?"

"நான்தான் பண்ணினேன். நன்னார்க்கா?"

"ஓஹோ! தேங்கா பர்பியெல்லாம் பண்ற அளவுக்கு பெரிய மனுஷியாய்ட்டயாக்கும்?"

"அப்புறம் மன்னி எங்கிட்ட ஒரு விஷயம் கேட்டா."

"என்ன விஷயம்?"

"ஏன் இன்னும் ஒரு விசேஷமும் இல்லன்னு கேட்டா. என்ன விசேஷம்னு கேட்டேன். சரியான அசடுன்னு சிரிச்சா. அப்புறம் காலாகாலத்துல ஒரு குழந்தையைப் பெத்துக்கற வழியப் பாருடி அசடேன்னா. நானா மாட்டேங்கறேன்? ஆனா அதுக்கு என்ன செய்யணும்னு சொல்ல வேண்டாமா? நா கேக்கல. அவளை என்ன கேக்கறது? எதைப்பேசினாலும் கேலிதான்."

"உனக்கு குழந்தைன்னா பிடிக்குமா?"

"யாருக்குதான் குழந்தைன்னா பிடிக்காது?"

"அப்போ நா சொல்றபடி கேப்பாயா?"

"நீங்க சொல்றபடிதானே தினமும் கேக்கறேன்."

"இன்னிக்கு நா சொல்லப்போறதே வேற" கல்யாணம் விளக்கை ஊதி அணைத்துவிட்டு அவளை அருகில் இழுத்து மெல்ல அணைத்துக் கொண்டான்.

◈◈◈

கொல்லையில் மாமரம் ஒன்று புதிதாய் துளிர் விட்டிருந்தது. மூன்று மாதத்தில் அது கிளை விட்டு உயர்ந்து வளர்ந்திருந்தது. அதனடியில்தான் மதுரம் மசக்கை மாங்காயைக் கடித்துக் கொண்டிருந்தாள். முகத்தில் அழகு சுடர் விட்டது.

அபயத்திற்கு சந்தோஷம் தாங்கவில்லை. ஆனால் அத்தனை சந்தோஷமும் ஒரு தந்தியால் வடிந்துவிட்டது.

லாகூரிலிருந்து சாமிநாதன் அனுப்பிய தந்தி. மீனாட்சியின் குழந்தை பிறந்த ஒரு மணிநேரத்தில் இறந்து விட்டதாம். ஆண் குழந்தை என்று தெரிவித்திருந்தார். வீடு சோகத்திலாழ்ந்தது. அம்மா ஒரு மணி நேரம் அழுதாள்.

போகட்டும் நீயாவது பிழைத்தாயே. குழிப்பிள்ளை மடியில் என்பார்கள். மனசைத் தளரவிடாதே. தேற்றிக்கொள். இந்த நேரத்தில் உன் அருகில் இருக்க முடியவில்லையே என நினைக்கும்போது சங்கடமாயிருக்கிறது என்று கடிதம் எழுதிப்போட்டாள்.

கல்யாணத்திற்கு ஆண் குழந்தை பிறந்ததும், ஒருமுறை சாமிநாதன் வந்து வாழ்த்திவிட்டுப் போனார். பிறகு அவரையும் காணவில்லை. மீனாட்சியிடமிருந்தும் ஒரு தகவலுமில்லை.

குழந்தைகளைப் பார்ப்பதும், வீட்டு வேலைகளுமாக அபயத்திற்கும் அவளைப்பற்றி நினைப்பதற்கு நேரமில்லாது போயிற்று.

இதற்கு நடுவில் அரசியலிலும் பரபரப்பாக ஏதேதோ நடந்து கொண்டிருந்தது. மத்தியில் இரட்டை ஆட்சிமுறை அமலுக்கு வந்திருந்தது. மாநிலத்தில் அதே இரட்டை ஆட்சி ஒழிந்து சுயாட்சி வழங்கப்பட்டிருந்தது. சுயாட்சி என்று பேர்தானே ஒழிய அதிகாரங்கள் எல்லாம் பிரிட்டிஷ் வைசிராயிடமும், கவர்னரிடமும்தான் இருந்தன. சுயாட்சி என்பது கேலிக் கூத்தாயிற்று.

பொதுத் தேர்தலில் காங்கிரஸ் ஆறு மாகாணங்களில் வென்று ஆட்சியமைத்த சந்தோஷத்தை அனுபவிப்பதற்கு முன் இரண்டாம் உலகப்போருக்கு வித்திட்டான் ஜப்பான்காரன். இந்தியத் தலைவர்களை ஒரு வார்த்தை கூடக் கேட்காமல் இந்தியப்படைகளை போரில் ஈடுபடுத்திய ஆங்கிலேயனின்

ஆணவமும், அதிகாரமும் கண்டு வெறுப்புற்ற காங்கிரஸ் ஆறு மாகாணங்களிலும் ராஜினாமா செய்து எதிர்ப்பை தெரிவித்தது.

பிரிட்டிஷாரை எதிர்த்து இந்தியா முழுவதும் கலவரங்கள் வெடித்துக் கிளம்ப, அதோடு உலகப்போரின் அச்சுறுத்தலும் சேர்ந்துகொள்ள மக்கள் செய்வதறியாது திகைத்தனர். நாளுக்கொரு வதந்தி தீயாய்ப் பரவியது. மக்கள் எப்போது, எங்கிருந்து குண்டு வந்துவிழுமோ என்று அஞ்சி நடுங்கினார்கள். குண்டுச் சத்தமெல்லாம் ஓய்ந்து எப்போது இந்த உலகம் அமைதியாகும் என்ற ஆதங்கம் ஏற்பட்டது.

ஆங்கிலேயரை எதிர்த்த சுதேசிகளை எல்லாம் அவர்கள் தடியால் அடித்து காயப்படுத்தினார்கள். அந்தத் தடியை உப்பு சத்தியாக்கிரகத்தில் தாரன் துரைதான் முதன்முதலில் அரங்கேற்றம் செய்து சத்தியாக்கிரகிகளை அடித்து நொறுக்கினான் என்று சுதேசமித்திரனில் செய்திகள் படிக்கும்போதெல்லாம் கல்யாணத்தின் இரத்தம் கொதிக்கும். அந்த தடிகளை எல்லாம் பிடுங்கி சுதேசிகளைக்கொண்டு ஆங்கில சர்வாதிகாரிகளை எல்லாம் அடித்து நொறுக்க வேண்டும் என்று இளைஞர்கள் எல்லாம் துடித்தார்கள். திருப்பூரில் மூவர்ணக் கொடியோடு தடியடிபட்டு மாண்டுபோன குமரனை நினைத்தபோது இளைஞர்களின் இரத்தம் இன்னும் அதிகமாகக் கொதித்தது.

கல்யாணம் வீரம் செறிந்த இளைஞர்களை எல்லாம் ஒன்று சேர்த்து அவர்களுக்கு ஆங்கிலேயரின் அராஜகம் பற்றிய செய்திகளை எல்லாம் சொல்லி, அவர்களது தேச பக்தியை வளர்ப்பதை ஒரு பகுதி நேரப் பணியாக ஏற்றுக்கொண்டான். காந்தியை மானசீக தலைவராக ஏற்றுக் கொண்டிருந்த அவர்களில் இந்துக்களுக்கு நிகராக இஸ்லாமியர்களும் இருந்தார்கள். தங்களால் இயன்ற அளவு அவர்கள் சிறிய அளவில் தென்னாட்டில் ஆங்கிலேயரை எதிர்த்து கிளர்ச்சிகள் செய்வது வாடிக்கையாயிற்று.

விடுமுறை நாட்களில் கல்யாணராமன் தன் இளைஞர் குழுவினரை அழைத்துக்கொண்டு கிராமம் கிராமமாகச் செல்வான்.

புறஞ்சேரிகளை சுத்தம் செய்வார்கள் சிலர். கள்ளுக்கடைகளுக்கு முன் நின்றுகொள்வான் கல்யாணம். கள்ளுக்கடைக்கு குடிக்கச் செல்கிறவர்களை தடுத்து நிறுத்துவான். கை கூப்பியபடி அவர்களிடம் பேசுவான்.

“மது உடலுக்கு நல்லதில்லை அய்யா. தயவுசெய்து குடிக்காதீர்கள். திரும்பிச் செல்லுங்கள்” கெஞ்சுவான். சிலர் மூர்க்கமாக அவனைத் தள்ளிவிட்டுப் போவார்கள். சிலர் ஆத்திரமாக அவன் முகத்தில் காறித் துப்பிவிட்டுப் போவார்கள். சிலர் அவனை நையப் புடைத்துவிட்டுப் போவார்கள். அவன் எல்லாவற்றையும் பொறுத்துக்கொண்டு மீண்டும் மீண்டும் அவர்களிடம் கெஞ்சியபோது அவர்கள் ஆச்சர்யப்பட்டார்கள். இத்தனை அவமதித்தும் இந்தப் பையன் தங்களைத் தடுக்கிறான் என்றால், அவனுக்குதான் தங்கள் மீது எவ்வளவு கரிசனம் என்று யோசிக்க ஆரம்பித்தார்கள். வெகு சீக்கிரமே பல கள்ளுக்கடைகள் பல கிராமங்களில் பூட்டப்பட்டது. கல்யாணம் தன் மகிழ்ச்சியையும், வெற்றியையும் தலைவர்களுக்கு மானசீகமாக சமர்ப்பணம் செய்தான்.”

கள்ளுக்கடை விஷயம் மட்டுமல்ல, இன்னும் பல நற்காரியங்களும் அந்த இளைஞர்கள் செய்தார்கள். அதில் முக்கியமானது மக்களுக்கு சுதந்திர உணர்வை ஏற்படுத்துவது. அந்நியன் ஒருவனின் ஆட்சியில் அடிமையாய் வாழ்வது வெட்கத்திற்குரியது என்று மீண்டும் மீண்டும் மக்களிடம் அழுத்தமாகக் கூறினார்கள். மக்கள் வெட்கப்பட ஆரம்பித்து விட்டால் பிறகு அந்நியர்கள் அவர்களை அடக்கியாள்வது சிரமமாகிவிடும் என்பதே அதன் அடி நோக்கம். அப்படியும் ஒரு சில முதியவர்கள் அலுத்துக் கொண்டார்கள்.

“ஏண்டாப்பா... வெள்ளைக்காரன் நன்னாத்தானே ஆள்றான். கட்ட வேண்டிய நிலவரியை எல்லாம் நாலு தவணையா வாங்கிக்கறான். மற்றபடி நமது ஆச்சார அனுஷ்டானங்களில் அவன் தலையிடறதில்லை. அவன் ஆட்சியை எதுக்கு

எதிர்க்கணும்? ஆனா உங்க மகாத்மாவுக்கு ஆச்சாரமும் கிடையாது, அனுஷ்டானமும் கிடையாது. ஹரிஜனங்களை எல்லாம் கோவிலுக்குள்ள கூட்டிண்டு போய், ஆச்சாரங்களைக் கெடுத்துண்டு என்ன வேண்டிக் கிடக்கு? ஹரிஜனங்கள் அவர்கிட்ட கேட்டாளான்ன கோவிலுக்குள்ள கூட்டிண்டு போகச் சொல்லி? இவரோட போராட்டத்தையெல்லாம் வெள்ளைக்காரனோட நிறுத்திண்டா போறாதோ? என்னத்துக்கு வேண்டாத விஷயங்களை எல்லாம் பண்ணிண்ருக்கார்?"

"நீங்க நிரம்ப படிச்சவர். வேதங்களைக் கரைச்சுக் குடிச்சவர். உங்ககிட்ட ஒரு கேள்வி கேக்கலாமோ? தாழ்த்தப்பட்டவா தன் கோயிலுக்குள்ள வரப்படாது, தன்னை வணங்கப்படாது, பார்க்கவே கூடாதுன்னு எந்த வேதத்துலயாவது பகவான் சொல்லி இருக்கானா?"

அவன் கேட்டதும் அவர் திகைத்தார். அவனை விழித்துப் பார்த்தார்.

"உன் வயசென்ன? என் வயசென்ன? என்னைக் கேள்வி கேக்கற!"

"பதில் தெரியலன்னா தெரியலன்னு சொல்லணும். வயசைச் சொல்லி வாயை அடைக்கப்படாது. போன மாசம் கோவில்ல நந்தனார் சரிதத்தை உருக உருகச் சொன்ன நீங்களே ஹரி ஜனங்களை தீண்டத்தகாதவர்னு சொல்லலாமா? பகவான் எல்லார்க்கும் பொதுவானவன். உசத்தி, மட்டம் என்பதெல்லாம் நம்ம நினைப்புதான். காந்திஜி என்ன சொல்றார் தெரியுமோ? தாழ்த்தப்பட்டவான்னு நீங்க சொல்ற எல்லாரும் சாட்சாத் ஹரியோட குழந்தைகள்தான். அதனால ஹரிஜனங்கள்னு சரியாத்தான் பேர் வெச்சிருக்கேளாம். கடவுளோட குழந்தைகள் எப்டி தாழ்ந்தவாளா இருக்க முடியும்னு கேக்கறார். அவர்கள் எல்லாம் கோவில்ல நுழையறதால இந்த பூமி ரெண்டா பிளந்துடுமா? பிரளயம் ஏற்பட்டுடுமா? கங்கையும், காவிரியும் வற்றிப் போய்டுமா? இல்ல இமயமலை தகர்ந்து தரை மட்டமாய்டுமா? சூரியனும், சந்திரனும் உதிக்காமதான் போய்டுமா? என்ன ஆய்டும் சொல்லுங்கோ."

“காலம் காலமா இப்டித்தானே இருக்கு. அதை எதுக்கு மாத்தணுங்கறேள்.”

“தாழ்த்தப்பட்டவாளும் மனுஷாதான் தாத்தா. நீங்கள்ளாம் இப்டியே செஞ்சுண்டு இருந்தா ஹிந்து மதம் தன் பெருமைகளை இழந்து சுருங்கிப் போய்டும். எப்டின்னு கேக்கறேளா? பேப்பர் படிக்கறதுண்டா? தாழ்த்தப்பட்டவா எல்லாம் இஸ்லாத்திற்கும், கிறிஸ்தவ மதத்துக்கும் மாறிண்டு இருக்காளாம். பள்ளிவாசலுக்குள்ளயும், சர்ச்சுக்குள்ளயும் நுழைய தடையேதுமில்லையே!” எங்களை ஒதுக்கி வெக்கற மதம் எங்களுக்கும் வேண்டாம்னு மதம் மாறிப் போயிண்ருக்கா. நம்ம நஷ்டம் அடுத்த சமூகத்துக்கு லாபமாறது நமக்கு நல்லதா? சர்க்கார் சமீபத்துல எடுத்த சென்ஸஸ் கணக்கைப் பார்த்தா உண்மை உங்களுக்குப் புரியும். கடந்த இருபது வருஷத்துல கிறிஸ்தவர்கள் ஒட்டிக்கு ரெட்டியா பெருகியிருக்கா. முஸ்லீம்கள் ஆறு கோடியிலேர்ந்து ஏழு கோடியாகி இருக்கா. ஆனா ஹிந்துக்கள் மட்டும் இருந்த நிலையிலேயே இருந்துண்ருக்கா. இந்த இருபது வருஷத்துல கொஞ்சம்தான் பெருகியிருக்கா. இதுக்கு என்ன காரணம்? ஹிந்துக்கள் பெருகாம இல்ல. ஆனா மதம் மாறிப் போயிண்டே இருக்கறதுனாலதான் இந்த வேறுபாடு. நம்ம சமூகம் தன்னைத்தானே நாசமாக்கிக்க வழி தேடிண்டு இருக்கு. எதுக்காக? கடவுளை யார் கண்லயும் காட்டாம காப்பாற்றி வெச்சுண்ருக்கறதா நினைப்பா?”

“நாங்களா அவாளை எல்லாம் மதம் மாறச் சொன்னோம்? அவாளுக்கு அல்லாவையும், ஏசுவையும் பிடிச்சிருக்கு, போறா! போனாப் போகட்டுமே.”

“தாராளமா போகட்டும். கிறிஸ்தவமும் இஸ்லாமும்தான் தன்னை வாழ வைக்கும்னு அவா நம்பிக்கையோட போனா பரவால்ல. ஆனா அவா அந்த நம்பிக்கையில் போகல. ஹிந்துவா பிறந்தும், ஹிந்து தெய்வங்களை வணங்க வழியில்லாத கோபத்துல மதம் மாறிண்டு இருக்கா. இது நமக்கு அவமானமில்லையா? இந்த

அவமானம் இனியும் ஹிந்து மதத்திற்கு ஏற்படக் கூடாதுன்னுதான் மகாத்மா ஹரிஜனங்களுக்கு ஆலயப் பிரவேசம் செய்து வைக்கறார். அதுல ஒரு தப்பும் இல்லைன்னு யோசிக்கறாவாளுக்குப் புரியும். தீண்டாமை ஒழிக்கப்படலன்னா ஹிந்து மதம் இந்தியாவில் சிறுபான்மை மதமாய்டும். மகாத்மாவோட தொலைநோக்குப் பார்வை உங்களுக்குப் புரியலன்றதுக்காக அவரைத் தப்பா பேச வேண்டாம்."

கல்யாணம் நிறுத்த, அவர் முறைத்தார்.

"உங்களுக்கும் வேற வேலையில்ல, உங்க மகாத்மாவுக்கும் வேற வேலை இல்ல. என்னிக்கு இந்த வந்தே மாதர கோஷம் ஆரம்பிச்சுதோ அன்னிக்கு பிடிச்சுது கேடு. உங்களை மாதிரி பிராமணாளும் இந்த கோஷ்டில சேர ஆரம்பிச்சதாலதான் சர்க்கார் வேலை பிராமணாளுக்கு கிடைக்க மாட்டேங்கறது."

"சர்க்கார் வேலைக்கும், இதற்கும் ஒரு சம்பந்தமுமில்லை. நாம் முயற்சித்தால் நாளை சர்க்கார் நம்முடையதாகிவிடும். சுயராஜ்யம் மலர்ந்துவிடும். பிறகு வேலைக்கு என்ன பஞ்சம்?"

"ஆமா இப்படித்தான் சொல்லி உப்புச் சட்டத்தை மீறினா எல்லாரும். ஏதோ ஒப்பந்தம் கூட போட்டாராம் காந்தி. ஆனா என்னாச்சு உப்பு வரியைக் குறைச்சானோ வெள்ளைக்காரன்?" அவர் கேட்டதும் கல்யாணம் மௌனமானான்.

உப்பு சத்தியாக்கிரகத்தை பெரிய அளவில் நடத்தி சுதேசிகளின் வீரதீரத்தை ஆங்கில அரசுக்குப் புரிய வைத்தும் கூட ஆங்கில அரசு உப்பு வரியைக் குறைப்பதில் அக்கறை காட்டாததைக் கண்டித்து, இந்த இளைஞர்கள் ஆங்காங்கு கிளர்ச்சியில் ஈடுபட்டார்கள். அரசுப் பணியில் இருந்ததால் நேரிடையாக இதில் கலந்துகொள்ள முடியாத நிலையில் தனது ஊதியத்தில் பாதியை அந்த இளைஞர்களின் செலவுக்குக் கொடுத்து அவர்களை ஊக்கப்படுத்திக் கொண்டிருந்தான்.

இந்த நிலையில்தான் லாகூர் காங்கிரஸ் மாநாட்டில் அந்த அறிவிப்பை வெளியிட்டார் ஜின்னா. இந்தியாவையே இரண்டாகக்

கூறுபோட நினைத்த அந்த அறிவிப்பு கேட்டு அதிர்ந்தார்கள் அனைவரும்.

"ஹிந்து தத்துவத்தையும், இஸ்லாத்தையும் ஹிந்துக்கள் சரியாகப் புரிந்துகொள்ளவில்லை. இவை இரண்டும் இரு வேறு மதங்கள் மட்டுமல்ல. இரண்டும் இருவேறு சமூகப் பாகுபாடுகள். ஹிந்துக்களும், முஸ்லீம்களும் ஒரு பொதுவான தேசியத்தின் கீழ் வாழ முடியும் என்பதெல்லாம் வெறும் பகல் கனவுதான். இவர்களது கலாச்சாரங்களும், பழக்கவழக்கங்களும், இலக்கியங்களும், நாகரிகங்களும் வேறுவேறானவை. இவர்கள் தங்களுக்குள் விவாக சம்பந்தம் வைத்துக் கொள்வதில்லை. இவர்களது மதக்கொள்கைகள் ஒன்றுக்கொன்று எதிரானவை. இவர்களது காவியங்களும், புராணங்களும், அதன் வீரபுருஷர்களும் இஸ்லாத்திற்கு எதிரானவர்கள். ஒருவரின் வெற்றி மற்றவருக்குத் தோல்வியாக இருக்கிறது. எனவே ஹிந்துக்களும், முஸ்லிம்களும் எக்காலத்திலும் எந்நாட்டிலும் ஒரே தேசியத்தின் கீழ் சேர்ந்து வாழவே முடியாது. இதனால் முஸ்லீம்கள் தனி பாகிஸ்தான் பெற்றே தீர வேண்டும். இதுதான் ஜின்னாவின் பேச்சு."

கல்யாணம் கவலையானான். என்ன அநியாயம் இது. ஒரே குடையின் கீழ் ஒற்றுமையாக நின்று ஆங்கிலேயரை எதிர்த்துக் கொண்டிருக்கும் இந்திய மக்களை மதவாதம் பேசி அவர்களுக்குள் பகைமையை ஏற்படுத்துவது எந்த வகையில் நியாயம்? நம் அளவில் நாம் இதை எதிர்த்தேயாக வேண்டும்? அவன் தன் நண்பர்கள் அனைவரையும் அழைத்தான். அந்தக் கூட்டத்திற்கு ஒரு இஸ்லாமிய இளைஞன் கூட வரவில்லை. கல்யாணம் ஒரு இஸ்லாமிய இளைஞனின் வீட்டுக்கே சென்று விசாரித்தான்.

"எங்கள் பிரதிநிதிகளும் லாகூர் மாநாட்டிற்குச் சென்றிருக்கிறார்கள். ஜின்னாவின் கோரிக்கை சரிதான் என்று அவர்கள் சம்மதித்திருந்தால் அதனை எதிர்ப்பதற்கு நாங்கள் தயாராக இல்லை."

அவன் தீர்மானமாகச் சொல்ல கல்யாணம் இடிந்து போனான். இது நல்லதல்ல என்று அவனுக்குத் தோன்றியது. பாரதமாதாவின் அங்கங்களை ஆளுக்கொன்றாக வெட்டிக் கொடுக்க நிச்சயம் காந்திஜி சம்மதிக்க மாட்டார் என்று நம்பினான். தனது வருத்தத்தையும், கவலையையும் தெரிவித்து அவருக்கு கடிதமொன்று எழுதினான்.

"அய்யா, வேதாரண்யத்திற்கு உப்புச் சட்டத்தை மீறச் சென்ற எத்தனையோ தொண்டர்களில் நானும் ஒருவன். தண்டியிலும் சரி, வேதாரண்யத்திலும் சரி இந்துக்களும், முஸ்லிம்களும் இணைந்துதான் சத்யாக்கிரகத்தில் ஈடுபட்டார்கள். இந்த தேசத்தின் விடுதலை மட்டுமே இரு மதத்தாருக்கும் குறிக்கோளாக இருக்கிறது என்பதை யாரும் மறுக்க மாட்டார்கள். போலீசாரின் தடியடி பிரயோகத்தால் மண்டை உடைந்து பீறிட்ட இரத்தம் எல்லாம் ஒரே நிறமாகத்தான் இருந்தது. எவ்வித நிற வேறுபாடும் தெரியவில்லை. ஆனால் லாகூர் தீர்மானத்தில் முகமது அலி ஜின்னா கூறியிருப்பது கவலையளிக்கிறது. பல நூறு வருடங்களாக இந்த இந்திய தேசத்தில் பல மதத்தவர்கள் ஒன்று சேர்ந்து ஒருவருக்கொருவர் உபத்திரவமில்லாது வாழவில்லையா? இவ்வளவு காலம் வாழ முடிந்தவர்களால் இனியும் வாழ முடியாதா என்ன? ஜின்னாவின் கோரிக்கை எங்களுக்கு அதிர்ச்சியாக உள்ளது. அவர் மதவாதியாக மட்டுமே வாழ நினைக்கிறார். தாங்கள் இந்தப் பிரிவினைக்கு ஒருக்காலும் ஒப்புக்கொள்ள மாட்டீர்கள் என்கிற நம்பிக்கையிருந்தாலும், என் கவலையையும், ஆதங்கத்தையும் தங்களோடு பகிர்ந்துகொள்ள விரும்பியே இக்கடிதத்தை எழுதுகிறேன். தனி ஹிந்துஸ்தானம் வேண்டுமென்று எந்த ஒரு ஹிந்துவும் முழங்கவில்லை. அதற்குக் காரணம் ஹிந்து மதத்தின் அடிப்படை கொள்கையே அன்புதான். அந்த அன்பு காரணமாகத்தான் கைபர் கணவாய் வழியே உட்புகுந்தவர்களுக்கு இடமளித்தோம். அந்த அன்பு காரணமாகத்தான் ஆங்கிலேயர்களுக்கு அடிமைகளாகவும் மாறினோம். நிச்சயமாக தாங்கள் இது குறித்து ஜின்னாவோடு பேசுவீர்கள். அப்போது எங்கள் கருத்துக்களையும் எங்கள் சார்பாக அவருக்கு எடுத்து சொல்லுங்கள். ஒரு நாளும்

இந்தியா பிரிந்து விடக்கூடாது. அப்படி பிரிந்தால் அது கடைசி வரை இந்தியாவிற்கு நன்மையைத் தராது. ஒற்றுமை என்பதுதான் மிகப்பெரிய சக்தி. இதைப் பிரிக்க நினைப்பவர்களுக்கு எடுத்துச் சொல்லுங்கள். ஒற்றுமையை விரும்பும் மாபெரும் கூட்டம் உங்கள் பின்னால் அணி வகுக்கக் காத்திருக்கிறது."

இந்த கடித்திற்கு பதில் வரும் என்று அவன் கனவிலும் நினைக்கவில்லை. ஆனால் வந்தது.

"உன் ஆதங்கம் புரிகிறது. பிரிவினை என்பது எனக்கும் உடன்பாடானதல்ல. நம்மால் முடிந்த வரை போராடிப் பார்ப்போம். அதன் பிறகு அனைத்தும் ஆண்டவன் கையில். சத்வ குணம்தான் ஹிந்துக்களின் தர்மம். எந்நிலையிலும் அதை நழுவ விடலாகாது. உன் போன்ற இளைஞர்கள்தான் பாரத தேசத்தின் முதுகெலும்புகள். உன் ஆசைகள் ஈடேறட்டும்."

காந்திஜியின் கையொப்பத்தோடு வந்த கடிதத்தைப் பார்த்ததும், கல்யாணராமனின் கண்கள் பெருகி வழிந்தன. எல்லோரிடமும் கடிதத்தைக் காட்டி சிலிர்த்துப்போனான். ஊரில் அவன் மரியாதை கூடியது. மதுரம் கூட கடிதத்தை பலமுறை படித்து வியந்தாள்.

"தேவலையே உங்களையும் பொருட்டாக நினைத்திருக்கிறாரே!"

கல்யாணராமன் அந்த கடிதத்தை உடனே சட்டமிட்டுக் கொண்டுவந்து தன் அறையில் மாட்டிக் கொண்டான்.

இது குறித்து சாமிநாதனுக்கு அவன் எழுதிய கடிதம் அவர் ஊரில் இல்லை என்ற காரணத்தால் அவனுக்கே திரும்பி வந்தது.

அதற்கடுத்த நாள் சாமிநாதன் வீட்டு வாசலில் நின்றிருந்தார். உடல் தளர்ந்து, கண்கள் ஒளியிழந்து, சோகம் அப்பிய முகத்தோடு சோர்ந்துபோய் வந்திருந்தவரைக் கண்டு வீடு பலமாய் அதிர்ந்தது.

"மீனாட்சி எப்படி இருக்கா. அவகிட்டேர்ந்து கடுதாசியே வரக்காணோமே" அபயம் கேட்டதும், அவர் குலுங்கிக் குலுங்கி அழத் துவங்கினார்.

———

26

அத்தியாயம்

சென்றதினி மீளாது மூடரே! நீர்
எப்போதும் சென்றதையே சிந்தை செய்து
கொன்றழிக்கும் கவலையெனும் குழியில் வீழ்ந்து
குமையாதீர்! சென்றதனைக் குறித்தல் வேண்டாம்
இன்றுபுதி தாய்ப்பிறந்தோம் என்றுநீவீர்
எண்ணமதைத் திண்ணமுற இசைத்துக் கொண்டு
தின்றுவிளை யாடியின்புற் றிருந்து வாழ்வீர்
தீமையெலாம் அழிந்துபோம், திரும்பி வாரா.

கங்காதேவி குழந்தைகளைப் பெற்று பெற்று வரிசையாய் கங்கை நதிக்கே தாரை வார்த்தாளே, அது மாதிரிதான் மீனாட்சியும் வரிசையாய் நான்கு குழந்தைகளை அக்னி பகவானுக்கு வாரிக் கொடுத்து விட்டாள்.

சாமிநாதன் சொன்னதும், பூகம்பமே ஏற்பட்டு விட்டாற்போல் அத்தனை பேரும் நடுங்கினார்கள்.

"அய்யோ... என்ன சொல்றேள் நீங்க...?" அபயம் கண்ணீர் பீறிடப் பதறித் துடித்தாள்.

"தெரியல மாமி முதல் குழந்தைதான் ஏதோ அசம்பாவிதமா போய்டுத்துன்னு நினைச்சோம். குழிப்பிள்ளை உடனே மடியில் வரத்தான் செய்தது.

ஆனா அதுவும் குழிக்கே போய் சேர்ந்தது. என்ன பிரச்சனைன்னே புரியல. ஏன் குழந்தைகள் அவளுக்கு தக்க மாட்டேங்கறதுன்னு தெரியல. புத்ர சோகத்துல அந்தக் குடும்பமே பறிதவிச்சுண்டிருக்கு. சம்பந்தி சொல்றார். அவப்பா அவருக்குக் கொடுத்த சாபமாதான் இருக்கும்னு. அவரைப் பகைச்சுண்டு கல்யாணம் பண்ணிண்டதால அவர் வயத்தெறிஞ்சு சாபம் கொடுத்திருப்பார். அந்த சாபம் என்னை பாதிக்கல. என் பரம்பரையைப் பழி வாங்கறது போல்ருக்குன்னு அழறார். எங்கப்பாவும் சேர்ந்து சபிச்சிருப்பாரோன்னு எனக்கும் தோணித்து. என் குழந்தைக்கு நா என்ன ஆறுதல் சொல்லுவேன்? மூணு வருஷமா காடாறு மாசம் நாடாறு மாசம்னு அங்கயும் இங்கயுமா அல்லாடிண்டு இருக்கேன்."

"ஒரு தகவல் கூட எங்களுக்கு சொல்லலையே."

"சந்தோஷத்தைப் பகிர்ந்துக்கலாம். துக்கத்தை தனியாத்தான் அனுபவிக்கணும்னு மீனாட்சிதான் சொல்ல வேண்டாம்னுட்டா."

"கடவுளே அந்தக் குழந்தைக்கு ஏன் இப்டி ஒரு கஷ்டத்தைக் கொடுக்கற? நீ மனசுவெச்சா அவ மடி நிறைஞ்சுடாதா... ஆயுளாரோக்கிய சௌக்யத்தோட அவளுக்கு ஒரு குழந்தையைக் கொடுக்கப்படாதா?" அபயம் ஸ்வாமிக்கு விளக்கேற்றி கண்ணீர் மல்க வேண்டியபடி வெகுநேரம் அமர்ந்திருந்தாள்.

"நீங்க வேணா பாருங்கோ அடுத்த குழந்தை தீர்க்காயுஸோட பொறக்கும். ஒரு மிளகு வியாபாரிக்கே நஷ்டம் ஏற்படாம மிளகைப் பயறாக்கி காப்பாற்றின பயற்றுநாதன் அவளைக் கண் கலங்க விட்டுட மாட்டான். அவ குழந்தைக்கு நீண்ட ஆயுளைக் கொடுப்பான். அந்தக் குழந்தை இங்க வந்து இந்தப் பயற்றுநாதன் கோவில்ல தவழ்ந்து விளையாடத்தான் போறது. இதை நான் சொல்றதா நினைக்க வேண்டாம். எனக்குள் உறைஞ்சிருக்கற தெய்வம் சொல்றது!"

அபயம், ஆவேசம் வந்தாற்போல் சொன்னாள்.

"அடுத்தடுத்து பிள்ளை பெத்துண்டதால அவ கர்ப்பப்பை ரொம்ப ரொம்ப பலவீனமா இருக்காம். இன்னும் ரெண்டு மூணு

வருஷத்துக்கு அவ கர்ப்பம் தரிக்கக் கூடாதுன்னு மருத்துவர் சொல்லியிருக்கார்."

"அதனால என்ன... ரெண்டு வருஷம்தானே ஓடியே போய்டும். அவ கர்ப்பப்பை அதுக்குள்ள பலமாய்டும். நல்லது நடக்கணும்னா கொஞ்சம் காத்துண்டுதான் இருக்கணும்." அம்மா உறுதியாகச் சொன்னாள்.

சொந்தக் கவலையிலிருந்து சற்றே விடுபட்டு, நாட்டுக் கவலை குறித்து கல்யாணத்தோடு அன்றிரவு பேசிக் கொண்டிருந்தவரிடம் காந்திஜியின் கடிதத்தைக் காட்டினான் அவன்.

லாகூர் மாநாட்டின்போது நான் அங்குதான் இருந்தேன், ஜின்னாவின் நடவடிக்கைகள் எதுவும் நன்றாகத்தான் இல்லை. அவரவர் மதம் அவரவர்களுக்கு உயர்ந்ததுதான். யார் இல்லை என்று சொன்னார்கள்? அதற்காக மற்றவர்களை இழிவுபடுத்த வேண்டும் என்கிற அவசியமில்லையே. எந்த மதமும் அதர்மத்தைப் போதிப்பதில்லை. மதத்தின் பெயரால் மனிதர்கள்தான் அதர்மப் பாதையைத் தேர்ந்தெடுக்கிறார்கள் அவர்களைப் பின்தொடரவும் ஒரு கூட்டம் தயாராயிருக்கிறது. அல்லாவின் போதனைகளுக்கு தவறான அர்த்தம் கற்பித்துக்கொண்டு அடுத்தவர்களைக் காயப்படுத்துகின்றவர்களை என்ன செய்ய இயலும்? தன்னுடைய சகோதரர்கள் என்று காந்திஜியால் சொல்லப்பட்ட மௌலானா சௌகத் அலியும், மௌலானா முகமத் அலியும் சொல்லியிருப்பதைக் கேட்டால் நீ கொதித்துப் போய்விடுவாய்.

"அப்படி என்ன சொன்னார்கள்?"

"நம்பிக்கைக்கும், நடைமுறை ஒழுக்கத்திற்கும் பெரும் வித்யாசம் இருக்கிறதாம். இஸ்லாத்தைப் பின்பற்றுகிறவன் என்ற முறையில் பிற மதத்தினரின் கோட்பாடுகளை விட இஸ்லாத்தின் சித்தாந்தமே உயர்ந்ததென நினைத்துதான் ஆக வேண்டுமாம். விபச்சாரம் செய்கிறவனாயும், இழிநிலை எய்தியவனாயும் இருந்தாலும் கூட ஒரு முசல்மான், முஸ்லீம் அல்லாதவனைக் காட்டிலும் உயர்ந்தவனாம். முஸ்லீம் அல்லாத ஒருவன்

எவ்வளவு உத்தமனாகவும், உயர் குணம் படைத்தவனாகவும், ஏன் மகாத்மா காந்தியாகவே இருந்தாலும் கூட அவர்களுக்கு அக்கறையில்லையாம்."

"என்ன... என்ன...? நீங்கள் சொல்வது உண்மையா...?" கல்யாணம் நம்ப முடியாத அதிர்ச்சியோடு கேட்டான்.

"உண்மைதான். ஹிந்துக்கள் அனைவரும் அங்கு இதைக் கேட்டு கொதித்துப் போய் விட்டார்கள்."

"இது பற்றி காந்திஜி என்ன சொன்னார்?"

"முஸ்லீம்களின் மதக் கோட்பாட்டின்படி அவர்கள் பேசுகிறார்கள். நமது மதம் சாத்வீகத்தை அடிப்படையாகக் கொண்டது. அதை நாம் ஒருபோதும் மீறக்கூடாது என்கிறார்."

"சாத்வீகம் சாத்வீகம் என்று நாம் ஒவ்வொன்றாக சகித்துக் கொண்டிருந்தோமானால் மாற்றி மாற்றி யாருக்காவது நாம் அடிமையாகவே இறுதிவரை வாழ்ந்துவிட வேண்டிய நிலை ஏற்படும். சில நேரம் முள்ளை முள்ளால்தானே எடுக்க வேண்டும். ஒரு பொட்டு இரத்தத்திற்காகப் பார்த்துக் கொண்டிருந்தால் அது உள்ளேயிருந்து ஹிம்சையல்லவா தந்து கொண்டிருக்கும்."

"நீ யோசிப்பதுபோல் தலைவர்களும் யோசிக்க மாட்டார்களா என்ன? நிச்சயம் அவர்கள் ஜின்னாவுக்கு வெற்றியைத் தேடித்தர மாட்டார்கள் என்றே நினைக்கிறேன்."

"உங்கள் வாக்கு பலிக்கட்டும்" கல்யாணம் பெருமூச்சு விட்டான்.

இரண்டு நாள் அங்கு தங்கிவிட்டு மதுரைக்குக் கிளம்பிச் சென்றார் அவர்.

உலகப்போரில் ஜப்பானின் அடுத்தடுத்த வெற்றிகள் பிரிட்டிஷாரின் வயிற்றில் புளியைக் கரைக்க, காங்கிரஸோடு சமாதானம் செய்துகொள்ள இங்கிலாந்து அரசு கிரிப்ஸை தூதுவராக அனுப்பி வைத்தது. தூது வந்தவன் டொமினியன் அந்தஸ்து வழங்குவோம் என்று ஆசை காட்ட காந்திஜி அதை ஏற்றுக்கொள்ளவில்லை. திவாலாகிக் கொண்டிருக்கும் வங்கியின்

பின் தேதியிட்ட காசோலை என்று கூறி சமாதானத்தை நிராகரித்த கையோடு வெள்ளையனே வெளியேறு என்று முதல் குரலை எழுப்பின மறு க்ஷணம் பல கோடி குரல்கள் இந்தியா முழுவதும் அதை எதிரொலித்தன.

பத்திரிகைகள் பல செய்திகளைத் தாங்கிக்கொண்டு வந்து மக்களிடம் சேர்த்தன. காந்திஜி கைது என்று ஒருநாள் செய்தி வந்தது. மற்ற தலைவர்களும் கைது என்று செய்திகள் தொடர, இந்தியா முழுக்க கலவரங்கள் வெடித்தது. தீ வைப்பதும், அந்நியத் துணிகளை எரிப்பதுமாய் கலவரங்கள் நாளுக்கு நாள் அதிகரிக்க, கலவரங்களை அடக்க முடியாமல் ஆங்கில அரசு திணறியது.

வேலை போனாலும் பரவாயில்லை என்று கல்யாணமும் வெள்ளையனே வெளியேறு இயக்கத்தில் சேர்ந்து வெள்ளையரை வெளியேறச் சொல்லி குரல் கொடுத்தான். அப்போது போலீசார் நடத்திய தடியடியில் முன் கை எலும்பு முறிய, கீழே விழுந்தவனை நண்பர்கள் வீட்டில் கொண்டுவந்து பத்திரமாய் சேர்த்தார்கள்.

முறிந்த எலும்பை ஒன்று சேர்த்து கட்டி அழைத்து வந்தார் அப்பா.

"உனக்கு ஏதாவது ஒண்ணு ஆச்சுன்னா அந்தப் பொண்ணு என்னடா பண்ணுவா?" அம்மா கண்ணீர் விட்டாள்.

கல்யாணம் மதுரத்திடம் கேட்டான்.

"நீ என்ன நினைக்கிறாய்?"

"நல்லவாளை தெய்வம் கைவிட்டுடாது."

"நீ யாரைச் சொல்ற உன்னையா என்னையா?" கல்யாணம் கேலியாகக் கேட்டான்.

"காந்திஜிக்கு குடும்பம் இல்லையா, குழந்தைகள் இல்லையா? நேருஜிக்கு இல்லையா? நல்ல லட்சியத்துக்காகத்தானே இந்தப் போராட்டம்? நாளைக்கு சுதந்திரம் கிடைச்சுடுத்துன்னா எம்புருஷனும் இதுக்காக எலும்பை முறிச்சுண்டார்னு சொல்லிக்கலாமோல்யோ?"

“தேவலையே... நீ நிஜமாவே பெரிய மனுஷியாத்தான் ஆய்ட்ட போ...!”

கல்யாணம் பெருமைப்பட்டான்.

“இந்தப் பேப்பரைப் பார்த்தயா?” அப்பா சுதேசமித்திரனோடு உள்ளே வந்தார். பேப்பரில் அவர் சுட்டிக்காட்டிய விஷயத்தைப் படித்த கல்யாணராமன் ஒரு க்ஷணம் அதிர்ந்தான்.

‘முஸ்லிம்களுக்கு தனிநாடு பிரித்துக் கொடுத்து விடலாம் என ராஜாஜி வற்புறுத்தல். காங்கிரஸிலிருந்து அவர் வெளியேறினார்.’

கல்யாணம் இடிந்து போனான். தனிக்குடித்தனம் போய்த்தான் தீருவேன் என்று ஒரு குடும்பத்தின் புதல்வன் அடம்பிடித்தால் அவன் பங்கைக் கொடுத்து அவனை தனியே வைப்பதில் என்ன தவறு என்றும் அவர் கேட்டிருந்தார்.

கல்யாணம் பெருமூச்சு விட்டான். தலைவர்களுக்குள் அபிப்ராய பேதம் ஏற்படுவது கவலையளித்தது.

இந்த நிலையில்தான் ரகுராமனுக்கு தஞ்சாவூர்க்கு பதவி உயர்வோடு பணி மாறுதலாயிற்று. அவனை மட்டும் அனுப்புவதா அல்லது அவன் குடும்பத்தையே அங்கே தனிக்குடித்தனம் வைப்பதா என்று ஆலோசித்தபோது, புருஷனும், மனைவியும் பிரிந்திருப்பது சரியல்ல என்ற முடிவோடு தஞ்சாவூரில் வீடு பார்த்து அவர்களைத் தனிக்குடித்தனம் வைத்துவிட்டு வந்தார்கள்.

இரண்டு வாரத்திற்கொருமுறை ரகுராமன் மனைவி குழந்தைகளோடு வந்து, இரண்டு நாள் இருந்துவிட்டுப் போவான். நாலைந்து மாதத்திற்குப் பிறகு ஒருமுறை அவன் வந்திருந்தபோது அதிகம் யாரோடும் பேசவில்லை.

“என்னாச்சு பலத்த யோசனை? இந்த வெள்ளைக்காரனை எப்டி மூட்டை கட்டி அனுப்பலாம்னு ஏதாவது யோசனையா?” கல்யாணராமன் சிரித்தபடி கேட்டான்.

“ஆமாம்னுதான் வெச்சுக்கோயேன்.”

“என்ன ரகு சொல்ற?”

“இந்த நாட்டுக்காக உன்னால முடிஞ்ச வழில நீ ஏதேதோ பண்ணிண்டு இருக்க, நானும் ஏதாவது செய்யணுமே. அதான் யோசிக்கறேன்.”

“தாராளமா செய்யேன். ஓய்வு கிடைக்கும் போதெல்லாம் கிராமம் கிராமமா போ, காங்கிரஸ் இயக்கத்தைப் பத்தி மக்களிடம் எடுத்துச் சொல்லி, மக்களை காங்கிரஸ்ல சேர்த்து விடு. சுதந்திரத்தோட அவசியத்தை மக்களுக்கு எடுத்துச் சொல்லு. நாட்டுல என்ன நடந்தா என்ன? எனக்கொண்ணும் பிரச்சனையில்லையேன்னு ஒதுங்கியிருக்கற மக்களுக்கு விழிப்புணர்வை ஏற்படுத்து. காஷ்மீர்லேர்ந்து கன்யாகுமரி வரை ஒட்டுமொத்தமா மக்கள் எல்லாரும் சுதந்திரம் கேட்டு அறவழியில் பொங்கி எழுந்துட்டான்னா நிச்சயம் வெள்ளைக்காரன் தன் மூட்டையைக் கட்ட ஆரம்பிச்சுடுவான்னு சொல்லு.”

“எனக்கென்னவோ மயிலே மயிலேன்னா அவன் வழிக்கு வரமாட்டான்னு தோண்றது அதிரடியா ஏதாவது செய்துதான் அவனை ஓட ஓட விரட்டணும். உங்க காந்தி குடுக்கற மிதவாத சர்பத் அவனை விரட்டாது. சுறுசுறுன்னு கடுக்காயும், மிளகும், இஞ்சியும், வரமிளகாயும், தட்டிப்போட்டு கொதிக்கக் கொதிக்க ஒரு ரசத்தை அவன் வாய்ல ஊத்தினோம்னு வெச்சுக்கோ பேதி பிச்சுண்டு ஓடியே போய்டுவான்.”

“நீ என்னடா சொல்ற? நீ பேசறதைப் பார்த்தா நீ ஏதாவது தீவிரவாதக் கூட்டத்துல சேர்ந்துட்டயா என்ன?”

“நீ பதட்டப்படற அளவுக்கு தப்பான காரியம் எதுவும் நா செய்துடல. கூடிய சீக்கிரம் நா என்ன செய்யப் போறேன்னு உனக்குச் சொல்றேன். அதுவரை எங்கிட்ட எதுவும் கேக்காதே சரியா?”

ரகுராமன் புன்னகைத்தான். அந்த புன்னகையிலிருந்து அவனால் எந்த ஊகத்திற்கும் வர முடியவில்லை.

அதன் பிறகு வெள்ளையனே வெளியேறு கோஷம் நாடு முழுக்கக் கேட்க, ஆங்காங்கே கலவரங்களும், வன்முறைகளும் ஏற்பட்டுக் கொண்டிருக்க, அந்நிலையில் ரகுராமனிடமிருந்து ஒரு கடிதம் வந்தது அப்பாவின் பெயருக்கு.

"வேலையை விட்டுவிட்டேன். நேதாஜியின் படையில் சேர்ந்துவிட்டேன். பயிற்சிக்காக ஜப்பான் போகிறேன். என்னைத் தேட வேண்டாம். சுதந்திரம் பெற்ற பிறகே ஊர் திரும்புவேன். மிதவாதத்தில் எனக்கு நம்பிக்கையில்லை. போர் ஒன்றுதான் சரியான வழி. நான் வரும்வரை கமலத்தையும், குழந்தைகளையும் பார்த்துக் கொள்ளவும். இன்னும் இரு தினத்தில் அவர்கள் அங்கு வந்துவிடுவார்கள். உங்கள் ஆசி எனக்கிருக்கும் என்ற நம்பிக்கையோடு கிளம்புகிறேன்."

———

27

அத்தியாயம்

அச்சமில்லை அச்சமில்லை அச்சமென்ப தில்லையே
இச்சகத்து ளோரெலாம் எதிர்த்துநின்ற போதினும்
அச்சமில்லை அச்சமில்லை அச்சமென்ப தில்லையே
பிச்சைவாங்கி உண்ணும் வாழ்க்கை பெற்று விட்ட போதினும்
இச்சை கொண்ட பொருளெலாம் இழந்துவிட்ட போதினும்
அச்சமில்லை அச்சமில்லை அச்சமென்ப தில்லையே.

ரத்தினச் சுருக்கமாக இருந்தது கடிதம். இரண்டாவது நாள் மன்னியும், குழந்தைகளும் வந்தார்கள்.

"என்னடி பண்றான் உன் ஆம்படையான்? திடுதிப்புனு இப்டி குண்டைத் தூக்கிப் போட்டுட்டுப் போறானே."

"எனக்கு ஒண்ணும் புரியலம்மா. ஒழுங்காத்தான் இருந்தார். அப்பறம் யார் யாரோ அவரைத் தேடிண்டு வந்தா.கூடிக்கூடி பேசுவா.வேலையைவிடப்போறதா ஒரு நாள் சொன்னார். விளையாட்டுக்கு சொல்றாராக்கும்னு நெனச்சேன். ஆனா சொன்னபடியே செய்துட்டார். எனக்கும், குழந்தைகளுக்கும் டிக்கெட் எடுத்துக் கொடுத்து கிளம்புங்கோன்னார். கிளம்பி வந்துட்டேன். ஏன் இப்டியெல்லாம் பண்றேள்னு கேட்டேன். அப்பாக்கு விவரமா கடுதாசி போட்ருக்கேன். நா வர வரைக்கும் அவாளோட இருன்னார்."

“என்னடா கல்யாணம் உங்கிட்ட அவன் ஏதாவது சொன்னானா? நேதாஜியை நம்பிப் போயிருக்கானே இது தப்பா, சரியா?”

“அவனைப் பொறுத்தவரை இதைச் சரின்னு நம்பிதானேம்மா போயிருக்கான். கவலைப்படாதே. அண்ணா ஒரு லட்சியத்தோடதான் போயிருக்கான். சுதந்திரம்ங்கற கனியைப் பறிக்க தன் வழியில் காந்திஜி முயற்சிக்கறார். நேதாஜி அவர் வழியில பிரயத்தனப்படறார். இது தப்பு, இது சரின்னு சொல்ற நிலையில் இப்போ நாடு இல்ல. எப்டி சுதந்திரம் கிடைச்சாலும் சந்தோஷம்தான். நானோ, அண்ணாவோ யார் ஜெயிச்சாலும் உங்களுக்கு பெருமைதானே.”

“அதுக்காக குடும்பம், குழந்தைகள் எல்லாரையும் விட்டுட்டு இவன் பாட்டுக்கு இப்டி கடல் கடந்து போனா என்ன அர்த்தம்? அவனுக்கு ஏதாவது ஒண்ணு ஆச்சுன்னா இந்த பொம்மனாட்டி என்ன செய்வான்னு ஒரு கவலை வேண்டாம்? நாளைக்கு அவப்பா வந்து கேப்பாரே. ஒழுங்கா பொண்டாட்டியை வெச்சுக் குடித்தனம் பண்ணுவான்னு நம்பித்தானே பொண்ணைக் குடுத்தேன்னு சண்டைக்கு வருவாரே. அவருக்கு நாங்க என்ன பதில் சொல்ல?”

“வர மாட்டார்மா. எங்கப்பாவுக்கும் உங்க பிள்ளை விவரமா கடுதாசி போட்ருக்காராம்.”

மன்னி வெகுளியாகச் சொன்னாள்.

அண்ணாவைப் பற்றி அதற்குப் பிறகு, ஒரு தகவலும் இல்லை. அவன் நல்லபடியாக இருக்க வேண்டுமே என்கிற பிரார்த்தனை அதிகரித்துக்கொண்டே வந்த நிலையில் அண்ணாவிடமிருந்து ஒரு கடிதம் வந்தது.

‘நாங்கள் முப்பத்தியாறு பேர் கப்பல் மூலம் மிகுந்த சிரமத்திற்கிடையில் ஜப்பானை அடைந்து விட்டோம். ஜப்பானிய கப்பல்களை அமெரிக்கப் போர் விமானம் தாக்கியது. எப்படியோ

எங்கள் கப்பல் காப்பாற்றப்பட்டு விட்டது. தற்சமயம் நாங்கள் டோக்கியோவில் பயிற்சி பெற்றுக் கொண்டிருக்கிறோம். மிகவும் கடினமான பயிற்சிகள் அளிக்கப்படுகிறது. உமேடா என்கிற ஜப்பானியர்தான் எங்கள் பயிற்சியாளர். தினமும் காலையில் நாங்கள் கூறுகிறோம். 'நான் எப்போதும் இந்தியனாக இருப்பேன். என் நாட்டின் கண்ணியத்தைக் காப்பாற்றுவேன். நேதாஜியின் வழி நடக்கத் தேவையான சக்தியையும், தைரியத்தையும் எங்களுக்குக் கொடு' என்று இறைவனிடம் வேண்டிக் கொள்ளுவோம். எங்கள் ஒவ்வொருவருக்கும் தனித்தனியே நேதாஜி கடிதம் எழுதியிருக்கிறார்.

எனக்கு மகன்கள் இல்லை. நீங்கள்தான் என் மகன்கள், என் அன்பிற்குரியவர்கள். நீங்கள் எங்கிருந்தாலும் நான் உங்கள் நினைவோடு இருப்பேன் என்று அவர் எழுதிய கடிதம் எனக்கு உற்சாகத்தை அளிக்கிறது. தவிர எங்களுக்கு அப்பளம், பப்படம், ஊறுகாய் போன்றவற்றை எல்லாம் கூட அவர் வாங்கி அனுப்பியிருக்கிறார். மாபெரும் படையோடு நாங்கள் விரைவில் டெல்லிக்கு வருவோம். டெல்லி சலோ என்பதுதான் எங்கள் தாரக மந்திரம். இந்த மாபெரும் படை நிச்சயம் பிரிட்டிஷ்காரர்களை அடித்து விரட்டும். ஜப்பானிய பலத்தோடு நாங்கள் கை கோர்த்திருக்கிறோம்.

பிரிட்டிஷ் பூனைக்கு விரைவில் மணி கட்டிவிடுவோம். எங்கள் வீரம் அந்த அதிசயத்தை நிகழ்த்திக் காட்டும். இந்த நேரத்தில் நான் கல்யாணராமனுக்குதான் முக்கியமாக நன்றி சொல்ல வேண்டும். அவன் மட்டும் உப்பு சத்தியாக்கிரகத்தில் கலந்துகொண்டு சுதந்திரப் போராட்டத்தில் தன் உப்புக்கணக்கைத் துவக்கியிராவிட்டால் என் மனசுக்குள் தேச உணர்வு எழும்பியிருக்குமா என்பது சந்தேகமே. இந்த தேசத்தின் உப்பை நானும்தானே உண்டிருக்கிறேன். இதோ நானும் ஒரு கணக்கோடு கிளம்பி வந்திருக்கிறேன். என் கணக்கு ஜெயிக்க ஆசிர்வதியுங்கள்.'

அண்ணாவின் மீது மரியாதை பல மடங்கு கூடியது. உண்மையில் தன்னை விட அண்ணாதான் மிகப் பெரிய போராட்டத்தில் தன்னை ஈடுபடுத்திக் கொண்டிருக்கிறான் என்று

நினைத்தபோது பெருமையாயிருந்தது. ஆனாலும் எவ்வளவு அடக்கத்தோடு தம்பியைப் புகழ்ந்திருக்கிறான்.

கல்யாணம் நெகிழ்ந்து போனான். எப்படியோ இந்தியா விடுதலை பெற்றால் போதும். ஏழு கடல், ஏழு மலை தாண்டி ஒரு பெரிய பூதத்தின் கோட்டைக்குள் இருக்கும் விலை மதிப்பற்ற ரத்தினத்தைக் கொண்டு வர பலபேர் பல வழிகளில் முயற்சிப்பார்கள் என்று கதைகளில் படிப்பது போல்தான். சுதந்திரம் என்னும் மாணிக்கக் கல்லை காந்திஜி அற வழியில் தேடுகிறார். நேதாஜி அதிரடிப் படையோடு அதைத் தேடிக்கொண்டு வந்தே விடவேண்டும் என்கிற உத்வேகத்தோடு முயற்சிக்கிறார். இரண்டும் ஒன்றுக்கொன்று குறைந்ததல்ல. பட்டினி கிடக்க எவ்வளவு ஆத்மபலம் வேண்டுமோ, அதைவிட அதிகமாய் ஒரு பலம் தேவை நேரடி யுத்தத்தில் போரிட. உயிருக்கு உத்திரவாதம் இல்லாத ஒரு விஷயத்திற்கு அண்ணா தன்னைத் தயார்படுத்திக்கொண்டு சென்றிருக்கிறான் என்றால் அது எவ்வளவு பெரிய விஷயம்.

கல்யாணம் அண்ணாவுக்காக தெய்வத்திடம் மனமுருகிப் பிரார்த்தனை செய்தான். நேதாஜி ஒரு பெரும்படையோடு ரங்கூனிலிருந்து புறப்படுவது பற்றியே எங்கும் பேச்சாக இருந்தது. அவர் எப்போது வந்து வெள்ளைக்காரனை விரட்டுவார் என்று காத்திருந்தார்கள்.

பாகிஸ்தான் பிரிந்து விடுமா அல்லது பிரிவினையின்றி இந்தியாவுக்கு சுதந்திரம் கிடைக்குமா? எல்லோர் மனதிலும் ஒரே கேள்விக்குறி! அப்படிக் கிடைத்துவிட்டால் இந்தியாவில் உள்ள அனைத்து முஸ்லீம்களும், பாகிஸ்தானுக்குப் போய்விடுவார்களா? அங்கிருக்கிற ஹிந்துக்கள் அனைவரும் இங்கு வந்துவிடுவார்களா? அல்லது விருப்பமிருக்கிறவர்கள் மட்டும் இங்கும் அங்கும் குடிபெயர்ந்து கொள்ளலாம், விருப்பமில்லாதவர்கள் தாங்கள் வாழ்கிற இடத்திலேயே இருந்து கொள்ளலாம் என்று அறிவிப்பார்களா?

சொந்த வீடும், நிலங்களும், வியாபார ஸ்தலங்களுமாய் இருந்த இஸ்லாமியர்களின் முகங்களில் கிலியடித்தது.

பாகிஸ்தான் கிடைத்துவிட்டால் அது ஒரு பெரிய பலம்தான் என்றாலும், அரண்மனை மாதிரி வீடும் வாசலும், தோப்பும் துரவும், கடைகளும் விட்டுவிட்டு எப்படி போவது? அங்கே போய் பிழைப்புக்கு என்ன செய்வது? இந்த ஹிந்துக்களுக்கு தாரை வார்க்கவோ இத்தனை காலம் பாடுபட்டு வீடும் வாசலும், நிலமும் நீச்சும் சேர்த்து வைத்திருக்கிறோம்! அவர்கள் குமைந்தார்கள். சிலர் வெளிப்படையாகவே தன் ஆதங்கத்தை ஒருவரோடொருவர் பகிர்ந்து கொண்டார்கள். அவர்களுடைய மற்றொரு கவலைக்குக் காரணம் பாஷை, பாஷை தெரியாத ஊரில் போய் என்ன செய்வது? எப்படி பிழைப்பது?

அடுத்து என்ன நடக்கப் போகிறதென்று அத்தனை கோடி மக்களும் உற்று கவனித்தார்கள்.

ஒன்றல்ல, இரண்டல்ல, பத்தொன்பது முறை ஜின்னாவிடம் நடையாய் நடந்து பிரிவினை வேண்டாம் என்று காந்திஜி கெஞ்சியதாக பத்திரிகைகள் தெரிவித்தன. என்னை வெட்டிப் பிளந்துவிட்டு, பின்னர் பாரதத்தைத் துண்டாடுங்கள் என்று கெஞ்சினராம்.

“ஒரு மதவெறியனிடம் காந்திஜி எதற்கு கையேந்தி கெஞ்சிக்கொண்டு நிற்க வேண்டும்? போதாததற்கு அந்த ஜின்னாவை காய்தே ஆசம் ஜின்னா என்கிறாராம்?”

“அப்படியென்றால் என்ன அர்த்தம்?”

“மாபெரும் தலைவர் ஜின்னா என்று அர்த்தம்.”

“நாட்டைத் துண்டாட நினைப்பவனை இவர் எதற்கு மாபெரும் தலைவர் என்று மரியாதை அளிக்கிறார்? மக்களின் சந்தேகங்களுக்கும், கேள்விகளுக்கும் பதில் சொல்ல யாருமில்லை. வெள்ளையனே வெளியேறு இயக்கம் இன்னும் தீவிரமாயிற்று. சுதந்திரம் பற்றி பேச்சு வார்த்தை நடந்த இங்கிலாந்திலிருந்து மாற்றி மாற்றி யாராவது வந்து போய்க்கொண்டிருந்த சமயத்தில்தான் உலக மக்கள் அனைவரையும் உலுக்கிய அந்த

செய்தியை ரேடியோவில் சொன்னார்கள். ஆகஸ்ட் ஆறாம் தேதி ஹிரோஷிமா மீதும், அதைத் தொடர்ந்து நாகசாகி மீதும் அமெரிக்கா அணுகுண்டு போட்டதில் அந்த நகரங்கள் அடியோடு அழிந்துவிட்டதாகவும் லட்சக்கணக்கான மக்கள் மூட்டைப் பூச்சிகளைப்போல கொல்லப்பட்டு விட்டார்கள் என்றும் சொல்ல, வீட்டில் அத்தனைபேரும் அதிர்ந்து போனார்கள். அம்மா ரகுவின் பெயரை உச்சரித்தபடி மயங்கி விழ, அப்பாவும் கல்யாணமும் பதறிப்போனார்கள். நேதாஜியின் படை என்னவாயிற்று, யாரிடம் விசாரிப்பது ஒன்றும் புரியவில்லை. இந்த நேரம் காந்திஜி விடுதலையாக, ராஜாஜி மீண்டும் காங்கிரஸிலேயே இணைந்து விட்டதாகத் தெரிந்தது."

"அண்ணாவுக்கு ஒன்றும் ஆகாதும்மா. பயற்றுநாதன் அவனைக் கைவிட்டுட மாட்டான். அம்மாவுக்கு ஆறுதல் சொல்லி சோர்ந்து போனான் கல்யாணராமன். தொடர்ந்து வெற்றிபெற்றுக் கொண்டிருந்த ஜப்பானின் தலைவிதி, ஒரு க்ஷணத்தில் மாறிவிடும் என்று யாரும் எதிர்பார்க்கவில்லை. ஜப்பானோடு கைகோர்த்திருந்த நேதாஜியால் இந்தியாவுக்கு விடிவுகாலம் வந்துவிடும் என்ற இந்தியர்களின் நம்பிக்கையிலும் அணுகுண்டு விழுந்து சிதைந்து போயிற்று."

செப்டம்பர் மாதம் அமெரிக்காவிடம் ஜப்பான் சரணடைந்து விட்டதாக செய்திகள் வர, அப்பாவும், கல்யாணமும் ரகுவைப் பற்றி யாரிடம் விசாரிப்பதெனத் தெரியாமல் நிலைகுலைந்து போனார்கள். நேதாஜியின் டோக்கியோ கேடட்டுகள், பயிற்சி நிலையத்திலிருந்து துரத்தப்பட்டு விட்டதாக அரசல் புரசலாக செய்திகள் கிளம்ப, ரகு நல்லபடியாக எப்படியாவது வந்துவிடுவான் என்று நம்பினார்கள்.

டிசம்பர் மாதம் ஹாங்காங்கிலிருந்து ஒரு கப்பல் மூலம் டோக்கியோ கேடட்கள் மதராஸுக்கு வந்திருப்பதாக தினமணியில் செய்தி வர, அப்பாவும் கல்யாணமும் உடனே மதராஸுக்குப் புறப்பட்டார்கள்.

டோக்கியோ கேட்டகளை வரவேற்பதற்காக நின்றிருந்த குழுவில் ஒரு முகம் மிகவும் பரிச்சயமானதாகத் தெரிய, கல்யாணம் சற்றே யோசித்தான். சில வினாடிகளில் அவன் முகம் பளிச்சிட்டது. ஆம் அது கீழாம்பூர் சிவராமனேதான். கல்யாணம் உடனடியாக அவர் அருகில் சென்று தன்னை அறிமுகப்படுத்திக்கொண்டு பேசினான். தன் அண்ணாவைத் தேடிக்கொண்டு தான் வந்திருப்பதாகக் கூறினான்.

"அதற்கென்ன, என்னோடு கூடவே இரு. வருகிறவர்களில் உன் சகோதரன் இருக்கிறாரா என்று பார்."

சிறிது நேரத்தில் நேதாஜியின் தளபதிகள் ஒவ்வொருவராக வந்தார்கள். அவரது உறவுகள் கண்ணீரோடு அவர்களை வரவேற்று அணைத்துக் கொண்டன.

"அதோ ரகு...! கல்யாணம் சந்தோஷமாகக் கத்தினான். ரகு நொண்டி நொண்டி நடந்து வந்துகொண்டிருந்தான். ரகுவா இது! கறுத்து இளைத்து. பஞ்சடைத்துப்போன கண்களோடு பிச்சைக்காரனைப் போல இருந்தான். அப்பாவையும், கல்யாணத்தையும் பார்த்ததும் சின்னக் குழந்தை மாதிரி அழுதான். அப்பாவையும், ரகுவையும் சிவராமனிடம் அறிமுகம் செய்து வைத்தான் கல்யாணம்."

"எப்பேர்ப்பட்ட புண்யாத்மா அய்யா நீங்கள்! நாட்டுக்காக உங்கள் இரண்டு பிள்ளைகளும் செய்யும் தொண்டுகளை வாழ்த்த வார்த்தைகளில்லை. சிவராமன் அப்பாவோடு கரம் குலுக்கிவிட்டுச் சென்றார். அப்பாவும், அவனும் லாட்ஜில்தான் தங்கியிருந்தார்கள். ரகுவை அங்கு அழைத்து வந்து குளிக்கச் சொல்லிவிட்டு சாப்பாடு வரவழைத்தார் அப்பா. உறவும், உணவும் கொடுத்த தெம்பில் ரகு நடந்ததை எல்லாம் சொன்னான்."

"பயிற்சி நிலையத்துலேர்ந்து திடீர்னு எங்களைத் துரத்தி விட்டுட்டா. ஒரு ஜப்பானியப் பெண்தான் எங்களுக்கு அடைக்கலம் கொடுத்து, உணவும் கொடுத்தா. அமெரிக்கர்களோட குறி ஜப்பான்தான். ஜப்பானிய வீரர்களைக் கொன்னு குவிச்சவா

எங்களை நல்ல காலம் ஒண்ணும் செய்யல. வின்டெக்ஸ்னு ஒரு கப்பல் மூலமா டோக்கியோலேர்ந்து மணிலாவுக்கு அனுப்பி வெச்சா, மணிலாவில் பிரிட்டிஷ் ராணுவம் எங்களை சிறை பிடிச்சுது. அங்கேர்ந்து ஹாங்காங்கிற்கு கப்பல்ல கூட்டிண்டு போனா... அந்தக் கப்பல்ல..." அண்ணா பேச முடியாமல் விம்மினான்.

"இந்தக் கப்பல்ல பிரிட்டிஷ் ராணுவம் எங்களைப் படுத்தின கொடுமைகளுக்கு அளவேயில்ல. நா உயிரோட இங்க வந்து சேருவேன்ற நம்பிக்கையே எனக்கு போய்டுத்து. கப்பல்ல குதிரை ரேஸ் நடத்துவா. ஆனா குதிரைகளுக்கு பதிலா நாங்கதான் குதிரை வேகத்துல ஒடணும். எங்க மேலல்லாம் அவா பணம்கட்டி விளையாடினா. தோற்றுப்போனா சவுக்கால அடிப்பா" அண்ணா சட்டையை அவிழ்த்துக் காட்ட அப்பாவும், கல்யாணமும் அய்யோ என்று அலறியபடி முகத்தைப் பொத்திக்கொண்டார்கள்.

அதுக்கப்பறம் ஹாங்காங்ல ஒரு சிறையில் எங்களை அடைச்சா. சாப்பாடுன்னு எதையோ கொடுப்பா ஊசி நாறிப் போயிருக்கும். குடிக்கற தண்ணியில புழு நெளியும். என் சட்டையில் வடிகட்டி வெறும் தண்ணியை மட்டும்தான் நா குடிச்சு உயிரைப் பிடிச்சு வெச்சுண்ருந்தேன். அந்த ஜெயில்ல நிறைய ஜப்பானிய போர்வீரர்களும் அடைக்கப்பட்டிருந்தா. அவாளோட அலறல் சத்தம் நம்ம ஈரல் குலையை நடுங்க வெச்சுடும். அவ்ளோ கொடுமைப்படுத்தி கொல்லுவா. பயற்றுநாதனை இடைவிடாம வேண்டிண்ட பலன், ஒருவழியா விடிவுகாலம் வந்தது. எப்படியோ ஹாங்காங்லேர்ந்து பத்திரமா வந்து சேர்ந்துட்டோம். இங்கயும் பிரிட்டிஷ்காரா எங்களைக் கேள்வி கேட்டு குடைஞ்செடுத்த பிறகுதான் வெளில விட்டா."

அன்று முழுக்க ரகு அயர்ந்து தூங்கினான். அவ்வளவு அசதி அவனுக்கு.

மறுநாள் தூங்கி எழுந்தவன் முகத்தில் ஏராளமான கவலைகள்.

"வேலையை விட்டுட்டேனே. இனி என்ன செய்யப் போறேன்? நான் போன லட்சியமும் ஈடேறலை" புலம்பிக்கொண்டே இருந்தான்.

“உலகத்துல அது ஒண்ணுதான் வேலையா? இல்ல உனக்கு அப்டி வயசுதான் ஆய்டுத்தா? முயற்சி பண்ணினா இதைவிட நல்ல வேலை கிடைச்சுட்டுப் போறது! அதுவரை உன்னையும், உன் குடும்பத்தையும் பார்த்துக்க நாங்க இல்லையா?”

அப்பா சமாதானப்படுத்தி அவனை ஊருக்கு அழைத்துச் சென்றார். ஊரில் ஒருவர் பாக்கியின்றி ரகுராமனைப் பார்த்துப் பேசி பாராட்டிவிட்டுப் போனபோது அம்மாவின் முகத்தில் பெருமை மின்னியது.

அதற்குப் பிறகு அப்பாவின் முயற்சியால் தனியார் வங்கி ஒன்றில் குமாஸ்தாவாக ரகுவுக்கு வேலை கிடைக்க, ரகு மீண்டும் தஞ்சாவூருக்கு குடிபெயர்ந்தான். விடுமுறை நாட்களில் போராட்டங்களில் கலந்துகொண்டான். நேதாஜி ஒரு விமான விபத்தில் இறந்துவிட்டார் என்ற செய்தி வந்தபோது, இரண்டு நாள் யாரோடும் பேசவில்லை அவன்.

ஜின்னாவுடனான பேச்சு வார்த்தைகள் எல்லாம் தோல்வியில் முடிந்ததால், பாகிஸ்தான் பிரிக்கப்படுவது நிச்சயம் என்பது போல்தான் பத்திரிகைகள் ஹேஷ்யம் சொல்லின. வேறு வழியில்லாத நிலையில் காந்திஜியும் கூட இதற்கு ஒப்புக்கொண்டு விட்டார் என்றறிந்தபோது, இருந்த ஒரு நம்பிக்கையும் மடிந்துவிட்டாற் போலிருந்தது.

ஹிந்துக்களின் வேதமும், நாகரீகமும் பிறந்த சிந்து நதி இந்தியாவுக்கா, பாகிஸ்தானுக்கா? ஹிந்துஸ்தானம் என்ற பெயருக்கு காரணமான சிந்துவை அவ்வளவு சுலபமாக பாகிஸ்தான் எடுத்துக்கொள்ள தலைவர்கள் சம்மதிக்க மாட்டார்கள் என்று மக்கள் தங்களுக்குள் பேசிக்கொண்ட நிலையில் சாமிநாதனிடமிருந்த மஞ்சள் தடவிய கடிதம் ஒன்று வந்தது. நான்கு வருட இடைவெளிக்குப் பின் மீனாட்சி மீண்டும் கருவுற்றிருக்கிறாள் என்றும் இம்முறை அவளை தமிழ்நாட்டுக்கே அழைத்துக்கொண்டு வந்துவிடப் போவதாகவும் எழுதியிருந்தார்.

சிந்துநதி இந்தியாவுக்கா, பாகிஸ்தானுக்கா என்று புரியாத நிலையில் அதை ஒருமுறை பார்த்து, அதில் ஆசை தீர முங்கிக் குளித்து விட வேண்டும் என்ற ஆசை ஏற்பட்டது கல்யாணத்திற்கு.

“சாமிநாதனோட நானும் லாகூர்க்கு போய்ட்டு வரட்டுமா?” தயங்கித் தயங்கி அப்பாவிடம் கேட்டான்.

“லாகூர்க்கா? அங்கே நிலவரம் அவ்வளவாக சரியில்லையாமே.”

“வேதம் சொல்லியபடி, ஒரு முறையாவது சிந்து நதியில் குளித்து விட வேண்டும்போல் தோன்றுகிறது. அது இப்போது அகண்ட இந்தியாவில்தான் இருக்கிறது. இதுவரை சுதந்திரம் எப்போது கிடைக்கும் என்பது நிச்சயிக்கப்படவில்லை. எப்படியும் இன்னும் அதற்கு காலமிருக்கிறது. அதற்குள் மீனாட்சியை அழைத்துக்கொண்டு நாங்கள் கிளம்பி வந்துவிடுவோம்.”

அப்பா அரை மனசோடு சம்மதித்தார்.

அவன் சாமிநாதனுக்கு உடனே தந்தி அடித்து, தன் வருகையைத் தெரிவித்தான்.

அடுத்து வந்த ஞாயிற்றுக்கிழமை மதராஸுக்குக் கிளம்பினான். அலுவலகத்தில் இருபது நாள் விடுப்பும், அனுமதியும் பெற்றுக்கொண்டான். “சிந்துவின் தீர்த்தத்தை மறக்காமல் எடுத்துக்கொண்டு வா” நண்பர்களும், ஊர்க்காரர்களும் சொல்லி அனுப்பினார்கள்.

ரயில் தமிழ்நாட்டைக் கடந்து இந்தியத் தாயின் மடியில் ஓடத் துவங்கியது. ஜன்னலுக்கு வெளியே தெரிந்த அகண்ட பாரதத்தின் பசுமையும், வனப்பும், நதியோட்டங்களும், அதன் கரையோரம் தோப்புகளும், வயல்களுமாய்... ஆஹா... எத்தனை அழகு, என் தாய்! கல்யாணம் பூரித்துப்போய் பார்த்தான். இமைக்க மறந்து, காட்சிகளை கண்களால் அள்ளிக் குடித்தும் திகட்டவில்லை. கூடவே மெல்லிய வேதனையும் ஏற்பட்டது.

கர்ம பூமியான இந்த தெய்வ தேசத்தின் மீது ஏன் உலகத்து நாட்டினருக்கெல்லாம் இத்தனை கண்கள்? இதை அபகரித்துக் கொள்வதில் ஏன் இத்தனை குறியாயிருக்கிறார்கள். முதலில் முகமதியர்கள் உள்ளே நுழைந்து தங்கள் சாம்ராஜ்யத்தை நிறுவி, கோயில்களை அழித்து, கொள்ளையடித்து தேசம் முழுக்க பள்ளிவாசல்கள் கட்டி...! அதற்குப் பின் டச்சுக்காரர்கள், பிரெஞ்சுக்காரர்கள், ஐரோப்பியர்கள், பிரிட்டிஷ்காரர்கள் என்று எத்தனை பேர் கால் வைத்து இந்த அன்னை பூமியை சுரண்டிக் கொண்டிருக்கிறார்கள். இதற்கெல்லாம் என்று முற்றுப்புள்ளி வைக்கப்படும்? அமைதி என்றைக்கு இங்கு கோயில் கொள்ளும் காந்தியின் ராமராஜ்யம் என்று மலரும்? பெருமூச்சு விட்டான் அவன்.

மூன்றாம் நாள் லாகூரில் இறங்கியபோது ரயிலடி முழுக்க இஸ்லாமியர்கள் நிறைந்திருந்தார்கள். மீனாட்சியும், ராமனாதனும் இவர்களைக் கண்டதும் முகம் மலர ஓடி வந்தார்கள். நான்கு குழந்தைகளை வரிசையாய்ப் பறிகொடுத்த சோகம் இருவர் கண்களிலும் படிந்திருந்தது.

மீனாட்சியைக் கண்டதும் கண் கலங்கிற்று. “உன் துக்கத்தில் எங்களுக்குப் பங்கில்லை என்று தீர்மானித்து விட்டாயா? விஷயம் தெரிந்ததும் அம்மா துடித்து விட்டாள். ஒரு நாள் முழுக்க பூஜையறையை விட்டு வெளியில் வரவில்லை. சாமியோடு சத்யாக்கிரகம் செய்து மன்றாடிக் கொண்டிருந்தாள். இம்முறை உன் குழந்தை நீண்ட ஆயுளோடு பிறக்கும் என்று ஆவேசம் வந்தாற்போல் சொல்லி அனுப்பியிருக்கிறாள். நிச்சயம் அவள் வாக்கு பலிக்கும் பார்.”

“உங்களைப் போன்றவர்கள் எனக்காக சாமியோடு சண்டை போடும்போது எனக்கென்ன கவலை? பக்தர்களின் மிரட்டலுக்குப் பயப்படவில்லை என்றால் அது என்ன சாமி?” மீனாட்சி சிரித்தாள். அதையும் மீறி அவள் கண்களில் பயம் ஒளிந்து கொண்டிருந்தது.

ரயிலடிக்கு வெளியில் மோட்டார் கார் தயாராக இருந்தது. ராமனாதனே வண்டி ஒட்டினான்.

வீடு அரண்மனை மாதிரி இருந்தது. பரந்த புல்வெளியும், ஓரங்களில் பல்வேறு மரங்களுக்கு நடுவில் மிகப் பெரிய வீடு, பார்க்கவே ரம்யமாயிருந்தது.

———

28

அத்தியாயம்

நின்னருள் வேண்டுகின்றோம் – எங்கள்
நீதியுந் தர்மமும் நிலைப்பதற்கே
பொன்னவர் கோயில்களும் எங்கள்
பொற்புடை மாதரும் மதலையரும்
அன்னநல் லணிவயல்கள் – எங்கள்
ஆடுகள் மாடுகள் குதிரைகளும்
இன்னவை காத்திடவே – அன்னை
இணைமலர்த் திருவடி துணைபுகுந்தோம்

கொந்தளிக்கும் கடல்போல் பொங்கிப் பெருகி வழிந்தோடிக் கொண்டிருந்தது சிந்து நதி. கல்யாணம் சிலிர்த்து நின்றான். ஹிமாச்சல பிரதேசத்தில் மழை பெய்யுமானால் சிந்துவில் நீரோட்டம் இப்படித்தான் பொங்கிப் பெருகும் என்றார் மீனாட்சியின் மாமனார்.

கல்யாணம், நுரைத்தோடும் நதியையே விழுங்கிவிடுவது போல் பார்த்தான். ஒரு நாகரிகத்தையே பெற்றெடுத்த அன்னை நதி! எத்தனை மகரிஷிகள் நீராடியிருப்பார்கள் இங்கே! வேத ஒலி இன்னமும் காற்றில் ஒலித்துக் கொண்டிருக்கிறது என்று நம்பும் ஹிந்துக்களின் புண்ணிய நதியில் ஆசை தீரும் வரை குளித்தான், புரண்டான், தவழ்ந்தான், முங்கினான். நதியில்

நின்றபடி இரு கை நீரெடுத்து வேத மந்திரங்கள் உச்சரித்தபடி தலைக்கு மேல் தூக்கி நதியிலேயே நீரை அர்க்கியம் விட்டான்.

சிந்து நதியின் மிசை நிலவினிலே
சேர நன்னாட்டிளம் பெண்களுடனே
சுந்தரத் தெலுங்கினில் பாட்டிசைத்து
தோணிகள் ஓட்டி விளையாடி வருவோம்.

ஆஹா... என்ன ஒரு ஆசை!. எத்தனை உயரிய கற்பனை...? இந்த தேசத்தின் அத்தனை மாநிலத்தவரும் ஒற்றுமையாயிருக்க வேண்டும் என்று என்ன ஒரு அழகான கனவு! உயர்ந்த கொள்கைகள் உள்ளவனால்தான் உயர்வாகவும் சிந்திக்க முடியும். பாவம் அத்தனை கனவையும், மனசால் கண்டு பாட்டாக எழுதி வைத்துவிட்டு அதைக் காணாமலே போய்ச் சேர்ந்துவிட்டான். அவன் கனவுகளை எல்லாம் காலன் தூக்கிப்போட்டு மிதித்து விட்டான்.

காலா உன்னைக் காலால் மிதிக்கிறேன் என்னருகே வாடா என்று காலனுக்கே சவால் விட்டது காலனுக்குப் பிடிக்கவில்லை போலும். அவன் ரோஷப்பட்டுக்கொண்டு காரியத்தை முடித்துவிட்டுப் பழியைத் தூக்கி நோயின் தலையிலும், யானையின் தலையிலும் போட்டு விட்டான்.

கல்யாணம், பாரதிக்காக கொஞ்சம் கண்ணீரை சிந்து நதிக்கு காணிக்கையாக்கினான். உன் கனவுகள் நனவாக வேண்டும் பாரதி என்ற வேண்டுதலுடன் அவரை நினைத்துக்கொண்டு இரு கையாலும் நீர் அள்ளி நதிக்கு சமர்ப்பணம் செய்தான்.

அன்றிரவு முழு நிலவின் ஒளியில் சிந்து நதி வெள்ளி நதியாய் ஓடிய அழகில் கிறங்கிப் போனான். புல்வெளியில் அனைவரும் நாற்காலி போட்டு அமர்ந்து நாட்டு நடப்பு குறித்து பேசிக் கொண்டிருந்தார்கள். தூரத்து மலை முகடுகளும், சந்திர ஒளியில் தேவலோகமாய்த் தெரிந்த வீட்டின் அழகும், அமைதியும் இப்படியே நீடித்திருக்குமா?

கவலை அவனுக்குள் நிறைந்தது.

"பாகிஸ்தான் பிரிக்கப்படும் என்றால், இந்தியாவின் எப்பகுதி வரை அவர்களுக்கு உரியதாகும்?" மீனாட்சியின் மாமனாரிடம் சாமிநாதன் கேட்டார்.

"எதுவும் சரிவரத் தெரியவில்லை. சுதந்திரம் வரும்போது நாங்கள் இந்தியர்களாக இருப்போமா, பாகிஸ்தானியர்களாக இருப்போமா என்றே புரியவில்லை. ஜின்னாவை அடக்க யாராலும் முடியவில்லை. நம் மதம் நமக்கு சாத்வீகத்தை மட்டுமே போதித்திருக்கிறது. ஆனால் ஜின்னாவின் பேச்சுக்கள் எல்லாமே மதரீதியான ஆணவத்தை மட்டுமே வெளிப்படுத்துகிறது. மக்கள் கணிப்புக்கு விட வேண்டும் என்கிறார் காந்தி. அது முடியாது என்கிறார் ஜின்னா. அதேநேரம் ஹிந்துக்கள் நிறைந்த ஒரு தேசத்தில் முஸ்லீம் சிறுபான்மையினர் அச்சமின்றி வாழ முடியாது. அவர்களுக்கான சமூக அரசியல் பாதுகாப்புகள் எதுவும் வழங்கப்படவும் மாட்டாது. எனவே பிரிவது ஒன்றுதான் வழி என்று திட்டவட்டமாகக் கூறிவிட்டார். தவிர இந்தியாவிலேயே அம்பேத்கர் உட்பட சிலர் ஜின்னாவின் கருத்தை ஆதரித்துதானே பேசுகிறார்கள்?"

"உண்மைதான். மொழிவாரியாக மாகாணங்கள் பிரிக்கப்பட வேண்டும் என்ற போராட்டங்களும், விவாதங்களும், மத்திய இந்தியாவிலும், தென்னிந்தியாவிலும் சூடுபிடித்துக் கொண்டுதான் இருக்கிறது. மகாராஷ்டிரத்திலிருந்து குஜராத்தும், கர்நாடகத்திலிருந்து ஆந்திரமும், மொழிவாரியாகப் பிரிவதற்கு காங்கிரஸே ஆதரவளித்துக் கொண்டிருக்கிறது."

"அதனால்தான் அம்பேத்கர் கர்நாடகமும், ஆந்திரமும் மொழி வழியில் பிரிவதில் தவறில்லை என்றால், பாகிஸ்தானும், இந்தியாவும் மத வழியில் பிரிவதை மட்டும் ஏன் தவறென்று கூறி அதிர்ச்சியடைய வேண்டும் என்கிறார் போலும். இந்தியா, பாகிஸ்தான் பிரிவு குறித்து ஒரு தீர்மானம் ஏற்பட்டால்தான் பூரண சுதந்திரம் வழங்க முடியும் என்கிறது பிரிட்டிஷ் அரசு."

“அது அவர்களது தந்திரம். போகிற போக்கில் இந்தியாவை இரண்டாக உடைத்துவிட்டுப் போய்விட வேண்டும் என்று நினைக்கிறான்.”

“நீ சொல்வது உண்மைதான். நம் தேசத்திற்குள் தந்திரமாக நுழைந்து நம்மை அடிமைப்படுத்திய குற்றவாளிகள் அவர்கள். ஒரு குற்றவாளியிடம் சுதந்திரம் கேட்டு நாம் கெஞ்சிக்கொண்டிருக்கிறோம். இந்த நாட்டை அவன் ஆள்வதற்கு யார் அதிகாரம் கொடுத்தார்களென்று இப்போது சுதந்திரம் கொடுக்கக் கிளம்பிவிட்டான்? வீடு புகுந்த திருடன், வீட்டுச் சொந்தக்காரர்களுக்கு சுதந்திரம் அளிக்கிறேன் என்கிறானாம். அந்த திருடனை யார் எந்த சட்டத்தின் கீழ் தண்டிப்பதாம்? சாமிநாதன் பொருமினார்.”

“இதற்குக் காரணம் யார்? நாமேதான். வீடு திறந்திருக்கிறது, அதற்குள் வாழ்பவர்கள் ஒருவருக்கொருவர் நான் பெரியவனா, நீ பெரியவனா என்று சண்டையிட்டுக் கொண்டிருக்கிறார்கள். உள்ளே ஒரு வியாபாரி நுழைகிறான். வேடிக்கை பார்க்கிறான். சண்டையிட்டுக் கொண்டிருப்பவர்களிடம் தன் வியாபாரத்தை நடத்திக்கொண்டே கட்டை பஞ்சாயத்தும் செய்ய ஆரம்பித்து, ஒரு கட்டத்தில் அந்த வீட்டையே ஆக்கிரமித்துக்கொண்டு அத்தனை பேரையும் தன் கட்டளையின் கீழ் அவன் கொண்டுவந்த பிறகுதான் அவர்களுக்குப் புரிகிறது. தாங்கள் அவனுடைய அடிமைகளாகி விட்டோம் என்பது. அதன் பிறகும் கூட அவர்கள் ஒற்றுமைக்கு முயற்சிக்கவில்லை. வியாபாரிக்கு ரொம்ப சௌகர்யமாகி விட்டது. அவன் அவர்களுடைய கஜானாக்களைக் கூட அபகரித்துக்கொண்டு விட்டான். ராஜாக்களாக இருந்தவர் எல்லாம் அவனுக்கு பணியாட்களாகி, அவனிடமே ஊதியம் பெற்று பிழைப்பு நடத்தும் நிலைக்கு தள்ளப்பட்ட பிறகு வருந்தி என்ன பயன்? ஊர் ரெண்டு பட்டால் கூத்தாடிகளுக்குக் கொண்டாட்டம்தானே? அவர்கள் போகிற போக்கில் பிரிவினைக்கு தூபம் போட்டுவிட்டுப் போய் விட்டார்கள். இந்தியாவிலிருந்து பாகிஸ்தான் பிரியப் போகிறது

என்பதில் இங்கிருக்கும் முஸ்லிம்களுக்கு எவ்வித சந்தேகமும் இல்லை. அதற்கேற்றாற்போல் ஜின்னாவும் பாகிஸ்தான் பிரியும்போது, பாகிஸ்தானிலுள்ள ஹிந்துக்கள் இந்தியாவிற்குச் சென்றுவிட வேண்டும் என்றும், இந்தியாவிலுள்ள முஸ்லிம்கள் அனைவரும் பாகிஸ்தானுக்கு இடம் பெயர்ந்து வந்து விட வேண்டும் என்று தெரிவித்திருக்கிறான்."

"அப்படியானால் கன்யாகுமரியில் உள்ள முஸ்லிம்கள் முதற்கொண்டு பாகிஸ்தானுக்கு வந்துவிடுவார்கள் என்றா சொல்கிறீர்கள்?"

"நிச்சயம் மாட்டார்கள். ஜின்னாவின் ஆலோசனை இந்தியாவில் நிம்மதியாக வாழ்ந்து கொண்டிருக்கும் முஸ்லிம்களுக்கு சுத்தமாய்ப் பிடிக்கவில்லை. முஸ்லீம் என்ற பெயரில் முன்பின் பழக்கமில்லாத பாகிஸ்தானுக்கு, தன் வீடு, வாசல் அனைத்தையும் விட்டுச் செல்ல அவர்களுக்கு விருப்பமில்லை."

"இஷ்டமில்லை என்று கூறுகிறவர்கள், லாகூர் மாநாட்டில் ஏன் பாகிஸ்தான் பிரிவதை வரவேற்று சம்மதம் தெரிவித்தார்களாம்?"

"அதுதான் அவர்களது தந்திரம். முஸ்லீம் லீக்கின் கோட்பாடுகளை மறுத்தார்கள் என்ற குற்றச்சாட்டிலிருந்து விடுபட, ஒரு பக்கம் பிரிவினைக்கு சம்மதம் சொல்லிவிட்டு அதேநேரம் தனிப்பட்ட முறையில் தாங்கள் அங்கு செல்ல விரும்பவில்லை என்று இந்த அரசுக்கு உணர்த்திக் கொண்டிருக்கிறார்கள். என்ன இருந்தாலும் மதசார்பற்ற, மிகப் பாதுகாப்பான தேசம் இதுதான் என்பது அவர்களுக்கு நன்கு தெரியும்."

"ஒருவேளை நீங்கள் வசிக்கும் இந்த இடம் பாகிஸ்தானுடன் இணைக்கப்பட்டு விட்டால் நீங்கள் என்ன செய்யப் போகிறீர்கள்?"

"நான் ஏன் போக வேண்டும்? பாகிஸ்தான் வேண்டும் என்றோ ஹிந்துஸ்தான் வேண்டும் என்றோ நாங்கள் யாரும் கேட்கவில்லையே. அங்கிருக்கும் முஸ்லீம்களுக்கு இங்கு வருவதில் என்னென்ன பிரச்சனைகள் இருக்கிறதோ அதே

பிரச்சனைகள் இங்கிருக்கும் ஹிந்துக்களுக்கும் அங்கு போவதில் இருக்கிறதே. ஹிந்துக்களை விரட்ட ஜின்னாவுக்கு யார் அதிகாரம் கொடுத்திருக்கிறார்கள் என்று அவர் ஹிந்துக்களை விரட்டப் பார்க்கிறார்?"

சம்பத் ஆவேசமாகக் கேட்டார். அவர் முகம் சற்றே சிவந்திருந்தது. தான் பாடுபட்டு உழைத்துக் கட்டிய அழகான தன் வீட்டையும், அதன் முன்னால் பூக்கள் பூத்துக் குலுங்கிய நந்தவனத்தையும், பாசமும் பதற்றமுமாக ஒரு முறை பார்த்தார்.

"என்னால் இதை விட்டுவிட்டு வர முடியாது." அவர் வாய் திரும்பத் திரும்ப முணுமுணுத்துக் கொண்டிருந்தது.

"ஏனோ எனக்குப் பயமாகவே இருக்கிறது. கல்கத்தாவில் நடந்த படுகொலைகளைப் பற்றி பத்திரிகைகள் போடும் படங்களையும், செய்திகளையும் காணும்போது மனது நடுங்குகிறது. சுதந்திரம் பெறப்போகும் நிலையில், இத்தனை காலம் சகோதரர்கள் போல் பழகி வெள்ளையர்களை எதிர்க்க நம்மோடு துணை நின்ற முஸ்லீம்கள் ஹிந்துக்களின் மீது இப்படியொரு கொலைவெறித் தாக்குதலைக் கட்டவிழ்த்து விட்டிருப்பதைக் காணும்போது கவலையாக இருக்கிறது. ஹிந்துக்களை வெளியேற்ற நேரடி நடவடிக்கையாம்."

"ஓண்ட வந்த பிடாரி, ஊர்ப் பிடாரியை விரட்டியது என்று சொல்வார்கள். யாருடைய நாட்டுக்குள் நுழைந்து யாரை வெளியேற்றுகிறார்கள் அவர்கள்?"

"அவர்களைச் சொல்லி குற்றமில்லை. நமது சாத்வீகக் கோட்பாடுதான் அவர்களுக்குத் துணிச்சலைத் தந்திருக்கிறது. பதிலடி கொடுக்க நாம் தயாராகும் வரை அவர்களது கைகள் ஓங்கிக் கொண்டுதான் இருக்கும்."

"நமது கைகளைத்தான் காந்திஜி கட்டிப் போட்டிருக்கிறாரே."

"அப்படிச் சொன்னாலும் கட்டுக்களை அவிழ்த்துக்கொண்டு பீஹார் ஹிந்துக்கள் தயாராகி விட்டனர். பீஹாரில் முஸ்லீம்களின்

மீது ஹிந்துக்கள் பாயத் தொடங்கிவிட்டதாக ரேடியோவில் செய்தி கேட்டேன். மகாத்மா நவகாளியில் முஸ்லீம்களை அமைதிப்படுத்த யாத்திரை போயிருக்கிறாராம்."

"என்னவோ தேசம் போகும் நிலை கவலையாகத்தான் இருக்கிறது. வெள்ளைக்காரன் வெளியேறிவிட்டால் எல்லாம் சரியாகிவிடும் என்று நினைக்க முடியாது போலிருக்கிறதே" சாமிநாதன் பெருமூச்சு விட்டார்.

"உண்மைதான் இதுவரை ஆங்கிலேயன் மட்டும்தான் நமக்கு பொது எதிரியாக இருந்தான். ஆனால் இப்போது நமக்குள்ளேயே ஏற்பட்டிருக்கும் இந்த மதச்சண்டை எதில் போய் முடியும் என்றே தெரியவில்லை."

அவர்கள் கவலையோடு பேசிக் கொண்டிருக்கும்போது மீனாட்சி சிற்றுண்டி தயாராக இருப்பதாகத் தெரிவித்தாள்.

அவர்கள் எழுந்தார்கள். சிந்துவின் நீரோட்டமும், தூரத்து மலை முகடுகளுமாய் அந்த பிராந்தியம் ரம்யமான அமைதியோடு இருந்தது.

"நாங்கள் இன்னும் இரண்டு நாட்களில் மீனாட்சியையும் அழைத்துக்கொண்டு கிளம்பலாம் என்றிருக்கிறோம்." சாப்பிடும்போது கூறினார் சாமிநாதன்.

"நல்லது. அவளை நீங்கள் அழைத்துச் சென்றுவிடுவது நல்லதுதான். வங்காளத்தில் நடக்கும் கலவரம் எந்நேரமும் இங்கும் ஏற்பட வாய்ப்புண்டு. காந்திஜி நவகாளியில் முஸ்லீம்களை சமாதானப்படுத்தச் சென்றிருப்பது இங்குள்ள இஸ்லாமியர்களுக்குப் பிடிக்கவில்லை. அவர் எங்கே அங்குள்ள முஸ்லீம்களையும், ஹிந்துக்களைப்போல் சாத்வீகவாதிகளாக்கி விடுவாரோ என்று பயப்படுகிறார்கள். பிரிவினை தீர்மானமாகி விட்டாலும் சுதந்திரம் எப்போது என்கிற தகவலேதும் இதுவரை தீர்மானமாக வெளிவரவில்லை. என் வீட்டின் தலைச்சன் குழந்தை பாகிஸ்தானில் பிறப்பதை நான் விரும்பவில்லை."

“அப்படியானால் இந்த இடம்...” சாமிநாதன் அவரைக் கவலையோடு பார்த்தார்.

“எந்தக் காரணத்தைக் கொண்டும் இஸ்லாமியர்கள் லாகூரை இந்தியாவிற்கு விட்டுத்தர மாட்டார்கள் என்று தோன்றுகிறது. என்ன ஆனாலும் சரி, என் வீடு எனக்குச் சொந்தம். இங்கிருந்து என்னை கிளம்பச் சொல்ல யாருக்கும் உரிமையில்லை.”

சற்றுநேரம் அங்கே கனத்த மௌனம் நிலவியது. மீனாட்சிதான் அதைக் கலைத்தாள்.

“இது போன்றதொரு இக்கட்டான நிலையில் என்னால் உங்களோடு தமிழ்நாட்டிற்கு வர இயலாதப்பா. நான் என் கணவரோடும், மாமனார் மாமியாரோடும் இருக்க விரும்புகிறேன். எல்லைப் பிரச்சனை தீரட்டும். பிறகு என்னை வந்து அழைத்துச் செல்லுங்கள். ஒரு வேளை மாமா சொன்னது போல் இந்த இடம் பாகிஸ்தானுக்கு உரியதாகிவிட்டால் அவர் விருப்பப்படி என் குழந்தை இந்திய மண்ணில் பிறக்கட்டும்.”

“அதுவரை நீ இங்கே தங்கியிருக்க வேண்டும் என்பதில்லை மீனாட்சி. எங்களைப் பற்றி கவலைப்படாதே. இன்றிருக்கும் அமைதி நாளை இங்கு நிலவுமா என்பது கேள்விக்குறி. நீ பாதுகாப்பாக இங்கிருந்து சென்று விடுவதுதான் நல்லது.”

“ஒன்றும் ஆகாது மாமா. என் அம்மா எனக்குத் துணையாக இருப்பாள்.”

அவர் வற்புறுத்தியும் மீனாட்சி வர மறுத்து விட்டாள். சாமிநாதனின் முகம் வாடியது.

“ஒன்று செய்வோம். நான் மட்டும் இப்போது கிளம்புகிறேன். உன் அப்பாவும் இங்கேயே இருக்கட்டும். உன்னை விட்டுவிட்டுக் கிளம்பினால் உன் கவலை அவரது உறக்கத்தைக் கெடுத்துவிடும். தவிர இப்போது அவர் அங்கு வந்துதான் ஆக வேண்டும் என்று அந்த நிர்ப்பந்தமும் இல்லையே. நான் மறுபடியும் மே

மாதம் இங்கு வருகிறேன். அப்போது உங்கள் இருவரையுமே அழைத்துச் செல்கிறேன்."

சாமிநாதன் அரைமனதாகச் சம்மதித்தார். மொத்த குடும்பமுமே இப்போதே தமிழ்நாட்டிற்குத் தன்னோடு கிளம்பி வந்துவிட்டால் தேவலை என்றிருந்தது அவருக்கு. ஆனால் சம்பத் சம்மதிக்கவில்லை.

"நான் ஒரு ஐ.சி.எஸ். அதிகாரி. என்னை வந்து மிரட்டும் அளவுக்கு இங்கு யாருக்கும் துணிவிருக்காது" என்றார்.

இரண்டு நாள் கழித்து கல்யாணராமன் மட்டும் கிளம்பினான்.

பயற்றூர் வந்து சேர்ந்த பிறகுதான் மீனாட்சியையும், ராமனாதனையும் கையோடு அழைத்து வராமல் விட்டுவிட்டு வந்திருக்கக் கூடாதோ என்று தோன்றியது. மீனாட்சியின் பேச்சுக்கு மதிப்பளித்து அவளை விட்டுவிட்டு தனியே வந்தது எவ்வளவு தவறு என உணர்ந்தான்.

———

29

அத்தியாயம்

அச்சமில்லை அமுங்குதலில்லை
நடுங்குத லில்லை நாணுத லில்லை
பாவ மில்லை பதுங்குத லில்லை
எது நேரினும் இடர்ப்பட மாட்டோம்
அண்டஞ் சிதறினால் அஞ்ச மாட்டோம்
கடல்பொங்கி எழுந்தாற் கலங்க மாட்டோம்
யார்க்கும் அஞ்சோம் எதற்கும் அஞ்சோம்
எங்கும் அஞ்சோம் எப்பொழுதும் அஞ்சோம்.

'மேற்கு பஞ்சாப்பில் சீக்கியர்கள் மீது முஸ்லீம்கள் ஆக்ரோஷத் தாக்குதல். சீக்கியர்களை முஸ்லீம்கள் கொன்று குவிக்கிறார்கள்.'

நாளிதழின் தலையங்கச் செய்தியைப் படித்ததும் தூக்கி வாரிப்போட மொத்த செய்தியையும் அவசரமாகப் படித்தான் கல்யாணராமன்.

சிந்துவின் ஐந்து கிளை நதிகளும், பஞ்சாப்பிலேயே இருக்கும்படியாக செனாப் நதியின் மறுகரையோடு பாகிஸ்தானின் எல்லை வகுக்கப்பட வேண்டும் என்று சீக்கியர்கள் வேண்டுகோள் வைக்க, அது முஸ்லீம்களின கோபத்தைக் கிளறிவிட்டது. எங்கே லாகூரைத் தாங்கள் இழந்து

விடுவோமோ என்ற ஆத்திரத்தில் முஸ்லீம்கள் சீக்கியர்களைக் கொன்று குவிக்கிறார்கள். சீக்கியப் பெண்களைக் கற்பழித்தும், குழந்தைகளைக் கொன்றும் வெறியாட்டம் நடத்துகிறார்கள். இந்த தேசத்திற்காக சீக்கியர்கள் செய்துள்ள தியாகங்கள் மகத்தானது. அப்பேற்பட்டவர்கள் மீது இஸ்லாமியர்கள் நடத்தும் தாக்குதல் கவலையளிக்கிறது.

கல்யாணராமன் ரேடியோவைப் போட்டான். அதிலும் பஞ்சாப் படுகொலைகள் பற்றிதான் செய்திகள் வந்துகொண்டிருந்தது. மீனாட்சியை அங்கேயே விட்டுவிட்டு வந்தது தவறோ என்று தோன்றியது அவனுக்கு. அப்பாவும், அம்மாவும் கூட அதையே கூறினார்கள். இன்னும் இரண்டு நாளில் அவன் லாகூருக்குக் கிளம்புவதாகத்தான் இருந்தான். அதற்குள் இப்படி கலவரம் வெடித்திருப்பது கவலையளித்தது அவனுக்கு.

“இந்த நிலையில் நீ அங்கு செல்வதும் எனக்கு பயமாக இருக்கிறது” அம்மாவின் முகத்தில் பயம் அப்பியிருந்தது.

“நாங்கள் பத்திரமாகத் திரும்பி வரும்வரை நீ பயற்றுநாதனை சும்மா விட்டுவிடுவாயா என்ன? பிடுங்கி எடுத்து விடமாட்டாய்?” அவன் சிரித்தான்.

“இந்த முறை மீனாட்சியின் குழந்தையை பத்திரமாகப் பாதுகாக்காவிட்டால் இருக்கிறது அவனுக்கு! நீ பத்திரமாக அவளை அழைத்துக்கொண்டு வந்துவிடு. அது போதும். அவளை மனதார என் பெண்ணாக வரித்துக்கொண்டு விட்டேன்.”

அம்மாவின் கெஞ்சல் இப்படி என்றால் மதுரத்தின் கெஞ்சல் வேறு விதமாயிருந்தது.

“நீங்கள் அவசியம் போய்த்தான் ஆக வேண்டுமா?”

“ஏன்?”

“உங்களுக்கு ஏதாவது ஒன்று என்றால் நானும், குழந்தைகளும் என்ன செய்வோம்?”

"எங்களுக்கு ஒன்றும் ஆகக்கூடாது என்று வேண்டிக்கொள். மீனாட்சியும் உன்னை மாதிரி ஒரு பெண். ஏற்கனவே நான்கு குழந்தைகளை வரிசையாய் யமனுக்கு வாரிக் கொடுத்தவள். இந்தக் குழந்தையாவது அவளுக்கு நிலைக்க வேண்டும் என்றால், அவள் இங்கு வந்துதான் ஆக வேண்டும். அம்மாவின் அன்பும், அனுசரணையும் அவளுக்கு நிச்சயம் தேவை."

"நீங்கள் வந்து சேரும் வரை என் உயிர் என்னிடத்தில் இருக்காது."

"அதையும் என் உடைகளோடு சேர்த்து மடித்து பெட்டியில் வைத்து விட்டாயா என்ன?"

"உங்களுக்கு எல்லாம் விளையாட்டுதான்."

"என்ன செய்வது? கவலைகளை இப்படித்தான் சற்று மறக்க முடிகிறது."

அவன் மீண்டும் லாகூருக்குக் கிளம்பினான்.

இரண்டு நாள் பயணம் முதல்முறை போல அவ்வளவு இனிமையாக இல்லை. டெல்லிக்கு வந்து வண்டி மாறுவதற்குள் வெய்யிலில் துவண்டு விட்டான். லாகூர் செல்லும் வண்டியில் கூட்டம் பிதுங்கித் தள்ளியது. ஹிந்துக்கள் நிறையபேர் இருந்தார்கள். எல்லோரது முகத்திலும் கவலை அப்பிக்கிடந்தது. அங்கிருக்கும் தங்கள் உறவினர்கள் என்ன நிலையில் இருக்கிறார்களோ என்கிற கவலை. யாரும் யாரோடும் அதிகம் பேசக்கூட இல்லை.

பஞ்சாப் எல்லையைத் தொட்டதும்தான் நிலைமையின் தீவிரம் புரிந்தது. ஊரே மயானம் மாதிரி இருந்தது.

"போன வாரம் பெஷாவரிலிருந்து டில்லிக்கு வந்த ரயிலை முஸ்லீம்கள் வழிமறித்து நிறுத்திட்டாங்களாம். ஹிந்துக்களை ரயிலை விட்டு இறங்கக் கூடாதுன்னு மிரட்டினாங்களாம். மீறி இறங்கினவங்களை வெட்டி சாய்த்தார்களாம். உள்ளே எள்ளு விழ இடமில்லாத அளவு கூட்டம். கக்கூஸைப் பூட்டி தண்ணித்

தொட்டியை, குழாய்களை எல்லாம் உடைச்சுப் போட்டுட்டாங்க" ஒரு இளைஞன் சற்று கோபமாகவும், வேகமாகவும் சொன்னான். தன்னை ராஷ்ட்ரிய ஸ்வயம் சேவக் உறுப்பினன் என்று சொல்லிக்கொண்டவன் தொடர்ந்தான். ஹிந்துக்களின் பாதுகாப்புக்காகத்தான் தானும் லாகூர் செல்வதாகவும், தன்னோடு நிறைய உறுப்பினர்கள் ரயிலில் ஆங்காங்கு இருப்பதாகவும் கூறினான்.

"பிறகு அந்த ரயிலை என்ன செய்தார்களாம்?"

"பயணிகளிடமிருந்த உணவுப் பொருட்களையும், தண்ணீர்ப் பைகளையும் பிடுங்கி வீசி எறிந்திருக்கிறார்கள். முதியவர்களும், குழந்தைகளும் அதிக அளவில் உள்ளே இருந்தும்கூட அவர்கள் கொஞ்சமும் இரக்கப்படவில்லை. குழந்தைகள் தாகத்தில் தவித்திருக்கின்றனர். மயங்கிச் சரியும் நிலைக்குச் சென்ற குழந்தையின் தாகத்தைத் தீர்க்க பெற்றோர்கள் தங்கள் சிறுநீரைப் பிடித்துக் கொடுத்திருக்கிறார்கள்."

"கடவுளே...!" கல்யாணம் துடித்துப் போனான். கண்களை இறுக மூடிக்கொண்டான். அப்படியும் கண்ணீர் கட்டுப்பாடின்றி வழிந்தது.

ஏன் இத்தனை வெறி? மனிதனை மனிதன் கொன்றாவது மதத்தை வாழ வைக்க வேண்டுமா? மதம் மனிதனை படைத்ததா? மனிதன் மதங்களைப் படைத்தானா? யாரை யார் உருவாக்கினார்கள்? தேவபூமி, கர்மபூமி, தர்மபூமி என்றெல்லாம் அழைக்கப்பட்ட இந்த பாரதம் ஏன் இப்படி குருதி பூமியாகி விட்டது? யார் இதற்கு காரணம்? மக்களா, தலைவர்களா? மீனாட்சியின் குடும்பம் பத்திரமாக இருக்குமா...? பயற்றுநாதா அவர்களை நல்லபடியாக என் கண்ணில் காட்டிவிடு. கல்யாணம் வேண்டிக்கொண்டான்.

"தாங்க முடியவில்லை அல்லவா?" அந்த இளைஞன் கேட்டதும் ஆமாம் என்றான். "பசியும் மயக்கமுமாக இருந்த பயணிகளை அதற்குப் பிறகு அவர்கள் செய்த சித்ரவதை

சொல்லத்தகாதது. ரயிலிலிருந்து பெண்களை இழுத்துப் போட்டு அவளது கணவன் அல்லது பெற்றோர் முன்பிலேயே நிர்வாணமாக்கி கற்பழித்து, மார்பகங்களை அறுத்தெறிந்து, மர்ம உறுப்புகளில் கூர்மையான ஆயுதங்களால் குத்தி ஆண்களின் மர்ம உறுப்புகளை வெட்டி, காயடித்து, குழந்தைகளை இரக்கமே இல்லாமல் கொன்று வீசி...”

“போதும் போதும்...” கல்யாணம் முகத்தை மூடிக்கொண்டு அழுதான்.

“இப்போது வரட்டும் அந்த வெறியர்கள். வெட்டி சாய்த்து விட்டுத்தான் மறுவேலை, ஹிந்து மதத்தை விரோதியாகப் பார்க்கிறவர்களை நாம் மட்டும் எப்படி சிநேகமாகப் பார்க்க முடியும்? எங்கள் ஆயுதங்களுக்கு அவர்கள் பதில் சொல்லட்டும்.”

“இது தவறில்லையா? காந்திஜியின் அஹிம்சை கொள்கைக்கு விரோதமான காரியங்களை நாம் செய்யலாமா?”

“காந்தியின் அஹிம்சா வழியை நாங்கள் தவறென்று சொல்லவில்லை. ஆனால் இஸ்லாமிய வெறியர்களுக்கு அஹிம்சை புரியாது. அவர்களுக்குத் தெரிந்ததெல்லாம் கற்பழிப்பும், கொலையும்தான். காந்தியின் கண்ணெதிரிலேயே ஒரு இஸ்லாமியன் ஒரு ஹிந்துப் பெண்ணை கற்பழிக்க முயன்றால் உங்கள் காந்தி தன் கையிலிருக்கும் தடியால் அவனை நாலு போடு போட்டு அந்தப் பெண்ணைக் காப்பாற்றுவாரா அல்லது அவளை விட்டுவிடு என்று கெஞ்சியபடி அவன் அவளை விடும்வரை உண்ணாவிரதமிருக்கப் போவதாக அறிவித்துவிட்டு அமர்ந்து விடுவாரா?”

கல்யாணராமன் திகைத்தான். அவன் கேள்வியிலிருந்த நியாயம் புரிய, பதில் சொல்ல முடியாமல் திணறினான்.

“சில ஓநாய்கள் அஹிம்சைக்கு மசியாது, ஆயுதங்களுக்குத்தான் அவை அடங்கும். தன் அஹிம்சை வழியால் வெள்ளையர்களை சுதந்திரம் தர சம்மதிக்க வைத்த காந்தியால், ஜின்னாவை என்ன

செய்ய முடிந்தது? பிரிவினை வேண்டாம் என்று அவனை சொல்ல வைக்க இவரது அஹிம்சையால் முடியவில்லையே. ஏனென்றால் அவன் மதவாதி. அல்லாவை ஏற்றுக்கொள்ளாதவர்கள் எல்லாம் அவர்களுக்கு காஃபிர்கள். இஸ்லாத்திற்கு விரோதிகள். அந்த வகையில் காந்திஜியே அவர்களுக்கு விரோதிதான். அஹிம்சை அவர்களது மதக்கோட்பாடல்ல. அப்படிப்பட்டவர்களிடம் ஆயுதத்தோடுதான் நெருங்க வேண்டும். ஹிந்துப் பெண்களைத் தொட்டால் கையை வெட்டு. பார்த்தால் கண்ணை நோண்டு. நெருங்கினால் ஆளையே வெட்டு. தப்பே இல்லை. தங்கள் மதத்தைச் சார்ந்த பெண்களை அன்னியர்கள் பார்க்கலாகாது என்று தலையோடு கால்வரை கருப்பு உடையால் மூடி அழைத்துச் செல்கிறவர்கள், ஹிந்துப் பெண்களைக் கண்டால் மட்டும் கற்பழிப்பார்களாம். பெண்கள் என்றால் எந்த மதத்தினராயிருந்தாலும் வணங்கப்பட வேண்டியவர்கள் என்கிற அடிப்படை நாகரிகம் கூட இல்லாதவர்களிடம் அஹிம்சை போதித்துக் கொண்டிருக்க முடியாது. விரைந்து செயல்பட்டால்தான் பெண்களையும், குழந்தைகளையும் காப்பாற்ற முடியும். இவ்வளவு ஏன்? தர்மத்தை ஜெயிக்க வைக்க கிருஷ்ணர் என்ன செய்தார்? கௌரவர்களுக்கு எதிராக உண்ணாவிரதத்திலா அமர்ந்திருந்தார்? இல்லையே. பகவத்கீதையை உபதேசித்து அர்ஜுனனைக் கொண்டு பீஷ்மரையும், துரோணரையும் தந்திரமாக வீழ்த்தவில்லையா? இத்தனைக்கும் பீஷ்மரும், துரோணரும் தர்மம் தெரிந்தவர்கள்தான். சூழ்நிலைக் கைதிகளாக கௌரவர் பக்கம் நின்றிருந்தார்கள். அதர்மத்தோடு கைகோர்த்துவிட்டால் ஆச்சார்யர்களாக இருந்தாலும் தயங்காதே! கொன்றுவிட்டு முன்னேறிச் செல். தர்மம் ஜெயிக்க நீ எதையும் செய்யலாம் என்று கிருஷ்ணர் உபதேசிக்கவில்லையா? குர்ரான் படி அவர்கள் நடப்போம் என்றால், அதைச் சரி என்கிறார் காந்தி. கீதையின்படி நாம் நடந்தால் மட்டும் தவறு என்று சொல்லி முஸ்லீம்களுக்கு ஆதரவாகப் பேசுகிறார். ஹிந்துக்களை ஹிம்சிக்காதீர்கள் என்று அவர்களிடமும் சொல்ல வேண்டியதுதானே? ஹிந்துக்கள் என்ன

புழுபூச்சிகளைவிடக் கேவலமாகி விட்டார்களா? கண்டவர் காலிலும் மிதிபட்டு நசுங்கி உயிரை விடுவதற்கு! ஒரு எறும்பு கூட தன்னால் முடிந்த வரை சுறுக்கென்று கடித்து போராடி விட்டுதான் உயிரை விடுகிறது. நம் பெண்கள் மட்டும் எதிர்ப்பே காட்டாமல் அஹிம்சை அஹிம்சை என்று சொல்லிக்கொண்டு அவன் கற்பழிப்பதை சகித்துக் கொண்டிருக்க வேண்டுமா...?"

பேசிக் கொண்டிருக்கும்போதே ரயிலின் வேகம் குறைந்து ஓரிடத்தில் நின்றது. ஆர்.எஸ்.எஸ். இளைஞர்கள் சுறுசுறுப்பானார்கள். ஒவ்வொரு பெட்டியிலும் அவர்கள் நான்கைந்து பேர்கள் இருந்தார்கள். பெட்டிகளின் வாசல்களை அடைத்துக்கொண்டு ஆயுதங்களோடு நின்றார்கள்.

தூரத்தில் ஒரு முஸ்லீம் படை இரைச்சலிட்டவாறு ஆவேசத்தோடு ரயிலை நோக்கி ஓடிவந்து கொண்டிருப்பது தெரிந்தது. ஸ்வயம் சேவக்குகள் தங்கள் ஆயுதங்களோடு தயாராக இருந்தார்கள். ரயிலுக்குள்ளிருந்த ஹிந்துக்கள் கோழிக்குஞ்சுகளைப் போல் நடுங்கினார்கள். அவர்கள் முகத்தில் பெரும் பீதி படர்ந்திருந்தது. குழந்தைகளைப் பொத்தி மறைத்துக் கொண்டார்கள்.

கிட்டே வருகிற ஒவ்வொரு முஸ்லீமையும், கத்தியைக் காட்டி விரட்டினார்கள் ஸ்வயம் சேவக்குகள். அப்படியும் மீறி உள்ளே புகுந்த ஒன்றிரண்டு வெறியர்களைத் தடுத்து நிறுத்தி தன் பலத்தையெல்லாம் திரட்டி அவர்களை உதைத்து வெளியே தள்ளினார்கள். அரைமணி நேரப் போராட்டத்தில் இஸ்லாமிய வெறியர்கள் பின்வாங்கினார்கள். ஹிந்துக்களை திட்டியபடி திரும்பிச் சென்றார்கள். பெட்டியிலிருந்த பயணிகள் கண்ணீர் மல்க ஸ்வயம் சேவக்குகளைப் பார்த்து நன்றி கூறினார்கள்.

"ஒரு ஆபத்து தீர்ந்து விட்டது அவ்வளவுதான்" என்றார் ஒருவர்.

லாகூர் ரயிலடியில் வண்டி நின்றதுதான் தாமதம். பெருங்கூச்சலோடு இஸ்லாமிய வெறியர்கள் சிலர் ஓடிவந்தார்கள்.

ஸ்வயம் சேவக்குகள் உடற்பயிற்சிகள் மூலம் கற்றுத் தேர்ந்திருந்த வித்தைகளை எல்லாம் காட்டி அவர்களை விரட்டி அடித்தார்கள்.

கல்யாணராமன் மீனாட்சியின் வீடு நோக்கி கிளம்பினான். வழியெல்லாம் அவன் கண்ட காட்சிகள் இரத்தத்தை உறைய வைத்தது. சிதறிக்கிடந்த உடல்களும், இரத்த உறைவுகளும், துண்டாகியிருந்த கை கால்களும், எரியூட்டப்பட்டிருந்த வீடுகளுமாய் பதறிப் போயிற்று மனசு. மீனாட்சியின் குடும்பம் நல்லபடியாக இருக்க வேண்டுமே என்ற வேண்டுதலோடு வேகமாய் நடந்தான். ஏனோ அடிவயிறு கலங்கியது. சொல்லத் தெரியாத பயம் படர்ந்தது.

"வீட்டை நெருங்கினவன் அதிர்ந்து நின்றான். பாதி எரியூட்டப்பட்ட பிணம்போல் சிதைந்து கிடந்தது சம்பத்தின் அழகான மாளிகை. கல்யாணம் வயிறு கலங்க உள்ளே ஓடினான். உள்ளே யாருமில்லை... வீடு முழுக்க ரத்தம், சுவரில் இரத்தம். உருண்டுகிடந்த பொருட்கள். எரிந்துகிடந்த பகுதிகள்... என்று அதன் அமைதி பயமுறுத்துவதாக இருந்தது."

எது நடக்கக் கூடாது என்று பயந்துகொண்டே வந்தானோ, அது நடந்தே விட்டது. கடவுளே... கைவிட்டு விட்டாயே... ஏன் இந்த இரத்தம்...? எதற்கு...? குருக்ஷேத்திர பூமியில் போர் ஓயவே ஓயாதா...? யாராவது மாற்றி மாற்றி உதிரம் சிந்திக் கொண்டேயிருக்க வேண்டும் என்பது சாபமா...? அம்மாவுக்கு என்ன பதில் சொல்லப் போகிறேன்? அவளால் தாங்க முடியுமா?

கல்யாணம் முழங்காலிட்டு அமர்ந்து சத்தம் போட்டு அழுதான்.

அழுதழுது ஓயும்போது இருள் கவிந்திருந்தது. தளர்ந்து எழுந்து நடக்க ஆரம்பித்தான். இன்னும் சுதந்திரம் கூடக் கிடைக்கவில்லை. பாகிஸ்தான் பிரிக்கப்படவில்லை. எல்லை வகுக்கப்படவில்லை. அதற்குள் சொந்தம் கொண்டாடத் துவங்கி விட்டார்களா? ஏன் இத்தனை வெறி? அடுத்தவர் உழைப்பையும், அவர்களது உயிரையும் அழிப்பதற்கா இவர்கள் படைக்கப்பட்டார்கள்?

அவன் இரத்தம் உறைந்திருந்த வீதிகளின் வழியே வெறித்த பார்வையோடு நடந்தான். ஹிந்துக்களின் கோயில்கள் கூட அழிக்கப்பட்டிருந்தன. தெய்வமே சும்மா இருக்கும்போது மனிதர்கள் என்ன செய்வார்கள்? வீதி ஒன்றின் முனையில் முக்காடிட்டிருந்த உருவமொன்று அவனையே பார்த்தது. இஸ்லாமியர் போல் தெரிய கல்யாணம் பயமும், வெறுப்புமாக எங்கே அது தன் மீது பாய்ந்து விடுமோ என்கிற யோசனையோடு சற்றே தயங்கிப் பின்வாங்கினான்.

"கல்யாணம்."

அந்த உருவம் ஈனஸ்வரத்தில் அழைக்கவும் திகைத்தான் அவன். அந்த உருவத்தை உற்றுப் பார்த்தான்.

"நீ நீங்களா..." அதிர்ச்சியோடு கேட்டான்.

அந்த் உருவம் முகத்தை மூடிக்கொண்டு தேகம் குலுங்கப் பீறிட்டு அழுதது.

"சாமிநாதன் சார்... என்ன கோலமிது? என்ன நடந்தது...? எல்லோரும் என்ன ஆனார்கள்?"

"என் பெயர் இப்போது சாமிநாதன் இல்லை கல்யாணம். ஷாகுல் அமீது."

சாமிநாதன் குலுங்கிக் குலுங்கியழ கல்யாணம் உறைந்துபோய் நின்றான்.

——

30

அத்தியாயம்

வாழ்ந்திட விரும்பினேன் மனமே! - நீயிதை
ஆழ்ந்து கருதி ஆய்ந்தாய்ந்து பலமுறை
சூழ்ந்து, தெளிந்து, பின்சூழ்ந்தார்க் கெல்லாம்
கூறிக் கூறிக் குறைவறத் தேர்ந்து,
தேறித் தேறிநான் சித்திபெற் றிடவே
நின்னா லியன்ற துணைபுரி வாயேல்,
பொன்னால் உனக்கொரு கோயில் புனைவேன்.

“அன்றைக்கு மீனாட்சியின் அம்மா இறந்துபோன தினம். வழக்கமாக அந்த ஒரு நாள் மட்டும் மீனாட்சி தர்க்காவுக்குப் போவாள்.”

“ஆமாம் சொல்லியிருக்கிறீர்கள்.”

“அவளுக்குத் துணையாக நானும் சென்றிருந்தேன். நாங்கள் போகும்போது ஒரு பிரச்சனையுமில்லை. ஆனால்... திரும்பி வருவதற்குள் வீட்டிற்குள் அவர்கள் நுழைந்திருக்கிறார்கள். வீட்டை துவம்சம் பண்ணியிருக்கிறார்கள். நாங்கள் தெருவில் நுழையும்போது கலகக்காரர்கள் பெரும் சப்தத்தோடு வீட்டிலிருந்து வெளியேறி வருவதைக் கண்டதும் அப்படியே நின்றுவிட்டோம். அவர்கள் எங்களை நெருங்கினார்கள்.”

"யார்... யார் நீ...?"

"நான்... நான் இவளின் தந்தை."

பர்தா அணிந்திருந்த மீனாட்சியை நூர்ஜஹான் என்று அவர்களுக்கு அறிமுகப்படுத்தினேன்.

"நீ இவளுக்குத் தகப்பனா... நம்ப முடியவில்லையே."

"இல்லை... இல்லை. நான் இவளது தந்தைதான். என் மனைவி இஸ்லாமியப் பெண். நான் ஹிந்து. இன்று என் மனைவியின் இறந்த தினம்."

"நீ ஹிந்து என்றால் உயிரோடிருக்க லாயக்கற்றவன் என்று அர்த்தம். அல்லாவின் விரோதிகளுக்கு அல்லாவின் தேசத்தில் இடமில்லை. இது தாருல் இஸ்லாமாக ஆகப் போகிறது. இங்கே காஃபிர்களுக்கு அனுமதியில்லை."

"உன் மனைவி முஸ்லிம் என்கிறாய். உண்மையா அது?"

"அ...ஆமாம்."

"அவள் மட்டும் உயிரோடிருந்தால் ஒரு ஹிந்துவை மணந்துகொண்ட குற்றத்திற்காக இப்போது அவளைக் கொன்றிருப்போம். அதனால் என்ன, ஒரு ஹிந்துவுக்கு மகளாய்ப் பிறந்த குற்றத்திற்கு." அவன் மீனாட்சியை ஓரக் கண்ணால் பார்த்தான்.

"இவளை நான் ஹிந்துவாக வளர்க்கவில்லை. நம்புங்கள். இவளது கணவன் இஸ்லாமியன்."

"அப்படியானால் நீ ஏன் ஹிந்துவாக இருக்கிறாய் இன்னும்?"

"அது."

"இரண்டு நிமிடம் உனக்கு அவகாசம் தருகிறோம். நீ மதம் மாற வேண்டும். மாறினால் எங்கள் சகோதரராக சிக்கலின்றி இங்கே இருக்கலாம். இஸ்லாமியப் பெண்ணை மணந்துகொண்ட நீ இஸ்லாம் மதத்திற்கு மாற மாட்டேன் என்றால் காஃபிராகிய

உன்னையும், உனக்கு மகளாய்ப் பிறந்த குற்றத்திற்கு இவளையும் வெட்டிக் கொல்வதைத் தவிர வேறு மார்க்கமில்லை."

அவர்கள் ஓநாய்களைப் போல குரூரமாகப் பார்த்தார்கள்.

"மாறி விடுகிறேன்... மாறி விடுகிறேன்."

"உன் வார்த்தையை நாங்கள் எப்படி நம்புவது?"

"நீங்கள் என்ன சொன்னாலும் கேட்கிறேன்."

"உண்மையாகவா?"

"சத்தியமாகக் கேட்கிறேன்."

"அப்படியானால் என்னோடு வா" அந்த இஸ்லாமிய மௌலவி அருகிலிருந்த சிறிய உணவுக் கடைக்குச் சென்றான். ஒரு தட்டு நிறைய மாமிசம் வந்தது.

"சாப்பிடு..."

"மாமிசம் சாப்பிட்டு எனக்குப் பழக்கமில்லை."

"ஒரு இஸ்லாமியன் மாமிசம் சாப்பிடத்தான் வேண்டும். அதுவும் இந்த மாமிசம் சாதாரணமல்ல. ஒரு ஹிந்து அன்போடு வளர்த்து வந்த பசுவின் மாமிசம் இது. இதை ஒரு ஹிந்துவாக இருந்து, இஸ்லாமியனாக மாறப்போகும் நீ சாப்பிடுவதுதான் சரி. நீ இதை சாப்பிட்டால் நாங்கள் நம்புகிறோம். இல்லை..."

சாமிநாதன் கண்ணை இறுக மூடிக்கொண்டு கைநடுங்க மாமிசத்தை எடுத்தார்.

கல்யாணராமன் துடித்துப் போனான். சாமிநாதன் சுருண்டு உட்கார்ந்து அழுது கொண்டிருந்தார்.

மீனாட்சிக்காக உயிரை விட்டு, அவளை அனாதையாக்குவதைவிட மதம் மாறி அவளைப் பாதுகாப்பதில் தவறில்லை என்று எனக்குத் தோன்றியது. மறுநாள் மசூதிக்கு வந்துவிட வேண்டும் என்ற நிபந்தனையோடு அவர்கள் அப்போதைக்கு எங்களை விட்டுவிட்டுச் சென்றார்கள். அன்றிரவு யாருக்கும் தெரியாமல் இருவரும் வீட்டுக்கு வந்தோம். கடவுளே,

அந்த கொடுமையை நான் எப்படிச் சொல்வேன். அவர் குமுறிக் குமுறி அழுதார்.

"சம்பத்தின் தலை துண்டிக்கப்பட்டிருந்தது. அவரது மனைவி நிர்வாணமாய்... உடலெங்கும் காயத்தோடு... ராமனாதன்... ராமனாதன்... அவனது ஆணுறுப்பு அறுத்து வீசப்பட்டு கண்கள் நோண்டப்பட்டு... கைவிரல்கள் எல்லாம் மூலைக்கொன்றாய் வெட்டி வீசப்பட்டு..."

சாமிநாதன் தலையிலடித்துக்கொண்டு அழுதார். கல்யாணம் கல்லாய்ச் சமைந்து போனான். தாங்க முடியாத துயரம் கண்களில் பெருகி வழிந்தது.

"மீனாட்சி எங்கே...?" சற்றுப் பொறுத்து கேட்டான்.

அவர் எழுந்து நடந்தார்.

அது சேரி மாதிரியிருந்தது. முஸ்லீம்கள்தான் அங்கே நிறையபேர் இருந்தார்கள்.

கிழித்த நாராய் ஒரு குடிசையில் கிடந்தாள் மீனாட்சி. ஈசன் கபால பாத்திரம் ஏந்தி பிச்சை எடுத்த கதை தெரியும். மீனாட்சியுமா? ஒளியெல்லாம் மங்கி, கலைந்த கேசத்தோடு, கண்களின் ஜீவனின்றி இவள் வெறும் உடலாக இருக்கிறாளா... உயிர் இருக்கிறதா...?

"மீனாட்சி..." அவன் மிகமிக மெதுவான குரலில் அழைத்ததும், அவள் சட்டென எழுந்தாள். அவனைப் பார்த்துவிட்டு சத்தமின்றி கதறி அழுதாள்.

"என் குடி முழுகிவிட்டது கல்யாணம்... என் உயிரைப் பிடுங்கிவிட்டது. என் தெய்வம் போய்விட்டது..."

"அமைதியாக இரு மீனாட்சி..."

"ஆம் அமைதியாகத்தான் இருக்கிறேன். எதற்குத் தெரியுமா...? இதோ இதற்காக...! அவள் அடிவயிற்றில் தட்டிக் காட்டினாள். இந்தக் குழந்தை எனக்கு வேண்டும் கல்யாணம். இது ஒரு ஆலமரத்தின்

விதை. இந்த விதைக்குள் ஒரு ஆலமரம் ஒளிந்திருக்கிறது. அது மீண்டும் வேரும், விழுதுகளுமாய் அந்த வம்சத்தின் கிளை பரப்ப வேண்டும். அதற்காகத்தான் இத்தனை கஷ்டங்களையும் தாங்கிக்கொண்டு வைராக்கியமாய் உயிரைத் தாங்கிப் பிடித்துக் கொண்டிருக்கிறேன். இந்தக் குழந்தை இங்கு பிறந்துவிடக் கூடாது கல்யாணம். ஏதாவது செய். எப்படியாவது எங்களை இங்கிருந்து அழைத்துச் சென்று விடு. இப்போதைக்கு நீதான் என் கடவுள்."

கல்யாணம் எழுந்தான்.

"நான் இன்னும் அரைமணியில் வந்துவிடுகிறேன்" என்றவன் வேகமாக வெளியில் இறங்கி இருளில் மறைந்தான்.

அரைமணி என்றவன் நள்ளிரவில்தான் தனது ஸ்வயம் சேவக் நண்பர்களோடு திரும்பி வந்தான்.

அவர்கள் மீனாட்சியை இரக்கத்தோடு பார்த்தார்கள்.

"கவலைப்படாதீர்கள் சகோதரி. உங்களை டெல்லியில் கொண்டு சேர்ப்பது எங்கள் பொறுப்பு. நீங்கள் தைரியமாக ஒரு ஹிந்துவாகவே இங்கிருந்து கிளம்பலாம்."

"வேண்டாம் கோபால் அது ஆபத்து. அவள் ஒருயிர் அல்ல, இன்னொரு உயிரை சுமப்பவள்."

"நீங்கள் பயப்படுவதாக இருந்தால் வேண்டாம். நீங்கள் இருவரும் இஸ்லாமிய உடையிலேயே ரயிலடிக்கு வாருங்கள். கல்யாணம் நீ சற்று தள்ளியே அவர்களுக்குத் துணையாக வா. நாங்கள் முன்னால் போகிறோம். நான்கு மணிக்கு ஒரு ரயில் கிளம்புகிறது. அதில் செல்லும் ஹிந்துக்களுக்குத் துணையாக நாங்களும் கிளம்புகிறோம்."

அவர்கள் உடனே செயல்பட்டார்கள். சாமிநாதன் கல்யாணத்திடம் வந்தார். "எனக்கு ஒரு சத்தியம் செய்து கொடுப்பாயா...?"

"ஏன் இப்படிக் கேட்கிறீர்கள்? நான் என்ன செய்ய வேண்டும்?"

"மீனாட்சிக்காகத்தான் நான் மதம் மாறினேன். இனி எனக்கு அந்த கர்ம பூமியில் கால்வைக்கத் தகுதியிருக்கிறதா என்று தெரியவில்லை."

“அப்படியெல்லாம் ஒன்றுமில்லை... கட்டாயப்படுத்திச் செய்யும் எதுவும் செல்லாது. ஒரு உயிரைக் காப்பாற்ற நீங்கள் செய்த தந்திரம் இது. அவ்வளவுதான். மனசைப் போட்டுக் குழப்பிக் கொள்ளாதீர்கள்.”

“இருந்தாலும் நீ சத்தியம் செய்ய வேண்டும் கல்யாணம். போகிற வழியில் ஏதேனும் ஆபத்து ஏற்படலாம். ஒருவேளை எனக்கு ஏதேனும் ஏற்பட்டால், நீ என்னைப் பற்றி கவலைப்பட வேண்டாம். மீனாட்சிதான் முக்கியம். அவளைக் கைவிட்டு விடாதே.”

“உங்கள் இருவரையுமே பத்திரமாக அழைத்துச் செல்வோம். நல்லதே நினையுங்கள்.”

மாற்றுடைகள் மட்டும் எடுத்துக்கொண்டு எவ்வித ஓசையுமின்றி வெளியில் வந்தார்கள்.

கோபாலும், அவன் நண்பர்களும் கத்தியும் தடியுமாக முன்னால் நடக்க அதிக இடைவெளிவிட்டு பர்தா அணிந்திருந்த மீனாட்சியும், சாமிநாதனும் நடந்தார்கள். அவர்களுக்குப் பின்னால் சற்று இடைவெளி விட்டு ஆயுதங்களோடு பதுங்கிப் பதுங்கி நடந்தான் கல்யாணம்.

ரயிலடியை நெருங்க சிறிது தூரமே இருந்த நிலையில் ஒரு சந்துக்குள்ளிருந்து நாலைந்து இஸ்லாமியர்கள் திபுதிபுவென வந்தார்கள்...

“ச்சே... ஹிந்துக்கள் இல்லையடா. முசல்மான்கள்தான். பெரியவரே எங்க போகிறீர்கள் இந்த நேரத்தில்...?”

“இவளது கணவன் டெல்லியிலிருந்து வந்திருக்க வேண்டும். இன்னும் காணவில்லை. ரயிலடிக்குச் செல்கிறோம்.”

“இரு... இரு... நீ மதம் மாற்றப்பட்ட ஹிந்துக் கிழவன் தானே.”

“நான்... இப்போது முசல்மான்...”

“ஆனால் நீ ஒழுங்காகத் தொழுகைக்கு வருவதில்லை என்று கேள்விப்பட்டேனே.”

“அப்படியில்லை. உடல்நிலை சரியில்லை.”

“பொய் சொல்கிறாய். நீ அல்லாவுக்கு உண்மையாக வாழவில்லை. நாலு நாள் முன்பு நீ ஏதோ இந்துக் கடவுளின் பெயரை உச்சரித்தாயாமே... உண்மையா...?”

“இ...இல்லை...”

“இல்லை. உச்சரித்தான். நான் கேட்டேன். மீனாட்சி மீனாட்சி என்றான்.”

“அடச்சே... அந்தப் பெயரை நீ ஏனடா சொல்கிறாய்... வாயைக் கழுவு முதலில்...”

“இவன் சொன்னது உண்மையா...? உன் கடவுளை வணங்கினாயா...?”

மீனாட்சி நடுங்கினாள். இல்லை, அவர் என்...

சாமிநாதன் சட்டென அவன் காலில் விழுந்தார். “ஆமாம்... தமிழ்நாட்டில் மதுரை எனது ஊர். மீனாட்சிதான் எங்கள் தெய்வம். பழைய நினைப்பில் தெரியாமல் சொல்லிவிட்டேன். மன்னித்து விடுங்கள். இனி மறந்தும் சொல்ல மாட்டேன்.”

“மன்னிப்பதா...? இனி உனக்கு மன்னிப்பே கிடையாது. மன்னித்தால் மனதால் உன் கடவுளை நினைத்துக்கொண்டே இருப்பாய்.” அவன் கத்தியோடு சாமிநாதனை நெருங்க... நிலைமை புரிந்து கோபாலும், மற்றவர்களும் ஓடி வந்து மீனாட்சியைப் பிடித்து இழுத்து அவள் கழுத்தில் கத்தியை வைத்தார்கள்.

“அந்த ஹிந்துவை உடனே விட்டுவிடுங்கள். இல்லையென்றால் இந்த இஸ்லாமியப் பெண்ணை நாங்கள் உங்கள் கண்ணெதிரிலேயே இழுத்துச் செல்வோம். இவளைக் கண்டம் துண்டமாக வெட்டிப் போடுவோம்.”

“ஹிந்து சைத்தான்களா...! மிரட்டுகிறீர்களா? பயந்து விடுவோமா...? அந்தப் பெண் என்ன எனக்கு தாயா? தங்கையா...? அவள் ஒரு சுத்தமான இஸ்லாமியப் பெண் என்றா

நினைத்தாய்? தாராளமாகக் கூட்டிக்கொண்டு போய் வெட்டிப் போடு. எங்களுக்குத் தேவை இவன் உயிர்தான்."

அவன் கத்தியை சாமிநாதனின் அடிவயிற்றில் சொருகினான். இரத்தம் பீறிட்டது. ஸ்வயம் சேவக்குகளில் ஒருசிலர் ஆயுதங்களோடு அவர்களைத் தாக்க அவர்கள் சிதறி ஓடினார்கள்.

இரத்த வெள்ளத்தில் சரிந்து விழுந்தார் சாமிநாதன். மீனாட்சி தலையிலடித்துக் கொண்டு கதறினாள். கல்யாணம் சாமிநாதனை மடியில் கிடத்திக் கொண்டான்.

"போ... போய் விடுங்கள்... மீனாட்சியை..." அவர் உயிர் பிரிந்தது.

"கல்யாணம் சீக்கிரம் வா. நாம் உடனே இங்கிருந்து போக வேண்டும்."

"இவரை எப்படி விட்டுட்டு...?"

"செத்தவரைப் பற்றி இனி கவலைப்பட்டால் இவளைக் காப்பாற்ற முடியாமல் போகும். உனக்கு யார் முக்கியம்...?"

கல்யாணம் கண்ணீரோடு எழுந்தான். திரும்பித் திரும்பி சாமிநாதனின் உடலைப் பார்த்தபடி நடந்தான். மீனாட்சியால் அழக்கூட முடியவில்லை. மரம் மாதிரி அவர்களோடு நடந்தாள். புருஷனைப் பறித்துக் கொண்டாய். பெற்றவர்களையும் அழைத்துக் கொண்டாய்... மாமனார், மாமியார்... எல்லோரும் இன்று உன்னிடம். போதுமா உன் உயிர் தாகம்? என் உயிரும் வேண்டுமா? எடுத்துக்கொள். ஆனால் இப்போதல்ல... என் குழந்தை உன் மண்ணில் பிறக்கட்டும். அது நீண்ட ஆயுளோடு வாழ என்னுயிரையும் தருகிறேன். அதுவரை நீ எத்தனை துன்பம் தந்தாலும் தாங்கிக் கொள்கிறேன். உன் தோளில் துவண்டுகிடக்கும் இந்தக் கிளிக்கு கொஞ்சமாவது கருணை காட்டு. மனசுக்குள் கதறினாள்.

புறப்பட நேரமிருந்தாலும் டெல்லிக்குச் செல்லும் ரயில் நிரம்பியிருந்தது. ஹிந்துக்களை வெளியேற்ற இனி நேரிடைச் செயலில் இறங்குங்கள் (Direct action) என்ற முஸ்லீம் லீக்கின்

ரகசிய அறிவிப்பினால்தான் முஸ்லீம்கள் துளிர் விட்டுப் போய் அச்சமின்றி கொலைவெறிச் செயலில் இறங்கியிருந்தார்கள். அதற்கு பதிலடி கொடுக்கத்தான் ஆர்.எஸ்.எஸ். உறுப்பினர்கள் ஏராளமான பேர் டெல்லிக்கும், லாகூருக்கும், ராவல்பிண்டிக்கும் மாறி மாறிச் சென்று ஹிந்துக்களை முடிந்த வரை காப்பாற்றி அழைத்துச் சென்று கொண்டிருந்தார்கள். ஒருவகையில் கடவுள்தான் அவர்களை ரயிலில் சந்திக்கச் செய்திருக்கிறார் என்று நம்பினான் கல்யாணராமன்.

எப்படியோ ஒரு பெட்டியில் மீனாட்சியை அழைத்துக்கொண்டு ஏறி இடம் பிடித்தான்.

ரயில் புறப்படும் நேரம் நெருங்க நெருங்க, ரயிலடியில் இஸ்லாமியக் கூட்டம் அதிகரித்துக்கொண்டே போனது. ஒவ்வொரு கண்ணிலும் கொலைவெறி. ஆனால் அதே கொலை வெறியோடு எதிர்த்தாக்குதலுக்குத் தயாராக இருந்த ஸ்வயம் சேவக்குகளைக் கண்டு சற்றே பதுங்கினாலும் எந்நேரமும் கலகத்திற்குத் தயாராக நின்றிருந்தார்கள்.

——

31 அத்தியாயம்

ஆசைக் குமரன் அர்ச்சுனனைப் போல்வான்றன்
மாசற்ற சோதி வதனமினிக் காண்பேனா?
கன்ன னிருந்த கருணைநிலம், தர்மமெனும்
மன்னன் அறங்கள் வளர்த்த புகழ்நாடு
சீக்கரெனும் எங்கள் வீரற்சிங்கங்கள் வாழ்தருநல்
ஆக்கமுயர் குன்றம் அடர்ந்திருக்கும் பொன்னாடு
என்னருமைப் பாஞ்சாலம் என்றேனும் காண்பேனோ?
பன்னரிய துன்பம் படர்ந்திங்கே மாய்வேனோ?

சிந்து நதியின் ஒவ்வொரு கிளையாகக் கடந்து ரயில் முன்னேறிச் சென்று கொண்டிருந்தது. வேதம் வளர்த்த நதி! ஒரு உயர்ந்த நாகரிகத்தைப் பரப்பிய நதி, தண்ணீருக்குப் பதில் உதிரமும், மனித உடல்களும் சுமந்து ஓடிக் கொண்டிருந்தது.

"இனி பர்தா தேவையில்லை சகோதரி. அதை நீங்கள் அகற்றி விடலாம். இஸ்லாமியர்கள் மீது கோபமாக இருக்கும் ஹிந்துக்களின் இருப்பிடத்தை நாம் நெருங்கிக் கொண்டிருக்கிறோம். அங்கிருந்து உங்களைக் காப்பாற்றிய இந்த பர்தா இனி உங்களுக்கு ஆபத்தாகிவிடும்."

கோபால் மீனாட்சியிடம் சொல்லிவிட்டு நகர்ந்தான், புடவைக்கு மேல் போட்டிருந்த

பர்தாவைக் கழற்றி அம்மாவையும், அப்பாவையும் மனதில் நினைத்துக்கொண்டு சட்லெட்ஜ் நதியில் வீசி எறிந்தாள். அம்மாதான் அன்று அவளைக் காப்பாற்றியிருந்தாள். அன்றைக்கு அவளது நினைவு நாளாக மட்டும் இல்லாதிருந்தால் பர்தா அணிந்து தர்க்காவிற்கு செல்ல வேண்டிய அவசியமிருந்திருக்காது. பாவிகள் கண்மூடிக் கண் திறப்பதற்குள் அவள் வாழ்க்கையை நிர்மூலமாக்கி விட்டார்களே! அதே மதத்தில் பிறந்தவள்தான் அம்மாவும். அவள் அன்புமயமாகவல்லவா இருந்தாள்!

அவள் மட்டும் எப்படி தப்பிப் பிறந்தாள். ஒருவேளை அப்பாவுக்காகத்தான் அவள் பிறந்தாளா? அப்பாவை நினைத்ததும் அழுகை பீறிட்டது அவளுக்கு. இந்த தேசத்திற்காக இரண்டு பிள்ளைகளை பலி கொடுத்தவர், உப்பு சத்யாக்கிரகி, தேச விடுதலைக்காக இரவும், பகலும் ஏங்கியிருந்தவருக்குப் பரிசு இதுதானா? ஏன்? ஏன் இப்படியெல்லாம் நடக்கிறது? சுதந்திரம் சந்தோஷமாக மலர வேண்டாமா?

அவள் கண்கள் புதுசாய் ஒரு நதியை உற்பத்தி செய்து கொண்டிருந்தது.

டெல்லியில் நிலைமை வேறு விதமாயிருந்தது. பஞ்சாப்பில் நடந்த படுகொலைகளுக்கு பதிலடியாக ஹிந்துக்கள் இங்கே கண்ணில் பட்ட இஸ்லாமியர்களை எல்லாம் துவம்சம் பண்ணிக் கொண்டிருந்ததைக் கண்டதும், கல்யாணமும், மீனாட்சியும் திகைத்தார்கள். பழிக்குப் பழிவாங்கட்டும் என்று சந்தோஷப்பட முடியவில்லை. யாரையும் யாராலும் கட்டுப்படுத்த முடியவில்லை. அந்த அளவுக்கு ஆத்திரத்திலிருந்தார்கள் மக்கள். காந்திஜியால் முடிந்தது உண்ணாவிரதம்தான். அரசாங்கம் உடனே ஓரளவுக்கு ஹிந்துக்களைக் கட்டுப்படுத்தியது. கலவரம் காரணமாக உடனே டெல்லியிலிருந்து புறப்பட முடியவில்லை.

கோபாலின் வீட்டில்தான் அந்த இரண்டு நாட்களும் தங்கியிருந்தார்கள். கோபாலின் குடும்பம் அவர்களை அன்போடு நடத்தியது. மீனாட்சியின் இழப்புகள் கேட்டு கண்ணீர் விட்டது.

“மனிதர்களுக்கு ஏன் இத்தனை வெறி...?” எதற்காக அவன் போராடிக் கொண்டிருக்கிறான்? கல்யாணம் வேதனையோடு கேட்டதும் ஆளாளுக்கு ஏதோ சொல்லி அவனை சமாதானப்படுத்த முயன்றார்கள். மீனாட்சிக்கு அப்பாவின் நினைவு வந்தது. இதே கேள்வியைத்தான் அவளும் அப்பாவிடம் கேட்டாள். பாலை ஆற்றிக் குடித்துக்கொண்டிருந்த அப்பா அவளை நிமிர்ந்து பார்த்தார்.

“இந்த பாலுக்கு நாலு குழந்தைகள் உண்டு. தயிர் முதல் குழந்தை, மோர் ரெண்டாவது குழந்தை, வெண்ணெயும் நெய்யும் அடுத்த ரெண்டு குழந்தைகள். ஒரே தாய் வயிற்றுக் குழந்தைகள்ன்னாலும் ஒவ்வொண்ணுத்துக்கும் ஒவ்வொரு குணம். ஒவ்வொரு மருத்துவ சக்தி. நான்தான் பெரியவன்னு இது நாலும் சண்டை போட்டுக்கறது. நீ சொல்லு இதுல எது உசத்தி, எது மட்டம்?”

“எல்லாத்துலயுமே நன்மையும் இருக்கு, தீமையும் இருக்கு.”

“இதைத்தான் ராமகிருஷ்ண பரமஹம்சர் சொல்றார். மனுஷா ஒவ்வொருத்தரும் தன் கடிகாரம் காட்டறதுதான் சரியான நேரம்னு நினைச்சுண்டுருப்பா. ஆனா ஒவ்வொரு கடிகாரத்திலும் சிறிதளவு பிழையாவது இருக்கும். அதே மாதிரிதான் அவரவர்க்கு அவரவர் மதம் மட்டுமே சரியானதுன்னு நினைப்பு. உண்மையில் எல்லா மதத்திலும் சிறிதளவு குறைபாடாவது இருக்கும். அதேநேரம் சரியான நேரம் காட்டும் கடிகாரம் கண்டிப்பா இருக்கும். அது எதுன்னு தேடி, தன் கடிகார நேரத்தை சரி பண்ணிக்கற பொறுமை இங்க யார்கிட்டயும் கிடையாது. ஏன்னா எல்லோருமே தான்தான் பெரியவன்ங்கற அஹங்காரத்துல இருக்கா. ஒரு மனுஷன் இன்னொரு மனுஷன்கிட்டேர்ந்து விலகிப் போறதுக்குக் காரணம் இந்த அஹங்காரம்தான். மின்மினிப் பூச்சிக்கு தான்தான் உலகத்துக்கு ஒளி காட்டறதா ஒரு நினைப்பு. நட்சத்திரங்களைப் பார்த்ததும் அதுக்கு அவமானமாய்டுத்து. நட்சத்திரமும் அப்படியேதான் நினைச்சது. ஆனா சந்திர ஒளியைப் பார்த்ததும்

அதுக்குப் புரிஞ்சுது. சந்திர ஒளிதான் பிரகாசமானதுன்னு. இதுல சந்திரனோட கர்வம் அதிகமாய்டுத்து. ஆனா சூரியனோட ஒளியை வாங்கிண்டுதான், தான் பிரகாசிக்கறோம்னு தெரிஞ்சதும் அதோட கர்வமும் போய்டுத்து. ஆக சூரியன்தான் உண்மையான ஒளி. மதங்களும் இப்டிதான் உண்மையான ஒளியைக் கண்டுபிடிக்காத வரை நம்ம அஞ்ஞானங்கள் அகலாது. சொல்லப்போனால் எந்த மதத்தவருமே தன் வேதங்களை சரியாகப் படித்துப் புரிந்துகொள்ளவில்லை. அரைகுறையாய்ப் படித்துவிட்டு தனக்கு சௌகர்யமானதை மட்டும் எடுத்துக்கொண்டு அதுதான் சத்தியம், நான் என் மதம் சொல்வதைத்தான் செய்கிறேன் என்கிறான். ஒழுங்காகப் படித்து உணர்ந்தவன், ஒரு நாளும் பிற உயிர்களை நிந்திக்க மாட்டான். எந்த நதியில் ஓடினாலும் தண்ணீரின் மூலக்கூறு ஒன்றுதான். கடவுளின் மூலக்கூறும் அது போல்தான்."

அப்பா சொன்னதை மீனாட்சி சொல்லி முடித்தபோது சாமிநாதனின் மரணம் இன்னும் அதிகமான துக்கத்தை ஏற்படுத்தியது.

"உன் அப்பா சொன்னது சரிதான். அத்தனை மதவாதிகளுமே தங்கள் ஞானக் கண்ணை மூடிக்கொண்டு இறைவனைக் காணத் துடிக்கிறார்கள். யானையின் காதை மட்டும் தடவிப் பார்த்துவிட்டு, இதுதான் யானை என்கிறான் ஒருவன். வாலைத் தடவுகிறவன், கடவுள் சாட்டை மாதிரி இருக்கிறான் என்கிறான். உடலைத் தடவுகிறான். ஆஹா கடவுள் பாறை மாதிரி கடினமாகவல்லவா இருக்கிறான் என்பான். கண்களைத் திறக்காதவரை கடவுளை முழுமையாய் அறிவது எப்படி சாத்தியம்? அவர் சொல்வதுபோல் நீரின் மூலக்கூறு எல்லா நதியிலும் ஒன்றுதான். ஆனால் மதவாதிகள் நதியை மாசுபடுத்தத் துவங்கிவிட்டார்கள். மாசுபட்ட தண்ணீர் யாருக்கும் உதவாத விஷமாகிவிடும். விஷத்தை உண்டால் என்னாகும்?"

அங்கே ஆழ்ந்த அமைதி நிலவியது.

"நான் உன்னையும்தான் சொல்கிறேன் கோபாலா. உன் கையிலிருக்கும் ஆயுதம் எனக்கு கவலையளிக்கிறது." கோபாலனின் அம்மா மெதுவாக அவனிடம் கூறினாள்.

“நான் ஆயுதம் எடுக்காவிட்டால் இதோ இந்தப் பெண் இப்போது உயிரோடு இங்கு நின்று பேசிக் கொண்டிருக்க மாட்டாள். வெறியர்களிடம் வேதாந்தம் பேசிக் கொண்டிருந்தால் சரியாகிவிடுமா?”

“நீ ஒன்றை மறந்து விட்டாய், எலும்பும் தோலுமாய் ஒரு மனிதன். அவனிடம் உடல் பலமில்லை. ஆயுத பலமில்லை. அவன் உடலில் சரியான ஆடைகள் கூட இல்லை. காலில் செருப்புகள் இல்லை. செருப்பில்லாத எத்தனையோ ஏழைகளுக்காக அதையும் துறந்து விட்டான். அவனைக் கொன்றுபோட எத்தனை நாழியாகும் வெள்ளைக்காரர்களுக்கு? ஆனாலும் யானை ஒன்று அங்குசத்துக்குக் கட்டுப்படுவதுபோல் இந்தக் கிழவனுக்கு பயப்படுகிறார்களே ஏன்? இந்தக் கிழவனை அவர்களால் நெருங்கக்கூட முடியவில்லையே ஏன்...? காரணம் சீதைக்கு காவல் அவளது கற்புக் கனல் என்பதுபோல் இந்த மனிதரின் சத்தியமும், அஹிம்சையும் அவரைச் சுற்றி அரணாய் அமைந்திருக்கிறது. அதனுடைய வலிமை அளவிட முடியாதது என்பதால்தான் அவர் வாக்கிற்கு மொத்த தேசமும் கட்டுப்பட்டுக் கொண்டிருக்கிறது. ஆனால் தீவிரவாதிகளான உங்களுக்கு அது புரியவில்லை.”

“விடையை நீயே சொல்லிவிட்டாய். மகாத்மாவின் சத்தியமும், அஹிம்சையும் அவரை மட்டும்தான் காத்துக் கொண்டிருக்கிறதென்பதை. அது எல்லோரையும் அரணாய்ச் சூழ்ந்து காக்கவில்லை என்பதால்தான் இத்தனை ஹிந்துக்கள் கொல்லப்பட்டிருக்கிறார்கள். கற்பழிப்புகளும், குழந்தைகளின் கொடூர மரணமும் ஏன் நிகழ்ந்தது? காந்திஜி மனிதரில் சற்று உயர்வானவர். அவ்வளவுதான். ஆனால் கிருஷ்ணன் கடவுள். அவன் கீதையில் சொல்லியிருக்கிறபடிதான் நாங்கள் தர்ம யுத்தம் புரிந்து கொண்டிருக்கிறோம். எனவே எங்கள் வழியும் சரியானதுதான்.”

“ஆனால் வெள்ளைக்காரன் சுதந்திரமளிக்க சம்மதித்திருப்பது அவருடைய அறவழிக்கு கட்டுப்பட்டுதான். ஆக ஜெயித்தது அஹிம்சைதான் என்பதையாவது ஒப்புக் கொள்வாயா?”

“முடியெல்லாம் கொட்டிய பிறகு சீப்பு கிடைத்து என்ன பிரயோஜனம்? சுதந்திரத்தை அனுபவிக்க இங்கே மனிதர்கள் ஜீவித்திருக்க வேண்டாமா? நாம் பதிலடி கொடுக்காவிட்டால், பல கோடி ஹிந்துக்களை அவர்கள் கொன்றுகொண்டே இருப்பார்கள். அவர்களது முழக்கம் என்ன தெரியுமா? இந்த உலகில் ஒரே ஒரு மதம் மட்டும்தான் இருக்க வேண்டுமாம். அது இஸ்லாம் மட்டும்தானாம். இஸ்லாத்தை எதிர்ப்பவர்களைக் கொன்றுவிடு என்று குர்ரானில் தெளிவாக சொல்லப்பட்டிருக்கிறதாம். அதன்படிதான் இப்போது பாகிஸ்தான் பிரிகிறதாம். அங்கிருக்கும் காஃபிர்களை எல்லாம் அவர்கள் அதனால்தான் ஒன்று கொல்கிறார்களாம் அல்லது மதம் மாற்றுகிறார்களாம். கூடிய சீக்கிரமே ஹிந்துஸ்தானத்தையும் போரிட்டுக் கைப்பற்றி இதையும் இஸ்லாமிய நாடாக்கப் போகிறார்களாம். நாம் சாத்வீகம் சாத்வீகம் என்று சும்மா இருந்தால் அவர்கள் அதைத்தான் செய்வார்கள். ஏனெனில் அவர்களுக்கு நியாய அநியாயமெல்லாம் கிடையாது. அவர்களது ஒரே வேதவாக்கு ஜிகாத் மட்டும்தான்.”

“அப்படியானால் மகாத்மாவின் பாதை தவறு என்று சொல்கிறாயா?”

“அப்படிச் சொல்லவில்லை. ஆனால் அவர் முஸ்லீம்களுக்கு ஆதரவாகவே எப்போதும் பேசுகிறார். ஹிந்துக்களைப் பாதுகாக்க அவர் ஒரு முயற்சியும் எடுக்கவில்லை. ஹிந்துக்கள் அடங்கிக்கிடக்க வேண்டும் என்பதே அவரது போதனையாக இருக்கிறது. இவரே நமக்கு ஆதரவாக இல்லை என்றால், அவர்கள் எப்படி நம்மை மதிப்பார்கள்? காந்திஜி முசல்மான்களுக்கு ஆதரவாகப் பேசுவதுபோல் ஒரு நாளாவது ஒரு முறையாவது ஜின்னா ஹிந்துக்களுக்கு ஆதரவாகப் பேசி இருக்கிறாரா? முஸ்லீம்களைக் கட்டுப்படுத்த முயன்றிருக்கிறாரா? குறைந்தபட்சம் இதுகுறித்து காந்தி ஜின்னாவிடமாவது பேசினாரா? ஹிந்துக்களை முஸ்லிம்கள் கொல்லக் கூடாது என்று ஹிந்துக்களுக்காக ஒரு முறையாவது அவர் உண்ணாவிரதம் இருந்திருக்கிறாரா? ஆனால் அதே மனிதர் கல்கத்தா கலவரத்திற்குப் பிறகு ஹிந்துக்களுக்கு ஆதரவாக பிஹாரிகள் முஸ்லீம்களைத் தாக்க ஆரம்பித்தது தெரிந்ததும் உடனே முஸ்லீம்களுக்கு ஆதரவாக

உண்ணாவிரதத்தை ஆரம்பித்தாராம். இது எந்த வகையில் நியாயம்? கேட்டால் ஹிந்துக்களைத்தான் என்னால் கட்டுப்படுத்த முடியும் என்கிறாராம். ஆக ஹிந்துக்கள்தான் இளித்தவாயர்கள். எல்லோருக்கும் கட்டுப்பட்டுக் கொண்டிருக்க வேண்டும்."

"போதும் போதும் உன் சிற்றறிவால் அவரைப் புரிந்துகொள்ள முடியாது. உன்னிடம் பேசுவதே வீண் வேலை."

"சத்தியத்தைக் கூறினால் அது சுருக்கென்றுதான் இருக்கும். உடனே என் அறிவு சிற்றறிவாகிவிடும். நீ என் தாய்தானே? எனக்கொரு ஆபத்து ஏற்பட்டால் முதலில் என்னைக் காப்பாற்ற நினைப்பாயா அல்லது ஊரான் குழந்தையைக் கொஞ்சிக்கொண்டு என் மரணத்தை வேடிக்கை பார்த்துக் கொண்டிருப்பாயா? உன் மனதைக் கடைந்து இதற்கொரு உண்மையான பதிலைத் தேடு. என் பக்கத்து நியாயம் உனக்குப் புரியும்."

"ஆமாம் அம்மா. கோபால் கூறுவதிலும் உண்மை உள்ளது. நான் மகாத்மாவை பெரிதும் மதிப்பவன். அவருக்குப் பின்னால் நிற்கும் லட்சோப லட்சம் தொண்டர்களில் நானும் ஒருவன். ஆனால் மீனாட்சியைக் காப்பாற்றியது இந்த ஆயுதம்தான் என்பதை அனுபவப்பூர்வமாக அங்கே அறிந்தேன். அதற்காக ஆயுதம்தான் சரி என்று சொல்லவில்லை. சில நேரம் அது நமக்கு தேவைப்படுகிறது. தேவைப்படும்போது அதை நமது பாதுகாப்புக்காக கையிலெடுத்துதான் ஆகவேண்டியிருக்கிறது. எல்லோரும் காந்திஜியைப்போல் அக்னி வளையத்தோடு அலைந்து கொண்டிருக்க முடியாதல்லவா? இந்த தேசத்திற்கு ஒரே ஒரு காந்திதான். அவர் சத்தியத்திற்காக தன்னையே கூட பலிகொடுக்கத் தயாராக இருப்பவர். நாம் சாதாரணர்கள். அவரைப்போல் நம்மால் இருக்க முடியாது."

கல்யாணம் கோபாலின் தாயை சமாதானப்படுத்தினான். அவனது பேச்சு கோபாலையும் பாராட்டியது. காந்தியையும் பாராட்டியது. ஒரு வழியாக அங்கே தர்க்கம் ஓய்ந்து அம்மா சமையலில் தன் முழு கவனத்தையும் செலுத்தினாள்.

இரண்டாவது நாள் அவர்கள் டெல்லியிலிருந்து கிளம்பினார்கள். சாமிநாதனின் மரணம் மனசில் ஆறாத துக்கத்தை ஏற்படுத்தியிருந்தது. அவரது உடலைக் கூட எதுவும் செய்ய முடியாத அளவுக்கு அல்லவா ஆக்கிவிட்டது. எப்படியோ மீனாட்சியை உயிரோடு மீட்டுக்கொண்டு வந்தாயிற்று. ஊருக்கு இதுவரை ஒரு தகவல்கூடச் சொல்லவில்லை. மீனாட்சியை இந்தக் கோலத்தில் சட்டென ஊருக்கு அழைத்துச் சென்றுவிட முடியாது. சாஸ்திரம் பார்க்கிற மனிதர்கள் சண்டைக்கு வருவார்கள்.

“புறப்படலாமா?” கோபால் கேட்டான். மீனாட்சி சட்டென அவன் காலில் விழுந்தாள்.

“அம்மா எனக்கு உயிர் கொடுத்தாள். அப்பா எனக்கு கல்யாணம் செய்து வைத்து மற்றொரு உயிரோடு என்னை சேர்த்து வைத்தார். புருஷன் தன் உயிரை எனக்குள் புதைத்து வைத்துவிட்டு போய் விட்டான். நீங்கள் என்னையும், எனக்குள் இருக்கும் உயிரையும் காப்பாற்றியதன் மூலம் என் தகப்பன் ஸ்தானத்தை எடுத்துக்கொண்டு விட்டீர்கள். இது எனக்கு மறுபிறவி என்றுதான் தோன்றுகிறது. உங்களை என் இறுதி மூச்சு இருக்கிற வரை மறக்க மாட்டேன். உங்களுக்கு நன்றி சொல்லி உங்கள் உதவியை சாதாரணமாக ஆக்கிவிட எனக்கு விருப்பமில்லை.”

“நான் என் கடமையைச் செய்தேன் அவ்வளவுதான். எங்களது ஷாகா எங்களுக்கு அளித்திருக்கிற பணிகளில் தலையாயது ஹிந்துக்களைக் காப்பாற்றுவது. ஹிந்து தர்மம் தழைக்க வேண்டுமானால் ஹிந்துக்கள் வாழ வேண்டும். அதைத்தான் நாங்கள் எங்கள் வழியில் செய்து கொண்டிருக்கிறோம் கோபால் பணிவாகச் சொன்னான். “அஹிம்சையால் சாதிக்க முடியாத சிலவற்றை நாங்கள் ஆயுதங்களால் சாதிக்கிறோம் அவ்வளவே.” தொடர்ந்து சொல்லிவிட்டு புன்னகைத்தான். ரயில் கிளம்பிய சற்றுநேரம் கழித்து, கல்யாணத்திடம் அது என்ன ஷாகா என்று விசாரித்தாள்.”

“ஹிந்துக்கள் தங்களுக்குள் ஒற்றுமையில்லாது இருந்ததால்தான் முகமதியர்களுக்கும், ஆங்கிலேயர்களுக்கும் இந்தியாவைக்

கைப்பற்றி ஆள்வதற்கு வசதியாக இருந்தது. ஒற்றுமையின் வலிமையை ஹிந்துக்களுக்கு உணர்த்தி அதன்மூலம் இந்த பாரத தேசத்தில் ஹிந்து தர்மத்தை மீண்டும் தழைக்கச் செய்துவிட வேண்டும் என்கிற நல்ல நோக்கத்தில்தான் 1925ஆம் ஆண்டு டாக்டர் ஹெட்கேவார் என்பவர் நாக்புரியில் ராஷ்ட்ரிய ஸ்வயம் சேவக் என்ற இந்த அமைப்பைத் துவங்கினார். இந்த அமைப்பின் உறுப்பினர்கள் இந்தியா முழுவதும் இருக்கிறார்கள். அவர்கள் ஆங்காங்கு ஒரு கூட்டம் நடத்துவார்கள். பாரதமாதாவை வணங்கிவிட்டு காவிக்கொடியை ஏற்றுவார்கள். ஹிந்து தர்மங்களைப் பற்றி பேசுவார்கள். அப்போது அவர்களுக்குள் பெருமையும், நெருக்கமும் ஏற்படும். தேகபலம்தான் லட்சியங்களை அடைவதற்குப் பெரிதும் உதவும் என்பதால், இந்த ஷாகா கூட்டங்களில் உடற்பயிற்சி, மனப்பயிற்சி நம் நாட்டின் புராதனக் கலைகளான கம்புச் சண்டை, வர்மக்கலை, களரி, கத்திச் சண்டை, மல்யுத்தம், யோகாசனம் என்று அனைத்து விதமான பயிற்சிகளும் கற்றுக்கொடுப்பார்கள். இதன் உறுப்பினர்கள், தாங்கள் என்ன சாதி, என்ன இனம் என்றெல்லாம் நினைப்பதில்லை. தாங்கள் அனைவரும் ஹிந்துக்கள் என்கிற ஒரே உணர்வுதான் இவர்களுக்கு போதிக்கப்படுகிறது. இதை ஆரம்பித்தவர் இப்போது உயிரோடு இல்லை என்றாலும், இது ஆலமரம் போல் பலமாகத் தழைத்து வளர்ந்துவிட்டது. இந்த அமைப்பு எண்ணூறு வருஷங்களுக்கு முன்பே ஏற்பட்டிருக்குமானால் முகமதியர்களுக்கும், அவர்களைத் தொடர்ந்து ஐரோப்பியர்களுக்கும் இந்த மண்ணை மிதிக்கும் துணிச்சல் ஏற்பட்டிருக்காது. திருட்டுத்தனமாய் உள்ளே புகுந்தவனிடம் சுதந்திரம் கேட்டுப் போராடிக்கொண்டிருக்கும் இழிநிலை நமக்கும் ஏற்பட்டிருக்காது.”

கல்யாணம் பெருமூச்சு விட்டான். உண்மையில் ஸ்வயம் சேவக் உறுப்பினர்களின் திறமையும், சேவையும் அபாரமானதுதான். அவனே அதைப் பல இடங்களில் கண் கூடாகப் பார்த்திருந்தான். தன்னுயிரைப் பணயம் வைத்துதான் அவர்கள் போராடிக் கொண்டிருக்கிறார்கள். கல்கத்தாவிலிருந்தும், பஞ்சாப்பிலிருந்தும் லட்சக்கணக்கில் வந்து குவிந்திருக்கும் ஹிந்து அகதிகளுக்கு

இவர்களாற்றும் பணி மகத்தானது. போர்வைகளும், உணவுப் பொட்டலங்களும், மருந்து மாத்திரைகளும் சேகரித்துக் கொடுப்பதும், காயங்களுக்கு கட்டுப்போடுவதும் என பம்பரமாகச் சுழன்று சுழன்று அவர்கள் செய்யும் சேவை எந்த விதத்திலும் காந்திஜியின் உண்ணாவிரதப் போருக்குக் குறைந்ததல்ல.

எது எப்படியோ ஒவ்வொருவருக்கும் ஒரு நல்ல நோக்கம் இருக்கிறது. அவரவர் பாதையில் அவர்கள் அந்த நோக்கத்தை அடைய பயணித்துக் கொண்டிருக்கிறார்கள். மொத்தத்தில் இந்த தேசத்திற்குத் தேவை பூரண சுதந்திரம், அமைதி, ஒற்றுமை. இவையெல்லாம் கிடைக்க வேண்டும். கல்யாணம் தன்னால் முடிந்தது பிரார்த்தனைதான் என்பதுபோல கண்களை மூடிக்கொண்டான்.

ரயில் ஏதோ ஒரு ஸ்டேஷனில் நின்றது. கல்யாணம் கீழே இறங்கிச்சென்று பழங்களும், பாலும் வாங்கி வந்தான். மீனாட்சி பசியில்லை என்றாள். எனக்கு மட்டும் பசிக்கிறதா என்ன? ஆனாலும் இந்த உடலை நாம் பேணித்தானே ஆக வேண்டும். கவலையெல்லாம் மனசுக்குதானே தவிர, உடலுக்கு இல்லையே. உடலை ஏன் நாம் பட்டினி போட்டு ஹிம்சிக்க வேண்டும்? தவிர இப்போது நீ இன்னொரு உயிரைச் சுமந்திருக்கிறாய். அதைப் பட்டினி போட்டு பாவத்தைக் கட்டிக் கொள்வானேன்?

அவன் அப்படிச் சொன்னதும், அவள் சட்டென பழத்தை உரித்து விழுங்கினாள். பாலைக் குடித்தாள்.

போதும்... என்றாள் அவனைப் பார்த்து.

"எங்கப்பா சொல்வார். அன்னம் கூட தெய்வ ஸ்வரூபம்னு. எத்தனை துக்கம் வந்தாலும் அன்னத்தை ஒதுக்கி உதாசீனம் செய்வதோ, நிந்திப்பதோ மகாபாபம் என்பார். ஒரு தாயார் தன் குழந்தை எப்படி இருந்தாலும், அதை எப்படி அணு அணுவாக ரசித்து மகிழ்ந்து பூரித்துப் போவாளோ அதேபோல் உணவு எப்படி இருந்தாலும் அதை ரசித்து சுவைத்து முகங்கோணாமல் உண்ண வேண்டுமென்பார்."

மீனாட்சி சிரித்தாள். "தவறுதான் இனி சாப்பிடும்போது இதை ஞாபகத்தில் வைத்துக் கொள்கிறேன்."

"நாம் நேரிடையாக பயற்றூருக்குப் போய்விட முடியாது" மீனாட்சி. "நான் என்ன சொல்ல நினைக்கிறேன் என்பதை நீ புரிந்து கொண்டிருப்பாய்."

"புரிகிறது."

"முதலில் அவர்களை இந்த துக்கத்தை ஏற்றுக்கொள்ளத் தயார்படுத்த வேண்டும். பக்குவமாகத்தான் இந்த அதிர்ச்சியை அவர்களுக்கு அளிக்க வேண்டும். தவிர ஊரார் ஒவ்வொருவருக்கும் பல நம்பிக்கைகள் இருக்கிறது."

"புரிகிறது. நான் ஏன் மொட்டையடித்துக்கொண்டு நார்மடி உடுத்திக் கொள்ளவில்லை என்று ஆட்சேபணை எழும்பும்."

"அப்படி ஒரு ஆட்சேபணை வந்தால், நான் அதற்கு ஒரு நாளும் சம்மதிக்க மாட்டேன். ஆட்சேபிக்கிறவர்களை நான் பார்த்துக் கொள்கிறேன். மனைவியை இழந்தவனுக்கு மறுகல்யாணம், கணவனை இழந்தவளுக்கு நார்மடி என்கிற சம்பிரதாயத்தை யார் ஏற்படுத்தினார்களோ அவர்கள் மட்டும் என் எதிரில் வந்தால் அவர்களுக்கு மொட்டையடித்து நாடு கடத்தி விட்டுத்தான் மறுவேலை."

கல்யாணம் ஆவேசமாகச் சொன்னதற்குக் காரணமிருந்தது.

——

32

அத்தியாயம்

நல்லதோர் வீணை செய்தே – அதை
நலங்கெடப் புழுதியில் எறிவதுண்டோ?
சொல்லடி சிவசக்தி எனைச்
சுடர்மிகும் அறிவுடன் படைத்துவிட்டாய்.

வல்லமை தாராயோ – இந்த
மாநிலம் பயனுற வாழ்வதற்கே
சொல்லடி சிவசக்தி – நிலச்
சுமையென வாழ்ந்திடப் புரிகுவையோ?

கல்யாணத்திற்கு அப்போது ஐந்து வயதிருக்கும். ஒருநாள் ராத்திரி எதிர் வீட்டிலிருந்து ஒரு சிசு ஓயாமல் அழும் சப்தம் கேட்டதும் அவன் அம்மாவிடம் ஓடி வந்தான்.

“யார் அழறது அங்கே...?”

“பாப்பாடா. எதிராத்து கோமதிக்கு பாப்பா பொறந்திருக்கு.”

“எனக்கு பார்க்கணுமே.”

“இப்ப போகப்படாது. புண்யாவஜனம் முடியட்டும். தொட்டில்ல போடுவாளோன்னோ அப்போ பார்க்கலாம்.”

அவன் காத்திருந்தான். தினந்தினம் சின்னக் குரலில் அந்த சிசு கொஞ்சிக் கொஞ்சி அழுவதும், திடீரென்று அந்த அழுகை நின்று விடுவதுமாய் அது அவனை அதிகம் கவர்ந்துவிட்டது. அம்மாவும் அப்போது மாசமாயிருந்தாள்.

எதிர்வீட்டு மாமி தொட்டிலுக்கு அழைத்து விட்டுப் போனாள். அம்மாவோடு ஒட்டிக்கொண்டு அவன் போனபோது தொட்டிலில் கையும், காலும் பரத்திக்கொண்டு ஒரு பூ மாதிரி தூங்கிக் கொண்டிருந்தது குழந்தை. அதன் உடல் இலவம் பஞ்சைவிட மென்மையாயிருந்தது. அவ்வப்போது அதன் உடம்பு தூக்கிவாரிப் போடுவதும், சோம்பல் முறிப்பதும், உதடுகள் பால் குடிப்பதுபோல் அசைவதும், தானே சிரிப்பதுமாய்... கல்யாணம் வியந்து போனான். அவ்வப்போது அது கண்விழித்து மலங்க மலங்கப் பார்ப்பதும் மூடுவதுமாயிருந்தது. எங்கு தொட்டாலும் உடல் சிவந்தது. சின்னச்சின்ன விரல்களில் அவ்வளவு மென்மை. கல்யாணத்திற்கு அந்தக் குழந்தையைப் பார்த்துக்கொண்டே இருக்கலாம் போலிருந்தது. நேரம் கிடைக்கும் போதெல்லாம் எதிர் வீட்டுக்கு ஓடினான். தொட்டிலில் கிடக்கும் குழந்தையைத் தொட்டுத் தொட்டுப் பார்ப்பான். கிலுகிலுப்பையை ஆட்டிக் காட்டுவான். அதன் உள்ளங்கையில் விரலை வைத்தவுடன் அது தன் விரல்களால் அவன் விரலைப் பிடித்துக் கொள்ளும்போது அவன் முகம் மலர்ந்துவிடும். வாயில் விரல் வைத்தால் அது சப்பத் துவங்கிவிடும். எல்லாமே அவனுக்கு வேடிக்கையாக இருந்தது. அந்தக் குழந்தை மாதிரியே வீட்டுக்கு வந்து கூடத்தில் படுத்துக்கொண்டு நடித்துக் காட்டுவான். எல்லோரும் சிரிப்பார்கள்.

"அந்தக் குழந்தையை நம்மாத்துக்கு தரச்சொல்லேன்."

"அது சரி... கோமதி உதைக்க வருவா. அவளோட சீமந்த புத்ரிடா அது. நீ கவலைப்படாதே இன்னும் அஞ்சாறு மாசத்துல உனக்கே ஒரு தங்கையோ, தம்பிப் பாப்பாவோ நம்மாத்துல பிறந்துடும். அப்பறம் நீ எதிர்த்தாத்துக்கு ஓட வேண்டாம்."

தங்கை பிறக்கும்வரை அவனுக்கு பொழுதுபோக்கு கோமதி மாமியின் குழந்தைதான். அம்பாளின் பெயரை அதற்கு

வைத்திருந்தாலும் நேத்ரா என்று கூப்பிடாமல் காமு காமு என்றுதான் அதை எல்லோரும் கொஞ்சுவார்கள்.

காமு கொஞ்ச நாளில் கவிழ்ந்துகொண்டாள், பிறகு நீந்தி நகர்ந்தாள். அதன் பிறகு முழங்கால் போட்டு கிருஷ்ண விக்ரகம் மாதிரி சிரித்தாள். துறுதுறுவென்று கூடம் பூராவும் தவழ்ந்து சென்று கண்ணில் கண்டதை எல்லாம் இழுத்துப்போட்டு உடைத்தாள். குழந்தை வாசற்படி தாண்டிற்று என்று ஒருநாள் கொழுக்கட்டை செய்து எல்லாருக்கும் கொடுத்தாள் கோமதி மாமி.

தங்கை பிறந்த பிறகும்கூட அவன் காமுவை கொஞ்சிவிட்டு வருவதை நிறுத்தவில்லை. சிலநாள் காமுவை இடுப்பில் தூக்கிக்கொண்டு வந்து தொட்டிலில் கிடக்கும் தங்கைப் பாப்பாவை அதற்கு காட்டுவான்.

காமுவின் ஆயுஷ்ஹோமத்தன்று அதற்கு பட்டுப்பாவாடை சொக்காய் போட்டு, தலையில் பூச்சூட்டி ஆளாளுக்கு தூக்கி வைத்துக்கொண்டு கொஞ்சினார்கள். அதன் பிறகு மொட்டை அடித்து சந்தனம் தடவி அது அழ அழ காது குத்தின போது அவனும் அழுததைப் பார்த்து எல்லோரும் சிரித்தார்கள். ஐந்து வயசில் சிலேட்டும், பலப்ப குச்சியுமாய் காமுவை அவன்தான் பள்ளிக் கூடத்திற்கு அழைத்துச் செல்வான். கேட்கிறவர்களிடம் எல்லாம் என் தங்கை இவ. எதிர்வீட்டுல இருக்கா என்று அறிமுகப்படுத்துவான். தன் வயதொத்த குழந்தைகளோடு காமு பல்லாங்குழி ஆடுவதையும், தட்டாமாலை சுற்றுவதையும், கண்ணாமூச்சி ஆடுவதையும் திண்ணையில் உட்கார்ந்து ரசித்துப் பார்ப்பான். அவளுக்கு ஒன்பது வயதாகும்போது ஒரு நாள் எதிர் வீட்டில் பெரிய கோலம் போட்டு காவி எல்லாம் பூசியிருந்தார்கள்.

"காமுவாத்துல என்ன விசேஷம்?" அவன் அம்மாவிடம் கேட்டான்.

"காமுவுக்கு கல்யாணம் வரதுடா."

அவன் திகைத்தான். "இப்பவேயா, அவ குழந்தையில்லையோ?"

“நேக்கு எட்டு வயசுலயே கல்யாணமாயாச்சு.” அம்மா சிரித்தாள்.

அவனால் அதை ஜீரணிக்க முடியவில்லை. மணமேடையில் உட்கார்ந்து தாலி கட்டிக் கொள்ளும்வரை காமு ஓடிப்பிடித்து விளையாடுவதும், பெரியவர்கள் அவளைக் கண்டிப்பதும் அவள் சற்றுநேரம் பொறுத்து விளையாட்டைத் தொடர்வதுமாய் அவனுக்கு வேடிக்கையாயிருந்தது. மரப்பாச்சிக்கு புடவை சுற்றினாற்போல் மடிசார் புடவையில் மறைந்தே போனாள். மாப்பிள்ளை பையனுக்கு அதிகம் போனால் பதினாலு வயதிருக்கும். மஞ்சள் கயிறை அவன் கட்டுவதற்குத் தயாரானபோது காமு அடம்பிடித்தாள். கயறெல்லாம் எனக்கு வாண்டாம் செயின்தான் போட்டுப்பேன் என்றாள். அவளை மிரட்டி உருட்டி ஒரு வழியாய் தாலி கட்ட வைத்தார்கள்.

சரியாய் ஆறு மாசம்தான் ஆகியிருக்கும். எதிர் வீட்டில் பூமியே பிளந்து போனாற்போல் ஓலமும், ஒப்பாரியும் கேட்டது.

“யாரும்மா அழறா...?”

“காமு ஆம்படையான் போய்ட்டானாம்டா” அம்மா நெஞ்சில் அடித்துக்கொண்டு அழுதாள்.

பத்தாம் நாள் ஆற்றங்கரையில் வைத்து எல்லா அலங்கோலமும் நடந்தது. “நாந்தான் அப்பவே கயறு வேண்டாம்னு சொன்னேனே. இப்பதான் இதை அவிழ்க்க மனசு வந்துதாக்கும்” திருமாங்கல்யத்தை கழற்றும்போது காமு சொன்னதைச் சொல்லிச் சொல்லி நார்மடி பாட்டிகள் தலையிலடித்துக் கொண்டு அழுதார்கள்.

எதற்கு மஞ்சள் கயிற்றைக் கட்டினார்கள்? எதற்கு அதை அவிழ்த்தார்கள்? எதற்கு மொட்டையடிக்கிறார்கள் என்று எதற்கும் அர்த்தம் புரியாமல் காமு சிரித்துக்கொண்டே நார்மடியைச் சுற்றிக்கொண்டதாக யாரோ சொன்னதை அம்மா சொல்லிச் சொல்லி அழுது கொண்டிருந்தாள்.

அதற்குப் பிறகு காமுவைக் கண்ணிலேயே காணவில்லை. கொல்லைப் பக்கம் ஒரு அறையில்தான் அவளுக்கு வாசம் என்றார்கள். சுமங்கலி என்பதற்கே அர்த்தம் தெரியாதவளை

ஊர் அமங்கலி என்று பட்டம் சூட்டி அவளை நாலு சுவருக்குள் அடைத்து வைத்துவிட்டு தன் வேலையைப் பார்த்துக் கொண்டிருந்தது.

அதற்குப் பிறகு ஒரு கிருஷ்ண ஜெயந்தி அன்று எதிர் வீட்டில் பட்சணம் கொடுக்கப் போனபோது, கொல்லைப் பக்கம் ஆட்டுக் கல்லில் மாவரைத்துக் கொண்டிருந்த காமுவைப் பார்த்ததும் அவன் அதிர்ந்துபோனான். காமுவா இது? அவளது குழந்தைச் சிரிப்பும், குறும்புப் பார்வையும், மலர்ந்த முகமும் எங்கே போயிற்று? கண்களில் ஒளியில்லை. முகத்தில் உலகத்தின் மொத்த சோகமும் குடிகொண்டிருந்தது. நெற்றியும், கழுத்தும், கைகளும் வெறுமையாயிருந்தது. மொட்டைத் தலையை சுற்றியிருந்த நார்மடிப் புடவையோடு அவளைவிடப் பெரியதொரு ஆட்டுக்கல்லில் மூச்சிரைக்க மாவரைத்துக் கொண்டிருந்தவளைப் பார்த்துவிட்டு வந்தவன் கொல்லையின் கோடியில் யார் கண்ணிலும் படாமல் பிழியப் பிழிய அழுதான். இதென்ன சம்பிரதாயம் என்று குமைந்து வெகுண்டான்.

"காமுவை ஏம்மா இப்டி பண்ணிட்டா?" அம்மாவிடம் ஆதங்கத்தோடு கேட்டான்.

"என்ன பண்றது அப்டி ஒரு வழக்கம் இருக்கே?"

"ஏன் அதை மாத்தப்படாதா?"

"யார் மாத்தறது? காலங்காலமா இப்படித்தான். ஊரைப் பகைச்சுக்க முடியாது. ஊர் வழக்கத்துக்குக் கட்டுப்பட்டுதான் ஆகணும்."

"அப்டின்னா காலம்பூரா இனி காமு இப்படித்தான் இருக்கணுமா? அந்தப் பையன் பெரியம்மை போட்டு செத்துப் போய்ட்டான்னா அதுக்கு காமு என்ன பண்ணுவா? எதுக்கு அவளை அலங்கோலம் பண்ணி, யார் கண்லயும் படப்படாதுன்னு ஒதுக்கி வெச்சிருக்கேள்?"

"என்னடா பண்றது அவ கொடுத்து வெச்சது அவ்ளோதான் யார் தலைவிதியை யாரால மாத்த முடியும்?"

“ஒரு குழந்தையை எல்லாருமா சேர்ந்து சீரழிச்சு மூலைல உட்கார வெச்சுட்டேளே...?” அவன் அழுதான். இப்படியொரு சம்பிரதாயத்தை ஏற்படுத்தியவர்களை சபித்தான். அவர்களைக் கொன்று போட்டுவிட மாட்டோமா என்கிற ஆத்திரம் ஏற்பட்டது. மலர்வதற்கு முன் மொட்டுக்களைப் பறித்து நெருப்பில் போடுவது குரூரமில்லையா?

அவன் கண்ணெதிரில் கை வளர, கால் வளர, சிறுகச் சிறுக வளர்ந்த குழந்தையின் இன்றைய நிலை அவன் மனதில் ஆறாத சோகமாய்ப் படிந்துவிட்டது. அந்த அதிர்ச்சியிலிருந்து அவனால் விடுபடவே முடியவில்லை.”

அதற்கடுத்த வருஷம் தங்கைக்கு கல்யாணம் செய்ய தீர்மானித்தபோது அவன் மூர்க்கமாய் மறுத்தான். கூடவே கூடாதென்றான். ஆனால் அவன் பேச்சை யாரும் கேட்கவில்லை. தங்கையைப் பார்க்கும் போதெல்லாம் அவன் தேகம் பயத்தில் நடுங்கும். அவள் புருஷனுக்கு தீர்க்காயுசை கொடுக்கும்படி தெய்வங்களை விடாது நச்சரிப்பான்.

இந்த பயம்தான் அவன் திருமணத்திலிருந்து தப்பித்து ஊரைவிட்டு ஓடுவதற்குக் காரணமாயிற்று.

ஒரு குழந்தையின் கழுத்தை திருகித்தான் உலக வழக்கத்தைக் காப்பாற்ற வேண்டுமா? உலகம் என்பது யார்? மனிதர்கள்தானே...? அவர்கள் ஏற்படுத்திய வழக்கத்தை அவர்களால் மாற்ற முடியாதா...?

தன் சந்தேகத்தை அம்மாவிடம் கேட்டான் அவன்.

“உனக்குத் தெரியாதுடா. இப்போ எவ்ளவோ தேவலை. உசிரோட இருக்கறதுக்காவது சம்மதிக்கறாளே. ஒருகாலத்துல ஆம்படையான் செத்துப்போய்ட்டா அவனை எரிக்கற சிதையிலேயே, அவன் பெண்டாட்டியும் விழுந்து உசிரை விட்டுடணும், மாட்டேன்னா போச்சு... குண்டுக்கட்டா இவாளே அவளைத் தூக்கி சிதைக்குள்ள போட்டு உடன்கட்டை ஏத்திடுவா. எங்க தாத்தா பார்த்திருக்கார்.

எரியற சிதையில் உசிரோட தூக்கிப் போடப்பட்ட அந்தப் பெண் கதறின கதறல்ல தாத்தா ஒரு வருஷம் வரை தூங்கலையாம். தூக்கத்துலல்லாம் பேயறைஞ்சா மாதிரி எழுந்து உட்கார்ந்துடுவாராம். வடநாட்டுல சதிங்கற சம்பிரதாயம் சர்வ சாதாரணம். இப்போ கூட ரகசியமா அங்கங்க நடக்கறதுங்கறா. எப்டியோ அது ஒழிஞ்சுது. அதைப் பார்க்கும்போது இது எவ்ளவோ தேவலையாச்சே, இதுவும் ஒரு நாள் மாறும். உங்க தலைமுறைதான் தைரியமா இதைச் செய்யணும்."

"ஆக மொத்தம் பொம்மனாட்டிகளை ஏதாவது ஒரு வழியில் கஷ்டப்படுத்திக் கொண்டே இருக்கணும் இந்த உலகத்துக்கு. அப்டித்தானே? நீ வேணா பாரு நா நிச்சயம் உங்களாட்டம் இருக்க மாட்டேன்."

காமுவின் நினைவுகளில் அவன் மூழ்கிப் போயிருந்தான். நிச்சயம் மீனாட்சியின் விஷயத்தில் உலக வழக்கத்தை மாற்றியே தீருவது என்று உறுதிகொண்டான். காமுவின் கோலம் மதுரத்திற்கு ஏற்பட்டு விடாமலிருக்க அவன் தன் ஆரோக்கியத்தையும், ஆயுளையும் பலப்படுத்திக்கொள்ளும் முயற்சிகளிலும் ஈடுபட்டிருந்தான். எவ்வித தீய பழக்கத்திற்கும் இடம் கொடுக்கவில்லை. உப்பு சத்தியாக்கிரகத்தில் கலந்துகொண்டபோதே முகாமில் யோகாப் பயிற்சியும் நடந்தது. அதன் பிறகு, யோகாசன குரு ஒருவரைக் கண்டுபிடித்து பிராணாயாமமும், யோகாசனங்களும் கற்றுக் கொண்டான். குண்டலினி யோகம் முதல் அத்தனை பயிற்சிகளும் அத்துப்படி.

"என்ன யோசனை கல்யாணம்?"

"ஒன்றுமில்லை."

"கவலைப்படாதே, உனக்கு பிரச்சனை ஏதும் ஏற்பட்டு விடக்கூடாது என்பதுதான் என் கவலையும். புருஷனையே இழந்துவிட்ட பிறகு இந்த கேசத்தை இழப்பதில் எனக்கொன்றும் கஷ்டமில்லை. ஊரோடு ஒத்து வாழ்ந்து விடுவதற்கும் ஆட்சேபமில்லை."

“பைத்தியம் மாதிரி உளறாதே” கல்யாணம் ஆவேசமாகச் சொன்னான்.

“ஆணுக்கொரு நீதி, பெண்ணுக்கொரு நீதி என்ற இந்த சமூகத்தின் கோட்பாட்டை நான் வெறுக்கிறேன். சமூகத்திற்கு பயந்துகொண்டு நீ ஒன்றும் வேஷம் போட வேண்டாம். புருஷன் வருவதற்கு முன்னமேயே ஒரு பெண்குழந்தை குங்குமமும், பூவும் சூட்டிதான் வளர்க்கப்படுகிறது. கணவன் கொடுப்பது தாலி மட்டும்தான். அதை மட்டும் கழட்டச் சொன்னால் கூட ஒரு நியாயமிருக்கிறது. ஆனால் ஒரு பெண்ணின் அழகையே சிதைக்கும் அளவுக்கு அவளது கோலத்தை அலங்கோலமாக்கி, அவளை யார் கண்ணிலும் படாமல் அடைத்து வைக்கும் காட்டு மிராண்டி சம்பிரதாயத்தை நாம் நிறுத்தியே ஆக வேண்டும். உன்னைப் போன்ற பெண்கள் உறுதியாக இருந்தால்தானே இந்த மாற்றத்தை நம்மால் ஏற்படுத்த முடியும்?”

“என்னைப் பொறுத்தவரை நான் ஓய்ந்து விட்டேன் கல்யாணம். வாழ்தலில் எனக்கு ஆசை விட்டுப்போய் விட்டது. அங்கிருந்து உயிர் பிழைத்து தப்பிவர எண்ணியதற்கான காரணம் உனக்குத் தெரியும். அந்தக் குடும்பத்தின் ஒரு உயிர்த்துளி எனக்குள் இருக்கிறதே. அதை பத்திரமாக இந்த பூமியில் இறக்கி விட்டேனானால் என் பணி பூர்த்தியாகிவிடும்.”

“உன் பணி பூர்த்தியாகிவிடும் என்று எப்படிச் சொல்கிறாய். பிறந்த குழந்தைக்கு தாயின் அன்பும், அரவணைப்பும் வேண்டாமா?”

“என் குழந்தை என் முகவரியோடு வளர்வதையே நான் விரும்பவில்லை. என் துயரத்தின் சாயல் எதுவுமே அந்த துளிரின் மீது .படவேண்டாம். என் ஆசை எல்லாம்...” அவள் சற்றே நிறுத்தினாள்.

“என்ன உன் ஆசை...?”

“என் குழந்தை பிறந்ததும் அதை எடுத்துக்கொண்டு போய்விடு கல்யாணம். அது நல்ல மனிதர்கள் வாழும் வீட்டில்

வளரட்டுமே. சந்தோஷமான முகங்களையும், குதூகலமான பேச்சுக்களையும் கேட்டு அது ஜோதிமயமாய் வளரட்டுமே. என் முகத்தைப் பார்த்து வளர்ந்தால் அதற்கு சோகமும், துயரமும்தான் வாழ்க்கை என்றாகிவிடும்."

"வீண் கற்பனை... இந்த குழந்தைக்காக நீ எவ்வளவு ஏங்கிக் கொண்டிருந்தாய் என்பது எனக்குத் தெரியும். உன் கணவரின் இரத்தம் இது என்று தெரிந்தும் இப்படிச் சொல்ல உனக்கு எப்படி மனம் வருகிறது? நடந்ததை எல்லாம் நீ மறந்து விடுவதுதான் உனக்கும் நல்லது. இனி உன் வாழ்க்கையும், உலகமும் உன் குழந்தைக்கு மட்டும்தான் என்று உறுதிகொள். ஒரு சகோதரனாக உனக்கும், உன் குழந்தைக்குமான தேவைகளை நான் பார்த்துக் கொள்கிறேன் புரிந்ததா?"

அவள் மௌனமாக இருந்தாள்.

ரயில் மதராஸ் சென்ட்ரல் ஸ்டேஷனுக்குள் ஒரு வழியாக நுழைந்தது. பத்திரிகைகளும், வானொலியும் பஞ்சாப் படுகொலைகளைப் பற்றியே பக்கம் பக்கமாக செய்தி சொல்லிக் கொண்டிருந்தன.

டெல்லியிலிருந்து வருகிற பயணிகள் என்றதும் பத்திரிகை நிருபர்கள் சிலர் ரயிலைச் சூழ்ந்து கொண்டார்கள். செய்தி ஏதாவது கிடைக்காதா என்று பயணிகளிடமெல்லாம் பஞ்சாப்பிலிருந்தா வருகிறீர்கள் என்று விசாரித்தார்கள். அப்படி ஒரு நிருபர் கல்யாணத்தையும், மீனாட்சியையும் நோக்கி வந்தார்.

"பஞ்சாப்பிலிருந்தா வருகிறீர்கள்?"

ஆம். அவன் சொன்னதும் அவன் பரபரப்பானான். "அங்கே என்ன நடந்தது சொல்லுங்களேன்."

"ஜனநாயகப் படுகொலை நடந்து கொண்டிருக்கிறது. ஹிந்துக்களுக்கு பாதுகாப்பில்லை. ராஷ்ட்ரீய ஸ்வயம் சேவக் தொண்டர்களின் உதவியால் நாங்கள் உயிர்பிழைத்து வந்திருக்கிறோம்."

“இந்தப் பெண்...”

“எனது சகோதரி.”

“இவரது கணவர்...”

“இவளது குடும்பத்தையே அவர்கள் கொன்று விட்டார்கள். இதற்குமேல் எதுவும் கேட்காதீர்கள்.”

“ஒரு புகைப்படம்.”

“மன்னித்து விடுங்கள்.” அவன் அவசரமாக மீனாட்சியை அழைத்துக்கொண்டு நடந்தான்.

“உங்கள் பெயர்...?”

“ஹிந்துக்களுக்கு பாதுகாப்பில்லை என்று எழுதுங்கள். எங்களைப்போல் எத்தனையோ பேர்! எங்கள் விபரம் அவசியமில்லை.”

அங்கிருந்து எழும்பூருக்கு வந்து திருவாரூருக்கு டிக்கெட் வாங்குவதற்காக வரிசையில் நின்றவன் அடுத்து செய்ய வேண்டியதைப் பற்றி யோசித்தான்.

———

33

அத்தியாயம்

நாலு குலங்கள் அமைத்தான் – அதை
நாசமுறப் புரிந்தனர் மூடமனிதர்
சீலம் அறிவு கருமம் இவை
சிறந்தவர் குலத்தினில் சிறந்தவராம்
மேலவர் கீழவ ரென்றே வெறும்
வேடத்திற் பிறப்பினில் விதிப்பனவாம்
போலிச் சுவடியை யெல்லாம் இன்று
பொசுக்கி விட்டா லெவர்க்கும்
நன்மையுண் டென்பான்.

தாலுகா அலுவலகத்தைப் பெருக்கி சுத்தம் செய்துவிட்டுப் போகும் பெண் ஒருத்தி திருவாரூரில்தான் இருந்தாள். தாழ்ந்த சாதி என்றாலும், பளிச்சென்ற தோற்றத்தோடு எப்போதும் புன்னகையோடு இருப்பாள். வழக்கமாக பெருக்குகிறவர்கள் எல்லாம் சிரிப்பது அபூர்வம். எப்போதும் ஒரு உம்மணாமூஞ்சித்தனம், எது கேட்டாலும் சிடுசிடுப்பு. குப்பைகளை ஒருநாளும் ஒழுங்காகக் கூட்டிவிட மாட்டார்கள். அவர்களிடம் வாய் கொடுக்க முடியாது. இந்தப் பெண் தெய்வானை. அவர்களிலிருந்து வித்யாசப்பட்டவள். தைரியமாக அவளிடம் பேசலாம். உதவி கேட்கலாம்.

கல்யாணராமன் அவளது விலாசத்தை நினைவுபடுத்திக்கொண்டு தேடினான். அரைமணி அலைச்சலுக்குப் பிறகு ஒரு குடிசை வீட்டில் அவளைக் கண்டுபிடித்தான்.

“அய்யா... நீங்களா... நீங்க ஏன்யா இங்கல்லாம் வந்தீங்க? ஐயரு பிள்ளை. நீங்கள்ளாம் வரக்கூடாத இடமாச்சேய்யா...”

“உன்னால் எனக்கொரு உதவி ஆக வேண்டும் தெய்வானை”.

“சொல்லுங்கய்யா.”

“இந்தப் பெண் என் சகோதரி மாதிரி. மாதிரி என்ன? கூடப் பிறக்காத சகோதரிதான். வடஇந்தியாவில் இந்து முஸ்லீம் பிரச்சனை பற்றி கேள்விப்பட்டிருப்பாயே. அப்படி ஒரு கலவரத்தில் தன் மொத்த குடும்பத்தையும் பலிகொடுத்தவள். வீடு, வாசல் எல்லாம் போய்விட்டது. இவளை அழைத்து வரத்தான் நான் விடுப்பில் சென்றிருந்தேன். எங்கள் அக்ரஹாரத்தில் இவளை அழைத்துச் செல்வதில் சில சிக்கல்கள் இருக்கு. நான் மட்டும் போய் என் அப்பா, அம்மாவிடம் விஷயத்தைச் சொல்லி அவர்களை அழைத்து வரும்வரையில் இவளை உன்னோடு உன் வீட்டில் தங்க வைத்துக்கொள்ள வேண்டும். செய்வாயா?”

“அய்யோ... என்னய்யா கேள்வி இது? மனுசனுக்கு மனுசன் உதவி செய்யத்தானே பிறந்திருக்கோம். நீங்க கவலையே படாமல் போய்ட்டு வாங்க. என் பெண்ணாட்டம் நா இவங்களைப் பார்த்துக் கொள்கிறேன்.”

அவன் நன்றி சொல்லிவிட்டுக் கிளம்பினான். ஜாதியில் தாழ்ந்திருந்தாலும், மனசால் உயர்ந்தவர்களுக்கு முன்னால் உயர்சாதியின் சில மூடநம்பிக்கைகள் அவனை வேதனைப்படுத்தியது. பயற்றூருக்கு பாரத்தோடு சென்றுகொண்டிருந்த காய்கறி வண்டி ஒன்றை நிறுத்தி பணம் தருவதாகச் சொல்லி ஏறிக்கொண்டான். வண்டிக்காரன் பாட்டுப் பாடி காளைகளை உற்சாகப்படுத்தியபடியும், நடு நடுவே சுளிர் சுளிரென்று சாட்டையை வீசி வேகம் குறையாமலும் வண்டியை

செலுத்தினான். வானம் சற்று மூட்டமாயிருந்ததால் வெயில் அதிகமில்லை. காற்றும் சலசலவென்று வீச, கல்யாணம் தன்னை மறந்து சாய்ந்து தூங்க ஆரம்பித்தான்.

பயற்றூர் வந்ததும் வண்டிக்காரன் எழுப்பி விட்டான்.

விளப்பாற்றின் கரையில் வண்டி நின்றிருந்தது. பணத்தைக் கொடுத்து அவனை அனுப்பிவிட்டு, நதியில் இறங்கினான். முங்கி முங்கி அலுப்பு தீரக் குளித்தான். பயற்றுநாதர் கோயிலிருந்த திசை நோக்கி வணங்கினான். ஈர வேட்டியைப் பிழிந்து சுற்றிக்கொண்டு வெற்றுடம்போடு இதர ஈரத் துணிகளையும் கசக்கிப் பிழிந்து ஈரமாகவே அவற்றை அணிந்துகொண்டு நடக்க ஆரம்பித்தான். போகிற போக்கில் காற்றிலே அவை உலர ஆரம்பித்தன.

வீட்டுக்குள் நுழைந்த க்ஷணம் மொத்த குடும்பமும் கவலையும், சந்தோஷமுமாக அவனைச் சூழ்ந்து கொண்டார்கள்.

"பத்திரமாக வந்து சேர்ந்தாயே. ரேடியோவில் கேட்ட செய்திகளால் வயிறு கலங்கிப்போய் விட்டோம் நாங்கள். ஸ்வாமி கைவிடவில்லை. மீனாட்சி எங்கே...? அப்படியே மதுரைக்கு அப்பாவோடு போய் விட்டாளா? மற்றவர்களெல்லாம் அங்கே எந்த ஆபத்தும் இல்லாமல்தானே இருக்கிறார்கள்?"

அம்மா கேள்விகளை அடுத்தடுத்து வீசினாள்.

"அவனுக்கு முதல்ல குடிக்க ஏதானம் கொண்டுவா. வந்ததும் வராததுமா கேள்வி கேட்டா எப்டி?" அப்பா, அம்மாவை உள்ளே அனுப்பினார்.

"உன் பெண்டாட்டியை முதல்ல சமாதானப்படுத்து. ஒரு வாரமா அந்தக் குழந்தை அழுதுகொண்டே இருக்கு."

"எட்டிப் பார்த்து இப்போ சிரித்தாயிற்று. கல்யாணம் உள்கூடத்தைப் பார்த்தபடி சொன்னான். உண்மைகளைச் சொன்னால் இவர்களால் தாங்க முடியுமா? பட்டென்று சொல்லிவிடும் விஷயமில்லையே இது. அதிர்ச்சியில் இவர்களுக்கு ஏதாவது ஆகிவிட்டால்...? அவன் யோசித்தான். அண்ணா இங்கே

இருந்தாலாவது ஏதாவது யோசனை கேட்கலாம். கல்யாணம் யோசனையோடு அம்மா தந்த காப்பியைக் குடித்தான்."

"உன் முகமே நன்னால்லயே. எல்லாரும் செளக்கியம்தானே?" அம்மா கவலையோடு கேட்டாள்.

"குடும்பம் குடும்பமா வீடு புகுந்து வெட்டி போட்டுண்ருக்கா."

"அதான் ரேடியோல சொன்னானே? என்ன கேடுகாலமாம் அவாளுக்கெல்லாம். இந்த நாட்டுக்கும், அவாளுக்கும் என்ன சம்பந்தமாம்? எல்லாரும் எங்கேயிருந்தோ இங்க வந்து பெருகினவாதானே. ஒண்ணுக்குள்ள ஒண்ணா இவ்ளோ காலம் ஒழுங்காத்தானே இருந்தா? இப்பொ தனிநாடும் கொடுக்கறதா சொல்லியாச்சு. தனிநாடு கேக்க அவாளுக்கு உரிமையே இல்லைன்னாலும், போய்த் தொலைன்னு குடுக்கறா. அதையும் வாங்கிண்டு ஹிந்துக்களை ஓட ஓட விரட்டினா என்ன அர்த்தம்?"

"நீ இங்க என்ன பொருமினாலும் ஒரு பிரயோஜனமும் இல்லம்மா. முஸ்லீம்களுக்குதான் இப்போ இந்தியாவில் பாதுகாப்பு. காந்தியே அவாளுக்குதானே ஆதரவா பேசறார்!" அவன் ஆதங்கத்தோடு பேசினான்.

"இது மதசார்பற்ற தேசம்ங்கறதுதானே காங்கிரஸோட கொள்கை. சிறுபான்மைன்னு அவாளை அலட்சியப்படுத்திட்டோம்னு இருக்கக் கூடாதுங்கறதால மகாத்மா அவாளுக்கு ஆதரவா பேசறார்."

"தாராளமா பேசட்டும். ஆனா பெரும்பான்மையோட பாதுகாப்புக்கு யாரும் எதுவும் செய்ய மாட்டேங்கறாளே. காந்திஜி இந்த தேசத்துக்கே பிதான்னு நினைக்கறோம். எங்கப்பா என்னைப் பற்றி கவலையே படாமல் யாரையோ தடவிக் கொடுத்துண்ருந்தா எனக்கு கோபம் வருமா வராதா? அவர் கவனம் என் மேலயும் இருக்கணும்னு நா நினைக்கறது தப்பா? ஒரு குழந்தை தன் அம்மாவை யாராவது தொட்டா ஓடிவந்து அவா கையை தட்டி விட்டுட்டு, தன் அம்மாவை கட்டிக்கும். ஆனா அம்மா அந்த

குழந்தையை வெறுப்பேத்தறதுக்காக, நீ வேண்டாம் போன்னு கீழ இறக்கி விட்டுட்டு இன்னொரு குழந்தையைத் தூக்கிண்டா அந்த குழந்தை கோபமா முகம் சிவக்க அழும். குழந்தைக்குத் தன்மேல எவ்ளோ அன்புன்னு தெரிஞ்சுக்கறதுல அம்மாக்கு பரம சந்தோஷம். இது வெறும் விளையாட்டுதான். ஆனா இப்போ தேசத்துல நடந்துண்ருக்கறது விளையாட்டில்லப்பா. அந்த கொலைவெறியையும், ஆக்ரோஷத்தையும், மூர்க்கத்தனத்தையும் நான் நேரா பார்த்தேம்ப்பா. அரசியல் சட்டப்படி பாகிஸ்தான் பிரியல. இன்னமும் இது அகண்ட பாரதம்தான். அதுக்குள்ளயே இத்தனை ஹிந்துக்களையும், சீக்கியர்களையும் கொன்றுபோட்டு… விரட்டியடிச்சு… மதம் மாற்றி, அவாளோட வீடு, வாசல், காடு, கழனி, கோதுமை வயல்கள் எல்லாத்தையும் அழிச்சு…! யார் இதுக்கெல்லாம் அதிகாரம் கொடுத்தா? எங்கேர்ந்து வந்தது அவர்களுக்கு இந்த துணிச்சல்? இதையெல்லாம் காங்கிரஸ்காரா கண்டிக்க வேண்டாமா? ஹிந்துக்களை காபந்து பண்ண வேண்டாமா? மகாத்மாவின் மனசையும், செயல்களையும் என்னால புரிஞ்சுக்கவே முடியல. நீங்களானா அவர் எது செய்தாலும் சரியாத்தான் இருக்கும்னு என்னை சமாதானப்படுத்தறேள்.”

“எனக்கு புரியல, திடீர்னு மகாத்மா மேல உனக்கென்ன வருத்தம்? இப்டியெல்லாம் நீ பேச மாட்டயே.”

“ஒருவேளை பஞ்சாப் கலவரத்துல என்னை ஒரு முஸ்லிம் கொன்னு போட்டிருந்தா நீங்களும் இப்படிதாம்ப்பா வருத்தமா பேசுவேள். நமக்கு வேணுங்கறவாளுக்கு எதுவும் ஆகாத வரை நமக்கு பெரிய துக்கமோ, கோபமோ ஏற்படாது.”

“இப்போ… யாருக்கு என்ன ஆச்சுன்னு…?” தன் கேள்வியை நிறுத்திவிட்டு அப்பா திடுக்கிட்டாற்போல் அவனைப் பார்த்தார்.

“கல்யாணம்… அங்க என்னடா நடந்தது?” பதற்றமாகக் கேட்டார். கல்யாணம் சட்டென முகத்தை மூடிக்கொண்டு குலுங்கினான். அம்மா திகைத்தாள். “என்னடா? யாருக்கு என்னாச்சு?” துடித்தப்படி கேட்டாள்.

“எல்லாமே முடிஞ்சு போச்சுப்பா. மீனாட்சியை மட்டும்தான் என்னால பத்திரமா கூட்டிண்டு வர முடிஞ்சுது.”

“தெய்வமே... என்னடா சொல்ற...?” அம்மா சத்தமாக அழ ஆரம்பிக்க, அவன் சட்டென அவள் வாயைப் பொத்தினான்.

“சத்தம் போட்டு ஊரைக் கூப்பிடாதம்மா. இங்க யாருக்கும் இப்போதைக்கு இது தெரிய வேண்டாம்.”

“என்னடா சொல்ற நீ?” அம்மா முகத்தை மூடிக்கொண்டு விம்மினாள்.

“என்ன நடந்துதுடா?” அப்பா விவரமாகக் கூறச் சொன்னார். அவன் சொல்லச் சொல்ல அவரும் துண்டால் வாயைப் பொத்திக்கொண்டு சின்னக் குழந்தை மாதிரி அழுதார்.

“கடவுளே! என் கொழந்தையைக் கைவிட்டுட்டயே. அவ மாங்கல்யத்தைக் காப்பாத்த ஒருத்தருமே அங்க இல்லையா? நம்ம வீட்டுக்குள்ள நமக்கே பாதுகாப்பில்லையா? இந்த அதர்மத்தை அந்த மகாவிஷ்ணு வேடிக்கை பாத்துண்ருந்தானா? இவன் கல்கி அவதாரம் எடுத்து வரதுக்குள்ள இங்க இன்னும் எத்தனை கோடிப்பேரை இந்த இந்து முஸ்லீம் பிரச்சனை கொல்லப் போறதோ தெரியலையே?”

“மீனாட்சி எங்கேடா...?”

“அவளை எப்படிப்பா உடனே இங்க கூட்டிண்டு வரமுடியும்? விஷயம் தெரிஞ்சா இந்த அக்ரஹாரம் நம்மைச் சும்மா விடுமா? அதனால திருவாரூர்ல ஒரு வீட்ல அவளைப் பாதுகாப்பா விட்டுட்டு வந்திருக்கேன். மீனாட்சியோட இழப்பு இங்க யாருக்குமே தெரிய வேண்டாம். அவ இங்க வரவும் வேண்டாம். அவளை அலங்கோலம் பண்ணவும் வேண்டாம்.”

“உண்மை தெரிஞ்சா ஊர் சும்மா இருக்காதேடா. ஊரைப் பகைச்சுக்க முடியுமா? இங்கன்னு இல்ல அவ எந்த ஊர்ல இருந்தாலும் சம்பிரதாயங்களை அனுசரிச்சுப் போய்த்தானே ஆகணும்.”

“இந்தக் கொடுமையெல்லாம் மாத்தியாகணும். ஏன் பொம்மனாட்டிகளை இப்படி கஷ்டப்படுத்தி ஆனந்தப்படறது உலகம்.”

“மாறினா நன்னாத்தான் இருக்கும். ஆனா அதெல்லாம் ஒரு நாள்ள மாறிடுமா? மாறும்வரை நாம என்ன செய்யறது?”

“நாம என்ன செய்யறதுன்னு புலம்பிண்டே இதுக்கெல்லாம் அனுசரிச்சுண்டு போனா எதுவும் மாறாது. இதை மாத்தணும்னா நாம மாறணும்.”

“வேண்டாம்டா புரட்சி பண்றேன்னு மீனாட்சியை சிக்கல்ல மாட்டி விட்டுடாதே. நாளைக்கு குழந்தை பொறந்தா அதோட அப்பா எங்கேன்னு கேள்வி வரும். உண்மையை ரொம்ப நாள் மூடிமறைக்க முடியாது. ஊர் அவளை ஒதுக்கி வெச்சுடும். நாம இந்த லோகத்துல தனியா இல்லங்கறது நெனப்பிருக்கட்டும்.”

“ஒரு ஹிந்து பெண்ணுக்கு எந்த விதத்துலயும் பாதுகாப்பில்லன்னா அவ எதுக்கு ஹிந்துவா இருக்கணும்? அவ மொட்டையடிச்சு நார்மடி உடுத்திக்கறதைவிட, பர்தா போட்டுக்கறதே மேல்னு தோண்றது எனக்கு.”

கல்யாணம் ஆவேசமாகச் சொல்ல, அப்பாவும் அம்மாவும் ஸ்தம்பித்துப் போனார்கள்.

அரைமணியில் அம்மாவும், அப்பாவும் அவனோடு கிளம்பினார்கள். அம்மா மஞ்சள் கிழங்கு ஒன்றை தலைப்பில் முடிந்து கொண்டாள்.

“எப்போடா வந்த கல்யாணம்? ஊருக்குப் போயிருக்கன்னு சொன்னாளே...”

“என்ன... பிள்ளையாண்டான் வந்துட்டானா? கவலைப்பட்டுண்ருந்தாளே...”

“என்ன... கோவிலுக்குப் போறேளா...?”

வழியில் தென்பட்டவர்கள் எல்லாம் ஆளுக்கொரு கேள்வி கேட்டபடி போனார்கள்.

திருவாரூருக்கு வந்து சேர்ந்தபோது உச்சிப் பொழுதாகி இருந்தது.

“இங்க யாராத்துல இருக்கா...?” அம்மா கேட்டாள்.

“எங்க ஆபீஸை சுத்தம் செய்யறவ. தெய்வானைன்னு பேர். அவளோட குடிசைலதான்.”

“குடிசையா...? பெருக்கறவளோடயா...! என்னடா இது...?”

“பெருக்கறவ குடிசையில்தாம்மா இடம் இருக்கு. விஷயம் தெரிஞ்சா ஒரு பிராமணாளாவது உள்ள ஏத்துவாளா மீனாட்சியை? ஏன் நீயே அக்ஞானம் பார்க்க மாட்டாயா? நம்பளவாளுக்கு மனிதநேயத்தை விட மடி ஆச்சாரங்கள்தான் முக்கியம். ஆச்சாரம் பார்த்தாதான் முக்தியும், மோட்சமும் கிடைக்கும் உங்களுக்கு.”

அம்மா மௌனமானாள். “சாஸ்திரங்களை நானா ஏற்படுத்தினேன்? எனக்கு சொல்லிக் கொடுத்ததை நா செய்யறேன். அதுக்காக மீனாட்சி மேல எனக்கு பாசமில்லையா என்ன...? பெத்த பொண்ணை மொட்டையடிக்கும்போது கோமதி சந்தோஷமா பட்டாள்...? ஆனாலும் அவ என்ன செய்வா...? அவ வேண்டாம்னா விட்டுடுவாளா? மனசைத் தேற்றிக் கொண்டுதான் எல்லா அலங்கோலத்துக்கும் பொம்மனாட்டிகள் சம்மதிக்கறா.”

கல்யாணத்திற்கு மனசுக்குள் வேகம் ஏற்பட்டது. தரதரவென்று மீனாட்சியை அக்ரஹாரத்திற்குள் எல்லோரும் பார்க்க அழைத்துக்கொண்டு போக வேண்டும்போல் ஆவல் ஏற்பட்டது. புருஷன் போனால் ஒரு பெண்ணின் உரிமைகளை எதற்குப் பறித்துப் போடுகிறீர்கள் என்று ஊரைக் கூட்டிக் கேட்க வேண்டும் போலிருந்தது. ஆனால் அம்மாவுக்கும், அப்பாவுக்கும் இதனால் கஷ்டம் ஏற்படும் என்பதால் கையைக் கட்டிக்கொண்டு மௌனமாயிருக்க வேண்டியிருக்கிறது. காலம்தான் எல்லா மூடநம்பிக்கைகளையும் மனித மனத்திலிருந்து அகற்ற வேண்டும்.

“அதோ அந்தக் குடிசைதான்” அவன் கை காட்டினான்.

"நாங்க அங்க வரணுமாடா..." அம்மா சற்றே தயக்கத்தோடு கேட்டாள்.

"நாங்க அந்த சத்திரத்து திண்ணையில் உட்கார்ந்திருக்கோம். நீ மீனாட்சியை அங்க கூட்டிண்டு வந்துடறயா?" அப்பா அவன் முகத்தைப் பார்க்காமல் சத்திரத்தைப் பார்த்தபடி சொன்னார். கல்யாணராமனுக்கு அவர்களுடைய தர்மசங்கடம் புரிந்தது. இருவரும் மிகவும் நல்லவர்கள்தான். அதேநேரம் சமூகம் ஏற்படுத்தி வைத்திருக்கும் சம்பிரதாயங்களுக்கும் அவர்கள் கட்டுப்பட்டிருந்தார்கள். அதற்குமேல் அவர்களைக் கஷ்டப்படுத்த வேண்டாம் என்று தோன்றியது.

அவன் தெய்வானையின் குடிசை நோக்கி நடந்தான். மீனாட்சியை அழைத்துக்கொண்டு சத்திரத்துக்கு வந்தான்.

"என் தங்கமே...! நோக்கு இப்படி ஒரு கஷ்டம் வந்துடுத்தேடி. நா என்ன செய்வேன்...? இந்த தெய்வங்களுக்கெல்லாம் கண்ணே இல்லையா? நல்லவாளைத்தான் கஷ்டப்படுத்திண்ருக்குமா...?"

அம்மா மீனாட்சியைக் கட்டிக்கொண்டு கரைந்துருகி அழுதாள்.

வெகுநேரம் பொறுத்து தானாகவே அடங்கினாள். அப்பா, கல்யாணத்தோடு அடுத்து என்ன செய்யலாம் என்பது பற்றி பேசினார்.

"மீனாட்சி எந்த காரணம் கொண்டும் அக்கிரஹாரத்திற்கு வர வேண்டாம்" என்றான் கல்யாணராமன்.

"சரி அவ எங்கே இருப்பா? மதுரைக்கும் போக முடியாது. அவளை யார் பார்த்துப்பா? மாசமா இருக்கற பெண்ணோட யாராவது ஒருத்தர் கூட இருக்க வேண்டாமா?"

"நா ஒரு முடிவு செய்திருக்கேன். வேதாரண்யத்துல ஒரு ஆசிரமம் இருக்கு. சர்தார் வேதரத்தினம் பிள்ளையோடது. உப்பு சத்தியாக்கிரகம் நடந்தப்போ அவரோட நானும், சாமிநாதனும் ஒரு சில முறை பேசியிருக்கோம். நான் அவர்கிட்ட உதவி கேக்கறேன். மீனாட்சி அவரோட ஆசிரமத்துல ஒரு ரெண்டு

மாசம் இருக்கட்டும். பிரசவ நேரத்துல அவளை நாம கூட்டிண்டு வருவோம்."

"நாம இத்தனை பேர் இருந்தும் இவளை ஆசிரமத்துக்கு அனுப்பத்தான் வேணுமா?"

"கல்யாணம் சொல்றது சரிதான். நீங்க கவலைப்பட வேண்டாம். நா ஆசிரமத்துக்கே போறேன்" மீனாட்சி மெல்லிய குரலில் சொன்னாள்.

———

34

அத்தியாயம்

> பாரத நாடு பார்க்கெலாம் திலகம்
> நீரதன் புதல்வர் இந்நினைவகற் றாதீர்
> வானக முட்டும் இமயமால் வரையும்
> ஏனைய திசைகளில் இருந்திரைக் கடலும்
> காத்திடு நாடு கங்கையும் சிந்துவும்
> தூத்திரை யமுனையும் சுனைகளும் புனல்களும்
> இன்னரும் பொழில்களும் இணையிலா வளங்களும்
> வழங்கும் பொன்னாடு.

அந்த இரண்டு மாதத்தில் நாலைந்துமுறை அவன் அம்மாவையும் அழைத்துக்கொண்டு வேதாரண்யத்திற்குச் சென்று வந்தான். குருகுலத்தில் மீனாட்சியை சந்தித்தது போக, ஒருமுறை அம்மாவை அகஸ்தியம்பள்ளி உப்பளத்திற்கு அழைத்துச் சென்றான். அம்மாவிடம் அன்று உப்பள்ளிய போது நடந்ததையெல்லாம் சொன்னான். அம்மா விழிவிரியக் கேட்டாள்.

“வேதாரண்யம் மக்களுக்கு கடுமையான உத்தரவுகள் போட்டிருந்தார்கள். வீட்டைவிட்டு வெளியில் வரவே மக்கள் பயந்தார்கள். அதேநேரம் படைபடையா மக்கள் நாலா பக்கங்களிலிருந்தும், பல ஊர்களிலிருந்தும் வர ஆரம்பிச்சா. பாதிப்பேரை

போலீசார் ஊருக்குள்ளயே நுழைய விடாம வழிமறிச்சு திருப்பி அனுப்பினா. அப்படியும் நிறையபேர் குறுக்கு வழியிலெல்லாம் போலீஸ் கண்ணுல படாம ஊருக்குள்ள வந்து ஆளாளுக்கு உப்பள்ளினா. நாங்க கூடை கூடையா உப்பள்ளிண்டு போய் முகாம்ல காய வைப்போம். சிலநாள் போலீஸ்காரா வழிமறிச்சு அள்ளின உப்பையெல்லாம் பிடுங்கிண்டு எங்களை விரட்டி விடுவா. தலைவர்கள் ஒவ்வொருவராக சிறைபிடிக்கப்பட்டார்கள். தமிழ்நாட்டுல இருக்கற எல்லா ஜெயிலும் சத்யாக்கிரகிகளால நிரம்பித்து. எனக்கு குறை ஏதாவது இருக்குன்னா அது என்னையும் ஜெயில்ல போடாததுதான். ஒருவேளை சின்னப் பையன்னு விட்டுட்டாளோ என்னமோ?"

கல்யாணராமன் வருத்தத்தோடு சொன்னான்.

பிரசவநாள் நெருங்கியதும், ஆசிரமத்திலிருந்து மீண்டும் மீனாட்சியை தெய்வானையின் வீட்டிற்கே அழைத்து வந்துவிட்டான். நேரம் கிடைக்கும் போதெல்லாம் அவளை வந்து பார்ப்பான். அதேநேரம் மதுரமும் மாசமாக இருந்ததால் அம்மா அவளை அழைத்துக்கொண்டு மருத்துவச்சியிடம் போவாள். அதே மருத்துவச்சியிடம் மீனாட்சியையும் அழைத்துச் செல்வான் அவன்.

ஒருமுறை மதுரம் அவனிடம் கவலையோடு சொன்னாள்.

"இன்னிக்கு ஆஸ்பத்திரில மீனாட்சியோட நீங்க வந்ததை ஜானகிராமன் பார்த்தானாம். அது யாருன்னு என்னை வந்து நச்சரிச்சான் அவனுக்கு என்ன பதில் சொல்றது?"

"நாம சொல்லப்போற பதிலைப் புரிஞ்சுக்கற வயசு இப்போ அவனுக்கு இல்ல. அவன் கேட்டா, அப்படியா எனக்குத் தெரியாதேன்னு சொல்லிட்டு போ. புரிஞ்சுக்கற அளவுக்கு அவன் பெரியவனான பிறகு அவனுக்கு மீனாட்சி யாருன்னு சொல்லிடுவோம்."

"அந்தப்பய ஊர்ல யார்கிட்டயானம் உளறாம இருக்கணுமேன்னு கவலையார்க்கு."

“மாட்டான். அவன் அதிகம் பேசறவன் இல்ல.”

அதோட அந்த சம்பாஷணையை மறந்தும் போனான் கல்யாணராமன்.

மருத்துவர் சொன்ன தேதி நெருங்கியும், மீனாட்சிக்கு பிரசவ வலி வருகிறாற்போல் தெரியவில்லை. தெய்வானை அவளை அக்கறையாகப் பார்த்துக்கொண்டாள். வேலை முடிந்து அலுவலகத்திலிருந்து தினமும் குடிசைக்கு வந்துவிடுவான் அவன்.

நாட்டு நிலவரங்களை தினமும் அவனிடம் கேட்டுத் தெரிந்து கொள்ளுவாள் மீனாட்சி.

“எப்போ சுதந்திரம் கிடைக்குமாம் நமக்கு?”

“ஒண்ணும் புரியல. காந்திஜி வெள்ளையனே வெளியேறு புரட்சியை ஆரம்பிச்சதுமே வெள்ளைக்காரன் ஓடிப்போய்டுவான்னு பார்த்தோம். சாதாரணமா அவர் அதிகம் கோபப்பட்டதில்லன்னு சொல்லுவா. அவருக்கே கிரிப்ஸோட பிரேரணைகள் கோபத்தை ஏற்படுத்தியதாம்.”

“அப்படி என்ன அதுல இருந்தது?”

“வேற என்ன? தேசப்பிரிவினைதான் அதுல முக்கிய அம்சமா இருந்தது. இனி பிரிட்டனுக்கும், இந்தியாவுக்கும் உறவு நீடிப்பது கஷ்டம். ஜப்பான்காரன் படையெடுத்ததும் சிங்கப்பூரையும், ரங்கூனையும் பிரிட்டிஷ்காரன் காலி செய்துட்டு ஓடினா மாதிரி, இனி இந்தியாவையும் வெள்ளைக்காரன் காலி செய்துகொண்டு குடும்பத்தோட பிரிட்டனுக்கு போய் விடுவான். ஏன்னா அவனுக்கு இது தாய்நாடு இல்ல. இந்தியாவைப் பிரிக்க முயலுகிற இந்த ஆட்சிக்கு நாம இனியும் இடம் கொடுக்கக் கூடாது. ஜனங்கள் எல்லாம் வெள்ளையனே வெளியேறுன்னு கிளர்ச்சியை ஆரம்பித்தால்தான் அவன் வெளியேறுவான்னு சொன்னார். உடனே ஜின்னா பாகிஸ்தானைப் பிரிச்சு கொடுத்துட்டு வெளியேறுன்னான். இங்க ராஜாஜியோ இதுக்கு ஒத்துக்கல. ஜப்பான்காரன் இந்தியாவைத் தாக்கினா அதை சமாளிக்க

படைபலம் வேணும்னு அவர் நினைச்சார். ஆனா நாடு முழுக்க காந்தி பின்னால நின்னு வெள்ளைக்காரனை வெளியேறச் சொல்லி கிளர்ச்சி பண்ணினதைப் பார்த்தா வெள்ளைக்காரன் பயந்து ஓடிடுவான்னு காத்திருந்தோம். நாலு வருஷமாச்சு, அவன் கிளம்பறாப்பல தெரியல. ஆனா அவனுக்கு ஏதோ கொஞ்சம் பயம் வந்திருக்கணும், வைசிராய் வேவல் இப்போ ஏதோ பேச்சு வார்த்தை நடத்திண்ருக்கான். அதுக்கும் ஜின்னா ஏதோ முட்டுக்கட்டை போட, அதுவும் அப்படியே நின்னுபோச்சு. பாகிஸ்தானைப் பிரிச்சாதான் இந்தியாவுக்கு முழு சுதந்திரம் அளிப்பது குறித்து யோசிக்க முடியும்னு பிரிட்டிஷ்காரன் சொல்லிட்டான். பாகிஸ்தான் பிரிவினைக்கு மகாத்மாவும் ஒப்புக்கொண்டு விட்டார். ஆனால் ஜின்னா கேட்டபடி முழு பஞ்சாப்பும், முழு வங்காளமும் கிடையாதுன்னு திட்ட வட்டமா சொல்லியாச்சு. யாரோ ராட்கிளிப்னு ஒருத்தரை இந்தியா பாகிஸ்தான் எல்லையை வரையச் சொல்லி பிரிட்டிஷ் அரசு அனுப்பி வெக்கப்போறதா படிச்சேன். அவர் வந்து எல்லை வகுத்து, அதை இந்த ஜின்னா ஒப்புக்கொண்டு, அதுக்கப்புறம்தான் நமக்கு சுதந்திரம்."

"அந்த எல்லைக் கோட்டுக்கு அந்தப்பக்கம் எங்க வீடு இருக்குமா, இல்ல இந்தப்பக்கம் இருக்குமா...?" மீனாட்சி கண்ணீரோடு முணுமுணுத்தாள்.

"எங்கயோ இருந்துட்டுப் போறது. இனி அது எங்கே இருந்தாதான் என்ன...?"

"இல்ல கல்யாணம். என் மாமனார் ஆசை, அது இந்திய எல்லைக்குள்ள இருக்கணும்னு. அவர் உயிரோட இல்லைன்னாலும், அவரோட ஆசை நிறைவேறணும்."

"நிறைவேறணும்னு நாமும் பிரார்த்தனை பண்ணிப்போம். ஒருவேளை அது இந்திய எல்லைக்குள்ள வந்துடுத்துன்னா உன் வீட்டையும், குடும்பத்தையும் இழந்ததற்கு அரசாங்கத்துல சொல்லி உனக்கு ஏதாவது நஷ்ட ஈடு வாங்க முடியுமான்னு கூட பார்க்கலாம்."

“வேண்டவே வேண்டாம். நா அதுக்காக கேக்கல. என் குடும்பத்தையே நிர்மூலமாக்கின அந்த மதவெறி ஜெயிக்கக்கூடாது. அதான் என் ஆசை. இறப்புக்குப் பின்னும் அவர்கள் பாரத மாதாவின் புத்திரர்களாகவே இருக்கணும்.”

மீனாட்சியின் கண்கள் கலங்கியது.

“பார்ப்போம். எல்லாம் மௌண்ட்பேட்டன் கையில் இருக்கு. மிஞ்சிப்போனா இன்னும் ஒரு வருஷம். அப்புறம் பாரதியார் பாட்டைப் பாடி சுதந்திரத்தைக் கொண்டாடிட வேண்டியதுதான். பாவம் அந்த மகாகவி. சுதந்திரம் கிடைக்கறதுக்கு மட்டும் பாட்டெழுதி வெக்கல. சுதந்திரம் கிடைச்சுட்டதாவே கற்பனை பண்ணி அதைக் கொண்டாடறதுக்கும் கூட பாட்டெழுதி வெச்சுட்டு போய்ச் சேர்ந்துட்டான்.”

“என் குழந்தைக்கு நிறைய பாரதியார் பாட்டு சொல்லிக் கொடுக்கணும்னு அவர் சொல்லிண்டே இருப்பார். மாமனார்க்கு அதுக்கும்மேல ஆசை. பேரக் குழந்தைக்கு, எம்.எஸ்.கிட்ட பாட்டு சொல்லிக் கொடுக்கணும்னு. மனுஷாளுக்குதான் எவ்ளோ கனவுகள்!”

“நம்பிக்கையோட காணும் கனவுகள் நிச்சயம் பலிக்கும்.”

“அவா கனவை நா நிச்சயம் நனவாக்குவேன். என் குழந்தையை சங்கீதம் படிக்க எம்.எஸ்.கிட்ட அனுப்புவேன். பாரதியார் பாட்டு சொல்லிக் கொடுப்பேன். அதோட கச்சேரில நான்தான் தம்புரா வாசிப்பேன்.”

மீனாட்சி இப்படிச் சொன்னபோது சந்தோஷமாயிருந்தது கல்யாணராமனுக்கு. மரணமே இனிதென்று சொல்லிக் கொண்டிருந்தவள் இந்த அளவுக்கு குழந்தைக்காகவாவது வாழவேண்டும் என்று நினைக்கிறாளே! அந்தக் குழந்தைக்குதான் நன்றி சொல்ல வேண்டும். ஏதோ ஒரு கனவும், லட்சியமும் மனிதனுக்கு வாழ்வின் மீது பிடித்தத்தை ஏற்படுத்தி விடுகிறது.

மீனாட்சியைப் பார்த்துவிட்டு தினமும் அவன் வீட்டுக்கு வருவதற்குத் தாமதமாயிற்று. எப்போதும் ஓடிவந்து

அவன் காலைக் கட்டிக்கொள்ளும் ஜானகிராமன் தூங்கிப் போயிருப்பான். காலையில் விழித்துக்கொண்ட பிறகும் கலர் பூந்தி வாங்கிக்கொண்டு வந்தயாப்பா என்று அவன் கேட்காதது ஆச்சர்யமாயிருந்தது. குழந்தை நேரில் வந்து நின்று பேசுவதே நாளுக்கு நாள் குறைந்து கொண்டு வந்தது.

இந்த நிலையில்தான் மதுரத்திற்கு பிரசவ வலி எடுத்தது.

கிராமத்து மூதாட்டி ஒருத்தி உடனே வரவழைக்கப்பட்டாள்.

"குழந்தைக்கு கொடி சுத்தியிருக்குன்னு நினைக்கறேன். ஆஸ்பத்திரிக்கே கூட்டிண்டு போய்டுங்கோ."

அபயம் உடனே குலதெய்வத்திற்கும், கர்ப்பரட்சகாம்பிகைக்கும், காசும் மஞ்சளும் முடிந்து வைத்துவிட்டுப் புறப்பட்டாள். நானும் வருவேன் என்று ஜானகிராமன் மட்டும் அழுது அடம்பிடித்துக்கொண்டு அவர்களோடு மோட்டார் வண்டியில் ஏறிக்கொண்டான்.

"மூட்டைப்பூச்சியை மடில கட்டிக்கறா மாதிரி பிடுங்கிண்டே இருக்கறதுக்கா?" பாட்டி சலித்துக் கொண்டாள்.

"பகவானே இந்த வாட்டியானம் ஒரு பொண் கொழந்தை பொறக்கட்டுமே. வரிசையா மூணு ஆண் கொழந்தை பொறந்தாச்சு. அது போதும்."

"ஏன் பாட்டி அம்மாக்கு என்ன கொழந்தை பொறக்கும்."

"தங்கை பொறக்கணும்னு வேண்டிக்கோடா."

"எனக்கு தம்பிதான் வேணும்."

"ஒரு தம்பி இருக்கானே கோதண்டம். போதாதாக்கும்?"

"போறாது. அண்ணாக்கு மட்டும் நாங்க ரெண்டு தம்பி இருக்கோம். அதனால எனக்கும் ரெண்டு தம்பி வேணும்."

"அப்டின்னா அவனுக்கு மூணு தம்பியாய்டுவாளேடா அசடு." பாட்டி சிரித்தாள். அம்மா அந்த வலியிலும் சிரிக்க முயன்றாள். "சரி போ ஏதோ ஒண்ணு பொறக்கட்டும்."

பாட்டி அம்மாவை ஆஸ்பத்திரிக்குள் பிரசவ அறை நோக்கி அழைத்துச் சென்றவள் சற்று பொறுத்து வெளியில் வந்தாள். இங்கயே இரு, பால் வாங்கிண்டு வந்துடறேன். கூஜாவோடு வேகமாகச் சென்றாள். அவள் சென்ற சற்று நேரத்திற்கெல்லாம் ஆயா ஒருத்தி வெளியில் வந்தாள்.

“எங்கடா உன் பாட்டி?”

“பால் வாங்கப் போயிருக்கா.”

“போய் உங்கம்மாக்கு ஆண் கொழந்த பிறந்திருக்குன்னு சொல்லி அவங்களைக் கூட்டிட்டு வா.”

அவன் உற்சாகமாக ஓடினான். தான் கேட்டாற்போல் ஆண் குழந்தையே பிறந்துவிட்டதில் அவனுக்கு ஏக மகிழ்ச்சி.

வெளியே ஓடியவன் மீது எதிரில் வந்த கைரிக்ஷா ஒன்று வேகமாய் மோதியது. அதன் சக்கரம் அவன் காலில் ஏறி சதையைக் கிழித்து ரத்தம் கொட்ட, அவன் மயக்கமானான்.

அந்த நேரம் மீனாட்சியை பிரசவத்திற்கு சேர்த்துவிட்டு ரொட்டியும், பாலும் வாங்குவதற்காக வெளியில் வந்த கல்யாணராமன் சாலையில் விழுந்துகிடக்கும் பிள்ளையைப் பார்த்ததும் துடித்துப் போனான். ரிக்ஷாக்காரனின் உதவியோடு ஆஸ்பத்திரிக்கு அவன் வந்த நேரத்தில் அம்மா அழுது கொண்டிருந்தாள்.

“என்னம்மா...?”

“நா என்னத்தடா சொல்லுவேன். பொறந்த கொஞ்ச நாழில உன் பிள்ளை போய்டுத்துடா.”

கல்யாணம் அதிர்ந்து நின்றான். அம்மா அதற்குள் ஜானகிராமனைப் பார்த்துவிட்டுப் பதறினாள்.

“கொழந்தைக்கு என்னடா ஆச்சு?”

“ரோடுக்கு எதுக்கு ஓடினான் இவன்? ரிக்ஷா மோதி கீழே விழுந்து கிடக்கான்,” அழுகையை அடக்கிக்கொண்டு

ஜானகிராமனை முதலில் கவனித்தான். காலில் பெரிய கட்டுப்போட்டார்கள். அதேநேரம் உள்ளே மீனாட்சி வலியில் துடித்துக் கொண்டிருந்தாள்.

"இரத்தக் கொதிப்பு கொஞ்சம் அதிகமா இருக்காப்போல சொல்றா..." அம்மா எட்டி எட்டிப் பார்த்துவிட்டு வந்தாள்.

ஒரு பக்கம் காலில் அடிபட்டு மயக்கமாகக் கிடக்கும் பிள்ளை, மற்றொரு பக்கம் பிறந்த குழந்தை இறந்தது தெரியாமல் மயக்கம் தெளியாத நிலையில் மதுரம். இன்னொரு பக்கம் வலியில் துடித்துக் கொண்டிருக்கும் மீனாட்சி.

கல்யாணமும், அபயமும் துக்கத்தை வெளிப்படுத்தக்கூட இயலாமல் அமர்ந்திருந்தார்கள்.

சற்றுநேரத்தில் குழந்தை வீறிட்டு அழும் சப்தம் கேட்க, வலியில் கத்திக்கொண்டிருந்த மீனாட்சியின் கதறல் நின்றிருந்தது.

ஆயா வெளியில் வந்தாள்.

"பெண் குழந்தை, ஆனா தாயார் இறந்துட்டாங்க."

தெய்வமே...! அபயம் பெருங்குரலெடுத்து அழுதாள்.

——

35

அத்தியாயம்

காலா! உனைநான் சிறுபுல்லென மதிக்கிறேன் – என்றன்
காலருகே வாடா! சற்றே உனை மிதிக்கிறேன்
முதலைக்கு நேர்ந்ததை மறந்தாயோ? கெட்ட மூடனே
நாலாயிரம் காதம் விட்டகல்! உனைவிதிக்கிறேன் – ஹரி
நாராயண னாகநின் முன்னே உதிக்கிறேன்.

ஒரு குழந்தை வேண்டுமென்று அந்தக் குடும்பமே தவமிருந்தபோது வரிசையாய் நான்கு குழந்தைகள் பிறந்து இறந்தது. குடும்பமே கலவரத்தில் மரித்துப்போனது. அத்தனை துன்பத்தையும் மீனாட்சி தாங்கிக்கொண்டதே இந்தக் குழந்தைக்காகத்தான். அது இப்போது பிறந்திருக்கிறது. ஆனால் அதைப் பார்க்க அவள் உயிரோடு இல்லை. விதி ஏன் அவள் விஷயத்தில் இப்படி சோதிக்கிறது? பிறக்கும்போதே ஏன் இந்தக் குழந்தையை சோதிக்கிறான் இறைவன்? கல்யாணம் தலையில் கைவைத்துக் கொண்டான். அழக்கூடத் தோன்றவில்லை.

அவளை லாகூரிலிருந்து அழைத்து வரும்போது பட்டபாடெல்லாம் ஒவ்வொன்றாய் நினைவுக்கு வந்தது. அத்தனையும் இதற்காகவா? அவன் சிலையாக அமர்ந்திருந்தான்.

அப்போதுதான் அப்பா அங்கு வந்தார். அழுது கொண்டிருக்கும் மனைவியையும், வெறித்த பார்வையோடு அமர்ந்திருக்கும் பிள்ளையையும் பார்த்தார்.

"என்னடி ஆச்சு...?"

அபயம் அழுதபடி, 'மதுரத்தின் குழந்தை பிறந்த சித்த நாழில இறந்துடுத்து. மீனாட்சிக்கு பெண் குழந்தை பிறந்தது. உதிரப்போக்கு நிற்காமல் மீனாட்சி போய்ட்டான்னா' கதறினாள். யாருக்காக அழுவது என்று புரியாமல் திகைத்து நின்றார் அப்பா. சற்று நேரத்தில் கல்யாணம் மனதைத் தேற்றிக்கொண்டு மீனாட்சியின் குழந்தையை வாங்கி அம்மாவிடம் கொடுத்தான்.

"இது மதுரத்தோட குழந்தையாவே இருக்கட்டும்மா. அவ குழந்தை இறந்த விஷயமே அவளுக்குத் தெரிய வேண்டாம். மீனாட்சியும், அவளோட குழந்தையும் பிரசவத்துல பிழைக்கலைன்னு அவகிட்ட சொல்லிப்போம். இந்தக் குழந்தையும் இனி அனாதையில்லை. நீ என்னம்மா சொல்ற...?"

அம்மா சற்றே திகைத்தாலும் அவனது நல்ல எண்ணத்தைப் புரிந்துகொண்டாள். அம்மா மட்டுமல்ல. அப்பாவும் கூட அதை முழுமனதோடு ஏற்றுக்கொண்டார்.

"நீ மீனாட்சியோட காரியத்தை முடிச்சுட்டு வா. நா ஜானகிராமனை டிஸ்சார்ஜ் பண்ணி கூட்டிண்டு கிளம்பறேன். அம்மா மதுரத்தோட இருக்கட்டும்."

அவனிடம் சொல்லிவிட்டுக் கிளம்பினார். தெய்வானையும் அவளுடைய அக்கம்பக்கத்து உறவுகளும் உதவி செய்ய மீனாட்சியை தகனம் செய்துவிட்டு வந்தான் அவன்.

"உங்கள் அத்தனை பேரின் கனவுகளையும் இந்தக் குழந்தை மூலம் நிறைவேற்ற முயற்சி செய்யறேன் மீனாட்சி." மனசுக்குள் முணுமுணுத்தபடி அவளுக்கு கொள்ளி வைத்தான். கடவுளின் கணக்குகள் என்னவென்றே புரியவில்லை அவனுக்கு.

"விசாலம் பிறந்த எட்டாம் மாதம் ஒரு நள்ளிரவில் சுதந்திரம் கிடைத்ததாக ரேடியோ செய்தி கேட்டதும் சந்தோஷம் கொப்பளித்தது. ஊரெல்லாம் பாரதியார் பாட்டைப்பாடி மனிதர்கள் சுதந்திரத்தைக் கொண்டாடினார்கள். அதேநேரம் இந்தியா பாகிஸ்தான் பிரிவினையில் பாகிஸ்தானில் ஹிந்துக்கள் மீது இஸ்லாமியர்கள் நிகழ்த்திய தாக்குதல் கேட்டதும் மனம் கொதித்துப் போயிற்று. அவர்களுக்கு ஏன் இத்தனை வெறி? அவர்கள் விரும்பியபடிதான் தனிநாடு கொடுத்தாயிற்றே. பிறகு ஏன்...? பாகிஸ்தானிலிருந்து ஹிந்துக்கள் அனைவரும் விரட்டப்பட்டும், மதம் மாற்றப்பட்டும், ஹிந்துப் பெண்கள் கற்பழித்து கொலை செய்யப்பட்டும் இத்தனை களேபரங்கள் நடந்து கொண்டிருக்க, இந்தியாவிலிருந்து பெரும்பாலான இஸ்லாமியர்கள் பாகிஸ்தானுக்குப் போக விரும்பவில்லை" என்றனர். பிறகெதற்கு தனிநாடு கேட்டீர்கள்? ஹிந்து இளைஞர்கள் தன் இஸ்லாமியத் தோழர்களிடம் ஆத்திரத்தோடு கேட்டார்கள்.

"நாங்கள் போக விரும்பாத பட்சத்தில் இங்கேயே இருந்து கொள்ளலாம் என்று கூறியிருக்கிறார் காந்திஜி."

"ஆனால் ஹிந்துக்கள் விரும்பும் பட்சத்தில் அவர்கள் பாகிஸ்தானிலேயே இருந்து கொள்ளலாம் என்று ஜின்னா கூறவில்லையே."

"அதற்கு நாங்கள் என்ன செய்வது? ஹிந்துக்களோடு சேர்ந்து வாழ்வது என்றால், அதற்கு பாகிஸ்தானைப் பிரிக்காமலே பழையபடியே ஒன்றாயிருந்திருக்கலாமே? முஸ்லிம்கள் மட்டுமே வாழ்வதற்காகத்தான் அவர் பாகிஸ்தான் கேட்டார். ஆனால் ஹிந்துக்கள் மட்டுமே வாழ்வதற்கு இங்கே யாரும் ஹிந்துஸ்தானம் கேட்கவில்லையே. அதனால்தான் நாங்கள் இங்கேயும் இருக்கலாம், அங்கேயும் செல்லலாம் என்ற உரிமை அளிக்கப்பட்டுள்ளது."

இஸ்லாமிய நண்பன் சொன்னபோது, இதென்ன நியாயம் என்று ஹிந்து இளைஞர்களுக்கு இரத்தம் கொதித்தது.

டெல்லியில் முஸ்லீம்களை எல்லாம் ஹிந்துக்கள் ஓட ஓட வெட்டிக் கொல்கிறார்கள் என்ற செய்தி கேட்டதும், தீவிர ஹிந்துக்கள் நன்றாக வேண்டும், ஹிந்துக்களை இளித்தவாயர்கள் என்று நினைத்த ஜின்னாவுக்கு இப்போது நாம் யார் என்று புரிந்திருக்கும் என்று சொல்லி சந்தோஷப்பட்டார்கள். ஆனால் முஸ்லீம்களுக்குப் பரிந்துகொண்டு காந்திஜி உண்ணாவிரதம் இருப்பதாக மற்றொரு செய்தி வந்ததும் அனைவரும் குழம்பிப் போனார்கள். அதுவும் உண்ணாவிரதத்தைக் கைவிட அவர் முன்வைத்த கோரிக்கைகள் ஒவ்வொன்றும் ஹிந்துக்களைக் கொதிப்படைய வைத்தது.

"மஹாத்மா ஏன் இப்படி பண்றார்? அவரைப் புரிஞ்சுக்கவே முடியலையே. முஸ்லிம்களுக்கு இருபத்தி மூணு சதவிகிதத்துக்கு பதிலாக, முப்பது சதவிகித பரப்பளவு நிலமும் கொடுத்து பாகிஸ்தானைப் பிரித்து கொடுத்த பிறகும், முஸ்லீம்களுக்காக பரிந்துகொண்டு வருவது என்ன நியாயம்?"

"இவரே ஹிந்துக்களை கை விட்டுட்டா அப்புறம் நமக்கு யார் பாதுகாப்பு?"

"மஹாத்மாக்கு ஹிந்து, முஸ்லிம் ரெண்டுபேரும் சமம்தான். அவருக்கு யார் இரத்தம் சிந்தினாலும் பிடிக்காது. ஹிந்துக்கள் தீவிரவாதிகளா மாறுவதில் அவருக்கு உடன்பாடில்லை. நமக்குன்னு ஒரு கண்ணியம் இருக்கு. அதை நாம கைவிடக்கூடாதுன்னு சொல்றார் அவர். அதுல என்ன தப்பிருக்கு?"

"சரிதான். ஆனா அதை பாகிஸ்தான்ல ஹிந்துக்களைக் கொன்னு போட்டுக் கொண்டிருக்கற முஸ்லீம்கள்கிட்டயும் எடுத்துச் சொல்லி அங்கிருக்கற ஹிந்துக்களைக் காப்பாற்றி இருக்கலாமே. ஏன் செய்யலை? இந்தியாவில் வாழறதுக்கும் அவர்களுக்கு முழு சுதந்திரம். ஹிந்துக்களைக் கற்பழிக்கறதுக்கும் முழு சுதந்திரம். அவர்கள் ஹிந்துக்களைக் கொன்னு போடலாம். மதம் மாத்தலாம். என்னவேணா செய்யலாம். எல்லாத்துக்கும் அவர்களுக்கு முழு சுதந்திரம் கொடுத்துட்டு, ஹிந்துக்களை மட்டும் நீங்க கையைக் கட்டிண்டு சும்மாயிருங்கன்னு அடக்கி

வைக்கறது எந்தவிதத்துல நியாயம்? எனக்கென்னவோ மகாத்மா செய்யறது சரியில்லைன்னுதான் தோண்றது. அப்டி என்ன அவ்ளோ பாசம் அவருக்கு முஸ்லீம்கள் மேல...?"

"மஹாத்மாவை விமர்சிக்கற அளவுக்கு நீ அறிவாளியாய்ட்டயாக்கும்? அவர் எது செய்தாலும் சரியாத்தான் இருக்கும். அதனாலதான் அவரை மஹாத்மா என்று கூப்டறா."

"அதுக்காகவாவது அவர் இன்னும் கொஞ்சம் நியாயமா நடந்துண்ருக்கலாம். அவருடைய கோரிக்கைகளைப் பார்த்தயா? அத்தனையும் முஸ்லிம்களுக்கு ஆதரவாதான் இருக்கு. பாகிஸ்தானில் இருக்கற ஹிந்துக்களைக் காப்பாத்தறதுக்காக ஒரு கோரிக்கை கூட இல்ல. யார் யாரைக் கொன்னாலும் தப்புன்னு சொல்லி அங்கே பாதிக்கப்பட்டவாளையும் காப்பாற்ற வேண்டாமா? இங்க உட்கார்ந்து முஸ்லீமைக் காப்பாற்ற மட்டும் உண்ணாவிரதம் இருக்கறவர், அங்க செத்துண்ருக்கற ஹிந்துக்களை செத்தா சாகட்டும்னு விட்டுட்டார். இப்டி பாரபட்சமா நடந்துக்கற ஒருத்தரை எப்டி...?" அவன் ஏதோ சொல்ல வந்து அதைச் சொல்லாமலேயே நிறுத்தினான்.

மொத்தத்தில் பிரிவினைக்குப் பிறகு ஹிந்துக்களே இரண்டாக உடைந்தார்கள். ஒரு சாரார் காந்திய வழிதான் சரியென்று அவரை தெய்வமாகக் கருதி ஆதரித்தார்கள். மற்றொரு சாரார். ஆர்.எஸ்.எஸ். அபிமானிகளானார்கள். எதற்கும் துணியாத ஒருகூட்டம், எனக்கென்ன என்று எவ்விதக் கருத்தும் சொல்லாமல் எல்லாவற்றையும் வேடிக்கை பார்த்துக்கொண்டு, தனக்கு எந்த ஆபத்தும் ஏற்படாமல் இருந்தால் போதும் என்று தன் காரியத்தைப் பார்த்துக்கொண்டு சென்றது.

சுதந்திர சந்தோஷத்தை முழுவதும் அனுபவிப்பதற்குள் ஒரு நாள் ரேடியோ பெட்டியில் சோக கீதம் ஒலிபரப்பாயிற்று. மஹாத்மா சுடப்பட்ட செய்தியை அழுதுகொண்டே சொல்லிற்று.

கல்யாணராமன் ஸ்தம்பித்துப் போனான். காந்திஜியிடம் அவனுக்கு ஒருசில வருத்தங்கள் இருந்தது உண்மை என்றாலும்,

அவன் அவர் மீது வைத்திருந்த மதிப்பு குறைவானதல்ல. தாத்தாவிடம் பேரனுக்கு ஏற்படும் வருத்தம் போன்றதுதான் அவன் கோபமும். அரை நிர்வாணத்தோடு மார்பெலும்புகள் துருத்திக்கொண்டு தெரிய, ஒல்லியாய் காலில் செருப்பு கூட அணியாத, ஒரு கிழவனுக்குதான் எத்தனை ஆத்மசக்தி! அவர் சொல்லுக்குதான் எத்தனை மதிப்பு! அஹிம்சை என்ற ஒரே ஒரு வார்த்தையைக் கொண்டு அவர் செய்த சித்து வேலைகள் கொஞ்சமா நஞ்சமா? ஒரு நாடே அல்லவா அவர் பின்னால் அணி திரண்டு நின்றிருந்தது. இருந்தும் ஏன் இப்படி? ஆயுதமே வேண்டாம் என்றவருக்கா ஆயுதத்தின் மூலம் மரணம்? கடைசியில் அஹிம்சையை ஹிம்சை கொன்று விட்டதா? அவரை எது கொன்றது? அவரது மரணத்திற்கு எது காரணம்? ஹிந்து முஸ்லிம் பிரச்சனையா? அயல் மதத்தினருக்கு அவர் காட்டிய அதிகபட்ச ஆதரவா? அதன்மூலம் ஹிந்துக்களின் வெறுப்பை சம்பாதித்துக் கொண்டதா? அகண்ட பாரதத்திலிருந்து ஒரு மதசார்புள்ள நாடும், ஒரு மதசார்பற்ற நாடும் தனித்தனியே பிரிந்ததா? போகிற போக்கில் மத உணர்வுகளைக் கிளப்பிவிட்டு, நாட்டையே இரு துண்டாக்கிவிட்டுப் போன வெள்ளைக்காரனின் தந்திரமா? கோட்சேயின் துப்பாக்கி வெடித்ததற்கு எது காரணம்? இந்தக் கேள்விகளுக்கான பதில் யாருக்கும் தெரியவில்லை.

உலகமே அவருக்காக அழுத நேரத்தில் ஊரில் யாரும் அன்றைக்கு சமைக்கவில்லை. அடக்க அடக்க கண்ணீர் பீறிட்டது. உண்ணாவிரதத்தின் மூலமே அனைத்து விஷயங்களையும் சாதித்துக் காட்டிய மாமனிதருக்காக மூன்று நாளாவது உபவாசமிருப்பது என்று தீர்மானித்தான் கல்யாணம். இரண்டாவது நாளே உடலில் சோர்வு தட்டியது. ஒரு வேலையிலும் மனம் செல்லவில்லை. வயிற்றின் மீதே முழு கவனமும் இருந்தது. போதும் முடித்துக் கொள்ளலாமா என்று கூடத் தோன்றியது.

இல்லை. என்னால் முடியும். பிடிவாதமாக மனதைக் கட்டுப்படுத்தினான். மூன்றாம் நாள் மாலை அரைமயக்க நிலையில் அம்மாவும், அப்பாவும் கவலையோடு அவனைச் சாப்பிடச்

சொன்னார்கள். வேறு வழியின்றி அம்மா கொடுத்த கஞ்சியைக் குடித்த போதுதான் மகாத்மாவின் ஆயுதம்தான் உலகத்திலேயே மிகுந்த வலிமையானது என்று புரிந்தது. வாரக்கணக்கில் எல்லாம் உண்ணாவிரதம் இருந்தவருக்கு எத்துணை ஆத்மபலம் இருந்திருக்க வேண்டும்! அதில் ஒரு துளியாவது ஒவ்வொரு இந்தியரிடமும் இருக்குமானால் இந்தியாவின் பலம் எத்தகையதாக இருக்கும்! எதைத்தான் சாதிக்க முடியாது...? அவன் பெருமூச்சு விட்டான்.

விசாலம் தவழ ஆரம்பித்திருந்தாள். தவழ்ந்து சென்று, கண்ணில் பட்ட பொருட்களை எல்லாம் இழுத்துப் போட்டாள். காகிதங்களை எல்லாம் கசக்கி வாயில் வைத்து எச்சிலாக்கிக் கிழித்தாள். அப்படித்தான் ஒரு நாள் ஜானகிராமனின் புத்தகம் ஒன்றை அவள் குதறிக் கிழித்துக்கொண்டிருந்ததை யாரும் கவனிக்கவில்லை. எதேச்சையாக அதைப் பார்த்துவிட்ட ஜானகிராமன் பளாரென குழந்தையை அறைந்துவிட்டு புத்தகத்தை பிடுங்கிக்கொண்டு போக, அது வீறிட்டு அலறியது?

குழந்தைக்கென்னடா தெரியும்? அதைப்போய் அடிக்கற? கல்யாணராமன் கேட்க, அவன் பதில் சொல்லாமல் முறைத்துவிட்டுப் போனான்.

அவனுக்கு ஏதோ சந்தேகம் இருக்குடா கல்யாணம். அம்மாக்கு ஆண் குழந்தைதானே பிறந்ததுன்னு நர்ஸம்மா சொன்னாளே. அது எப்டி பொண்ணா மாறித்துன்னு எங்கிட்ட கேள்வி கேட்டு நச்சரிக்கறான். மதுரத்தையும் பிடுங்கி எடுத்துட்டான். நல்ல காலம் அவ நம்பலை. குழந்தைகிட்ட இவனுக்கு துளிக்கூட பாசமே வரமாட்டேங்கறதே! இவனை எப்டி சமாளிக்கறது?

"குழந்தைதானே விடு. வளர வளர தானா மாறிடுவான்."

"கடைசிவரை இந்த விஷயத்தை மறைச்சுட முடியுமாடா? மதுரத்துக்காவது தெரிய வேண்டாமா?"

"உண்மையைச் சொல்லி அவளை அதிர்ச்சி அடைய வைக்கறதால யாருக்கு என்ன கிடைக்கப் போறது? ஒருவேளை

இந்தக் குழந்தையை அவளும் வெறுக்க ஆரம்பிச்சுட்டா? வேண்டாம்மா. இது மதுரத்தோட குழந்தையாவே இருக்கட்டும். சிலநேரம் உண்மையைச் சொல்லாமல் இருப்பதுதான் எல்லார்க்கும் நல்லது. இந்தக் குழந்தைக்கு என்னிக்குமே தான் ஒரு அனாதைங்கற உண்மை தெரியவே வேண்டாம். பெத்தவ மீனாட்சியாவே இருந்தாலும், இப்போ அது எங்க குழந்தை. நாங்க அப்டிதான் நினைக்கறோம். இதுதான் இப்போ உண்மை. நானும் கவனிச்சுண்டுதான் இருக்கேன். ஜானகிராமன் என்னோட சரியா பேசறதில்ல. ஒதுங்கி ஒதுங்கி போறான். என் மேல அவனுக்கு ஏதோ சந்தேகம். நா இப்போ எது சொன்னாலும் புரியற வயசில்ல அவனுக்கு. புரிஞ்சுக்கற வயசு வந்து என்னிக்காவது அவன் இதைப்பத்தி எங்கிட்ட கேட்டான்னா நானே அவங்கிட்ட எல்லா உண்மையையும் சொல்லி அவனுக்குப் புரிய வைக்கறேன். அவன் புரிஞ்சுப்பான். அதுவரை அவன் பேசாட்டாலும் அவன் போக்குலயே விட்டுடறேன். பிள்ளை பேசாட்டா தகப்பனுக்குப் பாசம் குறைஞ்சுடுமா என்ன?"

அன்றைக்குக் கல்யாணராமன் சொன்னதுபோல் அவனை மாற்றவோ, அவன் சந்தேகத்திலிருந்து விடுபடவோ அவர் முயற்சிக்கவில்லை. அவனாக வந்து அவரிடம் எதையும் கேட்டுத் தெளியவும் முன்வரவில்லை. அவனுக்கு வேண்டியதை எல்லாம் செய்து கொடுத்தார். அப்பாவும், அவனும் ஏன் சரியாகப் பேசிக் கொள்வதில்லை என்று ஆரம்பத்தில் ஆச்சர்யப்பட்ட மற்ற சகோதரர்களுக்கும் போகப்போக அது பழகிவிட்டது. காரணத்தைத் தேட அவர்களுக்குப் பெரிதாக ஆர்வமில்லை. சின்ன வயதில் அவனை அவர் எதற்காவது தண்டித்திருப்பார். அதனால் அவன் இப்படி ஜென்ம வைராக்கியத்தோடு இருக்கிறான் என்று விட்டுவிட்டார்கள். அவனிடமிருந்து கிடைக்காத பாசத்தை விசாலம் வாரி வாரிக் கொடுத்தாள். கற்றுக்கொண்ட பாட்டை எல்லாம் பாடிப் பாடி அவரை மகிழ்வித்தாள். உணவூட்டும்போதே சுதந்திரப் போராட்ட நிகழ்வுகளை கதை மாதிரி சொல்வது வழக்கமாயிற்று. வளர்ந்த பிறகு இன்னும் ஆர்வமாக அவரிடம் நிறைய விஷயங்கள் கேட்டுத் தெரிந்துகொண்டாள். அது பற்றி

நிறைய புத்தகங்கள் படிப்பதை வழக்கப்படுத்திக் கொண்டாள். மகாத்மா காந்தி என்ற மாமனிதர் அவளுக்கு புரியாத புதிராய் விளங்கினார். அஹிம்சை என்ற ஒரே ஒரு தாரக மந்திரத்தை வைத்துக்கொண்டு லட்சோப லட்சம் மக்களைத் தொண்டர்களாய் சேர்த்துக்கொண்ட அவரது திறமை, அவளை வியப்பிலாழ்த்தியது. எத்தனையோ விமர்சனங்கள், எதிர்ப்புகள், விரோதங்கள் அனைத்தையும் தாண்டி தன்வழியிலேயே பிடிவாதமாக நின்று விடுதலையைப் பெற்றுத் தந்துவிட்ட அவரது உறுதி அவளை பிரம்மிக்க வைத்தது. எப்படி இதெல்லாம் அவரால் முடிந்தது? எத்தனை யோசித்தாலும் விளங்காத உண்மை இது. விளங்க முடியாத உண்மைகள்தான் கடவுள் என்றால், மகாத்மாவும் அவளுக்கு கடவுளாகத்தான் தெரிந்தார்.

ஒரு காந்தியவாதியின் மகனுக்குத்தான் அவளைத் திருமணம் செய்துகொடுத்தார் கல்யாணராமன்.

மீனாட்சியின் வம்சம் அவள்மூலம் தழைத்தது. மீனாட்சியின் ஆத்மா நிச்சயம் குளிர்ந்து போயிருக்கும்.

——

36

அத்தியாயம்

கண் திறந்திட வேண்டும்
காரியத்தி லுறுதி வேண்டும்
பெண் விடுதலை வேண்டும்
பெரியகடவுள் காக்க வேண்டும்
மண் பயனுற வேண்டும்
வானகமிங்கு தென்பட வேண்டும்
உண்மை நின்றிட வேண்டும்.

பத்மாசனத்தில் சின்முத்திரையோடு அமர்ந்திருந்த மகரிஷியின் முன்னால் மிகுந்த பணிவோடு அமர்ந்திருந்தார்கள் சிஷ்யர்கள். சிந்துவும், யமுனையும், கங்கையும், காவேரியும் பொங்கி சுழித்து வழிந்தோடிக் கொண்டிருக்க, சாஷ்டாங்க நமஸ்காரத்தில் தலைக்கு மேல் கைகளை உயரத் தூக்கி குவித்தபடி அந்த மகரிஷியின் பாதங்களில் விழுந்திருந்தார் அவர்.

நிசப்தமே பின்னணியாய் கண்ணீரோடு கொள்ளுத் தாத்தாவையும், அவர் காலடியில் விழுந்திருந்த சின்னத் தாத்தாவையும் பார்த்தபடி அமர்ந்திருந்தது மொத்த குடும்பமும். கொள்ளுத் தாத்தா கண்மூடி அசைவற்று அமர்ந்திருந்தார். காலச்சக்கரம் அவரை வெகுதூரம் பின்னோக்கி

உருட்டிச் சென்றிருந்தது. வெகுநேரமாயிற்று அவரிடம் அசைவு தெரிய. கண்களை மெல்லத் திறந்தவர் தன்முன்னே நமஸ்கரித்த நிலையில் வீழ்ந்துகிடக்கும் பிள்ளையைப் பார்த்தார். மெல்லிய பெருமூச்சில் மார்புக்கூடு ஏறியிறங்க, ஜானகிராமனைத் தொட்டார்.

“எழுந்திரு.”

“தப்பு பண்ணிட்டேன் என்னை மன்னிப்பேளா?” ஜானகிராமன் சின்னக் குழந்தை மாதிரி குரல் கேவக் கேட்டார்.

“நாந்தான் குற்றவாளி. உண்மையை உன்கிட்ட எப்பவோ சொல்லியிருக்கலாம். ஆனா எங்கே இந்த உண்மை விசாலத்திற்குத் தெரிஞ்சுடப்போறதோன்ற பயத்துல எல்லாத்தையும் மறைச்சுட்டேன். உன் சந்தேகமும், பாராமுகமும் எனக்கு பழகிப் போய்டுத்து. அதான் அப்டியே இருன்னு விட்டுட்டேன். என் சொந்தப் பெண்ணாதான் அவ கடைசி வரை வாழ்ந்துட்டு போனா. தன்னைப் பற்றிய நிஜத்தை அவ தெரிஞ்சுக்கறதுனால வேதனை மட்டும்தான் அவளுக்கு மிஞ்சியிருக்கும். எதுக்கு அவளை வேதனைப்படுத்தணும்னுதான் ரகசியத்தை பிடிவாதமா மூடி வெச்சேன். இனி எனக்கு மறைப்பதற்கு எந்தக் காரணமுமில்லை. அதேநேரம் உங்களுக்கெல்லாம் தெரிஞ்சதுல எனக்கு சந்தோஷமுமில்லை. கடைசிவரை அவ உங்களோட சொந்த சகோதரியாவே நினைக்கப்பட்டிருந்தா ரொம்ப சந்தோஷப்பட்டிருப்பேன். செத்தப்பறம் பிணத்தோட ஆடையை உருவறா மாதிரியான காரியம் இது. வேற வழியில்ல. விஜியோட கல்யாணம் இதனால தடைப்பட்டுடக் கூடாதுன்றதால எல்லாத்தையும் சொல்லிட்டேன்.”

“இல்லப்பா... நீங்க கவலைப்பட வேண்டாம். இப்பதான் விசாலத்து மேல என் பாசம் அதிகமாயிருக்கு. இந்தப் பாசத்தைக் காட்ட அவ உயிரோட இல்லையேன்னு நினைக்கும்போது என் மேலயே எனக்கு வெறுப்பு வரது. இத்தனை நாளா அவ என் சகோதரியில்லன்னு நினைத்திருந்தேன். ஆனா இந்த நிமிஷத்துலேர்ந்து அவதான் என் சகோதரி. என் வயசும்,

சூழ்நிலையும் சந்தேகத்தை எனக்குள்ள விதைச்சுடுத்து. கொஞ்சம் சிந்திச்சு நானாவது உங்ககிட்ட அதைக் கேட்டுத் தெளிஞ்சிருக்கலாம். அதையும் செய்யலை. என்னோட அகங்காரம் நாளடைவுல என் சந்தேகத்தையும், வெறுப்பையும் விருட்சமா வளர்த்து விட்டுடுத்து. இப்போ அந்த மாயா விருட்சம் எனக்குள்ள இல்ல. மறைஞ்சு போய்டுத்து. இத்தனை காலம் வாழ்க்கையை வீணடிச்சுட்டேன். நா படிச்சதெல்லாம் காலணாக்கு பிரயோஜனமில்லாத ஏட்டுப்படிப்பு. நா எவ்ளோ பெரிய முட்டாளா இருந்திருக்கேன்னு இப்பதான் தெரியறது. என்னமோ பெரிய ரகசியத்தைக் கண்டுபிடிச்சுட்டேன்னு இத்தனை காலம் எவ்ளோ மமதையோட இருந்திருக்கேன்!" என்னைப் பார்க்கும்போது எனக்கே ஒரு கதை நினைவுக்கு வரது. சாது ஒருவன் ஒரு மாமாங்கம் தபஸ் பண்ணினானாம். அதன் காரணமா அவனுக்கு பல சித்திகள் கிடைச்சுதாம். அவனுக்கு தன்னைக் குறித்து ஒரே பெருமை. அவன் தண்ணி மேல நடந்து போனான். இக்கரைக்கும் அக்கரைக்குமா தண்ணி மேல நடந்தவனைக் கண்டு ஊரே அதிசயப்பட்டது. அவன் தன் குருவிடமும் தன் சித்து வித்தைகளைச் செய்து காட்டினான். உன்னால இன்னும் என்ன முடியும்னு கேட்டார் அவர். ஒரு துளி மண்ணை வீசி ஒரு யானையைக் கொன்று காட்டினானாம் அவன். இன்னும் என்ன முடியும்னு குரு கேட்டார். மறுபடியும் ஒரு துளி மண்ணை வீசி செத்த யானைக்கு உயிர் கொடுத்தான். குருவை பெருமையோடு பார்த்தான்.

"இப்போது என்ன சொல்கிறீர்கள்?"

"ஒப்புக் கொள்கிறேன். நீ ஒரு மாமாங்கம் தபஸ் பண்ணி காலணா சம்பாதித்திருக்கிறாய்."

"காலணாவா...?"

"ஆம். நீ நீர்மேல் நடக்கிறாய். இனி ஓடக்காரனுக்கு கொடுக்கிற காலணா உனக்கு மிச்சம்தானே. மற்றபடி இந்த யானை இருந்தாலும், இறந்தாலும் உனக்கென்ன லாபம்? அப்டின்னாராம்.

அகங்காரம் இருக்கிறவரை நாம சம்பாதிப்பதெல்லாம் வெறும் காலணாக்கு சமம்தான்னு எனக்கும் இப்போ புரியறது. அவனுக்காவது காலணாவாவது மிஞ்சித்து. எனக்கு அதுவும் மிஞ்சல. ஏன்னா நா தபஸா பண்ணினேன்? கோபத்தோட இல்ல அலைஞ்சுண்ருந்தேன்!"

"போகட்டும் விடு" கொள்ளுத் தாத்தா பிள்ளையை சமாதானப்படுத்தினார்.

எத்தனையோ மாமாங்கம் கழித்து அன்றிரவு அப்பாவோடு சேர்ந்து உட்கார்ந்து சாப்பிட்டார் ஜானகிராமன்.

வெறுப்பு மண்டிக்கிடந்த மனது பாசவயப்பட்டு விட்டால் அந்த பாசத்தாலேயே அனைவரையும் திணறடித்து விடுவார்கள் என்பது நிஜம்தான். சின்னத் தாத்தாவின் பாசம் திணறடித்தது. கலப்படமே இல்லாத பாசம் அது.

விசாலத்தின் புகைப்படம் ஒன்றைத் தேடியெடுத்து பெரிது பண்ணி சட்டம் போட்டுக்கொண்டு வந்து கூடத்தில் மாட்டி பூமாலை போட்டார்.

டெல்லிக்கு போன்பண்ணி அனந்துவின் அப்பாவோடு பேசினார். அனைவரையும் உடனே புறப்பட்டு வரக்கூறினார். சாஸ்திரிகளை கைபேசியில் பிடித்து பஞ்சாங்கத்தோடு முகூர்த்தநாள் பார்ப்பதற்கு வரச் சொன்னார். தன்னுடைய சேமிப்பை எல்லாம் எடுத்து விஜிக்கு நகைகள் வாங்க எல்லோரையும் அழைத்துக்கொண்டு போனார். குடும்பமே நகைக்கடையில் அவளுக்கு நகைகள் தேர்வு செய்தது.

மனிதமனம் விசித்திரமான காடுதான். உள்ளே செல்லச் செல்லத்தான் எத்தனை விதமான விலைமதிப்பற்ற மரங்களும், புதையல்களும் தென்படுகின்றன! ஜானகிராமனுக்கே தன்னைக் குறித்து ஆச்சர்யமாக இருந்தது. வெறுமை, வெறுப்பு இதைத் தவிர தனக்குள் வேறொன்றுமில்லை என்றுதான் நினைத்திருந்தார். இத்தனை அன்பும், பாசமும் கூட தனக்குள் இருக்கிறதா?

வியந்துபோனார் அவர். பார்க்கிற எல்லாவற்றின் மீதும் அன்பு படர்ந்தது. எல்லா முகங்களும் அழகாய்த் தெரிந்தது. தன்னிடம் இருப்பதையெல்லாம் எல்லோருக்கும் வாரி வாரிக் கொடுக்க வேண்டும் போலிருந்தது.

மதராசுக்கு வந்த புதிதில் அறுபத்தி மூவர் உற்சவம் நடந்தபோது, வீட்டு வாசலில் நின்றிருந்தார் அவர். அப்போதெல்லாம் குளத்தைச் சுற்றி இத்தனை நடைபாதைக் கடைகள் கிடையாது. நடுத்தர வயதுள்ள மனிதர் ஒருவர் வீட்டுக்கு வந்து அப்பாவிடம் பேசினார்.

"உங்க வீட்டுத் திண்ணையை நான் சற்று உபயோகித்துக் கொள்ளலாமா? ஒன்றுமில்லை. இன்றைய திருவிழா மிகவும் முக்கியமானது. அறுபத்தி மூன்று நாயன்மார்களோடு ஸ்வாமி வீதி உலா வருவதைப் பார்த்து மகிழ தூரத்து ஊர்களிலிருந்தெல்லாம் மக்கள் வருவார்கள். வீதி உலா முடியும்வரை அவர்கள் தாகத்தோடும், பசியோடும் இருப்பார்கள். அத்தகைய பக்தர்களுக்கு என்னாலான கைங்கர்யம் செய்யலாம் என்றிருக்கிறேன். வழக்கமாக எனக்கு இங்கு இடம் கொடுக்கும் அன்பர் வீட்டை விற்றுவிட்டார் என அறிந்தேன். தாங்கள் புது உரிமையாளர் என்பதால் உங்கள் அனுமதியைக் கேட்கிறேன்."

"கொடுத்து வைத்திருக்க வேண்டும். நல்ல கைங்கர்யம்" அப்பா சந்தோஷமாக அனுமதி கொடுத்து விட்டார்.

அதன் பிறகு திண்ணையை அந்த மனிதர் நன்கு கழுவித் துடைத்து மாவிலைத் தோரணங்கள் கட்டி, ஒரு மேஜை வைத்து அதில் சிவன் பார்வதி படத்தையும் வைத்து விளக்கேற்றினார். மல்லிகைப் பூச்சரத்தை ஸ்வாமி படத்துக்குப் போட்டார்.

அதன்பிறகு ஒரு தள்ளுவண்டியில் ஈயம் பூசிய மூன்று பெரிய பித்தளை அண்டாக்கள் வந்தன. ஆட்கள் உதவியோடு அவற்றை திண்ணையில் இறக்கி வைத்தார். ஒரு அண்டா நிறைய கலர் பூந்திகள் கண்ணைப் பறித்தது. நாவில் எச்சில் ஊறியது. மற்றொன்றில் வெண்ணெய் மாதிரி பிசைந்த தயிர்சாதம்

மேலே கொத்தமல்லி தழையும், மாங்காய்த் துருவலும் போட்டு தாளித்திருந்தது. அதன் அருகில் ஒரு கிண்ணம் நிறைய வறுத்த மோர் மிளகாய். மூன்றாவது அண்டா நிறைய கையடக்கமான திருவாசக புத்தகங்கள். பூந்தி அண்டாவுக்கு அருகில் அந்த மனிதர் நின்றுகொண்டார். ஒரு கையால் பூந்தியை அள்ளி அள்ளிக் கொடுக்கும்போதே திருவாசகப் புத்தகமும் மறுகையால் எடுத்துக் கொடுத்தார். "இந்த இரண்டிலும் எதற்கு இனிப்பு அதிகம் என்று நினைக்கிறீர்கள்? இதற்குத்தான்." திருவாசகப் புத்தகத்தைக் காட்டினார். இந்த இனிப்பு நாக்கோடு தீர்ந்துவிடும். இந்த இனிப்பு சிந்தையில் நிறைந்து வாழ்நாளெல்லாம் இனித்துக் கொண்டிருக்கும்." சொல்லிச் சொல்லி திருவாசகப் புத்தகங்களைக் கொடுத்துக் கொண்டிருந்தார். அவரது மகன் தயிர்சாதத்தை தொன்னையில் வைத்துக் கொடுத்துக் கொண்டிருந்தான்.

"வாங்கோ குழந்தைகளா நீங்களும் வந்து வாங்கிக்கோங்கோ." உட்புறம் திரும்பி இவர்களையும் அழைத்தார். அதுவரை விழிவிரிய வேடிக்கை பார்த்துக் கொண்டிருந்தவர்கள் அப்பா தலையசைத்ததும் வரிசையில் நின்று வாங்கிக் கொண்டார்கள்.

"பெரியவாளும் சாப்டலாம். பிரசாதம்தானே." அவர் எல்லோருக்கும் கொடுத்தார்.

பூந்தி அப்படியொரு அபூர்வ சுவையோடு இருந்தது. தயிர்சாதம் அமிர்தத்தைத் தோற்கடித்தது. ஒரு சாதாரண தயிர்சாதத்திற்கு இவ்வளவு சுவையா...? தன் வியப்பை கொடுத்தவரிடமே வெளிப்படுத்திவிட்டார் கல்யாணராமன்.

"இது ஒண்ணும் பிரம்ம சூத்திரமில்ல... இந்த அன்னம் பலபேர் பசியைத் தீர்க்கப் போறதுன்ற சிரத்தையோட, பாலும், தயிரும், கூடவே உலகத்துக்கே தான்தான் தாய்ங்கறா மாதிரி தன்னோட மொத்த அன்பையும் கலந்து என் தர்மபத்தினி இந்த தயிர் சாதத்தைக் கலப்பா. அரிசி களையறதுலேர்ந்து ஆரம்பிச்சு, சாதம் பிசைந்து, தாளிக்கற வரை திருவாசகமும், தேவாரமும், சௌந்தர்யலஹரியும், அபிராமி அந்தாதியும் இடைவிடாம சொல்லிண்டுருப்பா. அவ

அன்போட, அந்த மந்திரங்களின் சக்திகளும் சேர்ந்து அன்னத்தில் கலந்தால் சுவை கூடாமல் என்ன செய்யும்?”

சுவை என்பது அஞ்சறைப் பெட்டி சாமான்களில் மட்டுமே ஒளிந்திருக்கிறது என்று நினைத்திருந்தவர்களுக்கு இப்படியும் உணவுக்கு சுவை கூட்ட முடியும் என்று தெரிந்தபோது பிரம்மிப்பு கூடிற்று. எப்பேர்ப்பட்ட கைங்கர்யத்தை அவரது குடும்பம் செய்கிறது! அந்த அண்டாக்களிலிருந்து இல்லை என்ற வார்த்தையே இல்லாமல் அவர் அள்ளியள்ளிக் கொடுத்துக் கொண்டேயிருந்தார். அவை சாதாரண அண்டாக்களா அல்லது அட்சயப் பாத்திரங்களா என்ற வியப்பேற்பட்டது. கொடுப்பது இத்தனை சுகமான விஷயமா?

ஜானகிராமனுக்கு அந்தப் பெரியவரின் நினைவுதான் வந்தது. கொடுப்பதன் சுகம் இணையற்றதுதான். இத்தனை நாள் தேக்கி வைத்திருந்ததெல்லாம் வஞ்சனையில்லாமல் வாரிக் கொடுத்தார்.

கொடுக்க கொடுக்க குறையாததும், கொடுப்பவனுக்கும் பெறுபவனுக்கும் ஒருசேர இன்பத்தைக் கொடுப்பதும் பரிசுத்தமான அன்புதான். அனந்து அவருடைய அன்பு மழையில் மூச்சுத் திணறுமளவுக்கு நனைந்தான்.

விடியற்காலையில் அந்த வீட்டின் நாலாம் தலைமுறையினர் அனைவரும் அலாரம் வைத்து எழுந்து மாடிக்குப் போய் தாத்தாவிடம் யோகாசனங்களும், பிராணாயாமப் பயிற்சிகளும் கற்றுக்கொண்டார்கள்.

அனந்துவின் குடும்பம் இரண்டு நாளில் டெல்லியிலிருந்து வந்து சேர்ந்தது. சின்னத்தாத்தா அவர்களை உபசரித்த விதத்தில் அனைவருமே நெகிழ்ந்துபோனார்கள். தன் தந்தைக்கு எந்த விதத்திலும் தான் குறைந்தவனில்லை என்பதுபோல் சின்னத்தாத்தா நடந்துகொண்ட விதத்தில் அவர் மீது மரியாதை கூடிக்கொண்டே போயிற்று.

என்னடா ஆச்சு அவருக்கு? யாரானம் மாய மந்திரம் பண்ணிட்டாளா என்ன? இரவு மாடியில் வைத்து அப்பா

அதிசயமாகக் கேட்டார். இங்க வந்தாலே கடுகடுன்னு அப்டி முகத்தைக் காட்டுவார்! சொந்த தங்கை... அதான் உங்க பாட்டி சாவுக்குக் கூட வராதவர்... எங்கேர்ந்து வந்துது திடீர்னு இவ்ளோ பாசம்...?

"உண்மையில் பாசம் ஏராளமா இருக்குப்பா. ஆனா ஏதோ கோபம் அதை மறைச்சுண்டு இருந்துது. இப்போ அது சரியாப் போய்டுத்து அவ்ளோதான். பழசை மறந்துடணும். அதான் நல்லது சரியா?" அனந்து புன்னகைத்தான். கொள்ளுத் தாத்தா சொன்னவை எதையும் அவரிடம் கூறவேண்டாம் என நினைத்தான் அவன்.

"சாஸ்திரிகள் பத்து நாள்ள ஒரு நல்ல முகூர்த்தம் இருக்குன்றார். நீ என்னிக்குக் கிளம்பணும்? அதுக்குள்ள விஜிக்கு பாஸ்போர்ட், விசா, எல்லாத்துக்கும் ஏற்பாடு பண்ணவேண்டாமா?"

"பண்ணலாம். அதுக்கு முன்னாடி எனக்கு விஜியோட சில விஷயங்கள் பேசணும்."

"பேசு. நா வேணா போய்ட்டு அவளை அனுப்பி வைக்கவா?"

"ப்ளீஸ்ப்பா. உடனே செய்."

"அதுசரி உங்க காதலுக்கு என்னையே அம்பாஸ்டர் ஆக்கிட்டயாக்கும்!" அப்பா சிரித்தபடி கீழே போனார்.

மாடிக்குக் கிளம்பின விஜியை மொத்த இளைஞர் பட்டாளமும் ஒரே குரலில் ஊளையிட்டுக் கிண்டல் செய்தது.

விஜி அவர்களுக்கு அழகு காட்டியபடி மாடிக்கு வந்தாள்.

மாடவீதிகளில் சந்தடி குறைந்திருந்தது. தெப்பக்குளத்தில் பட்டு வீசிய காற்றில் சில்லென்ற சுகமிருந்தது.

"ஒரு வழியா கபாலீஸ்வரன் அருளால் எல்லாப் பிரச்சனையும் சரியாய்டுத்து." அவன் சொல்ல, விஜி ஆமோதித்தாள். "எனக்கு உங்கிட்ட ஒரு கோரிக்கை இருக்கு அனந்து. எப்டி சொல்றது, நீ எப்டி எடுத்துப்பன்னு தெரியல."

அனந்து என்ன என்பதுபோல் பார்த்தான்.

"சொல்றேன். அதுக்கு முன்னால நீ எதுக்கு என்னைக் கூப்ட்டன்னு சொல்லு."

"முதல்ல உன் கோரிக்கை என்னன்னு சொல்லு. அப்புறம் நா சொல்றேன்."

"முடியாது முதல்ல நீ சொல்லு."

"சரி சரி, சண்டை வேண்டாம். நானே சொல்றேன்" அனந்து சற்றே தயக்கத்தோடு அவளைப் பார்த்தான்.

அவன் சொன்ன விஷயத்தைக் கேட்டதும், அவள் திகைத்தாள். விழியகல அவனையே பார்த்தாள்.

——

37

அத்தியாயம்

தண்ணீர் விட்டோ வளர்த்தோம் சர்வேசா! இப்பயிரைக்
கண்ணீராற் காத்தோம் கருகத் திருவுளமோ?
எண்ணமெலாம் நெய்யாக எம்முயிரி னுள்வளர்ந்த
வண்ண விளக்கிஃது மடியத் திருவுளமோ?
ஓராயிரம் வருடம் ஒய்ந்து கிடந்தபின்னர்
வாராது போல வந்த மாமணியைத் தோற்போமே?
இன்பச் சுதந்திரம்நின் இன்னருளாற் பெற்றதன்றோ?
அன்பற்ற மாக்கள் அதைப்பறித்தாற் காவாயோ?
நீயும் அறமும் நிலைத்திருத்தல் மெய்யானால்
ஒயுமுனர் எங்களுக்கிவ் ஓர்வரம்நீ நல்குதியே.

விஜி நம்ப முடியாத வியப்போடு அவனையே பார்க்க, அனந்து புன்னகைத்தான்.

"என்னாச்சு. இப்டி திகைச்சுப் போய்ட்ட? நா சொன்ன விஷயம் உனக்கு பிடிக்கலையா?"

"நன்னா சொன்ன போ...! உனக்கு ஏதாவது ஞானதிருஷ்டி வந்துடுத்தோன்னு நா ஆச்சர்யப்பட்டுக் கொண்டிருக்கேன்."

"ஏன்...?"

"உங்கிட்ட ஒரு கோரிக்கைன்னு நா சொன்னேனே. அது வேற ஒண்ணுமில்லை. நீ சொன்ன இதே

விஷயம்தான். ஆனா நீ அதை எப்டி எடுத்துப்பயோன்னு எனக்கு ஒரு தயக்கம் இருந்துது."

அனந்து வியந்தான். மனங்கள் இரண்டும் ஒன்றாக சிந்திப்பதென்பது அபூர்வ வரம் என்றுதான் சொல்ல வேண்டும். அவனுக்கு சந்தோஷமாயிருந்தது. விஜியின் மேல் புது மரியாதை கூட ஏற்பட்டது.

"இதுக்கு உங்கப்பா சம்மதிப்பாரா?" விஜி கவலையோடு கேட்டாள்.

"நா ஒண்ணும் அப்டி தப்பான காரியம் எதுவும் பண்ணிடப் போறதில்லையே. நா எடுக்கற எந்த முடிவுக்கும் இதுவரை அவர் எதிரா நின்னதில்லை. இந்த முடிவு நிச்சயம் எல்லாருக்குமே சந்தோஷமாதான் இருக்கும்னு நினைக்கறேன்."

"இதுபத்தி கொள்ளுத் தாத்தாட்ட சொல்ல வேண்டாமா?"

"நிச்சயமா. காலம்பற அவர்கிட்ட இதைச் சொல்றேன்."

"சரி நா கீழ போகட்டுமா?"

"போய்த்தான் ஆகணுமா?"

"அது சரி."

ராத்திரி முழுக்க இப்டியே இருப்போமா? எதுவும் பேச வேண்டாம். ஆகாசத்தையும், நட்சத்திரங்களையும், கோபுரத்தையும், தெப்பக்குளத்தையும் பார்த்துண்டே இருப்போம். எவ்ளோ ஏகாந்தமா இருக்கு பார்."

"அட அசடுகளான்னு மீன்கள் எல்லாம் துடுப்பை ஆட்டிண்டு சிரிக்கும்."

"சிரிச்சுட்டுப் போகட்டுமே. அதுகளுக்கு காதல் இல்லையா என்ன?"

"அதுகள் எப்டி காதலிக்கறதுன்னு பார்த்துட்டு வருவோமா...?"

"நாம ரெண்டுபேரும் அப்டியே மீன் மாதிரி குளத்துல குதிச்சுடலாமா?"

“நம்ம காதல் கதையை சினிமாவா எடுத்தா, உன் டயலாக் முடிஞ்சதும் குளத்துல நம்பளை நீந்த வெச்சு ஒரு பாடல் காட்சி எடுத்துடலாம்” அனந்து சிரித்தான்.

“இன்னும் நாலு நாளில் கோவில்ல கொடி ஏத்திடுவா. அதுக்கப்பறம் திருவிழா முடியறவரை இந்த மாடவீதி அமர்க்களப்படும்.”

“அப்டியா?”

“ஆமா அறுபத்திமூவர் அன்னிக்கு பார். கூட்டம் நெக்கித் தள்ளும். நம்பாத்துல கூட தாத்தா அன்னதானம், பானகம், நீர்மோர்னு பக்தர்களுக்கு விநியோகம் பண்ணுவார். நமக்கெல்லாம் சரியான வேலை இருக்கும்.”

“என்ன குழந்தைகளா! கீழ வரா மாதிரி எண்ணமே இல்லையா?” கொள்ளுத் தாத்தாவின் குரல் கேட்க, இருவரும் ஏக காலத்தில் திரும்பினார்கள். தாத்தாவைக் கண்டதும் முகம் மலர்ந்தது.

“இருநூறு ஆயுசு தாத்தா உங்களுக்கு?”

“நூறு போதும். மிச்ச நூறை உங்களுக்கே சரி பாதியா பிரிச்சுக் குடுத்துடறேன்.”

“தூக்கம் வரலையா உங்களுக்கு?”

“நீ எந்தத் தூக்கத்தைப் பத்தி கேக்கற?”

“உங்களாட்டம் நா அறிவுஜீவியும் இல்ல. ஆன்மீகவாதியும் இல்ல. நான் கேட்டது தினமும் நமக்கு வருமே அந்தத் தூக்கத்தைப் பத்திதான்.”

“அது வரப்போ வந்துட்டுப் போறது! மனசு முழுக்க இப்போ உங்க கல்யாணத்தைப் பத்தின நினைப்புதான்.”

“அதான் தடையெல்லாம் நீங்கியாச்சே அப்பறம் என்ன கவலை?”

“நான் கவலையெல்லாம் படலையே. இது சந்தோஷம். அதுவும் பத்து நாள்ல எல்லாத்தையும் நடத்தியாகணுமே. எவ்ளோ பெரிய பொறுப்பு அது.”

தாத்தா சொல்ல விஜியும், அனந்துவும் ஒருவரை ஒருவர் பார்த்துக் கொண்டார்கள்.

“பத்து நாள்ல கல்யாணம்ங்கறது நல்ல விஷயம்தான் இல்ல தாத்தா?”

“பின்னே மீனாட்சியோட ஆத்மா எவ்ளோ சந்தோஷப்படும்!”

“இதோட சேர்த்து இன்னொரு சந்தோஷத்தையும் நா உங்களுக்குத் தரதா இருக்கேன்.”

“என்ன...?”

“நா அமெரிக்கா போகப் போறதில்ல.”

தாத்தா விழிவிரிய அவனையே பார்த்தார்.

“உண்மையாவா...?”

“நிஜம்மாதான் தாத்தா. இந்த தேசத்தோட சரித்திரத்தை உங்க மூலம் தெரிஞ்சுண்ட பிறகு எடுத்த முடிவு இது, எத்தனை பேர் ரத்தம் சிந்தி போராடி இந்த தேசத்தோட விடுதலைக்கு பாடுபட்டிருக்கா. எதுக்காக இந்த கர்மபூமியை விட்டுப் போகணும்னு தோணித்து. அவன் இங்க வந்து அடிமைப்படுத்தினது போய் இப்போ நாம அங்க போய் அடிமைப் பத்திரம் எழுதிக் கொடுக்கறோமோன்னு தோணித்து. ஆகமொத்தம் அடிமைங்கற முத்திரை இன்னும் நம்மமேல அழிக்கப்படாமயே வேறவிதமா இருக்கோ? அட்லீஸ்ட் நானாவது என் முதுகுலேர்ந்து அதை அழிச்சுக்கலாம்னு நினைக்கறேன். தவிர நா இன்னொரு முடிவுக்கும் வந்திருக்கேன். உங்க ஐ.சி. எஸ். கனவையும் நிறைவேற்றி வைக்கலாம்னு இருக்கேன். அனந்தராமன் ஐ.ஏ.எஸ்! சொல்லும்போதே எவ்ளோ கம்பீரமா இருக்கு இல்ல? இந்த நாட்டுக்கு சேவை செய்ய அது ஒரு நல்ல உத்யோகமா இருக்கும்னுதான் இந்த முடிவு. அடுத்த வருஷம் பாருங்கோ நிச்சயம் நா இந்த சாதனையை நிகழ்த்திக் காட்டுவேன். என் சாதனைக்குக் காரணம் என் கொள்ளுத்தாத்தா கல்யாணராமன்தான். அவர் சாதாரண ஆளில்ல, ராஜாஜியோட

சேர்ந்து வேதாரண்யத்துல உப்புச் சட்டத்தை மீறினவராக்கும்னு சத்தம் போட்டுச் சொல்லுவேன். தேச விடுதலைக்குத் தன்னாலான வழிகளில் பாடுபட்டவர்னு பத்திரிகைக்கெல்லாம் பேட்டி கொடுப்பேன். விஜிக்கும் இதே ஆசைதான் இருக்கு."

தாத்தா அவனையே பார்த்தார்.

அவர் கண்கள் ஈரமாயிற்று. அனந்துவை ஆரத்தழுவிக் கொண்டார்.

"என்னோட இன்னொரு ஆசையும் நிறைவேறும்னு ஒருநாள் உங்ககிட்ட சொன்னேனே நினைவிருக்கா? ஒரு ஆசை ஜானகிராமன் என்னை நிச்சயம் புரிஞ்சுப்பான்றது. அது நிறைவேறிடுத்து. இன்னோண்ணு நீ இந்த மண்ணை விட்டுப் போகக் கூடாதுன்னு ஆசைப்பட்டேன். அதே நேரம் இந்த முடிவை நீயாதான் எடுக்கணும்னு நெனச்சேன். இந்த ஆசையும் நிறைவேறிடுத்து. உன்னால எப்டிடா இவ்ளோ பெரிய விஷயத்தை வேண்டாம்னு தூக்கியெறிய முடிஞ்சுது? மேல்நாட்டு மோகம் இங்க அளவுக்கதிகமா தலைதூக்கி ஆடிண்ருக்கு. பெத்தது ஒரே பிள்ளைன்னாலும் அவன் வெளிநாட்டுல படிக்கணும், வேலை பார்க்கணுங்கறதுதான் பெத்தவாளோட பேராசையா இருக்கு. பசங்களும் அதைத்தான் லட்சியமா வெச்சுண்டு படிக்கறா. தேசபக்தின்னு நீ சுலபமா சொல்லிட்டாலும், இவ்ளோ பெரிய வாய்ப்பை வேண்டாம்னு வைக்க நிறைய தைரியம் வேணும்."

"ரொம்ப சிம்ப்பிள் தாத்தா. கோடிக்கணக்குல சம்பளம் கிடைக்கற வெளிநாட்டு வேலையா? அல்லது இங்கேயே ஒரு உயர்ந்த பதவியா? எது எனக்கு நிலையான சுகத்தைக் கொடுக்கும்னு யோசிச்சேன். நிச்சயம் இங்கேயே ஒரு நேர்மையான, அக்கிரமங்களுக்குத் தலைவணங்காத ஐ.ஏ.எஸ்ஸா இருக்கறதுதான் நிலையான சுகம்னு என் புத்தி சொல்லித்து. வெளிநாட்டுல எவ்ளோ சம்பாதிச்சாலும் இயந்திரமாதான் இருக்க முடியும். பெத்தவா கிரிமேஷனைக் கூட வீடியோல பார்த்துதான் திருப்திப்பட்டுக்க முடியும். அதுல என்ன கிடைக்கும் நமக்கு?

எது நமக்கு நிலையான சந்தோஷத்தைத் தராதோ அதை மனசு பொருட்படுத்தாது. மனசு வேண்டாம்னு தள்ளிட்டா எப்பேர்ப்பட்ட பொக்கிஷத்தையும் உதறியெறிஞ்சுட்டு நடக்க முடியும். புலிக்கு வாலாக இருக்கறதை விட, எலிக்கு தலையாக இருக்கறதுதான் கௌரவம்னு புரிஞ்சுது. அதுக்கப்பறம் முடிவெடுப்பது கஷ்டமா என்ன?"

"நா சரியான முடிவைத்தான் எடுத்திருக்கேன். மீனாட்சி பாட்டி, சாமிநாதன் தாத்தா, உங்கம்மா, அப்பா இன்னும் இந்த தேசத்துக்காக இரத்தம் சிந்தின, உயிர்த்தியாகம் பண்ணின எல்லாரோட ஆத்மாவும் என்னை நிச்சயம் ஆசிர்வதிக்கும் இல்லையா தாத்தா?"

"கண்டிப்பாடா கொழந்த!" தாத்தா கண்ணிர் வழிய அவன் நெற்றியில் முத்தமிட்டார்.

"சுதந்திரம் கிடைத்து அறுபத்தி ரெண்டு வருஷம் ஆறது. இந்த நேரத்துல எனக்கு ஒரு மனிதரை சந்திக்கணும் போல ஆசையா இருக்கு தாத்தா... ஆனா அது முடியாது."

"யாரைச் சொல்ற?"

"இந்துக்களும் முஸ்லீம்களும் ஒரு நாளும் ஒரே தேசியத்தின் கீழ் ஒண்ணா வாழ முடியாது. பெரும்பான்மை ஹிந்துக்கள் வாழற தேசத்துல சிறுபான்மை முஸ்லிம்களுக்கு மரியாதையும், பாதுகாப்பும் கிடைக்காதுன்னு சொல்லி இந்த தேசத்தை பிடிவாதமா பிரிக்கச் செய்தாரே அந்த முகமது அலி ஜின்னா! அவரைத்தான் பார்த்து ஒரு வார்த்தை கேட்கணும். பாகிஸ்தானுக்கு குடிபெயராத முஸ்லீம்களும், இங்கே வாழும் ஹிந்துக்களும் இன்னும் இந்த தேசத்துல ஒன்றாகத்தான் ஒரு பிரச்சனையுமில்லாம வாழ்ந்துண்ருக்கோம். இங்கே இருக்கும் முஸ்லிம்கள் எல்லாரும் பாதுகாப்பா சந்தோஷமாதான் இருக்கான்னு இப்பவாவது ஒத்துக்கறயா? ஹிந்துக்களும், முஸ்லீம்களும் ஒரே தேசியத்தின் கீழ் ஒன்றாக வாழ முடியும் என்று இப்போதாவது புரிந்து கொண்டாயா? இருவரும் தத்தம்

மதக் கடமைகளை எவ்வித இடையூறுமின்றி ஒழுங்காக செய்து கொண்டிருக்கிறார்கள்னு இப்பவாவது புரியறதான்னு கேக்கணும் போல இருக்கு. ஆனா அது நடக்காதே!" அவன் சிரித்தான்.

"எனக்குக் கூட சிலநேரம் தோணும். ஜின்னா மட்டும் ஒரு வருஷம் முன்னாலயே செத்துப் போயிருந்தா இந்த நாடு இரண்டாகப் பிரிந்திருக்காதோன்னு. ஜின்னா மரணமடைந்தபோது மௌண்ட்பேட்டனும் அதைத்தான் சொன்னாராம். என்ன செய்ய? எல்லாம் நம்ம கையிலயா இருக்கு? போனது போகட்டும். இனியாவது மதத்தின் பெயரால யாரும் யாரையும் கொல்ல வேண்டாம்ங்கறதுதான் என் பிரார்த்தனை. தன் மதத்தோட வேதங்கள் என்ன சொல்லியிருக்குன்னு ஒழுங்கா புரிஞ்சுண்டவா யாரும் யாரையும் ஹிம்சை பண்ண மாட்டா. அதைத்தான் மகாத்மா கடைபிடிச்சார். எத்தனையோ விமரிசனங்கள் அவரை நோக்கி வந்தும்கூட அவர் கடைசி வரைக்கும் பிடிவாதமா அஹிம்சையின் வழியில்தான் நடந்தார். அது தப்புன்னு சிலருக்குத் தோணும். சரின்னு சிலருக்குத் தோணும். ஆனா மனுஷா மதத்தோட பேரைச் சொல்லிண்டு மிருகமா மாறி ஒருத்தரை ஒருத்தர் வெட்டிண்டா அவர் என்ன செய்வார்? எந்த குழந்தை தன் பேச்சை மதிக்குமோ அதுகிட்ட நீ ஒதுங்கிப்போன்னு சொல்றது ஒரு தாயோட சுபாவம். அதைத்தான் அவர் செய்தார்." தாத்தா பெருமூச்சு விட்டார்.

"சத்தியாக்கிரகத்துல நீங்க போட்டோல்லாம் எடுத்துண்டதா சொல்லுவேளே அதெல்லாம் இருக்கா?"

"பின்னே...?" அவர் அவர்களை அழைத்துக்கொண்டு கீழே வந்தார். தன் அறையில் பத்திரப்படுத்தி வைத்திருந்த புகைப்படங்களை ஆசை ஆசையாக அவர்களுக்குக் காட்டினார். "இதான் நான். அடையாளம் தெரியறதா? இது சாமிநாதன். இதான் டி.வி. ராமச்சந்திரன், இது ராமகிருஷ்ணன், இது ராஜு, இவர்தான் சந்தானம் தலைவரைப் பார்! எவ்ளோ கம்பீரமா இருக்கார். கீழாம்பூர் சிவராமன்னு சொன்னேனே. அவர்

அப்பறம் தினமணி பத்திரிகை ஆரம்பிச்சதும் அதுல ஆசிரியரா சேர்ந்து ரொம்ப பிரபலமா ஆயிட்டார். ஏ.என். சிவராமன்னா எல்லார்க்கும் தெரியும். விஷய ஞானி. நிரம்பப் படிச்சவர். அப்பறம் கோவிலடில சாப்பாட்டுக்கு ஏற்பாடு பண்ணினாரே சதாசிவம்னு ஒருத்தர். அவர் வேற யாருமில்ல. ராஜாஜியோட நெருக்கமானவர் எம்.எஸ்.ஸை கல்யாணம் பண்ணிண்டாரே அதே சதாசிவம்தான். இதெல்லாம் அப்பறமாதான் தெரிஞ்சுது."

அனந்து ஆச்சர்யமாகக் கேட்டான். "இதான் நா ஏலத்துல எடுத்த கடிகாரம். பொத்திப் பொத்தி பாதுகாத்துண்ருக்கேன். இன்னும் ஓடிண்டு இருக்கு என்னாட்டம். அப்பறம் இது. விலைமதிப்பில்லாத விஷயம். வேதாரண்யத்துல நா ஏலம் எடுத்ததா சொன்னேனே, உப்பு பொட்டலம். அதான். இன்னிவரை வைரக்கற்கள் மாதிரி காத்து படாம பாதுகாத்துண்டு வரேன். தாத்தா ஒரு அழகான பெட்டியைத் திறந்து காட்டினார். பழுப்பு நிறத்தில் உப்புக் கற்கள் ஒரு மாபெரும் சரித்திரத்தின் காட்சியாய் அமைதியாய் அதனுள் உறங்கிக் கொண்டிருந்தது. விஜியும், அனந்தும் அதைக் கண்களில் ஒற்றிக்கொண்டார்கள்."

இந்தப் படம் என்ன தெரியுமா? தாத்தா ஒரு புகைப்படத்தைக் காட்டினார். விபூதி அபிஷேகம் செய்வித்தாற்போல் பிரமிடு வடிவில் ஒரு மலை. அதில் அழகான ஒரு முகம் கூடத் தெரிந்தது. அதற்கு முன்பாக தாத்தா வித்யாசமான உடையில் நின்றிருந்தார்.

"இதென்ன தாத்தா?"

"இதுதான் கயிலாயம். அப்பருக்கு திருவையாறுல கிடைச்ச கயிலாயக் காட்சி இதுதான்."

"நீங்க கயிலாயம் போனேளா...? அனந்து ஆச்சர்யமாகக் கேட்டான். அந்த ஆல்டிடியூட்க்கு எப்டி போய்ட்டு வந்தேள்?"

"பகவான் சக்தியைக் கொடுத்தான் போய்ட்டு வந்தேன். சாமிநாதன் திருவையாறுல சொன்னதுலேர்ந்தே கயிலாயம் என்

மனசுலே குடியேறிடுத்து. அங்க போய்ட்டு வரணும்னு ஒரு ஆசை."

"எந்த வருஷம் போனேள்? எந்த வழியா போனேள்?"

"எண்பத்தி ஆறாம் வருஷம். என்னோட எழுபத்தி ரெண்டாவது வயசுல போய்ட்டு வந்தேன். நேபாளம் வழியா."

எழுபத்தி ரெண்டு வயசுலயா? மை காட் கிரேட்தான் தாத்தா நீங்க.

"ஏன்... இப்போ கூட போய்ட்டு வர நா ரெடிதான். ஆனா பணம் நிறைய ஆகும். போதும். ஒருமுறை பார்த்ததே எட்டு ஜென்மத்துக்கு நினைவிருக்கும். இப்போ என்னோட கயிலை இந்த மயிலைதான். உங்களை மாதிரி இளைய தலைமுறைகள் அங்கே போய்ட்டு வரணும். ஆன்மீகங்கறது வயசான பிறகுதான்னு வெச்சுக்காம இப்போலேர்ந்தே அதை அனுபவிச்சுண்டு வரணும்."

"நிச்சயமா தாத்தா. ஆனா எனக்கு இந்திய வழி மூலமாதான் போகணும்னு ஆசை இருக்கு. அது ரொம்ப ரொம்ப சாகசங்கள் நிறைந்த வழின்னு கேள்விப்பட்ருக்கேன்."

"நிச்சயம் போய்ட்டு வா. தாத்தா அடுத்த போட்டோவை எடுத்தார். இதுதான் மீனாட்சியின் கல்யாண போட்டோ. உன் பரம்பரைச் சங்கிலிக்கு காரணமான உங்க தாத்தா ராமனாதனும், அவப்பா சம்பத் ஐ.சி.எஸ்.ஸும் பக்கத்துல நிக்கறா பார்."

அனந்து கண்ணீர் மல்க அந்த புகைப்படத்தைப் பார்த்தான். மார்போடு அணைத்துக் கொண்டான்.

"இதை நா வெச்சுக்கலாமா தாத்தா?"

"தாராளமா! என்ன கேள்வி இது?"

"தூங்காம இன்னும் என்ன பண்ணிண்டு இருக்கேள்? கேள்வியோடு ஒவ்வொருவராய் மொத்தபேரும் அங்கு வந்தார்கள். அனந்து, தாத்தாவின் பொக்கிஷங்களை அனைவருக்கும் காட்டினான்."

“காபி குடிச்சா நன்னார்க்கும்” கல்யாணராமன் சொல்ல, விஜி அம்மாவோடு கீழே இறங்கிப்போக, மற்றவர்கள் எல்லோரும் மீண்டும் மொட்டைமாடிக்கு வந்து காற்றாட அமர்ந்தார்கள்.

சற்று நேரத்தில் காபி வந்தது கறுப்பாக பாலில்லாமல்.

“இது என்னது... கறுப்புக் காபி? இதை எப்டி குடிக்கறது?” அனந்துவும், ரகுவும் முகம் சுளித்தார்கள்.

“இது சாதாரண காபியில்லடா ரகு, வந்தே மாதரக் காபி. பால் இன்னும் வரல. தாத்தாவே காபி கேட்டுட்டார். இல்லன்னு சொல்ல முடியுமோ? அதனால நானும், அம்மாவும் பாலுக்கு பதிலா வந்தே மாதரம் சொல்லி இதைக் கலந்திருக்கோம்.”

அப்டின்னா குடிச்சுட வேண்டியதுதான். இருவரும் டம்ளரை எடுத்து லபக்கென்று குடிக்க ஆரம்பிக்க, அத்தனை பேரும் விழுந்து விழுந்து சிரித்தார்கள்.

“இந்த வருஷம் அறுபத்திமூவரைப் பிரமாதப்படுத்திடணும். யார் யார் என்னென்ன கைங்கர்யத்தை ஏத்துக்கப் போறேள்? நா மூவாயிரம் காப்பி திருவாசக புஸ்தகத்துக்கு சொல்லியாச்சு” கொள்ளுத்தாத்தா சொல்ல.

“என் வகையா கலர் பூந்தி, மூவர்ணத்துல” என்றார் பெரிய தாத்தா.

“நா தயிர்சாதம் போட்டுடறேன்” இது சின்ன தாத்தா.

“நா குழந்தைகளுக்கு சாக்லேட், பிஸ்கட் குடுத்துடறேன்” என்றான் ரகு.

“நா வாழைப்பழம் வாங்கிடறேன்.”

“பானகம், நீர் மோர், ரோஸ்மில்க் எங்க பொறுப்பு.”

“நானும் ஏதாவது ஏத்துக்கறேனே. நா என்ன செய்யட்டும்?” அனந்து கேட்டான்.

“ஒண்ணு பண்ணு. பஞ்சமுக ருத்ராட்சங்களுக்கு ஒருத்தர்ட்ட சொல்றேன். நல்ல ருத்ராட்சங்கள் அவர் கொண்டு வந்துடுவார்.

உன் கையால வரவா போறவா எல்லார்க்கும் ஒரு ருத்ராட்சத்தை கருப்பு கயத்துல கட்டிக் கொடுத்துடு. ருத்ராட்ச தானம் ரொம்ப ரொம்ப உசத்தியானது."

அனந்து மகிழ்ந்துபோனான். எப்பேர்ப்பட்ட பாக்கியம்!

"எனக்கு ஒரு ஆசை!" ஜானகிராமன் சொல்ல, அனைவரும் அவரைப் பார்த்தார்கள்.

"என்ன...?"

"திருவிழா, அனந்துவோட கல்யாணம், எல்லாம் முடிஞ்சதும் நாம எல்லாரும் சேர்ந்து ஒரு தீர்த்தயாத்திரை போகணும்."

தீர்த்தயாத்திரையா...? சரிதான். பாவம் தாத்தா அனந்து! கல்யாணம் முடிஞ்சதும் ஜாலியா தேன்நிலவுக்கு அனுப்பி வைப்பேளா இல்ல தீர்த்தயாத்திரை கூட்டிண்டு போவாளா?"

ரகு கிண்டலடித்தான்.

"அவன் கிடக்கான். நீங்க சொல்லுங்கோ தாத்தா தீர்த்தயாத்திரையே நாம்ப போகலாம். எங்கெங்கே போகப் போறோம்னு சொல்லுங்கோ."

"திருச்சி வரை ரயில். அப்பறம் திருச்சிலேர்ந்து வேதாரண்யம் வரை பாதயாத்திரை. அகஸ்தியம்பள்ளியில் சத்தியாக்கிரகிகள் உப்பள்ளின இடத்துல ஒரு ஸ்தூபி இருக்கே அதைத்தான் தரிசனம் பண்ணி மாலை போட்டு நமஸ்காரம் பண்ணிட்டு வரணும். சரியா ஏப்ரல் முப்பதாம் தேதி நாம எல்லாரும் அங்கே இருக்கணும்."

சின்ன தாத்தா சொல்லி நிறுத்த, அனைவரும் சட்டென அமைதியானார்கள். கல்யாணராமன் பிள்ளையைக் கண்கலங்கப் பார்த்தார்.

எப்பேர்ப்பட்ட யாத்திரை...! இளைஞர்கள் பிரம்மித்தார்கள். அதுவும் கொள்ளுத்தாத்தாவோடே போவது என்றால் அது எப்பேர்ப்பட்ட அதிர்ஷ்டம்!

அந்த குடும்பத்தின் இளைஞர்கள் அனைவரும் தங்கள் மகிழ்ச்சியையும், சம்மதத்தையும் தெரிவிக்கும் வகையில் கரவொலி எழுப்ப, ஒன்றுசேர்ந்து ஒலித்த அந்த கரவொலி சப்தம் கேட்டு தெருநாய் ஒன்று மிரண்டு ஓடியது. கீழ் வானில் விடிவெள்ளி சந்தோஷமாக முளைத்து சுடர் விட்டது. கோபுரத்துப் புறாக்கள் படபடவென பறக்கத் துவங்கின.

——

இந்நாவலுக்குத் தேவையான குறிப்புகள் எடுக்கப்பட்ட புத்தகங்களின் விவரங்கள்

1. 1. வேதாரண்யம் உப்பு சத்தியாக்கிரகம் (ஆசிரியர் திரு. ஜி. ராமச்சந்திரன் மற்றும் திரு. டி.ஆர். பத்மநாபன்)

2. a) The Tragic Story of Partition. (by H.V. Seshadri)

   b) The Great Partition - By Yasmin Khan. (மேற்கண்ட இரு புத்தகங்களுக்காக பெரு முயற்சி செய்தும் கிடைக்காத நிலையில் இணையத்தின் வலைத்தளங்களில் மேற்படி இரு புத்தகங்களின் மிக முக்கியமான பக்கங்களை வாசித்து குறிப்புகள் எடுத்துக் கொண்டேன்.)

3. நாதுராம் விநாயக் கோட்சே - ஒய்.எம். ஹிம்சாகர்.

4. சுதந்திர தின பொன்விழா மலர்

5. காங்கிரஸ் சரித்திரம் (1885 - 1935)

6. தமிழ்நாடும் காங்கிரஸும்

7. என்று காண்போம் எங்கள் சிந்துவை? - டி. ராமன்

8. சரித்திரத்தை மாற்றிய சதி வழக்குகள் - சிவலை இளமதி.

9. பாகிஸ்தான் ஒரு புதிரின் சரிதம் - பா. ராகவன்

10. வாழ்க சுதந்திரம், வாழ்க நிரந்தரம் – அமரர் கல்கி.

முற்றும்

www.ingramcontent.com/pod-product-compliance
Lightning Source LLC
LaVergne TN
LVHW040553051026
849519LV00004B/1329
* 9 7 8 9 3 9 5 4 4 1 7 7 3 *